# ஜரதுஷ்ட்ரா இவ்வாறு கூறினான்

# ஜரதுஷ்ட்ரா இவ்வாறு கூறினான்

நீட்ஷே (1844-1900)

ஃப்ரெடரிக் வில்லியம் நீட்ஷே 15.10.1844இல் புருஸ்ஸியாவில் உள்ள ராக்கென் நகரில் பிறந்தார். தனது இருபத்துநான்காவது வயதிலேயே பேசில் பல்கலைக்கழகத்தில் பேராசிரியராகப் பதவி ஏற்றார். ஃப்ரான்கோ புருஸ்ஸியப் போரில் ஆம்புலன்ஸ் உதவியாளராகப் பணியாற்றியுள்ளார். இவரது நூல்கள்: 'துன்பியலின் தோற்றம்' (1872), 'வேளைக்கு ஒவ்வாத தியானங்கள்' (1873-76), 'உதயம்' (1881), 'கவலையற்ற அறிவியல்' (1882), 'ஜரதுஷ்ட்ரா இவ்வாறு கூறினான்' (1883-1885). *Ecce Homo* என்கிற இவரது சுயசரிதை நூலை இவரது கடைசி நூலாகக் கொள்ளலாம். 25.08.1900இல் இவர் மறைந்தார்.

**ரவி (1964 – 2015)**

இயற்பெயர் ரவிக்குமார். குவளைக் கண்ணன் எனும் பெயரில் கவிதைகள் எழுதினார். 'மாயா பஜார்' (1993), 'பிள்ளை விளையாட்டு' (2005) ஆகியவை இவரது கவிதைத் தொகுப்புகள்.

'ஜரதுஷ்ட்ரா இவ்வாறு கூறினான்' (2006), 'குற்ற முத்திரை' (2007), 'எங்கே அந்தப் பாடல்கள்?' (2010) ஆகியவை இவரது மொழிபெயர்ப்புகள். 'க' (2010) நாவலை ஆனந்துடன் இணைந்து மொழிபெயர்த்துள்ளார்.

நீட்ஷே

# ஜரதுஷ்ட்ரா
# இவ்வாறு கூறினான்

ஜெர்மானிய மொழியிலிருந்து ஆங்கிலத்தில் :

**ஆர். ஜே. ஹாலிங்டேல்**

ஆங்கிலத்திலிருந்து தமிழில் :

**ரவி**

காலச்சுவடு பதிப்பகம்

**ஜரதுஷ்ட்ரா இவ்வாறு கூறினான்** • இலக்கியம் / தத்துவம் • ஆசிரியர்: நீட்ஷே, தமிழில்: ரவி • மொழிபெயர்ப்புரிமை: எஸ். ரவிக்குமார் • முதல் பதிப்பு: அக்டோபர் 2006, நான்காம் (குறும்) பதிப்பு: மே 2018 • காலச்சுவடு பப்ளிகேஷன்ஸ் (பி) லிட்., 669 கே. பி. சாலை, நாகர்கோவில் 629001

**jaratusTra ivvaaRu kuuRinaan** • Literature / Philosophy • Author: niiTsee • Translated by Ravi • Translation © S. Ravikumar • Language: Tamil • First Edition: October 2006, Fourth (Short) Edition: May 2018 • Size: Demy 1 x 8 • Paper: 18.6 kg maplitho • Pages: 424

Published by Kalachuvadu Publications Pvt. Ltd., 669 K.P. Road, Nagercoil 629001, India • Phone: 91-4652-278525 • e-mail: publications @kalachuvadu.com • Cover Drawing: Tha. Thirumalai • Cover Design: Akash Anand

ISBN 978-81-89359-44-7

05/2018/S.No.169, kcp 2059, 18.6 (4) OLL

# பொருளடக்கம்

## பாகம் இரண்டு

## பாகம் மூன்று



## பாகம் நான்கு

இது எல்லோருக்குமானதொரு நூல்
எவர் ஒருவருக்குமானது அல்ல

மொழிபெயர்ப்பாளரின் முன்னுரை

# நீட்ஷேயும் ஜரதுஷ்ட்ராவும்

ஃப்ரெடரிக் வில்லியம் நீட்ஷே, கி.பி. 1844ஆம் ஆண்டு அக்டோபர் 15ஆம் தேதி புருஸ்ஸியாவில் உள்ள ராக்கென் நகரில் ஒரு லுத்தரன் திருச்சபைப் பாதிரியாரின் மகனாகப் பிறந்தார். அவரது இரண்டு பாட்டனார்களும் லுத்தரன் திருச்சபையில் அங்கம் வகித்தவர்கள். அதிலும் அவரது தாய்வழிப் பாட்டனார் பிஷப்பிற்குச் சமமான பதவியில் இருந்தவர். நீட்ஷே ஐந்து வயதாக இருந்தபோது மனநலம் குன்றியிருந்த அவரது தந்தை இறந்து விட்டார். பிறகு நீட்ஷே தனது தாய், பாட்டி, இரண்டு அத்தைகள் மற்றும் ஒரு சகோதரியைக் கொண்ட பெண்கள் நிரம்பிய வீட்டில் வளர்க்கப் பட்டார். பான் மற்றும் லீப்ஜிக் நதாப் பல்கலைக் கழகங்களில் 'தொல் இலக்கிய'த்தில் தேர்ச்சிய டைந்து, தனது இருபத்து நான்காவது வயதில் பேசில் பல்கலைக்கழகத்தில் 'மொழியியல்' பேராசி ரியராகப் பதவி ஏற்றார். பண்டைய கிரேக்கக் கலாச்சாரத்திலும், ப்ளேட்டோ, அரிஸ்டாட்டில், ஷோபனேர் ஆகியோரின் தத்துவங்களிலும் நீட்ஷே பெரிதும் ஈடுபாடு கொண்டிருந்தார். ஜெர்மானிய இசை மேதையும், பண்ணமைப்பாளருமான ரிச்சர்ட் வேக்னரின் நண்பராக இருந்து கருத்து வேற்றுமை யால் பிரிந்தார்.

சிறுவனாக இருந்தபோது சமயப் பணியார்வம் மிக்கவராக இருந்தவர், தனது குமர பருவத்தின்

கடைசி வருடங்களில் மத நம்பிக்கையை இழந்து இறைநூல் கல்வியை முற்றாகத் துறந்தார். பிறகு தனது வாழ்நாள் முழுக்க கிறிஸ்தவ மதத்திற்கு எதிரான கலகக்காரனாக வாழ்ந்தார். கி.பி. 1869ல் புருஸ்ஸியக் குடியுரிமையை உதறிவிட்டு இறக்கும் வரை குடியுரிமையற்றவராக இருந்தார். உடல் நலக்குறைவு காரணங்களால் பேராசிரியர் பணியிலிருந்து விலகிய / விலக்கப் பட்ட பிறகு தனது பல்கலைக்கழக ஓய்வூதியத்தின் உதவியால் ஜெர்மனி, ஸ்விட்சர்லாந்து, இத்தாலி ஆகிய நாடுகளின் விடுதி களில் தங்கியிருந்தபடி தம்முடைய முக்கியமான புத்தகங்களை எழுதினார்.

லோ ஆண்ட்ரியாஸ் சலோமி (1861 - 1937) என்ற பெண்ணு டன் திருமணப் பேச்சு நடத்தி அவளால் மறுதலிக்கப்பட்டார். (சலோமி, சிக்மண்ட் ப்ராய்டிடம் ஆய்வு உதவியாளராகச் சேர்வதற்காக மறுதலித்ததாகச் சொல்லப்படுகிறது. இவர் தன்னைவிட வயது குறைந்தவரான கவி ரில்கேயிடம் நட்புக் கொண்டு டால்ஸ்டாயைப் பார்ப்பதற்காக ரஷ்யாவுக்கு அவரை அழைத்துச் சென்றவர்.)

'ஜரதுஷ்ட்ரா இவ்வாறு பேசினான்' கி.பி. 1883ஆம் ஆண்டின் கோடையிலிருந்து 1885ஆம் ஆண்டின் முற்பகுதிக்குள் எழுதி முடிக்கப்பட்டது. ஜரதுஷ்ட்ரா தனது ஏகாந்தத்தின் மலை வனத்திலிருந்து கீழிறங்கி மக்களிடம் வருதல், கும்பலை ஒதுக்கித் தனது மனப்பாங்கை ஒத்த சீடர்களைக் கண்டடைதல், அவர்களிடமிருந்து விலகி மீண்டும் ஏகாந்தத்துக்குச் செல்லுதல், மீண்டும் சீடர்களை நாடி வருதல், உயர்வகை மனிதர்களைக் கண்டடைதல், உயர்வகை மனிதர்களின் போதாமையை அவர்களுக்குச் சொல்லி அவர்களிடமிருந்தும் விலகித் தனித் திருத்தல் என்பதான அமைப்பைக் கொண்டது இப்புத்தகம்.

தன்னை விஞ்சிய ஒன்றைப் படைக்க வேண்டுமென்கிற சங்கல்பத்தால் மட்டுமே மனித இனம் தனது இருப்பை நியாயப்படுத்திக்கொள்ள இயலுமென்று நம்பிய நீட்ஷே, அதிமனிதனுக்கான சங்கல்பம், சுயத்தை விஞ்சுதல், வாழ்வை வலியுறுத்திக் கூறுதல், முடிவற்று காலத்துக்குக் காலம் சம்பவிக்கிறவை போன்றவற்றை இந்தப் புத்தகத்தின் ஆதாரப் புள்ளிகளாக அமைத்துள்ளார். மனைவி மக்களோடு வாழ் வதைப் போல், நீட்ஷே தனது அறிவார்ந்த பிரச்சனைகளோடு வாழ்ந்தவர். மனைவி மக்களிடம் நமக்கு இருக்கிற உணர்வு ரீதியிலான பொறுப்புணர்ச்சி அவருக்குத் தனது கேள்வி களிடம் இருந்தது. தனது வாழுங்காலத்தில் நீட்ஷே மிகக் குறைவாகவே வாசிக்கப்பட்டிருந்தார். எனவே தனது படைப்பு களின் உரையாசிரியராகவும், விமர்சகராகவும் அவரே

பெருமளவுக்கு இருக்க வேண்டியிருந்தது. இதனால் ஒரே முற்கூற்றை ஒரு குரல் உறுதிப்படுத்துகிறபோது, மற்றொரு குரல் மறுப்புக் கூறி அக்கூற்றைத் தகுதிப்படுத்துவதை அவரது படைப்புகளில் காண இயலும். 'அனைத்து மதிப்பீடுகளுக்குமான மறு மதிப்பீடுதான் காலத்தின் தேவை,' என்பது அவரது வாசகம். இந்த வாசகத்தை நீட்ஷேயின் உலகத்திற்கான சாவியாகக் கருதலாம்.

கிழக்கின் மனத்தை, சிந்தனையை மேற்கிற்கு வெளிப் படுத்தியவர்களில் முக்கியமானவரான ஆனந்த K. குமாரசாமி தனது 'சிவதாண்டவம்' *(Dance of Siva)* எனும் புத்தகத்தில் நீட்ஷே பற்றி ஒரு அத்தியாயம் எழுதியுள்ளார். நீட்ஷேயை அறியவும், கிழக்கத்திய மனத்துக்கு அவரை அடையாளப்படுத்திக் கொள்ளவும் உதவும் என்பதால் அதிலிருந்து சில வரிகள்:

"நீட்ஷேயுடைய எழுத்துக்களில் ஒருவகையான வன் முறையையும், மிகைப்படுத்துதலையும் காண்கிறோம் என்பது உண்மைதான்: ஆனால் பயனற்ற மதிப்பீடுகள், ஆசார ஒழுக் கங்கள் மற்றும் சமூகரீதியில் உயர்ந்தவர்கள் எனக் கருதப் படுபவர்கள் மீது மதிப்பும் தாழ்ந்தவர்கள் எனக் கருதப்படுப வர்கள் மீது அவமதிப்பும் கொள்ளும் தன்மை ஆகியவற்றுக்கு எதிரான உணர்வுரீதியான எதிர்ப்பே நீட்ஷேயுடைய எழுத்துக் களின் ஆதாரத்தன்மை, மேலும் இந்த எதிர்ப்பு அவ்வளவு வெறுப்போடு எதிர்கொள்ளப்பட்டதே அவர் ஒரு மெய்யான தீர்க்கதரிசியாக இருக்கக்கூடும் என்பதை மறைமுகமாகத் தெரிவிக்கிறது. இவரது அதிமனிதன் எனும் அழகிய சித்தாந்தம் சிறப்பு முக்கியத்துவம் வாய்ந்தது - இது சீனக் கருத்துப் படிவ மான மேம்பட்ட மனிதன், இந்தியாவின் மகாபுருஷர், போதிசத்வர் மற்றும் ஜீவன் முக்தர் போன்றது."

"ஒரே சமயத்தில் மலராகவும், மனிதர்களின் ரட்சகனாக வும் தலைவனாகவும் உள்ள, "நல்லது மற்றும் தீயதிற்கு அப்பால்" நிற்கும் நற்குணம் கொண்ட *அதிமனிதன்* பற்றிய சித்தாந்தமானது உலக வரலாற்றில் திரும்பத் திரும்ப முன் வைக்கப்பட்டுள்ளது. இந்தச் சீர்மையிலான பல்வேறு பெயர் களை இந்திய இலக்கியத்தில் நேரிடலாம்: அவர்கள் *அர்ஹத்* (கை தேர்ந்தவர்), *புத்தர்* (ஒளிபேறு பெற்றவர்), *ஜீனர்* (ஆட் கொள்பவர்), *தீர்த்தங்கரர்* (கடவுத்துறையைக் கண்டடைந்தவர்), *போதிசத்வர்* (அளிக்கும் நற்குணத்தின் மறுபிறப்பு), *ஜீவன் முக்தர்* (இந்த வாழ்வில் விடுதலையடைந்தவர்). விடுதலை யடைந்த தன்மையிலிருந்து தோன்றுகிற இவர்தம் செயல்களில் இனியும் நல்லதுமில்லை, கெட்டதுமில்லை.

"அதிகாரத்துக்கான விருப்பம்" என்பதற்கு அராஜகத்தோடு எந்தத் தொடர்பும் இல்லை - அது எதேச்சாதிபதியின் அராஜ கத்தை எதிர்க்கிற அதே அளவுக்கு பெரும்பான்மையின் அராஜகத்தையும் எதிர்க்கிறது. எதிரிணைகளின் ஜதைகளால், இன்பம் அல்லது துன்பம் பற்றிய நோக்கங்களால் நமது வாழ்வு தள்ளாடாமல் அதனுடைய இலக்கை நோக்கிச் செல்ல வழிகாட்டுகிறது. அதிகாரத்துக்கான விருப்பத்தின் இலக்கு ஜீவன் முக்தரின் சுதந்திரமும், தன்னியல்பும் ஆகும்.

"மேற்கினுடைய நாகரீகத்தின் சரிவையும், வீழ்ச்சியை யும் அறிந்தவர்கள், நீட்ஷேயில் ஐரோப்பாவின் மனசாட்சி மீண்டும் எழுப்பப்படுவதை அங்கீகரிப்பார்கள்," என்றும் நீட்ஷேயின் பல கருத்துக்களும் பகவத்கீதை, உபநிடதங்கள் மற்றும் தாவோவில் உள்ளவற்றோடு ஒத்துப் போவதைக் குறிப்பிட்டுக் காட்டி, "தத்துவவாதி எனும் சொல்லுக்கான தளர்வற்ற, கண்டிப்பான அர்த்தத்தில் நீட்ஷே நிச்சயமாக ஒரு தத்துவவாதி அல்ல. சாராம்சத்தில் அவர் ஒரு கவிஞர், ஒரு சமூகவியலாளர், அனைத்துக்கும் மேலாக அவர் ஒரு சித்தர்," என்றும் கூறுகிறார் ஆனந்த K. குமாரசாமி.

நாஜிக்கள் இவரது கருத்துகள் சிலவற்றை உபயோகித் தனர். ஆனால் நீட்ஷே, 'கடந்த நானூறு வருடங்களில் கலாச் சாரத்துக்கு எதிராக நடந்த ஒவ்வொரு குற்றமும் அவர்களது ஆழ்மனங்களில் கிடக்கின்றன' எனக்கூறி ஜெர்மானிய தேசிய வாதத்தையும், வர்க்க வெறியையும் முற்றாக நிராகரித்தார். தனது கொள்ளையடிக்கும் உணர்வுகளோடு பெரும்பான்மையினரின் எண்ணங்களைத் தூண்டிவிட்டு, தான் வைத்ததே சட்டம் எனும் *Hierrenmensch* என்கிற மனிதனைப் பற்றிய நீட்ஷேயுடைய கருத்தை நாஜிக்கள் - அவர்களது வசதிக்கேற்ப இருந்ததால் - வரவேற்றனர். ஹிட்லர் நீட்ஷேயின் மார்பளவு உருவப்படத்தை வைத்திருந்தார். 1943இல் நீட்ஷேயின் புத்தகங்களை அவர் முசோலினிக்கு அளித்தார். முசோலினி அவற்றைக் கடைசிவரை படிக்கவில்லை.

நீட்ஷே தன் வாழ்நாள் முழுவதும் பார்வைக் கோளா றாலும், மைக்ரேன் தொந்தரவாலும் பாதிக்கப்பட்டிருந்தார். 1889 ஜனவரி மாதம் இத்தாலியிலுள்ள துரின் நகரின் தெரு வொன்றில் ஒரு குதிரையை அணைத்தவாறு அழுதுகொண் டிருந்தவரைக் கண்டுபிடித்தனர். முதலில் ஒரு மனநலக் காப்பகத்திலும் பிறகு குடும்பத்தாரின் பராமரிப்பில் வீமர் நகரிலும் 1900 ஆகஸ்டு 25ஆம் தேதி இறக்கும்வரை இருந் தார். அவரது மரணத்திற்குப் பிறகு அவருடைய சகோதரி எலிஸபெத் அவரது பிரசுரிக்கப்படாத எழுத்துக்களை எடிட்

செய்து வெளியிட்டார். அவரது மனக்குலைவுக்கு பரம்பரைக் காரணங்கள் சொல்லப்படுகிற அதே சமயத்தில் முன்னமே ஏற்பட்ட சிபிலிஸ் நோய்க் கிருமிகளின் பரவலால் ஏற்பட் டிருக்கக் கூடும் என்றும் சொல்லப்படுகிறது.

நமது மனத்தின் பொதுமனப் பாங்குகளைத் தகர்த் தெறிந்து, நம்முடையதேயான மெய்ம்மையை நோக்கி நம்மைத் திரும்பச் செய்து புதிய அழகுகளுக்கும் புதிய அர்த்தங் களுக்கும் நம்மைச் செலுத்திவிடுகிற புத்தகம் 'ஜரதுஷ்ட்ரா இவ்வாறு கூறினான்.'

தாமஸ் மான், ஹெர்மன் ஹெஸ், ஆந்த்ரே ழீட், ரெய்னர் மரியா ரில்கே, சிக்மண்ட் ப்ராய்ட், ஆல்பர்ட் காம்யு, சார்த்தர் ஆகியோர் நீட்ஷேயின் தத்துவத்தால் பெரிதும் கவரப்பட்ட வர்கள். நீட்ஷேயின் தத்துவம் 'இன்றைய நாட்களின் தத்துவம்,' என்று பல அறிஞர்களாலும் குறிப்பிடப்படுகிறது.

❍

பண்டைய பெர்ஷிய மதத்தைத் தோற்றுவித்தவராகச் சொல்லப் படுகிற ஜரதுஷ்ட்ரா கி.மு. ஏழாம் நூற்றாண்டில் வாழ்ந்தவ ராகக் கொள்ளப்படுகிறார். இவரது 'ஜெண்ட் -அவெஸ்தா,' பெர்ஷிய மதத்தின் வேதப் புத்தகம். அகுரா மஜ்தா எனும் ஒளி மற்றும் நல்லதின் கடவுளுக்கும், அங்ரா மெய்ன் எனும் இருள் மற்றும் தீயதின் கடவுளுக்கும் இடையில் நடக்கும் போராட்டம்தான் இந்த மதத்தின் மையம்.

'ஜரதுஷ்ட்ரா' என்கிற பெயரை ஏன் தேர்ந்தெடுத்தார் என்பதற்கான நீட்ஷேயின் விளக்கம் :

"ஜரதுஷ்ட்ரா என்கிற பெயர் எனது வாயில், முதல் நீதி நெறியற்றவனான எனது வாயில் கச்சிதமாக என்னவாக அர்த்தப்படுகிறது என்று என்னிடம் கேட்கப்பட்டிருக்க வேண்டும், ஆனால் கேட்கப்படவில்லை. வரலாற்றில் அந்தப் பெர்ஷியனின் மிகப்பெரிய தனித்தன்மை எனக்கு எதிர்மறையானது. காரியங் களின் செயல்பாட்டில் உள்ள உண்மையான சுழற்சியில், நல்லதற்கும் தீயதற்கும் இடையிலான போராட்டத்தை முதலில் கண்டது ஜரதுஷ்ட்ராதான். நீதிநெறிகளை கனவு நிலையார்ந்த கோட்பாட்டியலுக்குள் ஆற்றல், காரணம், அதன ளவிலேயேயான முடிவு என மொழிபெயர்த்தவர் அவர்தான். ஜரதுஷ்ட்ரா 'நீதிநெறிகள்' என்கிற இந்த மிகக் கேடார்ந்த தவறை உருவாக்கினார் : அவரேதான் இதை முதலில் கண்டு பிடித்தவராகவும் இருக்க வேண்டும். அவர் வேறெந்தச் சிந்தனையாளரையும்விட நீண்ட, மகத்தான அனுபவத்தைக்

கொண்டிருந்தார் என்பது மட்டுமல்லாமல் . . . அவர் வேறெந்தச் சிந்தனையாளரையும்விட உண்மையானவராக இருந்தார் என்பது முக்கியமானது. அவருடைய போதனை மாத்திரமே உண்மைத் தன்மையை உச்சப் பண்பாகத் தாங்கிப் பிடிக்கிறது. . . . உண்மையைச் சொல்வதும் நன்கு அம்பு எய்வதும் : அது பெர்ஷியப் பண்பு - நான் புரிந்து கொள்ளப்பட்டேனா? நீதி நெறிகளை உண்மைத்தன்மை மூலமாக சுயமாக விஞ்சுதல், தனது எதிர்மறைக்கான நீதிநெறியாளனின் சுய - விஞ்சுதல், அதாவது - எனக்குள். இதுதான் எனது வாயில் ஜரதுஷ்ட்ரா எனும் பெயருக்கான அர்த்தம்."

○

இந்தப் புத்தகத்தின் கையெழுத்துப் பிரதி ஏறத்தாழ மூன்று ஆண்டுகளுக்கு முன்னர் தயாரானது. ஆறு மாதங்களுக்குள் முழுப் புத்தகமும் *Typeset* செய்யப்பட்டதாக நினைவு. இது வரை குறைந்தபட்சம் நான்கு முறையேனும் முழுப் புத்தகத்தின் *Printout*-ம் எடுக்கப்பட்டுள்ளது. இந்த மூன்று வருடங்களில் *Printout* களிலும், கணிப்பொறியிலுமாக நான்கைந்து முறை பிரதி முழுவதையும் திருத்தியிருக்கிறேன். திரு. எம்.எஸ் முழுப் புத்தகத்தையும் ஆங்கிலப் பிரதியோடு ஒப்பிட்டுச் செம்மைப் படுத்தியுள்ளார். நானும் திரு. எம்.எஸ். அவர்களும் அமர்ந்த ஒரு இரண்டு நாள் அமர்வு, திரு. எம்.எஸ்., திரு. ராஜமார்த் தாண்டன் நான் மூவரும் கலந்துரையாடிய ஒரு மூன்று நாள் அமர்வு என இந்தப் புத்தகத்துக்காக ஏற்பாடான இந்த இரண்டு அமர்வுகளும் இந்தப் புத்தகத்துக்கும், எனக்கும் மிகவும் உபயோகமாக அமைந்தன. இந்தப் புத்தகத்தில் பெயர் குறிப்பிடப்படாத நண்பர்கள் சிலர் ஆங்கிலப் பதங்கள் சிலவற்றைத் தமிழாக்க உதவியுள்ளார்கள். வாசக நண்பர் களும் தங்களது ஆலோசனைகளைத் தருமாறு கேட்டுக்கொள் கிறேன். அடுத்தடுத்த பதிப்புகளில் பிரதியை மேலும் செம்மை யாக்க இது உதவும். மொழிபெயர்க்கும் முறைபாடானது ஒரே ஒருவரால் செய்யப்பட்டுவிடுவது என்றோ, ஒரு கட்டத்தில் முடிந்துவிடுவது என்றோ நான் நினைக்கவில்லை.

மொழிபெயர்ப்புகளின் முக்கியத்துவத்தை நான் உணர்வ தற்குப் பெருமளவும் காரணமாக இருந்த திரு. பிரம்மராஜன் ('மீட்சி' இதழ் மூலமாகவும், உரையாடல்களிலும்).

மொழிபெயர்ப்புகளில் ஈடுபட முடியும் எனும் நம்பிக்கை தோன்றக் காரணமாக இருந்த திரு. சி. மோகன் (புனைகளம் இதழுக்காக ஜூலியோ கொர்த்தஸாரின் 'ப்ளோ - அப்' சிறு கதையை மொழிபெயர்க்கக் கேட்டு).

ஒன்பது மற்றும் பத்தாம் வகுப்புகளில் எனக்கு ஆங்கிலம் பயிற்றுவித்த திரு. ஆர்.பி. சந்திரசேகரன் (ஓய்வு பெற்ற ஆசிரியர், பாரதி வித்யாலயா, மரவனேரி, சேலம்).

கைப்பிரதியைப் படித்து தனது அபிப்ராயத்தால் எனக்கு நம்பிக்கையூட்டிய நண்பன் க. மோகனரங்கன்.

புத்தகத்தின் முதல் பாகத்தில் ஆலோசனைகள் தந்த நண்பன் தி.அ. சீனுவாசன்.

சில ஆங்கிலச் சொற்றொடர்களைத் தமிழாக்கிக் கொள்ள ஆலோசனை தந்த திரு.சி. மணி.

அச்சுப்பிரதியை முழுக்க வாசித்து மொழி நிரடும் இடங்களைக் குறிப்பிட்ட திரு. சர்வராஜன்.

தான் பொறுமையாக இருந்து என்னையும் பொறுமையோடு இருக்கச் செய்த நண்பன் கண்ணன்.

புத்தகத்தின் தமிழ் நடையில் ஆலோசனைகள் தந்த திரு. ராஜமார்த்தாண்டன்.

இந்தப் புத்தகத்தின் மொழிநடையைச் செம்மைப்படுத்தித் தந்து பேருதவி புரிந்துள்ள திரு. எம். எஸ்.

இவர்களுக்கெல்லாம் இந்தப் புத்தகத்தின் வாயிலாகவும் அன்பைத் தெரிவித்துக் கொள்கிறேன்.

***ரவி***

# பாகம் ஒன்று

# ஜரதுஷ்ட்ராவின் பீடிகை

## 1

ஜரதுஷ்ட்ராவிற்கு முப்பது வயது ஆனபோது, தனது வீட்டையும் வீட்டின் அருகிலுள்ள ஏரியையும் விட்டு வெளியேறி மலைகளை நோக்கிச் சென்றான். அங்கே தனது உள்ளுயிரையும் ஏகாந்தத்தையும் துய்த்தான். பத்து வருடங்களுக்கு அதில் அவன் சலிப்புறவில்லை. கடைசியில் அவனது மனம் மாறியது – ஒரு அதிகாலைநேரம் அவன் உதயத்தோடு எழுந்து, சூரியனுக்கு முன்பாக நின்று, இவ்வாறு அதனிடம் பேசினான்:

மகத்தான விண்மீனே! யாருக்காக ஒளிர்கிறாயோ அவர்கள் இல்லாவிட்டால் உனது மகிழ்ச்சி என்னவாக இருக்கும்!

நீ பத்து வருடங்கள் எனது குகைவரை வந்தாய்; நானும் எனது கழுகும், சர்ப்பமும் இல்லாவிட்டால் நீ உனது ஒளியிலும் இந்தப் பயணத்திலும் சோர்வுற்றிருப்பாய்.

ஆனால் நாங்கள் ஒவ்வொரு காலையும் உனக்காகக் காத்திருந்தோம். உன்னிடமிருந்து உன் தேவைக்கு அதிகமானதை எடுத்துக்கொண்டு, அதற்காக உன்னை ஆசிர்வதித்தோம்.

பார்! மிகவும் அதிகமாகத் தேனைச் சேகரித்துவிட்ட ஒரு தேனீயைப் போல், நான் எனது ஞானத்தில் சலிப்புற்று விட்டேன். அதை எடுத்துக் கொள்ள, பரப்பி எட்டி நீட்டுகிற கைகள் எனக்குத் தேவை.

மனிதர்களுள் ஞானமுள்ளவர்கள் தங்களது தவறிலும், ஏழைகள் தங்களது செல்வத்திலும் மேலும் இன்பமடையும் வரை நான் அதைக் கொடுக்கவும் விநியோகிக்கவும் விரும்ப வேண்டும்.

மிக வளமார்ந்த விண்மீனே! அதற்கு, நீ மாலை வேளை களில் செய்வது போல், கடலுக்குப் பின்னால் சென்று பாதாள உலகங்களுக்கும் ஒளி கொண்டு வருவது போல், நான் ஆழங் களுக்குள் இறங்கியாக வேண்டும்:

உன்னைப் போல் நானும் கீழே இறங்க வேண்டும் – நான் யாரிடம் இறங்கிச் செல்ல விரும்புகிறேனோ அந்த மனிதர்கள் சொல்வது போல்!

எனவே, அளவு கடந்ததொரு மகிழ்ச்சியைக்கூடப் பொறாமை யற்று கவனிக்கக்கூடிய, சாந்தம் மிகுந்த கண்ணே, என்னை ஆசீர்வதி!

தன்னிடம் இருந்து வெள்ளம் பொன்னென ஓடி, அனைத் துலகின் மீதும் உனது மகிழ்வின் பிரதிபலிப்பைக் காட்டுவதற் காகப் பொங்கி வழிய விரும்பும் கோப்பையை ஆசீர்வதி!

பார்! இந்தக் கோப்பை மீண்டும் காலியாக விரும்புகிறது, ஜரதுஷ்ட்ரா மீண்டும் மனிதனாக விரும்புகிறான்.

இவ்வாறு ஆரம்பித்தது ஜரதுஷ்ட்ராவின் கீழே – இறங்குதல்.

## 2

ஜரதுஷ்ட்ரா மலையில் இருந்து தனித்துக் கீழே இறங்கினான். யாரும் அவனைச் சந்திக்கவில்லை. ஆனால் அவன் காட்டிற்குள் நுழைந்தபோது, தனது புனிதக் குடிலை விட்டு மூலிகைகள் தேடிக் காட்டிற்கு வந்த ஒரு வயதான மனிதர் சட்டென்று அவன் முன் நின்றார். அந்த வயதான மனிதர் இவ்வாறு பேசினார்:

‘அலைந்து திரியும் இந்த மனிதன் எனக்குப் புதியவன் அல்ல: அவன் பல வருடங்களுக்கு முன் இங்கே கடந்து சென்றான். அவன் ஜரதுஷ்ட்ரா என்று அழைக்கப்பட்டான்; ஆனால் அவன் மாறிவிட்டான்.

'அப்போது நீ உனது சாம்பலை மலைகளுக்குச் சுமந்து சென்றாய்: இன்று நீ பள்ளத்தாக்குகளுக்குத் தீயைச் சுமந்து செல்வாயா? நீ கலகக்காரனுக்கான தண்டனைக்குப் பயப்பட வில்லையா?

'ஆம், எனக்கு ஜரதுஷ்ட்ராவை அடையாளம் தெரிகிறது. அவனது கண்கள் தெளிவாக உள்ளன, அருவருப்பேதும் அவனது வாயில் ஒளிந்திருக்கவில்லை. அவன் ஒரு நடனமாடு பவனைப் போலச் சென்றுகொண்டிருக்கவில்லையா?

'ஜரதுஷ்ட்ரா எவ்வளவு மாறிவிட்டான்! ஜரதுஷ்ட்ரா – ஒரு குழந்தையாக, விழித்தெழுந்த ஒன்றாக ஆகிவிட்டான்: உறங்குபவர்களிடம் இப்போது உனக்கென்ன வேண்டும்?

'நீ கடலில் இருப்பது போலத் தனிமையில் இருந்தாய், கடல் உன்னைச் சுமந்தது. அந்தோ, நீ கரைக்குச் செல்ல விரும்புகிறாயா? அந்தோ, நீயே மீண்டும் உனது உடலை இழுத்துச் செல்ல விரும்புகிறாயா?'

ஜரதுஷ்ட்ரா பதிலளித்தான்: 'நான் மனிதகுலத்தை நேசிக்கிறேன்.'

துறவி கேட்டார்: 'நான் காட்டிற்குள்ளும் பாலைவனத் திற்குள்ளும் சென்றது ஏன்? அது வேறெதையும்விட மனித குலத்தை மிகவும் நேசித்ததால் அல்லவா?

'இப்போது நான் கடவுளை நேசிக்கிறேன்: மனிதகுலத்தை நேசிக்கவில்லை. என்னைப் பொறுத்தவரை மனிதன் என்பது மிகக் கச்சிதமற்றதொரு விஷயம். மனிதகுலத்தின் மீதான நேசம் என்னை அழித்துவிடும்.'

ஜரதுஷ்ட்ரா பதிலளித்தான்: 'அன்பைப் பற்றி என்ன சொன்னேன் நான்? மனிதகுலத்திற்கு நான் ஒரு பரிசை எடுத்து வருகிறேன்.'

'அவர்களுக்கு எதையும் தராதே', என்றார் துறவி. 'வேண்டுமெனில் அவர்களிடமிருந்து எதையாவது பிடுங்கி அவர்களோடு அதையும் ஏந்திக் கொள் – அது அவர்களுக்கு மிகவும் பிடித்துப்போகும். ஆனால் அது உனக்கு மகிழ்ச்சி தருவதாக இருந்தால் மட்டுமே அவ்வாறு செய்!

'அப்படி நீ அவர்களுக்குத் தர விரும்பினால், அவர் களுக்குப் பிச்சை மட்டும் போடு. அதுவும் அவர்கள் கெஞ்சிக் கேட்டால் மட்டும்.'

'இல்லை,' என்ற ஜரதுஷ்ட்ரா, 'நான் பிச்சையிடுவதில்லை. அந்த அளவிற்கு நான் ஏழ்மையடையவில்லை,' என்றான்.

துறவி ஜரதுஷ்ட்ராவைப் பார்த்துச் சிரித்து, இவ்வாறு கூறினார்: 'அவர்கள் உனது பொக்கிஷங்களை ஏற்றுக்கொள்ளு மாறு பார்த்துக்கொள்! துறவிகளிடம் அவர்களுக்கு நம்பிக்கை இல்லை, நாம் தர்மம் செய்ய வந்திருப்பதாக அவர்கள் நம்பமாட்டார்கள்.

'அவர்களது தெருக்களினூடே நமது காலடிகள் மிகத் தனித்து ஒலிக்கின்றன. தங்களது படுக்கைகளில் இருந்தபடி சூரிய உதயத்திற்கு வெகு முன்பாக ஒரு மனிதன் நடந்து செல்வதைக் கேட்கும் அவர்கள், 'எங்கே போகிறான் அந்தத் திருடன்?' என்று தங்களைத் தாங்களே கேட்டுக் கொள்ளவும்கூடும்.

'மனிதர்களிடம் செல்லாதே, காட்டிலேயே தங்கியிரு! வேண்டுமென்றால், விலங்குகளிடம் செல்! நீ ஏன் என்னைப் போல் இருக்கக் கூடாது – கரடிகளோடு ஒரு கரடியாக, பறவைகளோடு ஒரு பறவையாக?'

'ஆனால் துறவி காட்டில் என்ன செய்வான்?' என்று கேட்டான் ஜரதுஷ்ட்ரா.

துறவி பதிலளித்தார்: 'நான் பாடல்களை இயற்றி, அவற்றைப் பாடுவேன், பாடல்களை இயற்றும்போது நான் சிரிப்பேன், அழுவேன், முணுமுணுப்பேன்; இவ்வாறு நான் கடவுளைப் போற்றுவேன்.

'பாடியும், அழுதும், சிரித்தும், முணுமுணுத்தும் கடவுளை – எனது கடவுளைப் போற்றுவேன், ஆனால், பரிசாக எங்களுக்கு எதைக் கொண்டு வந்தாய்?'

ஜரதுஷ்ட்ரா இந்த வார்த்தைகளைக் கேட்டதும் துறவியை வணங்கிச் சொன்னான்: 'நான் உனக்கு எதைத் தருவது! ஆனால், உன்னிடம் இருந்து எதையும் எடுத்துப் போகாத வகையில் சீக்கிரமாக நான் போய்விட வேண்டும்!' இரண்டு சிறுவர்கள் சிரிப்பதைப் போலச் சிரித்தபடி வயதான மனிதனும் ஜரதுஷ்ட்ராவும் ஒருவரிடமிருந்து ஒருவர் பிரிந்தார்கள்.

ஆனால் ஜரதுஷ்ட்ரா தனியே இருந்தபோது, தனது இதயத்திடம் இவ்வாறாகப் பேசினான்: '*கடவுள் இறந்துவிட்டார்* என்பதை இந்த வயதான துறவி தனது காட்டில் இன்னும் கேள்விப்படாமல் இருக்கிறாரே. அது சாத்தியமா!'

## 3

காட்டிற்கு மிக அருகில் உள்ள நகரத்தை ஜரதுஷ்ட்ரா வந்தடைந்தபோது, சந்தைச் சதுக்கத்தில் நிறைய மனிதர்கள்

குழுமி இருப்பதைப் பார்த்தான்: கயிற்றின் மேல் நடந்து வித்தை காட்டும் ஒருவன் அங்கே வரப்போவதாக அறிவிக்கப் பட்டிருந்தது. ஜரதுஷ்ட்ரா மக்களிடம் இவ்வாறு பேசினான்:

நான் அதிமனிதனைக் கற்றுத்தருகிறேன். மனிதன் விஞ்சப் படவேண்டியவொன்று. அவனை விஞ்சுவதற்கு நீங்கள் என்ன செய்தீர்கள்?

அனைத்து உயிரினங்களும் இதுவரை தங்களுக்கு மேலான ஏதோவொன்றை உருவாக்கியுள்ளன: நீங்கள் இந்த மகத்தான பொங்கு வெள்ளத்தின் வடிதலாக இருந்து மனிதனை விஞ்சுவ தற்குப் பதிலாக விலங்குகளிடம் திரும்பிச் செல்ல விரும்புகிறீர் களா?

மனிதக் குரங்கு மனிதனுக்கு என்னவாக உள்ளது? ஒரு நகைப்பிற்குரிய விஷயமாகவா அல்லது ஒரு தடுமாற்றமாகவா? அவ்வாறே அதிமனிதனுக்கு மனிதன்; ஒரு நகைப்பிற்குரிய விஷயம் அல்லது ஒரு வலி நிரம்பிய தடுமாற்றம்.

புழுவில் இருந்து மனிதனாகும் வழியை நீங்கள் ஏற்படுத்திக் கொண்டீர்கள், உங்கள் உள்ளே அதிகமும் இன்னும் புழுவாகத் தான் இருக்கிறது. நீங்கள் ஒரு காலத்தில் மனிதக் குரங்குகளாக இருந்தீர்கள், இப்போதும்கூட மனிதன் எந்த மனிதக் குரங்கை யும்விட அதிகப்படியான ஒரு மனிதக் குரங்குதான்.

ஆனால் உங்களுக்குள் மிக விவேகமானவனும்கூட ஓர் அபசுரம், செடி – பூதத்தின் கலப்பினம். ஆனால் நான் உங்களைப் பூதமாகவோ, செடியாகவோ ஆகுமாறு கோரினேனா?

பாருங்கள், நான் உங்களுக்கு அதிமனிதனைப் பற்றிச் சொல்லித் தருகிறேன்.

அதிமனிதனே பூமியின் பொருள். அதிமனிதனே பூமி யின் பொருளாக இருக்கட்டும் என உங்களது தீர்மானம் சொல்லட்டும்.

சகோதரர்களே, நான் உங்களுக்குச் சொல்கிறேன், பூமிக்கு உண்மையாக இருங்கள். பூமிக்கு மேலேயுள்ளவற்றின் நம்பிக்கை பற்றிப் பேசுபவர்களை நம்பாதீர்கள்! அவர்கள் நஞ்சிடுபவர் கள், தெரிந்தோ தெரியாமலோ நஞ்சிடுபவர்கள்.

அவர்கள் வாழ்வை இகழ்பவர்கள். அவர்கள் உடலை மெலிவூட்டுகிறவர்கள், சுயமாக நஞ்சிட்டுக் கொண்டவர்கள். அவர்களிடம் பூமி சலிப்படைந்துள்ளது: எனவே அவர்கள் போய்த் தொலைந்தவர்களாக இருக்கட்டும்!

ஒரு காலத்தில் கடவுளுக்கு எதிரான நிந்தனையே, மகத்தான நிந்தனையாக இருந்தது. ஆனால் கடவுள் இறந்து விட்டார், எனவே இந்த நிந்தனையாளர்களும்கூட இறந்துவிட்டனர். இப்போது பூமியை நிந்தனை செய்வதும் பூமியின் அர்த்தத்திற்கும் மேலானதாக அறிய இயலாததன் குடல்களை மரியாதைப்படுத்துவதும்தான் பயங்கரமான குற்றம்.

ஒரு காலத்தில் ஆத்மா உடலைக் கண்டனத்தோடு பார்த்தது; பிறகு இந்தக் கண்டனமே மகத்தான சிறப்பாக ஆனது – உடலை மெலிந்ததாக, அதிபயங்கரமானதாக, உணவு நீரின்றி மடியவிட ஆத்மா விரும்பியது. ஆக, ஆத்மா உடலை விட்டும், பூமியை விட்டும் தப்பிக்கலாம் என்று நினைத்தது.

ஓ, இந்த ஆத்மாவே மெலிந்ததாக, அதிபயங்கரமானதாக, உணவு நீரின்றி மடிவது போல் இருந்தது; மேலும், கொடூரமே இந்த ஆத்மாவுக்கு மகிழ்ச்சியாக இருந்தது!

ஆனால் சொல்லுங்கள் எனது சகோதரர்களே, உங்களது உடல் உங்களது ஆத்மாவைப் பற்றி என்ன சொல்கிறது? வறுமையும், அழுக்கும் பரிதாபகரமான இயலமைதியும் அல்லவா உங்களது ஆத்மா?

உண்மையில், மனிதன் ஒரு மாசுபடுத்தப்பட்ட நதி. மாசு படுத்தப்பட்ட நதியைப் பெற்றும் மேன்மை குலைக்கப்படாமல் இருப்பதற்கு, ஒருவன் கடலாக இருக்க வேண்டும்.

பாருங்கள், நான் உங்களுக்கு அதிமனிதனைக் கற்றுத் தருகிறேன்: அவனே இந்தக் கடல், உங்களது மிகப்பெரிய கண்டனம் அவனுக்குள் கீழே சென்றுவிடலாம்.

நீங்கள் அனுபவம் பெறக்கூடிய மிகப்பெரிய விஷயம் எது? அது மிகப்பெரிய கண்டனத்தின் நேரம். உங்களது மகிழ்ச்சிகூட வெறுக்கத்தக்கதாக வளரும் நேரம். மேலும் உங்களது காரணமும் நற்குணமும்கூட வெறுக்கத்தக்கதாக ஆகக்கூடிய நேரம்.

‘எனது மகிழ்ச்சியினால் என்ன நன்மை? அது ஏழ்மை, அழுக்கு மற்றும் பரிதாபகரமான இயலமைதி. ஆனால் எனது மகிழ்ச்சி இருப்பையே நியாயப்படுத்த வேண்டும்!’ என்று நீங்கள் சொல்லும் நேரம் –

‘எனது நியாயத்தால் என்ன நன்மை? சிங்கம் தனது உணவிற்கு ஏங்குவது போல் அது அறிவிற்காக ஏங்குகிறதா? அது ஏழ்மை, புழுதி மற்றும் பரிதாபகரமான இயலமைதி!’ என்று நீங்கள் சொல்லும் நேரம் –

‘எனது நற்பண்பினால் என்ன நன்மை? அது என்னை இன்னும் பைத்தியமாக்கவில்லை! எனது நல்லது மற்றும்

தீயதில் நான் எவ்வளவு களைப்பாக இருக்கிறேன். அது அனைத்தும் ஏழ்மை, அழுக்கு மற்றும் பரிதாபகரமான இயலமைதி' என்று நீங்கள் சொல்லும் நேரம் –

'எனது நீதியினால் என்ன நன்மை? நெருப்பாகவும், கனலும் நிலக்கரியாகவும் என்னை நான் பார்க்கவில்லை. ஆனால், நீதிமானான மனிதன் நெருப்பு மற்றும் கனலும் நிலக்கரி!' என்று நீங்கள் சொல்லும் நேரம் –

'எனது கழிவிரக்கத்தால் என்ன நன்மை? மனிதனை நேசித்தவன் அறையப்பட்ட சிலுவை அல்லவா கழிவிரக்கம்? ஆனால், எனது கழிவிரக்கம் சிலுவையில் அறையப்படுதல் அல்ல!' என்று நீங்கள் சொல்லும் நேரம் –

நீங்கள் எப்போதாவது இவ்வாறு சொல்லி இருக்கிறீர் களா? எப்போதாவது இவ்வாறு கதறி இருக்கிறீர்களா? நீங்கள் அவ்வாறு கதறுவதைக் கேட்டிருக்கிறேன் நான்!

உங்களுடைய அடக்கமே சொர்க்கத்தை நோக்கிக் கதறு கிறது, உங்களது பாவம் அல்ல. பாவம் செய்வதில் உங்களுக் குள்ள கஞ்சத்தனமே சொர்க்கத்தை நோக்கிக் கதறுகிறது.

தனது நாவினால் உங்களை நக்குவதற்கு, எங்கே அந்த மின்னல்? எதனால் நீங்கள் சுத்தப்படுத்தப்படவேண்டுமோ அந்தப் பைத்தியக்காரத்தனம் எங்கே?

பாருங்கள், நான் அதிமனிதனை உங்களுக்குக் கற்றுத் தருகிறேன். அவனே இந்த மின்னல், அவனே இந்தப் பைத்தியக் காரத்தனம்.

ஜரதுஷ்ட்ரா இவ்வாறு பேசிய பிறகு, மக்களில் ஒருவன் கத்தினான்: 'இப்போது நாங்கள் கழைக்கூத்தாடியைப் பற்றிப் போதுமான அளவு கேட்டுவிட்டோம்; அவனைப் பார்க்க வேண்டுமே!' மக்கள் அனைவரும் ஜரதுஷ்ட்ராவைப் பார்த்துச் சிரித்தனர். ஆனால் கழைக்கூத்தாடி அந்த வார்த்தைகளைத் தனக்காகக் கூறப்பட்டதாக நினைத்து, தன் வேலையை ஆரம்பித்தான்.

## 4

ஜரதுஷ்ட்ரா மக்களைப் பார்த்து வியப்படைந்தான். பிறகு இவ்வாறு பேசினான்:

மனிதன் மிருகத்துக்கும் அதிமனிதனுக்கும் இடையே – பாதாளத்தின் உயரே கட்டப்பட்ட ஒரு கயிறு.

ஒரு அபாயகரமான குறுக்கே கடந்து செல்லல், ஒரு அபாயகரமான நடைவழிப் பயணம், ஒரு அபாயகரமான திரும்பிப் பார்த்தல், ஒரு அபாயகரமான நடுக்கம் மற்றும் அசைவற்றிருத்தல்.

மனிதனில் உள்ளதில் பெருமையானது அவன் ஒரு இலக்காக அல்லாமல் பாலமாக இருப்பது; மனிதனில் நேசிக்கக் கூடியது என்னவென்றால் அவன் குறுக்காகச் செல்வதும் கீழே இறங்குவதும்தான்.

தங்களது வாழ்வைக் கீழ் நோக்கி அல்லாமல் வேறு வகையில் வாழத் தெரியாதவர்களை நான் நேசிக்கிறேன், ஏனெனில் அவர்களே குறுக்கே செல்பவர்கள்.

உயர்ந்த நிந்தனையாளர்களை நான் நேசிக்கிறேன், ஏனெனில் அவர்களே உயர்ந்த ஆராதனையாளர்களும், மறுகரைக்காக ஏங்கிக்கொண்டிருக்கும் அம்புகளும் ஆவர்.

கீழே செல்லவும், பலியாகவும் முதலில் காரணங்களை நட்சத்திரங்களுக்கு அப்பால் தேடாதவர்களை: பூமி ஒருநாள் அதிமனிதனுடையதாகும் என்று பூமிக்காகப் பலியாகிறவர் களை நான் நேசிக்கிறேன்.

அறிவுக்காக வாழ்பவனை நான் நேசிக்கிறேன். அதிமனிதன் ஒருநாள் வாழ்வான் என்ற அறிவை விரும்புகிறவனை நான் நேசிக்கிறேன். இவ்வாறாகத் தன் சொந்த வீழ்ச்சியை அவன் தீர்மானித்துக்கொள்கிறான்.

அதிமனிதனுக்கான வீட்டைக் கட்ட உழைப்பவனையும், பூமியை, மிருகங்களை, தாவரங்களை அதிமனிதனுக்காகத் தயார்படுத்துபவனையும் நான் நேசிக்கிறேன். அவன் இதற்காகத் தன் சொந்த வீழ்ச்சியைத் தானே உருவாக்குகிறான்.

தன்னுடைய நற்பண்பை விரும்புபவனை நான் நேசிக் கிறேன்; ஏனெனில், நற்பண்பு என்பது வீழ்ச்சிக்கான விருப்பம், ஏக்கத்தின் அம்பு.

தனக்காக ஒரு சொட்டு உள்ளுயிரைக்கூட வைத்துக் கொள்ளாமல், ஆனால் முழுமையாகத் தன்னுடைய பண்பின் உள்ளுயிராக ஆக விரும்புபவனை நான் நேசிக்கிறேன். இவ் வாறாக அவன் பாலத்தின் மேலாக உள்ளுயிராகக் கால் வைக்கிறான்.

தனக்கு ஒரு மனச்சாய்வையும், தன்னுடைய பண்புக்கு ஒரு விதியையும் ஏற்படுத்துபவனை நான் நேசிக்கிறேன். இவ்வாறாகத் தன் பண்பிற்காக அவன் வாழ்வான் அல்லது வாழாதிருப்பான்.

மிக அதிகமான நற்பண்புகளை விரும்பாதவனை நான் நேசிக்கிறேன். ஒரு நற்பண்பு என்பது இரண்டு நற்பண்புகளை விட மேலானது. ஏனெனில் அது விதி பற்றிக்கொள்ளும் ஒரு முடிச்சைவிடப் பெரியது.

ஒருபோதும் தேவைப்படாத, திருப்பி நன்றி செலுத்தாத ஊதாரியான ஆத்மாவைக் கொண்டவனை நான் நேசிக்கிறேன். ஏனெனில் அவன் எப்போதும் கொடுத்துக் கொண்டே இருக் கிறான், அவன் தன்னைப் பாதுகாத்துக் கொள்ளமாட்டான்.

சொக்கட்டான் தன்பக்கம் விழுந்தவுடன் வெட்கமடைந்து, நான் ஒரு ஏமாற்றுக்காரனா என்று கேட்டுக் கொள்பவனை நான் நேசிக்கிறேன். ஏனெனில் அவன் அழிந்துபோக விரும்பு கிறான்.

தன்னுடைய செயல்களைப் பற்றி முன்கூட்டியே பொன் னான வார்த்தைகளை வீசுபவனை, எப்போதும் உறுதியளித்த தற்கு அதிகமாகவே நிறைவேற்றுபவனை நான் நேசிக்கிறேன். ஏனெனில் அவன் தன்னுடைய அழிவை ஏற்படுத்திக்கொள் கிறான்.

இறந்தகால மனிதர்களை மீட்டு எதிர்கால மனிதர்களை நியாயப்படுத்துபவனை நான் நேசிக்கிறேன். ஏனெனில் அவன் நிகழ்கால மனிதர்களால் அழிந்துபோக விரும்புகிறான்.

தன்னுடைய கடவுளை விரும்புவதால் தன்னுடைய கடவுளைக் கண்டித்துத் திருத்துபவனை நான் நேசிக்கிறேன். ஏனெனில் அவன் தன்னுடைய கடவுளின் கோபத்தால் அழிய வேண்டும்.

காயப்படும் திறனில்கூட ஆழமான ஆத்மாவை உடைய வனை, ஒரு சிறிய பொருளால்கூட அழிக்கப்பட முடிந்தவனை நான் நேசிக்கிறேன்; இதனால் அவன் பாலத்தின் மேலாகச் செல்வதற்கு மகிழ்ச்சியடைகிறான்.

தன்னையும் தனக்குள் இருக்கும் எல்லாவற்றையும் மறக்கும் அளவுக்கு, நிரம்பிய ஆத்மா உடையவனை நான் நேசிக்கிறேன்; இதனால் எல்லா விஷயங்களும் அவனுடைய வீழ்ச்சியாகிறது.

சுதந்திரமான உள்ளுயிரையும் சுதந்திரமான இதயத்தையும் கொண்டவனை நான் நேசிக்கிறேன். இதனால் அவன் தலை இதயத்தின் குடலாக ஆகிறது. ஆனால் அவன் இதயம் அவ னுடைய அழிவை நோக்கி அவனைச் செலுத்துகிறது.

மனித இனத்தின் மேல் தொங்கும் கறுத்த மேகத்திலிருந்து தனித்து விழும் கனத்த துளிகளைப் போன்றவர்களை நான்

நேசிக்கிறேன்; அவர்கள் மின்னலின் வருகையை தீர்க்கதரிசன மாகச் சொல்கிறார்கள். தீர்க்கதரிசிகளைப் போல் அழிகிறார்கள்.

பார்! நான் மின்னலின் தீர்க்கதரிசி; மேகத்திலிருந்து வரும் ஒரு கனத்த துளி; ஆனால் இந்த மின்னல் **அதிமனிதன்** என்றழைக்கப்படுகிறது.

## 5

ஜரதுஷ்ட்ரா இந்த வார்த்தைகளைப் பேசியபின் மக்களைப் பார்த்துவிட்டு மீண்டும் அமைதியானான். பிறகு தன் மனதிடம் சொல்லிக்கொண்டான்: அங்கே நின்றுகொண்டிருக்கிறார்கள், அங்கே சிரித்துக்கொண்டிருக்கிறார்கள்; என்னை அவர்கள் புரிந்துகொள்ளவில்லை, நான் இந்தக் காதுகளுக்கான வாய் அல்ல.

இவர்களுக்குக் கண்களால் கேட்கக் கற்றுத் தருவதற்கு முதலில் ஒருவன் இவர்கள் காதுகளைச் சிதறடிக்க வேண்டுமா? ஒருவன் உபவாச காலத்து உபதேசிகளைப் போல், மேளத்தைப் போல் ஒலிக்க வேண்டுமா? அல்லது அவர்கள் திக்குவாயர் களைத்தான் நம்புவார்களா?

அவர்களிடம் உள்ள ஏதோ ஒன்றுக்காக அவர்கள் பெருமையடைகிறார்கள். அவர்களைப் பெருமையடைய வைப்பதன் பெயர் என்ன? அவர்கள் அதைக் கலாச்சாரம் என்கிறார்கள், இது அவர்களை ஆட்டு மந்தையிலிருந்து வேறுபடுத்துகிறது.

ஆகையால் அவர்களைப் பற்றிப் பேசப்படும் ‘கண்டனம்’ என்கிற வார்த்தையைக் கேட்பதற்கே வெறுக்கிறார்கள். எனவே நான் அவர்களுடைய கர்வத்திடம் பேசுவேன்.

எனவே நான் மிகக் கண்டனத்துக்குரிய மனிதனைப்பற்றி அவர்களிடம் பேசுவேன்; மேலும் அதுதான் அறுதியான மனிதன்.

ஜரதுஷ்ட்ரா மக்களிடம் இவ்வாறாகப் பேசினான்:

தனக்கான இலக்கை முடிவு செய்ய மனிதனுக்கு இதுவே சரியான தருணம். தன்னுடைய மிகப்பெரிய நம்பிக்கையின் விதையை ஊன்றுவதற்கு இதுவே சரியான தருணம்.

அவனுடைய மண் இன்னும் வளமானதாக இருக்கிறது. ஆனால், இந்த மண் ஒருநாள் வளமற்று, வலிமையற்றதாக

ஆகும்; பின்னர் இதிலிருந்து உயர்ந்த மரங்கள் வளர இயலாமல் போகும்.

அந்தோ! மனிதன் தனது ஏக்கத்தின் அம்பினை மனித குலத்திற்கு மேலாக எய்திட இயலாத காலம் வந்துகொண்டிருக்கிறது, அவனுடைய வில்லின் நாண் தனது அதிர்வொலியை மறந்துவிடக்கூடும்.

நான் உங்களுக்குச் சொல்கிறேன்; ஒரு நடனமாடும் நட்சத்திரத்தை ஈன்றெடுக்க ஒருவன் தன்னிடம் பெருங்குழப்பத்தை வைத்திருக்க வேண்டும். நான் உங்களுக்குச் சொல்கிறேன், உங்களிடம் இன்னும் பெருங்குழப்பம் இருக்கிறது.

அந்தோ! மனிதன் நட்சத்திரங்களை ஈன்றெடுக்க முடியாத காலம் வரவிருக்கிறது. அந்தோ! இனியும் தன்னைத் தானே நிந்தித்துக்கொள்ள இயலாத மிகக் கண்டனத்துக் குரியவனின் காலம் வந்துகொண்டிருக்கிறது.

கவனியுங்கள்! நான் உங்களுக்கு அறுதியான மனிதனைக் காண்பிக்கிறேன்.

'அன்பு என்றால் என்ன? ஆக்கம் என்றால் என்ன? ஏக்கம் என்றால் என்ன?' நட்சத்திரம் என்றால் என்ன? இவ்வாறு கேட்டு முடிவான மனிதன் விழிக்கிறான்.

பூமி சிறியதாகிவிட்டது, அதன் மேல் அனைத்தையும் சிறியதாக்கும் முடிவான மனிதன் தத்திக்கொண்டிருக்கிறான், அவனுடைய இனத்தை அழிக்க இயலாது, தெள்ளுப்பூச்சிகளைப் போல்; முடிவான மனிதன் மிக நீண்ட நாட்கள் வாழ்கிறான்.

'நாங்கள் மகிழ்ச்சியைக் கண்டுபிடித்துவிட்டோம்' என்று சொல்லி விழிக்கிறார்கள் முடிவான மனிதர்கள்.

வாழ்வதற்குக் கடுமையாக இருக்கும் இடங்களை விட்டு அவர்கள் சென்று விட்டார்கள். ஏனெனில் ஒருவனுக்கு வெப்பம் தேவைப்படுகிறது. ஒருவன் இன்னும் தனது அண்டை வீட்டானை நேசித்தபடி அவன் மேல் உரசிக்கொள்கிறான்; ஏனெனில் ஒருவனுக்கு வெப்பம் தேவைப்படுகிறது.

நோயையும், அவநம்பிக்கையையும் அவர்கள் தங்களிடமுள்ள பாவங்களாகக் கருதுகிறார்கள்; ஒருவன் எச்சரிக்கையுடன் செல்லவேண்டும், இன்னும் கற்களின் மேலோ அல்லது பிற மனிதர்களின் மேலோ மோதிக்கொள்பவன் அறிவிலி.

அவ்வப்போது சிறிது நஞ்சு, அருமையான கனவுகளை ஏற்படுத்துவதற்காக. கடைசியில் நிறைய நஞ்சு, ஒரு அருமையான மரணத்துக்காக.

அவர்கள் இன்னும் உழைக்கிறார்கள், ஏனெனில் உழைப்பே பொழுதுபோக்கு. ஆனால் பொழுதுபோக்கு அவர்களுக்குச் சோர்வை ஏற்படுத்திவிடாமல் கவனித்துக் கொள்கிறார்கள்.

இனி யாரும் பணக்காரனாகவோ, ஏழையாகவோ ஆவ தில்லை; இரண்டுமே மிக அதிகமான சுமைகள். யார் இன்னும் ஆள விரும்புபவன்? இன்னும் யார் அடிபணிபவன்? இரு வருமே மிக அதிகமான சுமைகள்.

ஒரு மந்தை, மேய்ப்பவன் இல்லை. எல்லோரும் ஒன்றையே விரும்புகிறார்கள், எல்லோரும் ஒன்றுதான்; வேறுமாதிரி சிந்திப்பவர்கள் தாமாகவே பைத்தியக்கார விடுதிக்குப் போய் விடுகிறார்கள்.

'முன்பு உலகமெல்லாம் பைத்தியமாக இருந்தது' என்று சொல்லிவிட்டு விழிக்கிறான் இருப்பதிலேயே மோசமாக உள்ளவன்.

அவர்கள் கெட்டிக்காரர்கள், இதுவரை நடந்ததெல்லாம் அவர்களுக்குத் தெரியும். எனவே, அவர்களின் அவமதிப்புக்கு அளவே இல்லை. அவர்கள் இன்னும் சண்டையிடுகிறார்கள். ஆனால் சீக்கிரமே சரி செய்துகொள்கிறார்கள் – இல்லையென் றால் அஜீரணத்தில் போய் முடியும்.

அவர்களுக்குப் பகலிலும் சிறிய மகிழ்ச்சி கிடைக்கிறது, இரவிலும் சிறிய மகிழ்ச்சி கிடைக்கிறது; ஆனால் அவர்கள் உடல் நலத்தை மதிக்கிறார்கள்.

'நாங்கள் மகிழ்ச்சியைக் கண்டுபிடித்துவிட்டோம்' என்று சொல்லி முடிவான மனிதர்கள் விழிக்கிறார்கள்.

இங்கே முடிந்தது ஜரதுஷ்ட்ராவின் முதல் உரை, இதுவே பீடிகை என்று அழைக்கப்படுகிறது. ஏனெனில் இந்தக் கட்டத் தில் மக்களின் கூச்சலும், உற்சாகமும் அவனைக் குறுக்கிட்டன. 'எங்களுக்கு முடிவான மனிதனைக் கொடு, ஓ, ஜரதுஷ்ட்ரா, எங்களை இந்த முடிவான மனிதர்களாக்கு! அதிமனிதனை நீ பெறலாம்,' மக்கள் எல்லோரும் சிரித்துக் கத்தினார்கள். ஆனால், ஜரதுஷ்ட்ரா துயரத்துடன் தனது மனதிடம் சொன் னான்:

என்னை அவர்கள் புரிந்துகொள்ளவில்லை, இந்தக் காதுகளுக்கான வாய் நான் அல்ல.

ஒருவேளை நான் மலைகளில் நீண்ட காலம் தங்கியிருந் திருக்கலாம், மரங்களையும் ஓடைகளையும் அதிகமாகக்

கவனித்துக் கேட்டிருந்திருக்கலாம்; இப்போது அவர்களிடம் ஆட்டிடையர்களிடம் பேசுவதைப் போலப் பேசுகிறேன்.

என்னுடைய ஆத்மா அசையாதது, காலைப் பொழுதின் மலைகளைப் போல் ஒளிமயமானது. ஆனால் அவர்கள் என்னைக் கொடியவன் என்றும் அச்சமூட்டும் கேலிகளைக் கூறும் கோமாளி என்றும் நினைக்கிறார்கள்.

இப்போது என்னைப் பார்த்துச் சிரிக்கிறார்கள்; சிரித்துக் கொண்டே என்னை வெறுக்கிறார்கள். அவர்கள் சிரிப்பில் வெறுப்பு உறைந்துள்ளது.

## 6

ஆனால், பின்னர் எல்லா வாய்களையும் அடைத்து, எல்லாக் கண்களையும் நிலைகுத்த வைத்த ஏதோ ஒன்று நடந்தது. இடைப்பட்ட நேரத்தில், கழைக்கூத்தாடி தன்னுடைய வேலையை ஆரம்பித்துவிட்டிருந்தான். ஒரு சிறிய கதவிலிருந்து வெளிவந்து கயிற்றின் மேல் நடந்து சென்றான். அது இரண்டு கோபுரங்களுக்கு இடையில் இழுத்துக் கட்டப்பட்டு சந்தைச் சதுக்கத்திற்கும் மக்களுக்கும் மேலே தொங்கிக்கொண்டிருந்தது. பாதி வழியை அவன் அடைந்தபோது, சிறிய கதவு மீண்டும் திறந்து, பளபளக்கும் உடையணிந்த கோமாளியைப் போலத் தோற்றமளித்த ஒருவன் வெளியே குதித்து, வேகமாக நடந்து முதலாமவனைப் பின் தொடர்ந்தான். ‘சீக்கிரம் போ, நொண்டிக் காலா’ எனக் கத்தியது அவனுடைய பயமூட்டும் குரல். ‘முன்னேறு சோம்பேறி, இடையில் புகுந்தவனே, வெளுத்த மூஞ்சி! உன்னால் ஆகாதபடி என் பாதத்தால் உனக்குக் கிச்சுகிச்சு மூட்டுவேன், கோபுரங்களுக்கிடையில் நீ என்ன செய்துகொண்டிருக்கிறாய்? நீ கோபுரத்துக்குள் இருக்க வேண்டியவன், பூட்டப்பட வேண்டியவன் நீ, உன்னைவிடச் சிறந்தவனின் வழியை நீ மறித்துக் கொண்டிருக்கிறாய்!’ ஒவ்வொரு வார்த்தையாகப் பேசிக்கொண்டே அருகே வந்துகொண்டிருந்தான்; ஆனால் இடையில் ஒரே ஒரு அடி இருந்தபோது, அங்கே அந்தப் பயங்கரமான விஷயம் நடந்து, எல்லா வாய்களையும் அடைத்து எல்லாக் கண்களையும் நிலைகுத்தி நிறுத்தியது; அவன் பேயைப் போலக் கூச்சலிட்டு, தன்னுடைய வழியிலிருந்த மனிதனின் மேல் பாய்ந்தான். ஆனால் முன்னவன் அவனுடைய எதிரியின் வெற்றிக் களிப்பைப் பார்த்தவுடன், தன் நிதானத்தையும் கயிற்றையும் இழந்தான். அவனுடைய கோலைத் தவறவிட்டு, கோலைவிட வேகமாக, கைகளும் கால்களும் கொண்ட சூறாவளி போல் வீழ்ந்தான். சந்தைச் சதுக்கமும், மக்களும் புயல் நேரத்துக் கடல்போல்; குறிப்பாக எந்த

இடத்தில் உடல் விழுமோ அந்த இடத்தைவிட்டுவிட்டு ஒழுங்கற்றுச் சிதறினர்.

ஆனால், ஜரதுஷ்ட்ரா அசையாது இருந்தான், அந்த உடல் அவனுக்கு வெகு அருகாமையில் விழுந்தது. மோசமான காயங்கள்; எலும்புகள் முறிந்திருந்தன; ஆனால் உயிர் போக வில்லை. சிறிது நேரத்திற்குப் பிறகு சிதைந்த மனிதனுக்கு நினைவு திரும்பியது; ஜரதுஷ்ட்ரா தன்னருகில் மண்டியிட்டிருப் பதைப் பார்த்தான். 'நீ என்ன செய்கிறாய்?' என்று மெதுவாகக் கேட்டவன், 'வெகு நாட்களாகவே சாத்தான் என் காலை இடறிவிடுவான் என்று தெரியும், இப்பொழுது அவன் என்னை நரகத்திற்கு இழுத்துச் செல்கிறான்; நீ அவனைத் தடுக்க முயற்சிக்கிறாயா?'

'சத்தியமாகச் சொல்கிறேன் நண்பனே', ஜரதுஷ்ட்ரா பதிலளித்தான். 'நீ பேசியபடி எதுவுமில்லை, சாத்தானில்லை, நரகமுமில்லை. உன்னுடைய உடலுக்கு முன்னமே உன் ஆத்மா இறந்துவிடும்; எனவே, இனிமேல் எதற்கும் பயப்படாதே.'

அந்த மனிதன் அவநம்பிக்கையோடு நிமிர்ந்து நோக்கினான். பிறகு அவன் சொன்னான். 'நீ பேசுவது உண்மையானால், நான் வாழ்வை விட்டுச் செல்லும்போது எதையும் விட்டுச் செல்வதில்லை. நான் அடியாலும், பட்டினியாலும் நடனமாடப் பழக்கப்பட்ட ஒரு விலங்கன்றி வேறல்ல.'

'அப்படி அல்ல' என்றான் ஜரதுஷ்ட்ரா. 'அபாயம்தான் உனது தொழில், இதில் வெட்கப்பட ஏதுமில்லை. இப்போது உன் தொழிலின் ஊடாக நீ நசிந்து போகிறாய்; எனவே உன்னை என் கைகளாலேயே புதைப்பேன்.'

ஜரதுஷ்ட்ரா இதைச் சொன்னபோது, இறந்துகொண்டிருக்கும் மனிதன் மேற்கொண்டு எதுவும் சொல்லவில்லை; ஆனால் அவன் ஜரதுஷ்ட்ராவின் கைகளைப் பற்றி அவனுக்கு நன்றி சொல்வதுபோல், கைகளை அசைத்தான்.

## 7

இதற்குள், மாலை வந்து சந்தைச் சதுக்கம் இருளில் மறைந்தது; பிறகு மக்கள் கலைந்தார்கள்; ஏனெனில், ஆர்வமும் பயமும் கூடச் சலிப்படையும். ஆனால், ஜரதுஷ்ட்ரா இறந்தவனுக்கு அருகில் தரையில் அமர்ந்து சிந்தனையில் மூழ்கியிருந்தான். நேரத்தைப் பற்றி அவனுக்கு நினைவில்லை. கடைசியில் இரவு வந்து, குளிர்ந்த காற்று அந்தத் தனித்த உருவத்தின் மேல் வீசியது. பிறகு, ஜரதுஷ்ட்ரா எழுந்து மனதுக்குள் சொன்னான்:

உண்மையில், ஜரதுஷ்ட்ராவுக்கு இன்று ஒரு நல்ல வேட்டை கிடைத்தது. அவன் மனிதனைக் கைப்பற்றவில்லை. ஆனால், ஒரு சவத்தைக் கைப்பற்றி இருக்கிறான்.

மனித இருப்பு விசித்திரமானது, இருந்தும் அர்த்தமற்றது; ஒரு கோமாளியால்கூட அதற்கு ஆபத்து ஏற்படலாம்.

மனிதர்களுக்கு அவர்களின் இருப்பிற்கான பொருளைச் சொல்லித் தர விரும்புகிறேன்; கறுத்த மேகமான மனிதனிட மிருந்து ஒரு மின்னல், அதுவே அதிமனிதன்.

ஆனால், அவர்களிடமிருந்து தூரத்தில்தானிருக்கிறேன். என்னுடைய அர்த்தம் அவர்களது மனத்துடன் பேசவில்லை. மனிதர்களுக்கு நான் இன்னும் முட்டாளுக்கும் சவத்துக்கு மான ஒரு கலப்புதான்.

இரவு என்பது இருள், ஜரதுஷ்ட்ராவின் வழிகள் இருண் டவை. வா, குளிர்ந்து விறைத்த நண்பனே! என்னுடைய கைகளாலேயே புதைக்கக்கூடிய இடத்திற்கு உன்னைச் சுமந்து செல்லப் போகிறேன்.

## 8

ஜரதுஷ்ட்ரா இதைத் தன் மனதுக்குச் சொல்லிய பிறகு, உடலைத் தன் முதுகில் தூக்கிக்கொண்டு நடந்தான். நூறு அடிகூட போயிருக்கமாட்டான், ஒரு மனிதன் பதுங்கி வந்து அவன் காதில் கிசுகிசுத்தான்! கோபுரத்தின் கோமாளிதான் அவனுடன் பேசினான். ‘இந்த நகரத்திலிருந்து போய்விடு, ஓ ஜரதுஷ்ட்ரா’ என்றவன், ‘இங்கிருப்பவர்களில் நிறைய பேர் உன்னை வெறுக் கிறார்கள். நல்லவர்களும், நியாயமானவர்களும் உன்னை வெறுக் கிறார்கள், அவர்கள் உன்னை, நிந்திப்பவன் என்றும் விரோதி என்றும் கூறுகிறார்கள். உண்மையான நம்பிக்கையின் உண்மை நம்பிக்கையாளர்கள் உன்னை வெறுக்கிறார்கள், மக்களுக்கு நீ ஒரு அபாயம் என்கிறார்கள். அவர்கள் உன்னைப் பார்த்துச் சிரித்தது உன்னுடைய அதிர்ஷ்டம்தான்; உண்மையில் நீ ஒரு கோமாளியைப் போலப் பேசினாய். இறந்த நாயைத் துணை யாக்கிக் கொண்டது உனது அதிர்ஷ்டம்; இவ்வளவு தாழ்த்திக் கொண்டதால் இன்று உன்னைக் காப்பாற்றிக் கொண்டாய். ஆனால், இந்த நகரை விட்டு அகன்றுவிடு – அல்லது நாளை உன் மேல் பாய்வேன், இறந்தவன் மேல் உயிருள்ளவன் பாய்வதைப் போல.’ இதைச் சொல்லிய பிறகு, அந்த மனிதன் மறைந்து போனான்; ஜரதுஷ்ட்ரா இருண்ட வீதிகளினூடே சென்றான்.

நகர வாயிலில் பிணக்குழி தோண்டுபவர்கள் சட்டென்று அவனை அணுகினார்கள்: தங்கள் விளக்கை ஜரதுஷ்ட்ராவின் முகத்தில் காட்டி அடையாளம் கண்டு, அவனை ஏளனம் செய்தார்கள். 'ஜரதுஷ்ட்ரா இறந்த நாயைச் சுமந்து செல்கிறான்; ஜரதுஷ்ட்ரா பிணக்குழி தோண்டுபவனாகிவிட்டது எவ்வளவு நல்லது! இந்த வறுவலைத் தொடக்கூடாத அளவுக்கு நமது கைகள் சுத்தமாக இருக்கின்றன. ஜரதுஷ்ட்ரா சைத்தானின் கவளத்தை அதனிடமிருந்து திருட விரும்புகிறானா? அப்படியானால் நல்வாழ்த்துகள்! திருப்தி நிறைந்த உணவு! ஆனால் ஜரதுஷ்ட்ராவைவிடச் சைத்தான் சிறந்த திருடனாயிருந்தால் – அவன் இருவரையும் திருடுவான், இருவரையும் தின்றுவிடுவான்!' அவர்கள் சிரித்துவிட்டுத் தங்களுக்குள் ஆலோசிக்கத் தொடங்கினார்கள்.

ஜரதுஷ்ட்ரா ஒன்றும் சொல்லாமல் தன் வழியில் சென்றான். அவன் இரண்டு மணி நேரம் நடந்து சதுப்பு நிலங்களையும் காடுகளையும் கடந்து சென்று கொண்டிருந்த போது, பசித்த ஓநாய்களின் ஊளையைக் கேட்டான். அவனுக்கும் பசிக்க ஆரம்பித்தது. தனித்திருந்த வீடொன்றின் முன் நின்றான். அங்கே ஒரு விளக்கு எரிந்துகொண்டிருந்தது

'பசி என்னை வழிமறித்துத் தாக்கியது. ஒரு கொள்ளையனைப் போல் காடுகளிலும், சதுப்பு நிலங்களிலும் இரவின் ஆழத்தில் அது என்னை வழி மறித்தது,' என்றான் ஜரதுஷ்ட்ரா.

'எனது பசிக்கு ஆச்சரியமான மனநிலைகள் உள்ளன. இது அடிக்கடி எனது உணவு வேளைக்குப் பிறகு வருவதுண்டு, இன்று வரவேயில்லை, அது எங்கே இருக்கிறது?'

ஜரதுஷ்ட்ராஅந்த வீட்டின் கதவைத் தட்டினான். கையில் விளக்குடன் ஒரு முதியவர் தோன்றினார்: 'இங்கே என் நிம்மதியற்ற உறக்கத்தைக் கலைத்தபடி வருவது யார்?' என்று கேட்டார்.

'உயிரோடிருப்பவனும் செத்தவனும்' என்று சொன்ன ஜரதுஷ்ட்ரா, 'எனக்கு உணவும் மதுவும் தாருங்கள், பகலில் இவற்றை மறந்தேவிட்டேன். பசித்தவனுக்கு உணவிடுபவன் தன்னுடைய ஆத்மாவை உற்சாகப்படுத்திக் கொள்கிறான்; இவ்வாறு சொல்கிறது விவேகம்,' என்றான்.

முதியவர் சென்றுவிட்டார், ஆனால் உடனேயே திரும்பி வந்து ஜரதுஷ்ட்ராவுக்கு ரொட்டியும் ஒயினும் தந்துவிட்டுச் சொன்னார்: 'பசித்த மக்களுக்கு இது ஒரு மோசமான நாடு, ஆதலால்தான் நான் இங்கு வாழ்கிறேன். மிருகங்களும், மனிதர்களும் இந்தத் துறவியிடம் வருகிறார்கள். உன்னுடைய துணைவனையும் உண்ணச் சொல், உன்னைவிடக் களைப்பாக

இருக்கிறான்' என்றார். ஜரதுஷ்ட்ரா பதிலளித்தான்: 'என் துணைவன் இறந்துவிட்டான், அவனை வற்புறுத்த முடியாது.' 'எனக்கு அதைப்பற்றிக் கவலையில்லை' என்றவர், சிடுசிடுப்பாக, 'என்னுடைய கதவைத் தட்டுபவன் யாராயிருந்தாலும் நான் அளிப்பதை எடுத்துக்கொள்ள வேண்டும், நன்றாகச் சாப்பிடுங்கள்,' என்றார்.

அதற்குப் பிறகு ஜரதுஷ்ட்ரா சாலையிடமும் நட்சத்திரங்களின் ஒளியிடமும் தன்னை ஒப்படைத்தபடி, மேலும் இரண்டு மணி நேரம் நடந்தான். இரவில் வெளியே நடந்து, உறங்கிக்கொண்டிருக்கும் அனைத்தின் முகத்தையும் பார்ப்பது அவனுக்குப் பழகிப்போன ஒன்று. காலை உதயமாகும்போது ஜரதுஷ்ட்ரா அடர்ந்த காடொன்றினுள் இருந்தான், பாதை மறைந்து போயிருந்தது. பிறகு இறந்த மனிதனை உள்ளீடற்ற உளுத்துப்போன மரத்தின் உயரே இருந்த பொந்தினுள் கிடத்தினான் – இறந்தவனை ஓநாய்களிடம் இருந்து காப்பாற்ற. பின்னர் பாசி படர்ந்த தரையில் படுத்ததும் உறக்கத்தில் ஆழ்ந்தான். உடல் களைத்திருந்தது, ஆனால் ஆத்மா அமைதியாயிருந்தது.

## 9

ஜரதுஷ்ட்ரா நீண்ட நேரம் உறங்கினான். வைகறையும் காலையும் அவன் தலைக்கு மேல் கடந்தது. கடைசியில் கண்களைத் திறந்தான். ஜரதுஷ்ட்ரா காட்டையும் அமைதியையும் ஆச்சரியமாக நோக்கினான், ஆச்சரியத்தில் தனக்குள்ளும் நோக்கினான். பிறகு கரையைக் கண்ட ஒரு கடல் பயணியைப் போல் சட்டென்று எழுந்து, மகிழ்ச்சியடைந்தான்: ஏனெனில் ஒரு புதிய உண்மையைக் கண்டுகொண்டான். பிறகு தன் மனதிடம் இவ்வாறாகப் பேசினான்:

ஒரு ஒளி எனக்காக உதித்திருக்கிறது; எனக்குத் துணைவர்கள் தேவை, உயிருடன் இருப்பவர்கள். இறந்த துணைவர்களோ, நான் விரும்பும் இடத்துக்குத் தூக்கிச் செல்லக்கூடிய சவங்களோ அல்ல.

ஆனால், என்னைத் தொடர விரும்பும் உயிருள்ள துணைவர்கள் எனக்குத் தேவை. ஏனெனில் அவர்கள் தங்களையே தொடர விரும்புகிறவர்கள் – அத்துடன் நான் செல்ல விரும்பும் இடங்களுக்குச் செல்ல ஆசைப்படுபவர்கள்.

எனக்குள் ஒரு ஒளி பிறந்திருக்கிறது: ஜரதுஷ்ட்ரா துணைவர்களிடம் பேசுவான், மக்களிடமல்ல! ஜரதுஷ்ட்ரா மேய்ப்பனாகவோ, மந்தை நாயாகவோ இருக்க மாட்டான்.

மந்தையிலிருந்து அதிகமானவர்களை வசீகரித்து வெளியேற்ற வேண்டும் – அதற்காகத்தான் நான் வந்தேன். மக்களும், மந்தையும் என்மீது கோபமாக இருக்கலாம்; மேய்ப்பர்கள் என்னைக் கொள்ளையன் என்று சொல்லலாம்.

நான் மேய்ப்பர்களென்று சொல்கிறேன்; ஆனால் அவர்கள் தங்களை நல்லவர்கள், நியாயமானவர்கள் என்று அழைத்துக் கொள்கிறார்கள்; நான் மேய்ப்பர்களென்று சொல்கிறேன்; ஆனால் அவர்கள் தங்களை உண்மையான நம்பிக்கையின் நம்பிக்கையாளர்கள் என்று அழைத்துக் கொள்கிறார்கள்.

நல்லவர்களையும், நியாயமானவர்களையும் கவனியுங்கள்! இவர்கள் அதிகமாக யாரை வெறுக்கிறார்கள்? இவர்களுடைய மதிப்பீடுகளின் அட்டவணைகளைத் தகர்ப்பவனை, உடைப்பவனை, சட்டத்தை உடைப்பவனை – ஆனால் அவன்தான் படைப்பவன்.

அனைத்து நம்பிக்கைகளின் நம்பிக்கை மிகுந்தவர்களைக் கவனியுங்கள்! யாரை இவர்கள் மிகவும் வெறுக்கிறார்கள்? இவர்களுடைய மதிப்பீடுகளின் அட்டவணைகளைத் தகர்ப்பவனை, உடைப்பவனை, சட்டத்தை உடைப்பவனை – ஆனால் அவனே படைப்பவன்.

படைப்பவன் சகாக்களைத் தேடுகிறான், சவங்களையோ மந்தைகளையோ, நம்பிக்கையாளர்களையோ அல்ல. படைப்பவன் சக – படைப்பாளிகளைத் தேடுகிறான். புதிய அட்டவணைகளில் புதிய மதிப்பீடுகளைப் பதிப்பவனைத் தேடுகிறான்.

படைப்பவன் படைப்பாளியையும், சக அறுவடையாளரையும் தேடுகிறான்; ஏனெனில், அவனில் அனைத்தும் அறுவடைக்காக முற்றியிருக்கிறது. அவனிடம் அவனுடைய நூறு அரிவாள்கள் இல்லை, எனவே அவன் சோளக் கதிர்களை ஒடித்து வெறுத்துப் போயிருக்கிறான்.

படைப்பவன் சகாக்களைத் தேடுகிறான், அவர்களின் அரிவாள்களைக் கூராக்கவும் தெரிந்துகொண்டிருக்கிறான். அவர்கள் அழிப்பவர்களென்றும், நல்லது தீயதை நிந்திப்பவர்களென்றும் அழைக்கப்படுவார்கள்; ஆனால், அவர்கள் அறுவடையாளர்கள், அத்துடன் மகிழ்ச்சியாளர்கள்.

ஜரதுஷ்ட்ரா சக படைப்பாளிகளை, சக அறுவடையாளர்களை, சக மகிழ்ச்சியாளர்களைத் தேடுகிறான்; மந்தைகளிடமும், மேய்ப்பவர்களிடமும், சவங்களிடமும் அவனுக்குச் செய்வதற்கு என்ன இருக்கிறது!

என்னுடைய முதல் சகாவே, மகிழ்ச்சியுடன் விடைபெறு கிறேன்! உன்னை மரப் பொந்தினுள் அருமையாகப் புதைத்தேன். உன்னை ஓநாய்களிடம் இருந்து திறமையாக மறைத்து வைத்தேன்.

ஆனால், உன்னிடமிருந்து விலகும் நேரம் வந்துவிட்டது. உதயத்திற்கும் உதயத்திற்கும் இடையில் ஒரு புதிய உண்மை என்னிடம் வந்திருக்கிறது.

நான் மேய்ப்பனாகவோ, பிணக்குழி தோண்டுபவனா கவோ இருக்கமாட்டேன். நான் மீண்டும் மக்களிடம் பேச மாட்டேன்; நான் கடைசி முறையாக ஒரு இறந்த மனிதனுடன் பேசிவிட்டேன்.

நான் இனி படைப்பாளிகளுடன், அறுவடையாளர்களுடன், மகிழ்ச்சியாளர்களுடன் நட்புக் கொள்வேன்; அவர்களுக்கு வானவில்லையும் அதிமனிதனிடம் செல்லும் படிக்கட்டையும் காட்டுவேன்.

என்னுடைய பாடலைத் தனியாக உள்ள துறவிகளிடமும் ஜோடியாக உள்ள துறவிகளிடமும் பாடுவேன்; கேட்டிராத விஷயங்களுக்குச் செவிமடுப்பவனின் இதயத்தை என் மகிழ்ச்சி யின் கனமான பொருட்களைக் கொண்டு நிரப்புவேன்.

என்னுடைய இலக்கை நோக்கி, என் வழியில் செல்கிறேன்; தயங்குபவர்களையும் சோம்பேறிகளையும் தாவிக் கடந்து செல்வேன். இவ்வாறாக நான் முன்னோக்கிச் செல்வது, அவர்களது கீழ் நோக்கிச் செல்வதாக ஆகட்டும்.

## 10

சூரியன் உச்சியில் நின்றபோது, ஜரதுஷ்ட்ரா தன் இதயத்திடம் சொல்லிக் கொண்டான்; பிறகு கேள்வியோடு வானத்தைப் பார்த்தான் – ஏனெனில் தனக்கு மேலே ஒரு பறவையின் துல்லியமான அலறலைக் கேட்டான். அங்கே ஒரு கழுகு அகன்ற வட்டங்களுடன் காற்றில் வீச்சுடன் பறந்துகொண்டி ருந்தது, அதனிடமிருந்து ஒரு சர்ப்பம் தொங்கிக்கொண்டிருந் தது. இரை போலல்ல ஒரு நண்பனைப் போல்; ஏனெனில் அது கழுகின் கழுத்தைச் சுற்றியிருந்தது.

‘அவை என்னுடைய மிருகங்கள்!’ என்று சொல்லி மனதில் மகிழ்ச்சி அடைந்தான் ஜரதுஷ்ட்ரா.

‘உலகிலேயே பெருமை மிகுந்த மிருகமும், விவேகம் மிகுந்த மிருகமும் சுற்றுக் காவலுக்கு வந்துள்ளன.

‘ஜரதுஷ்ட்ரா இன்னும் உயிரோடுள்ளானா என்று அறிய விரும்புகின்றன, நான் உண்மையில் உயிரோடிருக்கிறேனா?

‘மிருகங்களுடன் இருப்பதைவிட மனிதர்களுடன் இருப்பது அபாயகரமானது என்பதை அறிந்தேன்; ஜரதுஷ்ட்ரா அபாய கரமான பாதையில் தொடர்கிறான். என்னுடைய மிருகங்கள் என்னை வழி நடத்திச் செல்லட்டும்.’

ஜரதுஷ்ட்ரா இதைச் சொன்னபோது காட்டிலுள்ள துறவி சொன்ன வார்த்தைகளை நினைவுகூர்ந்தான், பெரு மூச்சு விட்டபடி இவ்வாறாகத் தன் இதயத்துடன் பேசினான்:

‘நான் விவேகியாக இருந்திருக்க வேண்டும் என்று விரும்பு கிறேன்! என்னுடைய சர்ப்பத்தைப் போல் நான் மனப்பூர்வமாக விவேகியாக இருந்திருக்க வேண்டுமென்று விரும்புகிறேன்.

‘ஆனால், நான் நடக்க இயலாததைக் கேட்கிறேன்; ஆதலால் எப்பொழுதும் என்னுடைய விவேகத்துடன் எனது கர்வத்தை உடன் செல்லக் கேட்கிறேன்!

‘ஒருவேளை என்னுடைய விவேகம் ஒரு நாள் என்னை விட்டு விலகினால் – ஓ, அது வெளியே பறக்க விரும்புகிறது – அப்புறம் எனது கர்வமும் எனது அறிவீனத்துடன் பறக்கட்டும்!’

இவ்வாறாக ஆரம்பித்தது ஜரதுஷ்ட்ராவின் கீழ் – இறங்குதல்.

# ஜரதுஷ்ட்ராவின் சொல்லாடல்கள்

## மூன்று உருமாற்றங்கள் குறித்து

உள்ளுயிரின் மூன்று உருமாற்றங்களைப் பற்றி உங்களுக்குச் சொல்கிறேன். உள்ளுயிர் எவ்வாறு ஓர் ஒட்டகமாக ஆகும், ஒட்டகம் ஒரு சிங்கமாக, சிங்கம் கடைசியில் குழந்தையாக ஆகும்.

மரியாதையும், அச்சமும் ஒளிரும் வலிமையான பாரம் சுமக்கும் உள்ளுயிருக்கு நிறைய கனமான விஷயங்கள் உள்ளன. அதனுடைய வலிமை கனத்துக்காக ஏங்குகிறது – மிகுதியான கனத்துக்கு.

கனம் என்றால் என்ன? இவ்வாறு கேட்கிறது பாரம் சுமக்கும் உள்ளுயிர், இவ்வாறு ஒட்டகத்தைப் போல் மண்டியிட்டு, சுமையேற்றப்பட விரும்புகிறது.

மிகக் கனமான பொருள் எது, நாயகர்களே? என்று கேட்கிறது பாரம் சுமக்கும் உள்ளுயிர் என் மேல் அதை ஏற்றிக்கொண்டு, எனது வலிமை யில் மகிழ்ச்சி அடைவேன் என்கிறது.

உன்னுடைய அகந்தையைக் காயப்படுத்த, உன்னையே தரம் தாழ்த்திக் கொள்ளல் அல்லவா இது? உன்னுடைய விவேகத்தை நிந்திப்பதற்காக உன் அறிவீனத்தை ஜொலிக்கவிடுதல் அல்லவா இது?

அல்லது; நம்முடைய குறிக்கோள் தன்னுடைய வெற்றியைக் கொண்டாடிக் கொண்டிருக்கையில்

அதை விட்டு விலகலா? கவர்ச்சியூட்டுபவனை மயக்கி வசப் படுத்துவதற்காக உயர்ந்த மலைகளில் ஏறுதலா?

அல்லது; கருவாலி மரத்தின் பழங்களையும், அறிவின் புற்களையும் புசித்துக் கொண்டு, உண்மையின் பொருட்டு ஆத்மாவின் பசியை அனுபவித்தலா?

அல்லது; நோயுற்று, ஆசுவாசப்படுத்துபவர்களை வெளி யேற்றிவிட்டு, உன்னுடைய வினவலை ஒருபோதும் கேட்க இயலாத செவிடர்களுடன் நட்புக் கொள்ளலா?

அல்லது; உண்மையின் நீரானது அழுக்கான தண்ணீராக இருக்கும்போது, அதில் நடந்து கடந்து குளிர்ந்த தவளைகளை யும், சூடான தேரைகளையும் புறக்கணிக்காமல் இருத்தலா?

அல்லது; நம்மை நிந்திப்பவர்களை நேசித்து, நம்மைப் பயமுறுத்த விரும்பும் பிசாசுக்கு நமது கைகளை அளித்தலா?

பாரம் சுமக்கும் உள்ளுயிர், இந்தக் கனமான பொருட்கள் அனைத்தையும் தன் மேல் எடுத்துக்கொண்டு: பாலைவனத்திற் குள் சுமை ஏற்றப்பட்ட ஒட்டகம் துரிதப்படுவது போல, தன் பாலைவனத்தில் துரிதப்படுகிறது.

ஆனால் தனித்த பாலைவனத்தில் இரண்டாவது உருமாற் றம் நேர்கிறது; உள்ளுயிர் இங்கே சிங்கமாக மாறுகிறது; அது விடுதலையைக் கைப்பற்றி, தனது சொந்தப் பாலைவனத்தில் அரசனாக விரும்புகிறது.

அது இங்கே தனது இறுதி எஜமானனைத் தேடுகிறது; அவனுக்கும், தனது முடிவான கடவுளுக்கும் அது எதிரியாக இருக்கும், வெற்றிக்காக மகத்தான டிராகனுடன் போராடும். (டிராகன் – சிறகுகளுடன் கூடிய தீ உமிழும் பயங்கரமான புராணகாலத்து விலங்கு)

இனியும் எஜமானனென்றோ, கடவுள் என்றோ உள்ளுயிர் அழைக்க விரும்பாத அந்த மகத்தான டிராகன் எது? அந்த மகத்தான டிராகன்தான் 'நீ செய்யக்கடவாய்' சிங்கத்தினுடைய உள்ளுயிர், 'நான் செய்வேன்' என்று சொல்கிறது.

'நீ செய்யக்கடவாய்' என்ற செதிள் மூடிய மிருகம் தன் பாதையில் தங்கமாக ஜொலித்துக்கொண்டு கிடக்கிறது, ஒவ்வொரு செதிளிலும் 'நீ செய்யக்கடவாய்' தங்கமாய் ஒளிர்கிறது.

ஆயிரம் வருடங்களின் மதிப்பீடுகளும் அதன் செதிள்களில் ஒளிர, வலிமை மிக்க டிராகன் இவ்வாறாகப் பேசுகிறது: 'பொருள்களின் அனைத்து மதிப்பீடுகளும் என் மேல் ஒளிர் கிறது:

'அனைத்து மதிப்பீடுகளும் ஏற்கனவே உருவாக்கப்பட்டு விட்டன. உருவாக்கப்பட்ட அனைத்து மதிப்பீடுகளும் என்னுள் உள்ளன. உண்மையில், "நான் செய்வேன்!" என்பது இனி இருக்காது,' இவ்வாறு பேசுகிறது டிராகன்.

என்னுடைய சகோதரர்களே, உள்ளுயிருக்குள் சிங்கம் ஏன் தேவைப்படுகிறது? தன்னலமற்ற, வணக்கமுள்ள அந்தச் சுமைதாங்கும் மிருகம் போதாதா?

புதிய மதிப்பீடுகளை உருவாக்க சிங்கம்கூடத் தகுதியான தல்ல; ஆனால், புதிய படைப்பிற்கான சுதந்திரத்தைத் தனக்குத் தானே உருவாக்கிக்கொள்ள சிங்கத்தின் வல்லமையே போதும்.

தனக்கான சுதந்திரத்தை உருவாக்கிக்கொள்ளவும், கடமைக்குக்கூட ஒரு 'புனிதமான இயலாது' சொல்லவும் சிங்கம் தேவைப்படுகிறது என் சகோதரர்களே!

புதிய மதிப்பீடுகளுக்கான உரிமையைக் கைப்பற்றிக் கொள்வதே பாரம் சுமக்கும் வணக்கமுடைய உள்ளுயிருக்கான பயங்கர நடவடிக்கை. உண்மையில், இந்த உள்ளுயிருக்கு அது ஒரு திருட்டு, இரையெடுக்கும் விலங்கிற்கு அது ஒரு வேலை.

ஒரு காலத்தில் அது 'நீ செய்யக் கடவாய்' என்பதைத் தனது புனிதமான விஷயமாக நேசித்தது; இப்போது புனித மானதில்கூட மாயத் தோற்றத்தையும் நிலையின்மையை யும் அது காண வேண்டும். தனது அன்பிற்குரியதிலிருந்து விடுதலையைத் திருட வேண்டும். இந்தத் திருட்டுக்காகச் சிங்கம் தேவைப்படுகிறது.

சிங்கத்தால்கூட செய்ய இயலாத ஒன்றை ஒரு குழந்தை செய்துவிட இயலுமா? இரை தேடும் சிங்கம் ஏன் குழந்தை யாக ஆக வேண்டும்? என்பதை எனக்குச் சொல்லுங்கள் என் சகோதரர்களே.

குழந்தை என்பது களங்கமின்மை, மறந்துவிடுதல், ஒரு புதிய ஆரம்பம், ஒரு விளையாட்டு, தானே சுழலும் ஒரு சக்கரம், ஒரு முதல் நகர்வு, ஒரு புனித 'ஆம்'.

என் சகோதரர்களே, படைப்பின் விளையாட்டிற்காக ஒரு புனிதமான 'ஆம்'தான் தேவை. உள்ளுயிர் இப்போது தன் சொந்தச் சங்கல்பத்தைச் சங்கல்பிக்கிறது. உலகத்திலிருந்து துண்டிக்கப்பட்ட உள்ளுயிர், அது இப்போது தன் சொந்த உலகத்தை வெல்கிறது.

உள்ளுயிர் எவ்வாறு ஓர் ஒட்டகமாக ஆனது, பின் ஒட்டகம் ஒரு சிங்கமாக, கடைசியில் சிங்கம் ஒரு குழந்தையாக மாறியது

என்ற உள்ளுயிரின் மூன்று உருமாற்றங்களின் பெயர் களை நான் உங்களுக்குச் சொன்னேன்.

இவ்வாறு பேசினான் ஜரதுஷ்ட்ரா. அந்த நேரத்தில் அவன் 'பல வண்ணப் பசு' என்று அழைக்கப்பட்ட நகரத்தில் வாழ்ந்து வந்தான்.

## நற்பண்பின் நாற்காலிகள் குறித்து

உறக்கத்தையும் நற்பண்பையும் குறித்து நன்றாகப் பேசக்கூடிய ஒரு விவேகமான மனிதன் புகழப்படுவதைப் பற்றிக் கேள்விப்பட்டான் ஜரதுஷ்ட்ரா: அதற்காக அவன் பெரிதாகக் கௌரவிக்கப்பட்டுப் பரிசளிக்கப்பட்டிருந்தான். எல்லா இளவயதினரும் அவனுடைய நாற்காலிக்கு முன் அமர்ந்திருந்தனர். ஜரதுஷ்ட்ரா அவனிடம் சென்று அவன் நாற்காலிக்கு முன்பாக எல்லா இளவயதினருடனும் அமர்ந் தான். அந்த விவேகமான மனிதன் இவ்வாறு பேசினான்:

'உறக்கத்தைக் கனம் பண்ணுங்கள், அதன் முன் கண்ணிய மாக இருங்கள்! இதுதான் முதல் விஷயம்! மேலும் சரியாக உறங்காமல், இரவில் விழித்திருப்பவர்கள் அனைவரையும் தவிர்த்துவிடுங்கள்!

உறக்கத்தை எதிர்கொள்ளும்போது திருடன்கூட வெட்க மடைகிறான்; அவன் எப்போதும் மென்மையாக இரவினூடே திருடிச் செல்கிறான். ஆனால், இரவுக் காவல்காரனோ வெட்கங் கெட்டு ஊதுகொம்பைச் சுமந்துகொண்டிருக்கிறான்.

உறக்கம் சாதாரணக் கலை அல்ல; அதை நிகழ்த்துவதற்குப் பகலெல்லாம் விழித்திருக்க வேண்டும்.

உன்னையே நீ ஒரு நாளைக்குப் பத்து முறை முறியடிக்க வேண்டும்; அது ஒரு அருமையான களைப்பைத் தரும், அதுவே ஆத்மாவிற்கு அபின்.

பத்து முறை உன்னை நீ மீண்டும் அமைதிப்படுத்த வேண்டும்; ஏனெனில் முறியடித்தல் என்பது கசப்பானது, அமைதிப்படுத்தப்படாத மனிதன் சரியாக உறங்குவதில்லை.

நீ நாளொன்றுக்குப் பத்து உண்மைகளைக் கண்டுபிடிக்க வேண்டும்; இல்லாவிடில், இரவிலும் நீ உண்மையைத் தேடிக் கொண்டிருக்க உன் ஆத்மா இன்னும் பசியோடிருக்கும்.

நீ நாளொன்றுக்குப் பத்து முறை சிரித்து உற்சாகமாக இருக்க வேண்டும்; இல்லையேல், அந்தப் பெருந்துன்பத்தின் தந்தையான உன் வயிறு உன்னை இரவில் தொல்லைப்படுத்தும்.

ஆனால் நன்றாக உறங்குவதற்காக ஒருவன் எல்லா நற்பண்புகளையும் வைத்திருக்க வேண்டும். நான் பொய்ச் சாட்சி சொல்லலாமா? நான் கள்ள உறவு கொள்ளலாமா? வெகுசிலரே இதை அறிவார்.

அண்டை வீட்டானின் வேலைக்காரியைக் கவரலாமா? இது எதுவுமே நல்ல உறக்கத்துடன் ஒத்து வராது.

மேலும் ஒருவனிடம் எல்லா நற்பண்புகளும் இருந்தாலும் நினைவில் கொள்ள வேண்டிய ஒன்று இருக்கிறது; இந்த நற்பண்புகளைக்கூட சரியான நேரத்தில் உறக்கத்திற்கு அனுப்பி விட வேண்டும்.

அந்த அழகான சிறுபெண்கள்! மகிழ்ச்சியற்ற மனிதனே! உனக்காக அவர்கள் தங்களுக்குள் சண்டையிட்டுக் கொள்ளா திருக்கட்டும்.

கடவுளிடமும் உன் அண்டை வீட்டானிடமும் சமாதான மாக இரு; அப்போது நல்ல உறக்கம் வரும். உன் அண்டை வீட்டானின் சாத்தானிடமும் சமாதானமாக இரு, இல்லா விடில் அவன் இரவில் உன்னைச் சுற்றிச் சுற்றி வருவான்.

அதிகாரிகளுக்குப் பணிவும் மரியாதையும் கொடு, வஞ்சகமான அதிகாரிகளுக்கும்கூட! அப்போது நல்ல உறக்கம் கிடைக்கும். அதிகாரம் கோணல் கால்களில் நடக்க விரும்பி னால் அதற்கு நான் என்ன செய்யமுடியும்?

எவன் தன்னுடைய ஆட்டை மிகப் பசுமையான புல் வெளிகளை நோக்கி நடத்திச் செல்கிறானோ, அவனை எப்போதும் சிறந்த மேய்ப்பனென்று அழைப்பேன்; நல்ல உறக்கத்தைப் போன்றது அது.

நான் அதிக மரியாதைக்கு ஆசைப்படவில்லை, பெரும் புதையலுக்காகவுமல்ல; அவை பகைமையைத் தூண்டுகின்றன. ஆனால் நல்ல பெயரும் சிறிதளவு செல்வமும் இல்லாதவ னுக்குக் கிடைப்பது மோசமான உறக்கம்தான்.

வெகு சிலருடனான துணை, மோசமான துணையைவிட எனக்கு மகிழ்ச்சியளிக்கிறது; ஆனால் அவர்கள் சரியான நேரத் தில் வந்து செல்ல வேண்டும், அது நல்ல உறக்கத்தைப் போன்றது.

உள்ளுயிரில் ஏழ்மையானவர்கள்கூட, எனக்கு அதிக மகிழ்ச்சியூட்டுகிறார்கள்: அவர்கள் நன்கு உறங்குகிறார்கள்,

குறிப்பாக எப்போதும் அவர்களுடைய கருத்தைப் பெருமளவில் ஒருவர் ஒத்துக் கொள்ளும்போது, உண்மையில் அவர்கள் ஆசிர்வதிக்கப்பட்டவர்கள், மகிழ்ச்சியானவர்கள்.

இவ்வாறாகக் குணவானுக்குப் பகல் கடந்து செல்கிறது. இரவு வரும்போது உறக்கத்தை அழைக்காமல் இருக்கப் போதுமான அக்கறை எடுத்துக் கொள்கிறேன்! நற்பண்பின் எஜமானனான அவன் அழைக்கப்படுவதை விரும்புவதில்லை.

ஆனால், பகலில் நான் நினைத்ததும், செய்ததும் நினைவிருக்கிறது. ஆழ்ந்து சிந்தித்தபடியே பசுவைப் போல் அமைதியாக என்னை நான் கேட்கிறேன்: எவை உன்னுடைய பத்து வெற்றிகொள்ளல்கள்?

எவை உன்னுடைய பத்து சமரசங்கள்? பத்து உண்மைகள்? மற்றும் எதன்மூலம் எனது இதயம் தன்னால் மகிழ்ந்ததோ அந்தப் பத்து ஆவேசச் சிரிப்புகள்?

நாற்பது எண்ணங்களால் ஆட்பட்ட இந்த மாதிரியான விஷயங்களை ஆலோசித்தபோது, நற்பண்பின் எஜமானனான உறக்கம், நான் அழைக்காமலேயே என்னை ஆட்கொண்டது.

உறக்கம் எனது கண்களை அழுத்தியது, அவை கனத்தன. உறக்கம் எனது வாயைத் தொடுகிறது; அது திறந்தபடி இருக்கிறது.

உண்மையில் அவன் மெதுவான பாத அடிகளில் என்னிடம் வருகிறான், திருடர்களில் மிகவும் அன்பானவன், என் எண்ணங்களை என்னிடமிருந்து திருடுகிறான்; நான் இந்த நாற்காலிகளைப் போல அமைதியாக இருக்கிறேன்.

ஆனால் வெகுநேரம் அப்படியே இருப்பதில்லை; ஏற்கனவே நான் கீழே படுத்துவிட்டேன்.'

ஜரதுஷ்ட்ரா விவேகமான மனிதனின் பேச்சைக் கேட்டு மனப்பூர்வமாகச் சிரித்தான்; ஏனெனில் அவற்றின் ஊடாக அவன் மீது ஓர் ஒளி கவிந்தது.

அவன் இவ்வாறாகத் தன் மனதிடம் பேசினான்:

'நாற்பது எண்ணங்கள் கொண்ட இந்த விவேகமான மனிதன் எனக்கு ஒரு முட்டாளாகத் தெரிகிறான்: ஆனால், போதுமான அளவு நன்றாகத் தூங்குவது எப்படி என்று அவனுக்குத் தெரியுமென்று நம்புகிறேன்.

இந்த விவேகமான மனிதனின் அண்டை வீட்டில் வாழ்பவன், மிகவும் மகிழ்ச்சியாயிருப்பான். இத்தகைய உறக்கம் ஒரு கனத்த சுவரினூடாகக்கூடத் தொற்றக்கூடியது.

அவன் நாற்காலியில்கூட ஒரு வசீகரம் ஒளிர்கிறது. இளைஞர்கள் நற்பண்புகளை உபதேசிப்பவன் முன் அமர்ந் திருப்பது வீணல்ல.

அவனுடைய அறிவு; நன்றாக உறங்குவதற்காக விழித் திருப்பது. உண்மையில் வாழ்க்கையில் ஓர் அர்த்தமுமில்லை என்றால் நான் அபத்தத்தையே தேர்ந்தெடுக்க வேண்டும். எனக்கும்கூட இதுவே நான் விரும்பக்கூடிய மிகப்பெரிய அபத்தமாயிருக்கும்.

முன்பு மனிதர்கள் தங்களுடைய நீதிபோதகர்களைத் தேடிக் கொண்டிருந்தபோது, அனைத்திற்கும் மேல் எதை நாடிக்கொண்டிருந்தார்கள் என்பது இப்போது எனக்குத் தெளிவாகத் தெரிகிறது. அவர்கள் நல்ல உறக்கத்தையும் அதைக் கொண்டுவரும் அபின் பண்புகளையும் தேடிக்கொண்டிருந் தார்கள்.

இவை அனைத்திற்கும் பல்கலைக்கழக நாற்காலிகளில் இருந்த அறிவாளிகள் ஆரவாரம் செய்தார்கள். விவேகம் என்பது இவர்களுக்குக் கனவுகளற்ற உறக்கம்தான்; வாழ்க்கைக்கு வேறு சிறந்த அர்த்தம் தெரியாது அவர்களுக்கு.

இன்றும்கூட இந்த நற்பண்பின் போதகரைப் போன்ற சிலர் இருக்கிறார்கள். எப்போதும் பெரிய மரியாதைக்குரியவர் களாக அல்ல; ஆனால் அவர்கள் காலம் நெருங்கிவிட்டது, அவர்களால் நீடித்து நிற்க இயலாது; ஏற்கனவே அவர்கள் கீழே சாய்ந்துவிட்டார்கள்.

தூங்கி விழுகிற இந்த மனிதர்கள் ஆசிர்வதிக்கப்பட்டவர் கள்; அவர்கள் விரைவில் உறங்கிவிடுவார்கள்.'

இவ்வாறு பேசினான் ஜரதுஷ்ட்ரா.

## மறுமை உலகினர் குறித்து

ஒரு காலத்தில் ஜரதுஷ்ட்ராவும் எல்லா மறுமை உலகினரைப் போல ஏமாற்றமளிக்கும் விருப்பத்தை மனித குலத்தின் மேல் பரப்பினான். அப்போது, உலகம் வேதனையில் துன்புறும் கடவுளின் படைப்பைப் போலிருந்தது.

அப்போது, உலகம் எனக்குக் கடவுளின் கனவு போலவும், கடவுளின் ஒரு புனைவு போலவும் இருந்தது; திருப்தியடையாத கடவுளின் கண்கள்முன் வர்ணம் தீட்டப்பட்ட நீராவியாக இருந்தது.

நன்மை; தீமை; இன்பம்; துன்பம்; நான்; நீ – படைப்பவனின் கண்முன் வர்ணமேற்றப்பட்ட மனத்தோற்றமாக இவற்றைக் கருதினேன். படைப்பவன் தன்னிலிருந்து வெளியே பார்க்க விரும்பினான். எனவே உலகத்தைப் படைத்தான்.

துன்பப்படுகிறவனுக்குத் தன் துன்பத்திலிருந்து வெளியே பார்த்துத் தன்னை மறப்பது ஒரு போதையூட்டும் களிப்பு. ஒரு காலத்தில் இந்த உலகைப் போதையூட்டும் களிப்பாகவும், தன்னைமறத்தலாகவும் நினைத்தேன்.

இந்த உலகம் எப்போதும் பூர்ணமற்றது, ஒரு முரண்பாட்டின் சாசுவதமான கச்சிதமற்ற உருவம் – அதன் கச்சிதமற்ற படைப்பாளிக்கு ஒரு போதையூட்டும் களிப்பு – அப்படித்தான் ஒரு காலத்தில் உலகைப் பற்றி நினைத்தேன்.

இவ்வாறாக நானும் ஒரு காலத்தில் எல்லா மறுமை உலகினரையும் போல என் ஏமாந்த விருப்பத்தை மனிதகுலத்தின் மேல் வீசினேன், மனிதகுலத்திற்கு அப்பால் வீசினேன்.

ஓ, சகோதரர்களே, நான் உருவாக்கிய இந்தக் கடவுள் கிறுக்குத்தனம் கொண்ட மனிதனின் கைங்கரியம், எல்லாக் கடவுள்களையும் போல்!

மனிதத் தன்மையான, மனிதன் மற்றும் மனித அகங்காரத்தினுடைய ஒரு அற்பத் துணுக்கு மட்டுமே இந்தக் கடவுள்; இந்த பூதம் என்னுடைய நெருப்பிலிருந்தும் சாம்பலிலிருந்தும் என்னிடம் வந்தது, அதுதான் உண்மை! அது ‘அப்பாலில்’ இருந்து என்னிடம் வரவில்லை.

என்ன நிகழ்ந்தது, என் சகோதரர்களே? துன்புறுகிறவனான நான், என்னைத் தாண்டி வந்தேன், என்னுடைய சொந்தச் சாம்பலை மலைகளுக்கு எடுத்துச் சென்றேன், எனக்காக நானே ஒரு பிரகாசமான ஜ்வாலையை உருவாக்கினேன். பாருங்கள்! பூதம் என்னிடமிருந்து பறந்து சென்றுவிட்டது!

இப்பொழுது எனக்கு, தேறி வருபவனான எனக்கு, அந்த மாதிரி பூதங்களை நம்புவது துன்பமாகவும், சித்ரவதையாகவும் இருக்கும்; அது எனக்குத் துன்பமானதாகவும், இழிவுபடுத்துவதாகவும் உள்ளது. இவ்வாறு நான் மறுமை உலகினரிடம் பேசுகிறேன்.

துன்புறுதலும், ஆண்மையின்மையுமே எல்லா மறு உலகங்களையும் படைத்தது; அந்த அற்ப மகிழ்ச்சியின் கிறுக்குத்தனத்தை, பெருந்துன்பத்தை அனுபவிப்பவன் மாத்திரமே உணரமுடியும்.

களைப்பு – அது ஒற்றைப் பாய்ச்சலில் முடிவை அடைய விரும்பும் மரணப் பாய்ச்சல். ஓர் எளிய அறியாமையான களைப்பு, அது இனி தேவையைக்கூட விரும்பாது; அதுவே எல்லாக் கடவுள்களையும் மறு உலகங்களையும் உருவாக்கியது.

என்னை நம்புங்கள் என் சகோதரர்களே! அது உடலின் மீது நம்பிக்கை இழந்த உடல் – அது இறுதியான சுவர்களைத் தனது நம்பிக்கையிழந்த உள்ளுயிரின் விரல்களால் தொட்டது.

நம்புங்கள் என்னை, என் சகோதரர்களே! பூமியிடம் நம்பிக்கையிழந்த அந்த உடல், உயிரின் வயிறு தன்னிடம் பேசக் கேட்டது.

பிறகு முடிவான சுவர்களின் ஊடே தன்னுடைய தலையைச் செலுத்த விரும்பியது – தலையை மாத்திரமல்ல – சுவரைத் தாண்டி 'வேறு உலகத்திற்குள்.'

ஆனால் அந்த 'வேறு உலகம்', அந்த மனிதனற்ற, மனிதத் தன்மையற்ற உலகம். அதுவொரு சொர்க்கமயமான வெற்றிடம், அது மனிதனிடமிருந்து நன்றாக மறைக்கப் பட்டிருக்கிறது; அத்துடன் உயிரின் வயிறு மனிதனைப் போலன்றி மனிதனிடம் பேசுவதில்லை.

உண்மையில், எந்த உயிரையும் நிரூபித்துக் காட்டுவது சிரமமானது; அதைப் பேச வைப்பது சிரமமானது. இருந்தாலும் எனக்குச் சொல்லுங்கள், சகோதரர்களே, எல்லா மிக அருமை யான விஷயங்களும் மிகத் தெளிவாக நிரூபிக்கப்பட்டவை அல்லவா?

ஆம், இந்த அகந்தை, அதன் முரண்பாடுகளுடனும் குழப்பங்களுடனும் அதன் உயிரைப் பற்றி மிக உண்மையாகப் பேசுகிறது – அகந்தை உருவாக்குகிறது, தன்னிச்சையானது, மதிப்பிடுகிறது. விஷயங்களின் மதிப்பும் அளவும் அதுவே.

மிக நேர்மையான இந்த அகந்தை உடலைப் பற்றிப் பேசுகிறது, அது உடலின் மேல் வற்புறுத்துகிறது, அது கதை சொல்லும்போதும், இட்டுக்கட்டும்போதும், உடைந்த சிறகு களுடன் படபடக்கிறபோதும்கூட.

இந்த அகந்தை, வேறெப்போதும் இல்லாத அளவு மிக உண்மையுடன் பேசப் பயில்கிறது. கூடுதலாகப் பயிலப் பயில, உடலுக்கும், உலகத்திற்கும் கூடுதலாகப் பட்டங்களையும் மரியாதைகளையும் கண்டுபிடிக்கிறது.

என் அகந்தை எனக்கொரு புதிய கர்வத்தைத் தந்தது, நான் அதை மனிதர்களுக்குச் சொல்லித் தருகிறேன்; சொர்க்க

விஷயங்களின் மணலில் இனியும் தலையைப் புதைத்துக் கொள்ளாதீர்கள், பூமிக்கு ஓர் அர்த்தத்தை உருவாக்க அதைச் சுதந்திரமாகத் தூக்கிக் கொண்டு வாருங்கள்.

மனிதர்கள் குருட்டுத்தனமாகத் தொடர்ந்த இந்தப் பாதையை விரும்புவதற்கும், அதை நல்லது என்றழைப்பதற்கும், நோயுற்றவர்களையும் இறந்து கொண்டிருப்பவர்களையும் போல் அதிலிருந்து இனி நகராமல் இருப்பதற்கும், நான் மனித குலத்திற்கு ஒரு புதிய நோக்கத்தைச் சொல்லித் தருகிறேன்.

நோயுற்றவர்களும், இறந்துகொண்டிருப்பவர்களும் உடலையும் இந்தப் பூமியையும் வெறுத்து சொர்க்கத்தின் பொருட்களையும் மீட்டுத் தருகிற குருதிச் சொட்டுகளைக் கண்டுபிடிப்பவர்கள்; அவர்கள் இந்த இனிய நஞ்சுகளைக்கூட தங்கள் உடலிலிருந்தும் பூமியிலிருந்தும்தான் எடுத்தார்கள்.

அவர்களுடைய தரித்திரத்திலிருந்து தப்பிக்க விரும்பி னார்கள். நட்சத்திரங்கள் அவர்களுக்கு வெகு தொலைவில் இருந்தன. 'மற்றொரு வாழ்வுக்கும், மகிழ்ச்சிக்குள்ளும் நகர்ந்து விட சொர்க்கப் பாதைகள் மட்டும் இருக்குமேயானால் . . .' என்று பெருமூச்சுவிட்டனர். பிறகு தங்களுக்காகத் தங்களுடைய ரகசிய வழிகளையும், ரத்த மிடறுகளையும் திட்டமிட்டார்கள்.

இப்போது தங்கள் உடல்களிலிருந்தும் இந்தப் பூமியிலிருந் தும் பயணப்படுத்தப்பட்டதாக நினைத்தார்கள், இந்த நன்றி கெட்டவர்கள். இருந்தாலும் இந்த அமைதியின்மைக்கும், பயணத்தின் மகிழ்ச்சிக்குமாக அவர்கள் எதற்குக் கடன்பட்டிருக் கிறார்கள்? அவர்களுடைய உடல்களுக்கும் இந்தப் பூமிக்கும்தான்.

ஜரதுஷ்ட்ரா நோயாளிகளிடம் இதமாயிருப்பவன். உண்மை யில் அவர்களுடைய நன்றியின்மையிலோ, ஆறுதலடையும் தன்மையிலோ அவன் கோபமடைவதில்லை. அவர்கள் தேறி வருபவர்களாகவும், கடந்து வருபவர்களாகவும் மாறி, அவர்களுக் காக ஒரு மேலான உடலை உருவாக்குபவர்களாக ஆகட்டும்!

தேறிவருபவன் தன்னுடைய தோற்ற மயக்கங்களைக் கனிவோடு பார்த்து, நள்ளிரவில் தன்னுடைய கடவுளின் கல்லறையைச் சுற்றி நகரும் போதும் ஜரதுஷ்ட்ரா கோபமடை வதில்லை; அவனுடைய கண்ணீரும்கூட இன்னும் என்னிடம் நோயையும், நோயுற்ற ஓர் உடலையும் பற்றிப் பேசுகிறது.

கட்டுக் கதைகளை இயற்றுபவர்களிலும், கடவுளுக்காக ஏங்குபவர்களிலும் நிறைய நோயாளிகள் எப்போதும் இருந்திருக் கிறார்கள்; அவர்களுக்கு ஞானமடைந்த மனிதனிடமும், நற்பண்புகளிலேயே மிகவும் இளையதான நேர்மையிடமும் மூர்க்கமான கோபம் இருக்கிறது.

அவர்கள் எப்பொழுதும் இருண்ட காலங்களைப் பின்னோக்கிப் பார்க்கிறார்கள். அப்போது, தோற்ற மயக்கமும், நம்பிக்கையும் வேறுவேறான கேள்விதான்; காரணத்தைக் கோருவது கடவுளுக்கு விருப்பம், சந்தேகம் என்பது பாவம்.

எனக்கு இந்தக் கடவுள் போன்ற மனிதர்களையெல்லாம் நன்றாகத் தெரியும்: பிறர் தங்களை நம்ப வேண்டுமென்று அவர்கள் விரும்புகிறார்கள், சந்தேகிப்பது பாவம் என்றும் நம்பினார்கள். அவர்கள் எதில் திடமான நம்பிக்கை வைத்திருக்கிறார்கள் என்பதும் எனக்கு நன்றாகத் தெரியும்.

உண்மையில், மறுமை உலகங்களிலோ, மீட்டுத் தரும் குருதிச் சொட்டுகளிலோ அல்ல; அவர்கள் மிகவும் திடமாக உடலை நம்புகிறார்கள், அவர்களைப் பொறுத்தவரை அவர்களின் சொந்த உடலே அதனளவில் அவர்களுடையது.

ஆனால், அது அவர்களுக்கு நோய்வாய்ப்பட்டுள்ளது; அவர்கள் தங்களுடைய கூட்டிலிருந்து வெளியேற மகிழ்வுடன் விரும்புவார்கள். அதனால்தான் மரணத்தின் உபதேசிகளைக் கவனித்துக் கேட்கிறார்கள், தாங்களே மறுமை உலகங்களை உபதேசம் செய்கிறார்கள்.

என் சகோதரர்களே, மாற்றாக ஆரோக்கியமான உடலின் குரலைக் கவனியுங்கள்; இது தூய்மையான குரல், அத்துடன் அதிக நேர்மையான ஒன்று.

தூய்மையான, மிகவும் நேர்மையான பேச்சுதான் கச்சிதமாகவும் சமமாகவும் வடிவமைந்த ஆரோக்கியமான உடல்; அது பூமியின் அர்த்தத்தைப் பற்றிப் பேசுகிறது.

ஜரதுஷ்ட்ரா இவ்வாறு கூறினான்.

## உடலை வெறுப்பவர்கள் குறித்து

நான் உடலை வெறுப்பவர்களிடம் பேச விரும்புகிறேன். அவர்கள் வித்தியாசமாகக் கற்றுக்கொள்ளவோ, சொல்லித் தரவோ வேண்டாம். ஆனால், தங்களுடைய சொந்த உடல்களுக்கு அவர்கள் விடையளித்துவிட்டு, அதன் மூலம் ஊமையாகிவிட வேண்டும்.

'நானே உடலும் ஆத்மாவும்' என்று சொல்கிறது குழந்தை. ஏன் ஒருவன் குழந்தைகளைப் போல் பேசக்கூடாது?

ஆனால் விழிப்படைந்த, ஞானமடைந்த மனிதன் சொல்கிறான்: நான் முழுவதும் உடலாக இருக்கிறேன் அதற்குமேல் ஒன்றுமில்லை; ஆத்மா என்பது உடலிலுள்ள ஏதோ ஒன்றிற்கான ஒரு சொல் மாத்திரமே.

உடல் ஒரு பெரிய புத்திநுட்பம், ஒரே புலன் பலவாயிருத்தல், ஒரு போர் மற்றும் ஒரு அமைதி, ஒரு மந்தை மற்றும் ஒரு மேய்ப்பன்.

என் சகோதரனே, நீ 'உள்ளுயிர்' என்றழைக்கக்கூடிய உன் சிறிய புத்திநுட்பம் உனது உடலின் ஒரு கருவி, ஒரு சிறு கருவி, உன் மிகப்பெரிய புத்திநுட்பத்தின் விளையாட்டுப் பொருள்.

'நான்' என்று சொல்கிறாய் நீ, இந்த வார்த்தையில் பெருமையும் கொள்கிறாய், ஆனால் இதைவிடப் பெரியது – நீ நம்பிக்கை கொள்ளாவிட்டாலும் – உனது உடலும், அதன் மிகப்பெரிய புத்திநுட்பமும். அது 'நான்' என்று சொல்வதில்லை, ஆனால் 'நானை' நிகழ்த்துகிறது.

புலன் உணர்வதும், உள்ளுயிர் புரிந்துகொள்வதும் எப்பொழுதும் அதனளவில் முடிவு அல்ல. ஆனால், புலனும் உள்ளுயிரும் அனைத்தின் முடிவும் அவைதான் என்று உங்களை நம்ப வைக்க முயல்கின்றன; அதுபோல் அவ்வளவு வீண் அவை.

புலன் மற்றும் உள்ளுயிர் ஆகியவை கருவிகள் மற்றும் விளையாட்டுப் பொருட்கள்; இவற்றுக்குப் பின்னால் இன்னும் 'தான்' கிடக்கிறது. தான் புலனின் கண்கள் வழியாகத் தேடுகிறது, உள்ளுயிரின் காதுகள் வழியாக அது கேட்கவும் செய்கிறது.

'தான்' எப்பொழுதும் கவனித்துக்கொண்டும் தேடிக்கொண்டுமிருக்கிறது; அது ஒப்பிடுகிறது, வடிந்துகொள்கிறது, ஆக்ரமிக்கிறது, அழிக்கிறது. அது ஆட்சி செய்கிறது, அத்துடன் இது அகங்காரத்தின் ஆட்சியாளன்.

உன்னுடைய எண்ணங்களுக்கும் உணர்வுகளுக்கும் பின்னால், என் சகோதரா, ஒரு வல்லமையுள்ள தளபதி நிற்கிறான், ஓர் அறியப்படாத ஞானி – அவன் 'தான்' என்று அழைக்கப்படுகிறான். அவன் உன் உடலில் வாழ்கிறான், அவனே உன் உடல்.

உன் உயர்ந்த விவேகத்தைவிட, உன் உடலில் அதிகமான காரணம் இருக்கிறது. என்ன நோக்கத்திற்காக உன் உடலுக்கு, உன் உயர்ந்த விவேகம் தேவைப்படுகிறது என்று யாருக்குத் தெரியும்?

உன்னுடைய 'தான்' உன் அகங்காரத்தையும் அதனுடைய பெருமிதத் தாவல்களையும் பார்த்துச் சிரிக்கிறது. 'இந்த எண்ணத் தாவல்களும், பறத்தல்களும் எனக்கு என்னவாக இருக்கிறது?' என்று அது தனக்குத்தானே சொல்லிக்கொள்கிறது, என்னுடைய இலக்கிற்கு ஓர் இணை வழி. நான்தான் அகங் காரத்தின் வழிகாட்டும் தந்தி நரம்பு, நானே அதன் கருத் துருவங்களுக்கு அடியெடுத்துக் கொடுக்கிறேன்.

'தான்' அகங்காரத்திடம் சொல்கிறது, 'வலி உணர்' – எனவே அது துன்புற்று துன்புறுதலை எப்படி முடிக்கலாம் என்று எண்ணமிடுகிறது – வெறும் அந்த நோக்கத்திற்காக மாத்திரமே அது சிந்திக்கிறது.

'தான்' அகங்காரத்திடம் சொல்கிறது; 'இன்பம் உணர்' – எனவே அது இன்பமுற்று எப்படி அடிக்கடி இன்பமுறலாம் என்று எண்ணமிடுகிறது – வெறும் அந்த நோக்கத்திற்காக மாத்திரமே அது சிந்திக்கிறது.

உடலை வெறுப்பவர்களிடம் ஒரு வார்த்தை சொல்ல வேண்டும். அவர்களுடைய கண்ணியம்தான் இந்தக் கண்ணிய மின்மையைத் தயாரித்தது. எது கண்ணியம், கண்ணியமின்மை, மதிப்பீடு மற்றும் சங்கல்பத்தை உருவாக்கியது?

'படைக்கிற தான்' தனக்காகவே கண்ணியத்தையும் கண்ணியமின்மையையும், தனக்காகவே இன்பத்தையும் துன்பத் தையும் உருவாக்கியது. படைக்கிற உடல் தனக்காக உள்ளுயிரை உருவாக்கியது, சங்கல்பத்தின் ஒரு கையைப் போல உருவாக் கியது.

உடலை வெறுப்பவர்களே, உங்களுடைய அறிவீனத்திலும், கண்டனத்திலும்கூட நீங்கள் உங்கள் சுயத்திற்குச் சேவை செய்கிறீர்கள். நான் உங்களுக்குச் சொல்கிறேன்: உங்களுடைய 'தான்' இறக்க விரும்பி, வாழ்விலிருந்து மாறிச் செல்ல விரும்புகிறது.

உங்களுடைய 'தான்' நிகழ்த்த மிகவும் விருப்பப்படும் நிகழ்வை, தன்னைத் தாண்டிப் படைப்பதை அதனால் இனியும் நிகழ்த்த இயலாது; அதைத்தான் செய்ய அது மிகவும் விரும்பியது, அதுவே அதன் முழு தாபம்.

ஆனால் அதற்கு இப்பொழுது மிகவும் தாமதமாகிவிட்டது; எனவே உடலை வெறுப்பவர்களே, உங்களுடைய 'தான்' அழிய விரும்புகிறது.

உங்களுடைய 'தான்' அழிய விரும்புகிறது, அதனால்தான் உடலை வெறுப்பவர்களாக ஆனீர்கள்! ஏனெனில் இன்னும் உங்களைத் தாண்டி உங்களால் படைக்க இயலவில்லை.

அதனால் வாழ்வின் மீதும் பூமியின் மீதும் இப்போது கோபமாய் இருக்கிறீர்கள். உங்கள் கண்டனத்தின் ஓரப் பார்வையில் ஒரு பிரக்ஞையற்ற பொறாமை தெரிகிறது.

நான் உங்கள் வழியில் போகவில்லை, உடலை வெறுப் பவர்களே! அதிமனிதனை அடையும் பாலங்கள் நீங்கள் அல்ல!

ஜரதுஷ்ட்ரா இவ்வாறு கூறினான்.

## மகிழ்ச்சிகள் மற்றும் ஆசைகள் குறித்து

என் சகோதரனே, உன்னிடம் ஒரு நற்குணம் இருந்தால் – அது உன்னுடைய சொந்த நற்குணமாக இருந்தால் – அதை எவனுடையதோடும் பொதுவாக வைத்திருக்கமாட்டாய்.

நிச்சயப்படுத்திக்கொள்ள, அதை ஒரு பெயரிட்டு அழைத்துத் தழுவிக்கொள்ள விரும்புகிறாய். அதன் காதுகளை இழுத்து, அதன் மூலம் உன்னைக் குதூகலமூட்டிக்கொள்ள விரும்புகிறாய்.

கவனி! மக்களுக்குப் பொதுவாக அதன் பெயரை வைத் திருக்கிறாய், மேலும் உன்னுடைய நற்குணத்தால் அதை மக்களுக்காகவும், மந்தைக்காகவும் என்றாக்கிவிட்டாய்.

நீ இப்படிச் சொல்லலாம்: ‘சொல்ல இயலாததும் பெயரற் றதுமான அது என்னுடைய ஆத்மாவைத் துன்புறுத்தியும் பெரிதும் மகிழ்வூட்டியும் வருகிறது, அதுவே என் வயிற்றின் பசியும்கூட.’

உன்னுடைய நேர்மை பெயர்களின் பிரபலத்தில் மிகவும் பெருமிதம் கொள்ளட்டும். அதைப் பற்றி நீ பேச வேண்டு மானால், திக்குவதற்குக்கூட வெட்கப்படாதே.

இவ்வாறு திக்கித்திக்கிச் சொல்: ‘இது என் நல்லது, இதை நான் விரும்புகிறேன், இவ்வாறு இதை விரும்புகிறேன், இவ்வாறு மாத்திரமே நான் நல்லதற்கு ஆசைப் படுகிறேன்.

‘எனக்கு அது கடவுளின் சட்டமாக வேண்டாம், எனக்கு அது மனித சட்டமாக வேண்டாம், மாபூமிகளுக்கும், சொர்க் கத்திற்கும் வழிகாட்டி மரம் போலவும் வேண்டாம்.

‘நான் நேசிப்பது ஒரு பூமிசார்ந்த நற்குணத்தை, அதில் ஒரு சிறு முன்யோசனையும் இல்லை, குறைந்தபட்சம் பொது விவேகம்கூட இல்லை.

‘ஆனால் இந்தப் பறவை தன் கூட்டை என் கூரையை ஒட்டிக் கட்டியுள்ளது; எனவே நான் அதை விரும்பிப் போற்று கிறேன் – இப்பொழுது அதன் தங்க முட்டைகள் மீது அது அமர்ந்திருக்கிறது.’

இவ்வாறு திக்கித்திக்கித்தான் உனது நற்குணத்தைப் புகழ வேண்டும்.

ஒரு காலத்தில் உங்களுக்கு ஆசைகள் இருந்தன, அதைத் தீமை என்றீர்கள். ஆனால் இப்பொழுது உங்களுடைய நற்குணம் மாத்திரமே உள்ளது; அவை உங்களுடைய ஆசைகளிலிருந்து வளர்ந்தவை.

உங்களுடைய மிக உயர்ந்த நோக்கத்தை இந்த ஆசைகளின் மடியில் இட்டீர்கள். பிறகு அவையே உங்களுடைய நற்குணங் களாகவும், மகிழ்ச்சிகளாகவும் ஆயின.

நீங்கள் ஒரு முன்கோபமுள்ள அல்லது காமாந்தக அல்லது மூட அபிமானமுள்ள அல்லது பழிவாங்குகிற பரம்பரையில் வந்திருந்தாலும்;

கடைசியில் உங்களுடைய ஆசைகள், நற்குணங்களாக ஆகிவிட்டன. உங்களுடைய எல்லாச் சாத்தான்களும் தேவதை களாக ஆகிவிட்டன.

ஒரு காலத்தில் உங்கள் நிலவறையில் ஆக்ரோஷமான நாய்களை வைத்திருந்தீர்கள், ஆனால் கடைசியில் அவை பறவைகளாகவும் இனிய பாடகர்களாகவும் ஆயின.

உங்களுடைய நஞ்சில் இருந்து உங்களுடைய அமுதை வடித்தீர்கள்; உங்களுடைய பசுவிலிருந்து, பேரிடரிலிருந்து, பால் கறந்தீர்கள். இப்பொழுது அவள் மடியில் இனிக்கும் பாலை அருந்துகிறீர்கள்.

இதன் காரணமாகவே இனி உங்களிலிருந்து தீயது எதுவும் வந்துவிடாது, உங்களுடைய நற்குணங்களின் மோதல்களால் வருவதைத் தவிர.

என் சகோதரனே, உனக்கு அதிர்ஷ்டமிருந்தால் ஒரே ஒரு நற்குணமிருக்கும் அதற்கு மேல் இல்லை; ஆகவே அதிக சுலபத்துடன் பாலத்தின் மேல் செல்ல இயலும்.

நிறைய நற்குணங்கள் இருப்பது கௌரவத்தோடு இருப்ப தாகும், ஆனால் இது ஒரு கொடுமையான தலைவிதி; நிறைய பேர் பாலைவனத்திற்குள் சென்று தங்களை மாய்த்துக் கொண்டார்கள். ஏனெனில், நேர்மைகளின் சண்டையாகவும், சண்டைக்களமாகவும் இருந்து களைத்திருந்தார்கள்.

என் சகோதரனே, சண்டையும் போரும் கேடானதா? ஆனால் இந்தக் கேடு தேவையானது. பொறாமை, அவ நம்பிக்கை மற்றும் சிறிய சார்புகளும் உன்னுடைய நற்குணங் களில் அவசியமானவை.

கவனியுங்கள்: உங்களுடைய ஒவ்வொரு நற்குணமும் மிகவும் உயர்ந்த இடத்தை அடைய விரும்புகிறது; உங்களு டைய உள்ளுயிர் அதற்குக் கட்டியக்காரனாக இருக்குமென் பதால், உங்களுடைய உள்ளுயிர் முழுக்க அதற்கு வேண்டுமா யிருக்கிறது. கோபத்தில், வெறுப்பில், அன்பில் உங்களுடைய உள்ளுயிர் முழுக்க அதற்கு வேண்டுமாயிருக்கிறது.

ஒவ்வொரு நற்குணமும் மற்றவற்றிடம் பொறாமைப்படு கிறது, பொறாமை பயங்கரமானதொன்று, நற்குணங்கள்கூடப் பொறாமையால் அழிந்துவிட இயலும்.

எவனைப் பொறாமையின் கங்குகள் சூழ்கிறதோ, அவன் கடைசியில் தனது விஷக் கொடுக்கைத் தன்னை நோக்கியே திருப்பிக்கொள்கிறான், தேளைப் போல்.

ஓ, என் சகோதரனே, இதுவரை ஒரு நற்குணம் தன்னை நோக்கித் திரும்பி தன்னையே குத்திக்கொண்டதை நீ பார்த்த தில்லையா?

மனிதன் என்பது கட்டாயம் விஞ்சப்பட வேண்டிய ஏதோவொன்று; அந்தக் காரணத்திற்காக நீங்கள் உங்களுடைய நற்குணத்தை விரும்புங்கள் – ஏனெனில் அவற்றால் நீங்கள் அழுகிப் போவீர்கள்.

ஜரதுஷ்ட்ரா இவ்வாறு கூறினான்.

## வெளிறிய குற்றவாளியைக் குறித்து

நீதிபதிகளே, பலியிடுபவர்களே, நீங்கள் கொல்ல நினைக்கவில்லை, விலங்கு தன் கழுத்தை வளைத்துத் தரும் வரை. கவனியுங்கள், அந்த வெளிறிய குற்றவாளி தன் கழுத்தை வளைத்துக் குனிந்துவிட்டான்; அவன் கண்களிலிருந்து பேசு கிறது அந்த மிகப்பெரிய கண்டனம்.

'என்னுடைய அகங்காரம் என்பது விஞ்சப்பட வேண்டிய ஏதோவொன்று; என்னுடைய அகங்காரம் எனக்கு மனிதனுக் கான மிகப்பெரிய கண்டனம்' – அதைத்தான் அந்தக் கண்கள் சொல்கின்றன.

அவனையே அவன் கணித்தான் – அதுதான் அவனுடைய உன்னத தருணம்; பெருமைப் படுத்தப்பட்ட மனிதனைத் திரும்ப அவனது கீழான நிலமைக்குச் செல்லவிடாதே!

தன்னால் தானே துன்புறும் ஒருவனுக்கு விரைவான மரணத்தைத் தவிர வேறு மீட்சி இல்லை.

நீதிபதிகளே, உங்களுடைய கொலை, ஒரு கருணையாக இருக்க வேண்டும், ஒரு பழி வாங்கலாக அல்ல. மேலும் கொல்வதால் வாழ்வை நீங்களாகவே நியாயப்படுத்தப் பாருங்கள்!

நீங்கள் கொல்பவனோடு உங்களைச் சமரசப்படுத்தினால் மட்டும் போதாது, உங்களுடைய துக்கம் அதிமனிதனுக்கு அன்பாக ஆகட்டும்; இவ்வாறே நீங்கள் வாழ்வைத் தொடர்வதை நியாயப்படுத்த இயலும்!

நீங்கள் 'எதிரி' என்று சொல்லுங்கள்; 'அயோக்கியன்' என்றல்ல. 'செல்லாக் காசு' என்று சொல்ல வேண்டும்; 'போக்கிரி என்றல்ல. நீங்கள் 'முட்டாள்' என்று சொல்ல வேண்டும்; 'பாவி' என்றல்ல.

சிவந்த நீதிபதி அவர்களே, நீங்கள் சிந்தனையில் செய்ததை எல்லாம் உரக்கச் சொல்லிப் பாருங்கள். எல்லோரும் கதறி விடுவார்கள்: இந்த அருவருப்பான விஷப் பாம்பை விட்டு விடுங்கள்!

ஆனால் எண்ணம் என்பது ஒன்று, செயல் என்பது வேறொன்று, செயலின் தோற்றம் என்பது வேறானது. காரண காரியத் தொடர்பு இவற்றுக்கிடையில் உருண்டு கொண்டிருப்பதில்லை.

ஒரு பிம்பம் இந்த வெளிறிய மனிதனை வெளிறச் செய்தது. அவன் அதைச் செய்தபோது செயலுக்குச் சமமாக இருந்திருப்பான்; ஆனால் அதைச் செய்த பிறகு அதனுடைய பிம்பத்தை அவனால் தாங்க இயலாது.

எப்பொழுதையும்விட இப்பொழுது ஒரு செயலைப் புரிபவனாகத் தன்னை அதிகமாகப் பார்த்துக்கொண்டான். இதை நான் கிறுக்குத்தனம் என்கிறேன்; அவனில் விலக்கே விதியாகிவிட்டது.

சுண்ணாம்புக் கோடு பெட்டைக் கோழியைக் கவர்ந்தது; அவன் கொடுத்த அடி அவனுடைய எளிமையான மூளையை மகிழ்வூட்டியது – இதை நான் செயலுக்குப் பின்னதான கிறுக்குத்தனம் என்கிறேன்.

கவனியுங்கள், நீதிபதிகளே! இன்னொரு கிறுக்குத்தனமும் இருக்கிறது; அது செயலுக்கு முன்னதாக வருகிறது. ஓ, இந்த

ஆத்மாவினுள் நீ தேவையான அளவு ஆழமாக நகர்ந்துவிட வில்லை!

சிவந்த நீதிபதி இவ்வாறு சொல்கிறார்: 'இந்தக் குற்றவாளி ஏன் கொலை செய்தான்? அவன் திருடத்தானே விரும்பி னான்.' நான் சொல்கிறேன்: அவனுடைய ஆத்மாவிற்குத் தேவைப்பட்டது ரத்தம், திருட்டு அல்ல; அவன் கத்தியின் மகிழ்ச்சிக்காகத் தாகமாயிருந்தான்!

ஆனால், அவனுடைய எளிமையான மூளை இந்தக் கிறுக்குத்தனத்தைப் புரிந்துகொள்ளாமல், அவனை வேறு மாதிரி நம்பச் செய்கிறது, 'ரத்தத்தினால் என்ன நன்மை?' என்கிறது அது. குறைந்தபட்சம் ஒரு திருட்டைக்கூடச் செய்த தில்லையா? ஒருமுறை பழிவாங்கு!'

தனது எளிமையான மூளையைக் கவனித்துக் கேட்டான்; அதனுடைய வார்த்தைகள் அவனை ஈயம்போல் அழுத்தின – பிறகு அவன் கொள்ளையடித்தான், கொலை செய்தான். தன்னுடைய கிறுக்குத்தனத்துக்காக அவன் வெட்கப்பட விரும்பவில்லை.

மேலும் மீண்டும் இப்பொழுது அவனுடைய குற்ற உணர்வின் பாரம் அவன் மேல் கிடக்கிறது, மீண்டும் அவனு டைய எளிமையான மூளை இப்பொழுது மரத்து, செயலற்று, மிகக் கனத்துக் கிடக்கிறது.

அவன் தலையை அவனால் அசைக்க முடிந்தால், அந்தப் பாரமானது உருண்டு போகும், ஆனால், யாரால் அவன் தலையை அசைக்க இயலும்?

எது இந்த மனிதன்? உள்ளுயிரின் மூலம் உலகத்தைச் சென்றடையக்கூடிய வியாதிகளின் குவியல்; அங்கே அவை தங்களின் இரையைப் பிடிக்க விரும்புகின்றன.

எது இந்த மனிதன்? தங்களுக்குள் அமைதியாக இருக்காத கொடூரமான பாம்புகளின் முடிச்சு – இவ்வாறு அவர்கள் உலகில் இரை தேடித் தனியாக முன்னே செல்கிறார்கள்.

இந்த வறிய உடலைப் பார்! இந்த உடல் ஆசைப்பட்டதை யும், துன்பப்பட்டதையும் இந்த வறிய ஆத்மா – கொலைக்கான இச்சையாகவும், கத்திக்கான இன்பமாகவும் தனக்குத்தானே அர்த்தப்படுத்திக் கொண்டது.

இப்பொழுது தீமையாக இருக்கும் தீமை, இப்பொழுது நோயுற்றிருப்பவனைத் தாண்டிச் செல்கிறது; தனக்குத் தீங்கு இழைத்ததைக் கொண்டு தீங்கு செய்ய விரும்புகிறான். ஆனால் வேறு காலங்களும் இருந்தன, வேறொரு தீமையும், நல்லதும்.

ஒரு காலத்தில் சந்தேகமும் 'தான்' என்பதற்கான விழை வும் தீமையாயிருந்தது. பிறகு, மதிப்பற்றவர்கள் மாறுபட்ட கருத்துள்ளவர்களாகவும், சூனியக்காரிகளாகவும் ஆனார்கள். மாறுபட்ட கருத்துள்ளவர்களையும், சூனியக்காரிகளையும் போல் ஆனதும் அவன் துன்பப்பட்டான், துன்பம் விளைவிக்க விரும்பினான்.

ஆனால், இது உங்கள் காதுகளில் நுழையாது; அது உங்கள் நல்ல மனிதர்களைக் காயப்படுத்துகிறது என்று என்னிடம் சொல்கிறீர்கள். ஆனால், உங்கள் நல்ல மனிதர்களைப் பற்றி எனக்கென்ன?

உங்களுடைய நல்ல மனிதர்களைப் பற்றியது அதிகமும் என்னை வெறுப்புக்கு நகர்த்துகிறது, அவர்களுடைய தீமையைச் சொல்லவில்லை. அழிய ஏதுவான ஒரு கிறுக்குத் தனத்தை அவர்கள் வைத்திருக்க வேண்டுமென்று நான் எவ்வளவு ஆசைப்பட்டேன், இந்த வெளிறிய குற்றவாளியைப் போல.

அவர்களுடைய கிறுக்குத்தனம் உண்மை அல்லது விசு வாசம் அல்லது நீதி என்றெல்லாம் அழைக்கப்பட வேண்டு மென்று நிஜமாக விரும்புகிறேன். ஆனால் நீண்ட நாள்கள் வாழ, ஒரு பரிதாபகரமான எளிமையுடன் வாழவே இவர்கள் நற்குணத்தை வைத்திருக்கிறார்கள்.

நான் ஓடைக்கருகில் உள்ள வேலி; யாரால் என்னைப் பற்றிக்கொள்ள இயலுமோ, அவன் பற்றிக்கொள்ளட்டும்! எவ்வாறாயினும் நான் உங்களுடைய ஊன்றுகோல் அல்ல.

ஜரதுஷ்ட்ரா இவ்வாறு கூறினான்.

## வாசித்தல் மற்றும் எழுதுதல் குறித்து

எல்லா எழுத்துக்களையும்விட ரத்தத்தால் எழுதப்பட்ட எழுத்தைத்தான் நான் பெரிதும் விரும்புகிறேன். ரத்தம் கொண்டு எழுதுங்கள்; ரத்தமே உள்ளுயிர் என்பதைக் கண்டுபிடிப்பீர்கள்.

பரிச்சயமில்லாத ரத்தத்தைப் புரிந்துகொள்வது அவ்வளவு சுலபமல்ல, பொழுதுபோக்காகப் படிப்பவனை நான் வெறுக் கிறேன்.

வாசகனைத் தெரிந்தவன், வாசகனுக்கு அதிகப் படியாக எதையும் செய்வதில்லை. இன்னும் ஒரு நூற்றாண்டு வாசகர்கள் வரட்டும் – உள்ளுயிரே நாறிவிடும்.

எல்லோரும் வாசிக்கக் கற்றுக்கொள்ளலாம் என்பது போகப்போக எழுதுவதை மட்டுமல்லாது யோசிப்பதையும்கூட நசித்துவிடும்.

ஒரு காலத்தில் உள்ளுயிர் கடவுளாக இருந்தது, பிறகு மனிதனானது, இப்பொழுது கும்பலாகக்கூட ஆகிக்கொண்டிருக்கிறது.

ரத்தத்தாலும், சூத்திரங்களாலும் எழுதுபவன் வாசிக்கப்பட விரும்புவதில்லை, அவன் இதயத்தால் அறியப்பட விரும்புகிறான்.

மலைகளுக்கிடையே மிகக் குறுக்கு வழி என்பது சிகரத்திலிருந்து சிகரத்திற்குத்தான், ஆனால் அதற்கு உங்களுக்கு நீண்ட கால்கள் இருக்க வேண்டும். சூத்திரங்கள் சிகரங்களாக இருக்க வேண்டும், அவை யாரிடம் பேசப்படுகின்றனவோ, அவர்கள் தோற்றத்தில் உயர்ந்தும், பெரிதாகவும் இருக்க வேண்டும்.

தூய்மையான மெலிதான காற்று, அருகில் அபாயம், மகிழ்வூட்டும் வஞ்சனையால் நிரம்பியுள்ள உள்ளுயிர்; இவை ஒன்றோடொன்று பொருந்தும்.

என்னைச் சுற்றித் துர்தேவதைகள் வேண்டுமெனக்கு, ஏனெனில் நான் துணிவானவன். பூதங்களை மருளச்செய்யும் துணிவு – துர்தேவதைகளைத் தனக்காக உருவாக்கக்கூடிய துணிவு – துணிவு சிரிக்க விரும்புகிறது.

இப்போது நீ உணர்வதுபோல் நான் உணர்ந்துகொண்டிருக்கவில்லை. எனக்குக் கீழே இப்பொழுது நான் பார்க்கும் இந்த மேகம் – நான் பார்த்துச் சிரிக்கும் இந்தக் கரிய கடின மேகம் – கச்சிதமாக இதுவே உன் இடி மேகம்.

நீ மேன்மைப்பட ஆசைப்படும்போது மேலே பார்க்கிறாய். நான் கீழே பார்க்கிறேன், ஏனெனில் நான் மேன்மைப் பட்டவன்.

உங்களில் யாரால் ஒரே சமயத்தில் சிரிக்கவும், மேன்மைப் படவும் இயலும்?

மிக உயர்ந்த மலைகளில் ஏறுபவன் உண்மையான அல்லது கற்பனையான எல்லாச் சோக நிகழ்வுகளையும் பார்த்துச் சிரிக்கிறான்.

தொந்தரவுபடுத்தாத, இகழ்ச்சி நிரம்பிய, அக்கிரமமான – அப்படித்தான் விவேகம் நம்மை இருக்க வேண்டுகிறது – பெண், ஒரு போராளியைத் தவிர யாரையும் விரும்புவதில்லை.

நீங்கள் என்னிடம் சொல்கிறீர்கள், 'பொறுத்துக்கொள்ள முடியாத அளவுக்குக் கடுமையானது வாழ்வு' என்று. ஆனால், அது வேறு மாதிரி இருந்தால், காலையில் கர்வத்தையும், மாலையில் அடக்கத்தையும் நீங்கள் ஏன் வைத்திருக்க வேண்டும்?

பொறுத்துக்கொள்ள முடியாத அளவுக்குக் கடுமையானது வாழ்வு; ஆனால் மிகவும் மென்மையாக இருப்பது போல் பாவனை செய்யாதே! நம்மில் அனைவரும் அருமையான கழுதைகள், ஆனால் சுமக்கும் கழுதைகள்!

ஒரு பனித்துளி தன்மேலே விழுந்து கிடப்பதால் தடுமாறும் ரோஜா மொக்குடன் நமக்குப் பொதுவில் என்ன இருக்கிறது.

நாம் வாழ்வை நேசிக்கிறோம் என்பது உண்மைதான்; நாம் வாழப் பழகியதாலல்ல, நேசிக்கப் பழகியதால்.

நேசத்தில் எப்போதும் ஏதோ ஒரு கிறுக்குத்தனம் இருக்கிறது. ஆனால், அந்தக் கிறுக்குத்தனத்திலும் எப்போதும் ஏதோ ஒரு ஒழுங்கு இருக்கிறது.

வாழ்வை நேசிக்கும் என்னைப் பொறுத்தவரையிலும்கூட, வண்ணத்துப்பூச்சிகள், சோப்புக் குமிழிகள் மற்றும் மனிதரில் எதுவெல்லாம் இவற்றைப் போலிருக்கிறதோ அவை அனைத்திற்கும், மகிழ்ச்சியைப் பற்றி மிக அதிகமாகத் தெரிந்திருக்கும் என்று தோன்றுகிறது.

இந்த மெல்லிய, மடத்தனமான, நாசூக்கான, பாதிக்கக்கூடிய சிறிய ஆத்மாக்கள் படபடக்கும்போது – அவை ஜரதுஷ்ட்ராவைக் கண்ணீருக்கும், பாடலுக்கும் நகர்த்துகின்றன.

எப்படி நடனமாடுவது என்பதைப் புரிந்துகொண்ட ஒரு கடவுளைத்தான் நான் நம்ப வேண்டும்.

மேலும் எனது சாத்தானைக் கவனித்தபோது தீவிரமாக, செம்மையாக, ஆழ்ந்த கம்பீரமாக காட்சி அளித்தான்; அதுவே புவிஈர்ப்பின் உள்ளுயிர் – அவன் மூலமாகவே எல்லாம் அழிந்தது.

ஒருவன் கோபத்தால் கொல்வதில்லை, சிரிப்பால்தான் கொல்கிறான். வா, நாம் புவிஈர்ப்பின் உள்ளுயிரைக் கொல்வோம்.

நான் நடக்கக் கற்றேன்; அப்போதிருந்து ஓடுகிறேன். நான் பறக்கக் கற்றேன்; அப்போதிருந்து நகர்வதற்காக நான் தள்ளப்பட வேண்டியதில்லை.

நான் இப்பொழுது லாகவமாக இருக்கிறேன், இப்போது நான் பறக்கிறேன். இப்பொழுது நான் என்னையே எனக்

கடியில் பார்க்கிறேன். இப்போது ஒரு கடவுள் எனக்குள் நடனமாடுகிறது.

ஜரதுஷ்ட்ரா இவ்வாறு கூறினான்.

## மலைப்புற மரத்தைக் குறித்து

'பல வண்ணப் பசு' என்றழைக்கப்படும் நகரைச் சுற்றியுள்ள மலைகளின் ஊடாக ஒரு மாலைவேளையில் நடந்து செல்லும்போது, ஒரு மனிதன் தன்னைத் தவிர்த்துவிட்டுச் செல்வதை ஜரதுஷ்ட்ரா கவனித்தான். பார்! அவன் மரத்தின் மேல் சாய்ந்து சமவெளியைச் சோர்வுடன் பார்த்துக் கொண்டிருந்தான். அவன் அமர்ந்து கொண்டிருந்ததற்கு அருகில் இருந்த மரத்தைப் பிடித்தவாறு ஜரதுஷ்ட்ரா இவ்வாறு பேசினான்:

'நான் இந்த மரத்தை என் கைகளால் அசைக்க விரும்பினால், என்னால் இயலாமல்தான் போகும்.

'ஆனால் நம்மால் பார்க்க இயலாத காற்று அதை அசைத்து, தன் விருப்பம் போனபோக்கிலெல்லாம் அதை வளைக்கிறது. கண்ணுக்குத் தெரியாத கைகள்தான் நம்மை இம்சித்து மிக மோசமாக வளைக்கின்றன.'

இதைக் கேட்டதும் அந்த இளைஞன் குழப்பமடைந்து எழுந்து நின்று சொன்னான்: 'நான் ஜரதுஷ்ட்ராவைப் பற்றிக் கேட்டிருக்கிறேன், இப்பொழுதுதான் அவரைப் பற்றி நினைத்துக் கொண்டிருந்தேன்.'

ஜரதுஷ்ட்ரா பதிலளித்தான்: 'அதன் பொருட்டு ஏன் அவ்வளவு பயப்படுகிறாய்? – இப்பொழுது இந்த மரத்தைப் போலத்தான் மனிதர்களும்.

'உயரத்தையும், வெளிச்சத்தையும் நோக்கி அது எவ்வளவு வளர விரும்புகிறதோ, அவ்வளவு தீர்மானமாக அதன் வேர்கள் பூமிக்குள் சிரமத்துடன் செல்கின்றன, கீழ் நோக்கி, இருட்டுக்குள், ஆழங்களுக்குள் – தீமைக்குள்.'

'ஆம் தீமைக்குள்' – கதறினான் இளைஞன். 'என்னுடைய ஆத்மாவைத் திறக்க உங்களுக்கு எப்படிச் சாத்தியப்பட்டது?'

ஜரதுஷ்ட்ரா சிரித்துக்கொண்டே கூறினான்: 'ஒருவன் முதலில் ஆத்மாக்களை உருவாக்காத வரை அவனால் கண்டு கொள்ளவியலாத ஆத்மாக்கள் எவ்வளவோ இருக்கத்தான் செய்யும்.'

'ஆம் தீமைக்குள்' என மீண்டும் கத்தினான் அந்த இளைஞன்.

'உண்மையைப் பேசினீர்கள் ஜரதுஷ்ட்ரா. உயரங்களுக்கு எழும்ப நான் விரும்பிய பிறகு, என்னை நான் நம்புவதில்லை, வேறு பலரும் என்னை நம்புவதில்லை, இது எப்படி நிகழ்ந்தது?'

'நான் மிக விரைவாக மாறுபவன்; என்னுடைய இன்று எனது நேற்றை மறுக்கிறது, நான் மேலேறும்போது படிகளின் மேல் தாவுகிறேன், எந்தப் படியும் இதற்காக என்னை மன்னிப் பதில்லை?

'நான் உயரத்தில் இருக்கும்போது, என்னை எப்போதும் தனித்தே காண்கிறேன். என்னிடம் யாரும் பேசுவதில்லை, தனிமையின் உறைபனி என்னை நடுங்க வைக்கிறது. உயரங் களில் எனக்கு என்ன தேவைப்படுகிறது?

'என்னுடைய கண்டனமும், விருப்பமும் ஒன்றாக அதிகரிக் கின்றன. எவ்வளவு உயரத்திற்கு ஏறுகிறேனோ அவ்வளவு அதிகமாக ஏறுகிறவனை வெறுக்கிறேன். உயரங்களில் எனக்கு என்ன தேவைப்படுகிறது?

'என்னுடைய ஏற்றத்தையும், தடுமாற்றத்தையும் பற்றி எவ்வளவு வெட்கப்படுகிறேன்! என்னுடைய ஆக்ரோஷமான பெருமூச்சை எவ்வளவு இகழ்கிறேன்! பறக்க முடிந்தவனை எவ்வளவு வெறுக்கிறேன்! உயரங்களில் இருக்கும்போது நான் எவ்வளவு சலிப்படைகிறேன்!'

இங்கே அந்த இளைஞன் பேசுவதை நிறுத்தினான். தான் நின்றுகொண்டிருந்த இடத்திற்கு அருகில் இருந்த மரத்தைப் பற்றியபடி ஆழ்ந்து யோசித்துவிட்டு ஜரதுஷ்ட்ரா இவ்வாறு பேசினான்:

'இந்த மரம் இங்கே மலைப்பகுதியில் தனியே நின்று கொண்டிருக்கிறது; அது மனிதனையும், மிருகத்தையும் தாண்டி உயர்ந்து வளர்ந்துவிட்டது.

'அது பேச விரும்பியிருந்தால், அதைப் புரிந்துகொள்ளும் ஒருத்தர் அதற்குக் கிடைத்திருக்காது; அவ்வளவு உயரமாக வளர்ந்துவிட்டது.

'இப்பொழுது காத்துக் கிடக்கிறது – இருந்தாலும் அது எதற்காகக் காத்திருக்கிறது? அது மேகங்களுக்கு மிக அருகில் வாழ்கிறது; ஒருவேளை முதல் மின்னலுக்காக காத்திருக்கிறதா?'

ஜரதுஷ்ட்ரா இதைச் சொன்னபோது, அந்த இளைஞன் ஆக்ரோஷமான அசைவுகளுடன் கதறினான்; 'ஆம் ஜரதுஷ்ட்ரா, நீ உண்மையைப் பேசுகிறாய், உயரங்களுக்கு நான் ஏற விரும்பிய

போது என்னுடைய அழிவை விரும்பினேன். நான் காத்திருந்த மின்னல் நீதான்! பார், என் முன்னால் நீ தோன்றிய பிறகு, நான் என்னவாக இருக்கிறேன்? என்னை அழித்தது உன் மேலுள்ள பொறாமைதான்!' இவ்வாறு பேசிவிட்டு அவ்விளை ஞன் கதறி அழுதான். ஆனால், ஜரதுஷ்ட்ரா அவன் மேல் தன் கைகளை வைத்தபடி தன்னுடன் அழைத்துச் சென்றான்.

சிறிது நேரம் ஒன்றாக நடந்த பிறகு, ஜரதுஷ்ட்ரா இவ்வாறு பேச ஆரம்பித்தான்:

அது என் இதயத்தை நொறுக்குகிறது, உனது வார்த்தைகளை விட உனது கண்கள் உன்னுடைய அபாயத்தை நன்றாகவே சொல்கின்றன.

நீ இதுவரை விடுதலையடையவில்லை, நீ இன்னும் விடுதலையைத் தேடிக் கொண்டிருக்கிறாய். உன்னுடைய தேடுதல் உன்னைச் சோர்வடையச் செய்து மிகவும் விழிப்புடன் வைத்திருக்கிறது.

நீ திறந்த உயரங்களுக்காக ஏங்குகிறாய், உன்னுடைய ஆத்மா நட்சத்திரங்களுக்காகத் தவிக்கிறது. ஆனால், உன்னு டைய மோசமான உள்ளுணர்வுகளும் விடுதலைக்கான தாகத் துடனிருக்கின்றன.

உன்னுடைய ஆக்ரோஷமான நாய்கள் விடுதலைக்காக ஏங்கியிருக்கின்றன; உன்னுடைய உள்ளுயிர் எல்லாச் சிறை களையும் உடைக்க விரும்பும்போது, தங்கள் பதுங்கு அறை களில் அவை மகிழ்ச்சிக்காகக் குரைக்கின்றன.

என்னைப் பொறுத்தவரை நீ இன்னும் விடுதலையைக் கற்பனை செய்யும் சிறைவாசி; ஆ, இவ்வகை ஆத்மாவின் சிறைவாசி அறிஞன் ஆகிறான், ஆனால் ஏமாற்றுகிறவனாக வும் இழிவானவனாகவும்கூட ஆகிவிடுகிறான்.

உள்ளுயிரின் சுதந்திரமான மனிதன்கூடத் தன்னை இன்னும் தூய்மைப்படுத்திக்கொள்ள வேண்டும். சிறையும் சீரழிவும் இன்னும் அவனுள் இருக்கின்றன; அவனது கண்கள் இன்னும் தூய்மைபெற வேண்டும்.

ஆம், எனக்கு உன் அபாயம் தெரியும். ஆனால், என் னுடைய அன்பாலும் நம்பிக்கையாலும் உன்னை யாசிக்கிறேன்; உன்னுடைய அன்பையும் நம்பிக்கையையும் நிராகரிக்காதே!

நீ இன்னும் உன்னை உத்தமனாக உணர்கிறாய். மற்றவர் களும்கூட, உன்னைப் பிடிக்காமல் உன் மேல் தீய பார்வை களை வீசுபவர்கள்கூட, இன்னும் நீ உத்தமன் என்று நம்பு

கிறார்கள். உத்தமமான மனிதனை எல்லோரும் ஒரு தடையாகவே காண்கிறார்கள் என்பதைக் கற்றுக் கொள்.

நல்லவர்கள்கூட உத்தமமான மனிதனை ஒரு தடையாகவே பார்க்கிறார்கள்; அவர்கள் அவனை நல்ல மனிதன் என்று அழைப்பதுகூட அவனிடம் இருந்து விலகி இருக்கத்தான்.

உத்தமமான மனிதன் புதிய விஷயங்களையும், புதிய நற்குணத்தையும் உருவாக்க விரும்புகிறான். நல்ல மனிதன் பழைய விஷயங்களை விரும்புகிறான் அந்தப் பழைய விஷயங்களைப் பாதுகாக்கவும்கூட.

ஆனால், நல்ல மனிதனாக ஆகக்கூடும் என்பது உத்தமமான மனிதனுக்கு அபாயம் அல்ல – ஆனால், விவேகமற்றவனாகவும், ஏளனம் செய்கிறவனாகவும், அழிப்பவனாகவும் ஆகக்கூடும் என்பதுதான் அபாயம்.

அந்தோ, தங்களுடைய உயர்ந்த நம்பிக்கையை இழந்த உத்தமமான மனிதர்களை எனக்குத் தெரியும். அதனாலேயே அவர்கள் எல்லா உயர்ந்த நம்பிக்கைகளையும் தூற்றினார்கள்.

அதிலிருந்து, அவர்கள் வெட்கங்கெட்டு அற்ப சந்தோஷங்களில் வாழ்ந்தார்கள், அந்தத் தினத்தைத் தாண்டிய எந்தக் குறிக்கோளும் அவர்களுக்கு அநேகமாக இருந்ததில்லை.

'உள்ளுயிரும்கூட இந்திரிய இன்பம்தான்' என்று அவர்கள் பேசினார்கள். பிறகு அவர்களுடைய உள்ளுயிரின் சிறகு முறிந்தது; இப்பொழுது அது சுற்றிலும் தவ்வித் தத்தி தனது உணவையும் அசிங்கப்படுத்துகிறது.

ஒரு காலத்தில் நாயகர்களாக வர நினைத்தார்கள்; இப்பொழுது அவர்கள் சிற்றின்பக்காரரர்கள். அவர்களைப் பொறுத்தவரை நாயகன் என்பவன் ஒரு பெருந்துன்பம், பேரச்சம்.

ஆனால், என்னுடைய அன்பாலும் நம்பிக்கையாலும் உன்னை யாசிக்கிறேன்; உன்னுடைய ஆத்மாவில் நாயகனை விலக்காதே! உன்னுடைய மிக உயர்ந்த நம்பிக்கையைப் புனிதமாக வைத்திரு!

ஜரதுஷ்ட்ரா இவ்வாறு கூறினான்.

## மரணத்தைப் பிரசங்கிப்பவர்களைக் குறித்து

மரணத்தைப் பற்றிப் பிரசங்கிப்பவர்கள் இருக்கிறார்கள்; வாழ்விலிருந்தான புறப்பாடுபற்றிப் பிரசங்கிக்கப்பட வேண்டியவர்களால் நிரம்பி இருக்கிறது பூமி.

பூமி தேவைக்கு அதிகமாக இருப்பவர்களால் நிரம்பியிருக்கிறது. பலரால் – மிகப் பலரால் வாழ்வு சீரழிக்கப்பட்டிருக்கிறது. அவர்கள் இந்த வாழ்விலிருந்து ஆதியந்தமில்லாத வாழ்வால் வசீகரிக்கப்படட்டும்.

மஞ்சள் மனிதர்கள் அல்லது கறுத்த மனிதர்கள்; அப்படித்தான் மரணத்தைப் பிரசங்கிப்பவர்கள் அழைக்கப்பட்டார்கள். ஆனால், அவர்களை வேறு நிறங்களிலும் உனக்குக் காட்ட விரும்புகிறேன் நான்.

ஓர் இரைவிலங்கைத் தங்களுக்குள் சுமந்து திரியும் பயங்கர உயிரினங்கள் இருக்கின்றன. காமத்தையும் சுயஇழிவு செய்தலையும் தவிர வேறொன்றும் இல்லாதவை. அவைகளுக்குக் காமம்கூட சுய இழிவுதான்.

இந்தப் பயங்கரமான உயிரினங்கள் – அவர்கள் இன்னும் மனிதர்களாகக்கூட ஆகவில்லை – வாழ்விலிருந்தான புறப்பாடு பற்றிப் பிரசங்கித்து அவர்களே புறப்படட்டும்!

ஆத்மாவை விழுங்கக்கூடியவை இருக்கின்றன. துறவு மற்றும் களைப்பின் கோட்பாடுகளுக்காக ஏங்கி அவை இறக்க ஆரம்பிக்கும் முன், அவை பிறந்திருக்கக் கூட இல்லை.

அவர்கள் இறந்துபட விரும்புகிறார்கள், நாம் அவர்களுடைய ஆசையை அங்கீகரிக்க வேண்டும். நாம் இந்த இறந்த மனிதர்களை எழுப்புவதையும், இந்த வாழும் சவப்பெட்டிகளைச் சேதப்படுத்தலையும் எதிர்த்துக் காக்க வேண்டும்.

ஒரு பயனற்றவன் அல்லது ஒரு கிழவன் அல்லது ஒரு பிணம், இவற்றுடன் எதிர் நின்றுவிட்டு நேராக, ‘வாழ்வு தவறென நிரூபிக்கப்பட்டுவிட்டது!’ என்கிறார்கள்.

ஆனால், அவர்கள்தான் தவறென நிரூபிக்கப்பட்டார்கள், உயிர்த்திருத்தலின் ஒரே ஒரு அம்சத்தை மட்டுமே பார்க்கிற அவர்களும், அவர்களின் கண்களும்.

ஆழமான மன அழுத்தத்தில் வாயடைத்து, மரணத்தைக் கொண்டுவரும் சிறு விபத்துகளுக்காக ஏங்குகிறார்கள்; அதற்காகப் பற்களைக் கிட்டித்துக்கொண்டு காத்திருக்கிறார்கள்.

அல்லது: இனிப்புகளைப் பறிக்கிறார்கள். அவ்வாறு செய்வதில் அவர்களுடைய குழந்தைத்தனத்தைக் கேலி செய்துகொள்கிறார்கள். அவர்கள் தங்களது வாழ்வின் மெல்லிய சரட்டைப் பற்றிக்கொள்கிறார்கள், மேலும் அவ்வாறு பற்றிக்கொண்டிருப்பதையும் கேலி செய்கிறார்கள்.

அவர்களுடைய விவேகம் இப்படியாகச் செல்கிறது; தொடர்ந்து வாழ்ந்து கொண்டிருப்பவன் மடையன், ஆனால்,

நாமும் அவ்வாறான மடையர்கள்தான்! மேலும் கச்சிதமாக அதுதான் வாழ்வின் மிக மடத்தனமான விஷயம்.

'வாழ்வு வெறும் துன்பமயம்தான்' – இவ்வாறு அவர்களில் வேறுசிலர் சொல்கிறார்கள், அவர்கள் பொய் சொல்லவில்லை; எனவே வாழாமல் பார்த்துக் கொள்ளுங்கள்! வெறும் துன்பப் படலாக மட்டுமிருக்கும் வாழ்வு, நின்றுபோகுமாறு பார்த்துக் கொள்ளுங்கள்.

உங்கள் நற்குணத்தின் பாடம், 'உங்களையே அழித்துக் கொள்ளுங்கள், உங்களிடமிருந்து உங்களைக் களவாடுங்கள்' என்பதாக இருக்கட்டும்.

'காமம் என்பது பாவம்', 'நாம் அப்பால் செல்வோம், குழந்தைகளைப் பிரசவிக்காமல் இருப்போம்!' – இவ்வாறு சொல் கிறார்கள் மரணத்தைப் பிரசங்கிக்கும் சிலர்.

'பிறப்பளிப்பது சிரமமானது – என்கிறார்கள் மற்றவர்கள். 'ஏன் பிறப்பளித்துக் கொண்டே இருக்கிறீர்கள்? ஒருத்தன் மகிழ்வற்ற குழந்தைகளுக்கு மட்டுமே பிறப்பளிக்கிறான்!' அவர்களும் மரணத்தைப் பிரசங்கிப்பவர்களே.

'மனிதர்கள் இரங்கங் காட்டப்பட வேண்டியவர்கள்' – இவ்வாறு மற்றவர்கள் மீண்டும் சொல்கிறார்கள். 'என்னிடம் இருப்பதை எடுத்துக் கொள்! என்னவாக இருக்கிறேனோ அதை எடுத்துக் கொள்! அவ்வளவு குறைவாக நான் வாழ் வுக்குக் கட்டுப்பட்டவன்!'

அவர்கள் தங்கள் இதயத்திலே இரக்கமுள்ளவர்களாக இருந்தால், அவர்களின் அண்டை அயலாரை வாழ்வை வெறுப் பவர்களாக ஆக்க விரும்புவார்கள். தீமையாக இருத்தல் – அதுவே உண்மையில் அவர்களுக்கு நல்லது.

ஆனால், அவர்கள் வாழ்விலிருந்து தப்பிக்க விரும்பு கிறார்கள்; அவர்களுடைய சங்கிலிகளாலும் பரிசுகளாலும் மற்றவர்களை அதனுடன் இன்னும் இறுகப் பிணைப்பது பற்றி அவர்களுக்கென்ன?

மேலும் நீயும்கூடத்தான், தடையற்ற உழைப்பும் பதற்ற முமே வாழ்வு என்றிருக்கும் நீயும்கூட – வாழ்க்கையில் மிகவும் களைத்துவிடவில்லையா? மரணத்தின் சடங்குக்காக மிகவும் கனிந்திருக்கவில்லையா?

உங்களில் யாருக்குத் துரிதமானதாக, புதியதாக, வித்தி யாசமானதாக உள்ளவையும், தடைகளற்ற உழைப்பும் நெருக்க மானதாக உள்ளதோ அத்தகைய நீங்களும், உங்களை நோயுற்

றவன் என்று கொள்கிறீர்கள். உங்களுடைய விடாமுயற்சி பறத்தலும் உங்களையே மறக்கும் ஒரு சங்கல்பமுமே.

ஒருக்கால் வாழ்வில் நீங்கள் கூடுதலாக நம்பிக்கை கொண்டிருந்தால், இந்தக் கணத்தில் குறைவாகவே அர்ப் பணித்துக் கொள்வீர்கள். காத்திருக்கப் போதுமான அளவு உங்களுக்குத் தகுதியில்லை. சோம்பேறித்தனத்துக்கும்கூட!

எல்லா இடங்களிலும் மரணத்தைப் பிரசங்கிப்பவர்களின் குரல் எதிரொலிக்கிறது; யாருக்கு மரணம் பிரசங்கிக்கப்பட வேண்டுமோ அவர்களால் உலகம் நிரம்பி இருக்கிறது.

அல்லது 'ஆதியந்தமில்லாத வாழ்வு' பிரசங்கிக்கப்பட வேண்டுமோ – அதுவெல்லாம் எனக்கு ஒன்றுதான் – வேகமாக அவர்கள் கடந்து சென்றுவிட வேண்டும்!

ஜரதுஷ்ட்ரா இவ்வாறு கூறினான்.

## போர் மற்றும் போராளிகளைக் குறித்து

நாங்கள் எங்களுடைய சிறந்த எதிரிகளாலோ அல்லது இதயபூர்வமாக நேசிப்பவர்களாலோ மன்னித்து விடப்பட விரும்புவதில்லை. எனவே, உண்மையை உங்களுக்குச் சொல்லி விடுகிறேன்!

போராடும் என் சகோதரர்களே! நான் உங்களை இதய பூர்வமாக நேசிக்கிறேன். நான் இப் பொழுதும், எப்பொழுதும் உங்களைப் போலத் தான். அத்துடன் நான் உங்கள் சிறந்த எதிரியும்கூட, எனவே உங்களுக்கு நான் உண்மையைச் சொல்லி விடுகிறேன்!

உங்கள் இதயங்களின் வெறுப்பையும் பொறாமையையும் நான் அறிவேன். நீங்கள் வெறுப்பும் பொறாமையும் தெரியாத அளவுக்கு மகத்தானவர்கள் அல்ல. எனவே, அவற்றால் வெட்கப் படாத அளவுக்கு மகத்தானவர்களாக இருங்கள்.

ஒருக்கால் உங்களால் ஞானத் துறவிகளாக இருக்க இயலாவிட்டால், குறைந்த பட்சம், அறிவின் போராளிகளாக இருங்கள். அவ்வாறான துறவறத்திற்கு முன்னோடிகளும் துணைவர்களும் அவர்களே.

நான் நிறைய படைவீரர்களைப் பார்க்கிறேன். நிறைய போராளிகளை மாத்திரம் என்னால் பார்க்க இயன்றால்! அவர்கள் அணிந்திருப்பது சீருடை என்றழைக்கப்படுகிறது;

அதனைக்கொண்டு அவர்கள் எதை மறைக்கிறார்களோ, அதுவும் சீராக ஒரேமாதிரி இல்லாமல் இருக்கட்டும்!

நீங்கள் எப்பொழுதும் எதிரிகளுக்காகக் காத்திருக்கிற மனிதர்களைப் போல் இருக்க வேண்டும் – உங்கள் எதிரி களுக்காக. உங்களில் சிலரிடம் முதல் பார்வையிலேயே வெறுப்பு தெரிகிறது.

உங்களுடைய எதிரியை நீங்கள் தேட வேண்டும், உங்கள் போரை – உங்கள் கருத்துகளுக்கான ஒரு போரை நீங்கள் தொடுக்க வேண்டும். ஒருக்கால் உங்களுடைய கருத்து தோற் கடிக்கப்பட்டால்கூட உங்கள் நேர்மை அதன் பொருட்டு வெற்றி பெற்றதாகவே உரத்துக் கூவ வேண்டும்.

நீங்கள் அமைதியைப் புதிய போர்களுக்கான ஒரு வழி வகையாக விரும்ப வேண்டும். நீண்ட அமைதியைவிட அந்தக் குறுகிய அமைதியை.

நான் வேலைக்காக உங்களுக்கு ஊக்கமளிக்கவில்லை, போருக்கு ஊக்கமளிக்கிறேன்; நான் அமைதிக்காக உங்களுக்கு ஊக்கமளிக்கவில்லை, ஆனால் வெற்றிக்கு ஊக்கமளிக்கிறேன். உங்களுடைய வேலையே ஒரு போராக இருக்கட்டும், உங்களு டைய அமைதி வெற்றியாக இருக்கட்டும்.

ஒருவனிடம் அம்பும் வில்லும் இருந்தால்தான் அவனால் அமைதியாக அசையாமல் அமர்ந்திருக்க இயலும்; இல்லா விட்டால் அவன் உளறுகிறான், சண்டையிடுகிறான். உங்களு டைய அமைதியே வெற்றியாக இருக்கட்டும்.

நல்ல காரணம் போரைக்கூட உள்ளீடற்றதாக ஆக்கு கிறது என்று நீங்கள் சொல்கிறீர்கள். நான் சொல்கிறேன்; நல்ல போரே ஒவ்வொரு காரணத்தையும் உள்ளீடற்றதாக ஆக்குகிறது.

போரும் துணிச்சலும் ஈகையைவிடப் பெரிய விஷயங்களைச் செய்திருக்கின்றன. உன்னுடைய அனுதாபமல்ல, உனது வீரமே துரதிருஷ்டசாலிகளை இதுவரை காப்பாற்றி இருக்கிறது.

'எது நல்லது?' என்று நீங்கள் கேட்கிறீர்கள், வீரமாக இருப்பது நல்லது. 'நல்லதாக இருப்பதென்பது ஒயிலாகவும், அதே சமயத்தில் உணர்வைத் தொடும் வகையிலும் இருத்தல்' என்று சிறுமிகள் சொல்லிக்கொள்ளட்டும்.

உங்களை இதயமற்றவன் என்றழைக்கிறார்கள்; ஆனால் உங்கள் இதயம் உண்மையானது, உங்களது ஆர்ப்பாட்டமற்ற கருணையுள்ளத்தை நான் விரும்புகிறேன். மற்றவர்கள் அவர்

களுடைய பணிவுக்காக வெட்கப்படும்போது, நீங்கள் உங்கள் பிரவாகத்திற்காக வெட்கப்படுகிறீர்கள்.

நீங்கள் அசிங்கமாக இருக்கிறீர்களா? மிகவும் நல்லது, என் சகோதரர்களே! உங்களைப் பற்றிய பெருந்தன்மையை விட்டு விடுங்கள், அசிங்கத்தின் மேலங்கியைக் களைந்துவிடுங்கள்.

உங்களுடைய ஆத்மா பிரம்மாண்டமாக வளரும்போது, அது கர்வம் மிகுந்ததாக வளர்கிறது, உங்கள் பெருந்தன்மையில் வஞ்சகம் உள்ளது, உங்களை நான் அறிவேன்.

வஞ்சகத்தில், கர்வம் மிகுந்தவனும் பலமற்றவனும் சந்திக் கிறார்கள். ஆனால், ஒருத்தரையொருத்தர் தவறாகப் புரிந்து கொள்கிறார்கள். உங்களை நான் அறிவேன்.

உங்களுக்கு நீங்கள் வெறுக்கக்கூடிய எதிரிகள் இருக்கலாம், ஆனால் நீங்கள் நிந்திக்கக்கூடிய எதிரிகளல்ல. உங்கள் எதிரியிடம் பெருமைகொள்ள வேண்டும்; அப்போது உங்கள் எதிரியுடைய வெற்றி உங்களுடைய வெற்றி ஆகிவிடும்.

புரட்சி செய்வது – அது அடிமையிடம் உள்ள பெருந்தன்மையைக் காட்டுகிறது. உங்களுடைய பெருந்தன்மை பணிவில் தெரியட்டும்! உங்களுடைய உத்தரவிடுதலே கூட ஒரு பணிதலாக இருக்கட்டும்.

ஒரு நல்ல போராளிக்கு, ‘என்னால்’ முடியும் என்பதைவிட, ‘அவனால்’ முடியும் என்பது ஒத்துக்கொள்வதாய் இருக்கிறது. உங்களுக்கு விருப்பமாக இருக்கும் அனைத்துக்கும், நீங்கள் உங்களுக்கு முதலில் உத்தரவிட்டிருக்க வேண்டும்.

வாழ்வின் மேலான உங்களின் நேசம், உங்களுடைய உயர்ந்த நம்பிக்கையின் மீதான நேசமாகயிருக்கட்டும்: உங்களுடைய உயர்ந்த நம்பிக்கையே வாழ்வு குறித்த உங்களுடைய உயர்ந்த எண்ணமாக இருக்கட்டும்.

ஆனால், உங்கள் உயர்ந்த எண்ணத்தை உங்களிடம் மெச்சுவதற்கு, நீங்கள் என்னை அனுமதிக்க வேண்டும் – அதாவது; மனிதன் விஞ்சப்பட வேண்டியனே.

இவ்வாறு உங்கள் வாழ்க்கையைப் பணிவு மற்றும் போரில் வாழுங்கள்! நீண்ட வாழ்க்கையால் என்ன நன்மை? எந்தப் போராளி விலக்கப்பட விரும்புவான்?

நான் உங்களை விட்டுவிடப்போவதில்லை. போரில் உள்ள என் சகோதரர்களே! இதயபூர்வமாக உங்களை நான் நேசிக் கிறேன்.

ஜரதுஷ்ட்ரா இவ்வாறு கூறினான்.

## புதிய விக்ரகத்தைக் குறித்து

இன்னும் மனிதர்களும் மந்தைகளும் எங்கோ இருக்கிறார்கள், ஆனால் நம்முடன் அல்ல, என் சகோதரர்களே; இங்கே அரசாங்கங்கள் உள்ளன.

அரசாங்கமா? என்ன அது? அது அப்புறம்! இப்பொழுது உங்கள் காதுகளைத் திறந்துகொள்ளுங்கள். இப்போதைக்கு மக்களின் சாவைப் பற்றி உங்களிடம் பேசப் போகிறேன்.

இரக்கமற்ற அரக்கர்களிலேயே மிக இரக்க மற்றது அரசாங்கம்தான். அது உணர்ச்சியற்ற தன்மையோடு பொய் சொல்கிறது: இந்தப் பொய் மெதுவாக இதன் வாயிலிருந்து வெளியேறுகிறது: ‘நான்தான் அரசாங்கம், நான்தான் மக்கள்.’

அது ஒரு பொய்! குடியுரிமையாளர்களைப் படைத்து ஒரு நம்பிக்கையை, ஒரு அன்பை அவர்கள்மீது தொங்கவிட்டவர்கள் படைப்பாளிகளே. இவ்வாறாக அவர்கள் வாழ்வுக்குப் பணி செய்தார்கள்.

நாசக்காரர்கள், நிறைய பேருக்குப் பொறி அமைத்து, அதை அரசாங்கம் என்றழைப்பவர்கள். நூறு ஆசைகளையும் ஒரு வாளையும் அவர்கள் தங்கள் மேல் தொங்கவிட்டுக் கொண்டிருக்கின்றனர்.

எங்கு ஒரு சமுதாயம் இன்னும் வாழ்கிறதோ, அங்கே மக்கள் அரசாங்கத்தைப் புரிந்துகொள்வதில்லை. கொள்ளிக் கண்ணாகவும், வழக்கம் மற்றும் சட்டத்திற்கெதிரான பாவமாகவும் அதை வெறுக்கிறார்கள்.

உங்களுக்கு இந்த அறிவிப்பை வழங்குகிறேன்; ஒவ்வொரு சமுதாயமும் நன்மை மற்றும் தீமையைப் பற்றித் தனது சொந்த மொழியில் பேசுகிறது. அண்டை அயலார்கூட அம்மொழியைப் புரிந்துகொள்வதில்லை. அது வழக்கத்திலும், சட்டத்திலும் இந்த மொழியைக் கண்டுபிடித்தது.

ஆனால் அரசாங்கம் நன்மை மற்றும் தீமையின் எல்லா மொழிகளிலும் பொய் சொல்கிறது; அது சொல்வதெல்லாம் பொய் – அது எதை வைத்திருந்தாலும், அது திருடப்பட்டது.

அதைப் பற்றிய எல்லாமும் பொய்; அது திருடிய பற்களுடன் கடிக்கிறது; அதன் வயிறுகூடப் பொய்தான்.

நன்மை மற்றும் தீமையினுடைய மொழியின் குழப்பம்; நான் உங்களுக்கு இந்த அறிவிப்பை அரசாங்கத்தின் அறிவிப்பாக அளிக்கிறேன். உண்மையில் இந்த அறிவிப்பு மரணத்திற்

கான விருப்பத்தைச் சுட்டுகிறது! உண்மையில், மரணத்தின் பிரசங்கிகளுக்கு அது சைகை செய்கிறது.

பலர் – மிகப் பலர் பிறந்துவிட்டார்கள்; அரசாங்கம் தேவைக்கு அதிகமாக இருப்பவர்களுக்காகக் கண்டுபிடிக்கப் பட்டது.

பார், அது எப்படி வசீகரிக்கிறது அந்தப் பலரை – மிகப் பலரை அது எப்படி விழுங்குகிறது என்று பார், அவர்களை மெல்லுகிறது, திரும்பவும் மெல்லுகிறது.

'என்னைவிட பூமியில் உயர்ந்தது எதுவுமில்லை, கடவுளின் ஒழுங்குபடுத்தும் விரல் நான்' என்று அந்த அரக்கன் கர்ஜிக் கிறான். மண்டியிடுவது காது நீண்டவர்களும், கிட்டப் பார்வைக்காரர்களும் மட்டுமல்ல.

மகத்தான ஆத்மாக்களே! அவை தன்னுடைய உற்சாக மற்ற பொய்களை உங்களிடம்கூடக் கிசுகிசுக்கின்றன. தங்களை விரயம் செய்துகொள்ள விரும்பும் அபரிமிதமான இதயங்களை அது கண்டுபிடிக்கிறது.

ஆம், அது உங்களையும் கண்டுபிடிக்கிறது. பழைய கடவுளை வெற்றி கொண்டவர்களே! போரினால் நீங்கள் அலுப்படைந்து விட்டீர்கள், இப்பொழுது உங்கள் அலுப்பு புதிய விக்ரகத்திற்குச் சேவை செய்கிறது!

இந்தப் புதிய விக்ரகம் நாயகர்களையும், மரியாதைக்குரிய மனிதர்களையும் அதன் பொருட்டு ஒன்று சேர்க்க விரும்புகிறது. நல்ல மனசாட்சிகளின் சூரிய ஒளியில் சூரியனாக இருக்க விரும்புகிறது – இந்த இரக்கமற்ற அரக்கன்!

இந்தப் புதிய விக்ரகத்தைப் பூஜித்தால் அது உங்களுக்கு எல்லாவற்றையும் வழங்கும், இவ்வாறாக அது உங்கள் நேர்மை யின் செழிப்பையும், உங்கள் பெருமையான விழிகளின் பார்வையையும் தனக்காக வாங்கிக்கொள்கிறது.

அது அந்தப் பலரை – மிகப் பலரை வசீகரிப்பதற்காக, உங்களை உபயோகப்படுத்த விரும்புகிறது. ஆம், நரகத்தின் கபடத் திட்டம் இங்கே திட்டமிடப்பட்டுவிட்டது, புனித மரியாதைகளின் சேணத்தில் பூட்டப்பட்டு மணி ஒலிக்கிற மரணத்தின் ஒரு குதிரை.

ஆம், நிறைய பேர்களின் மரணம் இங்கே திட்டமிடப்பட்டு அதுவே வாழ்க்கை என்று புகழப்படுகிறது; உண்மையில், மரணத்தைப் பிரசங்கிப்பவர்களுக்கு இதயபூர்வமான சேவை.

எங்கே நல்லவர், தீயவர் ஒவ்வொருவரும் நஞ்சு அருந்து பவரோ, நல்லவர், தீயவர் ஒவ்வொருவரும் எங்கே தங்களை

இழக்கிறார்களோ, இனம் முழுதுக்குமான மெதுவான தற்கொலை எங்கே வாழ்க்கை என்றழைக்கப்படுகிறதோ, அதை அரசாங்கம் என்று அழைக்கிறேன்.

இந்தத் தேவைக்கு அதிகமாக இருக்கிற மனிதர்களை வெறுமனே பார்! அவர்கள் கண்டுபிடிப்பாளர்களின் கண்டுபிடிப்புகளையும், அறிவாளிகளின் சொத்துக்களையும் தங்களுக்காகத் திருடிக்கொள்கிறார்கள். அவர்கள் திருட்டைக் கலாச்சாரம் என்கிறார்கள்; அவர்கள் அனைத்தையும் நோய்க்கும் குழப்பத்திற்கும் திருப்புகிறார்கள்.

இந்தத் தேவைக்கு அதிகமாக இருக்கிற வெற்று மனிதர்களைப் பார்! அவர்கள் எப்போதும் நோயுற்றிருக்கிறார்கள், தங்களது பித்தநீரை வாந்தியெடுத்து அதைச் செய்தித்தாள் என்கிறார்கள். அவர்கள் ஒருவரை மற்றவர் விழுங்குகிறார்கள், தங்களையேகூட ஜீரணித்துக்கொள்ள இயல்வதில்லை அவர்களால்.

இந்தத் தேவைக்கு அதிகமாக இருக்கிற வெற்று மனிதர்களைப் பார்! அவர்கள் செல்வத்தைச் சம்பாதித்து அதன் மூலம் தங்களை ஏழைகளாக்கிக்கொள்கிறார்கள். இந்த ஆண்மையற்ற மனிதர்கள் அதிகாரத்திற்கு ஆசைப்படுகிறார்கள். பிரத்யேகமாக அதிகாரத்தின் நெம்புகோலுக்கும், ஏராளமான பணத்திற்கும்.

இந்த லாகவமான மனிதக் குரங்குகள் தொற்றி ஏறுவதைப் பாருங்கள், அவர்கள் ஒருவர் மேல் ஒருவர் தொற்றி ஏறிச் சேற்றிலும், பாதாளத்திலும் விழுகிறார்கள்.

அவர்கள் எல்லோரும் அரியணையை நோக்கி முண்டியடிக்கிறார்கள்; அவர்களுடைய கிறுக்குத்தனம் அது – ஏதோ அரியணை மேல்தான் மகிழ்ச்சி அமர்ந்திருப்பது போல்! அடிக்கடி ஆபாசம்தான் அரியணை மேல் அமர்கிறது – அடிக்கடி அரியணையேகூட ஆபாசத்தின் மேல்.

அவர்கள் எல்லோரும் எனக்குக் கிறுக்கர்கள் போலத் தென்படுகிறார்கள், தொற்றி ஏறும் இந்த மனிதக் குரங்குகள் கொடுமையானவர்களும்கூட. அவர்களின் விக்ரகம், அந்த இரக்கமற்ற அரக்கன், எனக்குத் துர்நாற்றமடிக்கிறான்; விக்ரகத்தை ஆராதிக்கும் அவர்கள் எல்லோருமே எனக்கு நாறுகிறார்கள்.

என் சகோதரர்களே, நீங்கள் அவர்களின் மிருக வாயிலிருந்து வரும் ஜுவாலையிலும், பசியார்வத்திலும் மூச்சுத்திணற விரும்புகிறீர்களா? ஜன்னலை உடைத்துக்கொண்டு திறந்த வெளியில் பாய்வது சிறந்தது.

இந்தத் துர்நாற்றத்தைத் தவிர்த்திடுங்கள்! இந்த மட்டுக்கு மிஞ்சியவரின் ஆராதனையை விட்டு விலகுங்கள்.

இந்தத் துர்நாற்றத்தைத் தவிர்த்திடுங்கள்! இந்த மனிதத் தியாகங்களின் புகையை விட்டு விலகுங்கள்.

இன்னும் பூமி மகத்தான ஆத்மாக்களுக்காகச் சுதந்திர மாகக் காத்திருக்கிறது! நிறைய இடங்கள் – அமைதியான கடல்களின் வாசனை அவற்றில் வீசிக் கொண்டிருக்கிறது – இன்னும் தனித்தவர்களுக்கும், தனி ஜோடிகளுக்கும் காலியாக இருக்கிறது.

மகத்தான ஆத்மாக்களுக்கு ஒரு சுதந்திரமான வாழ்வு இன்னமும் இருக்கிறது. உண்மையில் எவன் கொஞ்சத்தையே உடைமையாக்கிக் கொண்டுள்ளானோ அவன் கொஞ்சமாகவே கைக்கொள்ளப்படுவான்: மிதமான வறுமை போற்றப்படட்டும்!

எங்கே அரசாங்கம் இல்லையோ, அங்கே மாத்திரமே மட்டுக்கு மிஞ்சியவனாக இல்லாதவன் ஆரம்பிக்கிறான். தனித்தன்மை வாய்ந்த மாற்றில்லாத இனிய கீதம், அத்தியாவ சியமான மனிதனின் பாடல் ஆரம்பிக்கிறது.

எங்கே அரசாங்கம் இல்லையோ அங்கே – என் சகோதரர் களே, நீங்கள் அதைப் பார்க்கவில்லையா; அங்கே பாருங்கள், அதிமனிதனுக்குச் செல்லும் பாலங்களையும் வானவில்லையும்!

ஜரதுஷ்ட்ரா இவ்வாறு கூறினான்.

## சந்தையின் பூச்சிகள் குறித்து

பற உன் தனிமைக்குள்! என் நண்பனே, மகத்தான மனிதர்களின் பேரோசையாலும், அற்பர்களுடைய கொடுக்கு களின் தொந்தரவாலும் உன் காது செவிடாவதைப் பார்க்கிறேன்.

காடுகளுக்கும் பாறைகளுக்கும் உன்னுடன் அமைதியாக இருப்பது எப்படி என்று தெரியும். மீண்டும் நீ விரும்புகிற அகன்று கிளைக்கும் மரத்தைப் போல் இரு: அது அமைதியாக வும், கவனமாகவும் கடல் மேல் சாய்கிறது.

எங்கு தனிமை முடிவடைகிறதோ, அங்கே சந்தை ஆரம்பிக் கிறது; எங்கே சந்தை ஆரம்பிக்கிறதோ, அங்கே மகத்தான நடிகர்களின் பேரோசையும், விஷப்பூச்சிகளின் ரீங்காரமும் ஆரம்பிக்கிறது.

உலகத்தில் சிறந்த விஷயங்கள்கூட மதிப்பற்றவை, எவன் அதை முதலில் தொகுத்து வழங்கினானோ அவனைத் தவிர; மக்கள் இப்படித் தொகுத்து வழங்குபவர்களை 'மகத்தான மனிதர்கள்' என்றழைக்கிறார்கள்.

மக்களுக்கு மகத்தானதைப்பற்றி, அதாவது படைப்பாக்கத்தைப் பற்றிச் சிறிதும் எண்ணமில்லை. ஆனால் மகத்தான விஷயங்களைத் தொகுத்து வழங்குபவர்களையும் நடிப்பவர்களையும் பற்றிய கலைநய உணர்வு அவர்களுக்கு இருக்கிறது.

'புதிய மதிப்பீடுகளைக் கண்டுபிடிப்பவனைச் சுற்றி உலகம் சுழல்கிறது; புலப்படாத வகையில் அது சுழல்கிறது. ஆனால், மக்களும் புகழும் நடிகனைச் சுற்றிச் சுழல்கிறார்கள்; 'அதுதான் உலக நடப்பு.'

உள்ளுயிரைப் பெற்றிருக்கும் நடிகனுக்கு உள்ளுயிரைப் பற்றிப் பிரக்ஞையே இல்லை. அவன் எதன் மூலம் மிகுந்த சக்தியுடன் நம்பிக்கையைத் தனக்குள் உருவாக்குகிறானோ அதை எப்பொழுதும் நம்புகிறான்.

நாளை ஒரு புதிய நம்பிக்கையைக் கொண்டிருப்பான், நாளை மறுதினம் வேறொரு புதிய நம்பிக்கையை. மக்களிடம் உள்ளதுபோல் அவனிடம் வேகமாக புரிந்துகொள்ளும் திறன் ஒன்று உள்ளது. அத்துடன் ஒரு சலனபுத்தியுள்ள மனநிலையும்.

தோற்கடித்தல் – அவனுக்கது நிரூபிக்க என்று அர்த்தப்படுகிறது. வன்மையாக எடுத்தியம்புதல் – அவனுக்கது நம்பிக்கை கொள்ளச் செய்தல் என்று அர்த்தம். அவனுக்கு எல்லா விவாதங்களிலும் மிகச் சிறந்தது ரத்தம்.

உணர்வு மிகுந்த காதுகளை மட்டுமே துளைக்கும் உண்மையை அவன் பொய், ஒன்றுமில்லாத ஒன்று என்கிறான். உண்மையில், அவன் மகத்தான சப்தமெழுப்பும் கடவுள்களை மட்டுமே நம்புகிறான்.

ஆர்வமுள்ள கோமாளிகளால் நிரம்பியது சந்தை – மக்கள் அவர்களின் மகத்தான மனிதர்கள் குறித்து ஜம்பமடிக்கிறார்கள்! இந்த நேரத்துக்கு இவர்களே அவர்களின் நாயகர்கள்.

ஆனால், காலம் அவர்களை அழுத்துகிறது; எனவே அவர்கள் உங்களை அழுத்துகிறார்கள். உங்களிடம்கூட ஒரு ஆம் அல்லது ஒரு இல்லை அவர்களுக்குத் தேவைப்படுகிறது. நீங்கள் சார்பு மற்றும் எதிர்ப்பு இவற்றுக்கிடையில் உங்கள் நாற்காலிகளைப் போட விரும்பினால், உங்களுக்கு இன்னல்தான்.

உண்மையை விரும்புபவர்களே, இந்த விறைப்பான மன அழுத்தக்காரர்களிடம் பொறாமை காட்டாதீர்கள்! உண்மை ஒரு விறைப்பான மனிதனின் கைகளில் ஒருபோதும் ஒட்டிக் கொண்டிருந்ததில்லை.

இந்தத் திடீர் மனிதர்கள் காரணமாக உங்கள் அரணுக்குத் திரும்புங்கள். கடைவீதியில் மாத்திரமே ஒருவன் ஆம் அல்லது இல்லை என்பவற்றால் தாக்கப்படுகிறான்,

எல்லா ஆழமான கிணறுகளின் அனுபவமும் நிதான மானதே; அவற்றின் அடியில் விழுந்தது எது என்றறிவதுவரை அவை நீண்ட நாள் காத்திருக்க வேண்டும்.

எல்லா மகத்தான விஷயங்களும் புகழுக்கும் சந்தைக்கும் வெளியேதான் நிகழ்கின்றன. புதிய மதிப்பீடுகளின் கண்டு பிடிப்பாளர்கள், எப்பொழுதும் புகழுக்கும் சந்தைக்கும் வெளி யில்தான் வாழ்ந்தார்கள்.

என்னுடைய நண்பனே, பற, உன் தனிமைக்குள்; விஷப் பூச்சிகளால் நீ கொட்டப்படுவதைப் பார்க்கிறேன். பற, எங்கே சில்லென்ற முரட்டுத் தென்றல் வீசுகிறதோ அங்கே!

பற, உன் தனிமைக்குள்! நீ சிறிய, பரிதாபத்திற்குரிய மனிதர்களுக்கு வெகு அருகில் வாழ்ந்துவிட்டாய். அவர்களின் மறைக்கப்பட்ட பழி உணர்விலிருந்து பற! உன்னிடம் அவர் களுக்குப் பழியைத் தவிர ஒன்றுமில்லை.

உன் கைகளை அவர்களுக்கெதிராய் இனியும் உயர்த்தாதே. அவர்கள் எண்ணிறந்தவர்கள். பூச்சி விரட்டியாக இருப்பதல்ல உன் தலைவிதி.

இந்தச் சிறிய, பரிதாபத்துக்குரிய மனிதர்கள் எண்ணிறந்தவர் கள்; மழைத்துளிகளும் புல் பூண்டுகளும் ஏற்கனவே அநேக பெருமைக்குரிய கட்டடங்களை அழிவுக்குக் கொண்டு வந்துவிட்டன.

நீ கல்லல்ல, ஆனால் இந்தப் பெருந்துளிகள் உன்னை உள்ளீடற்றதாக ஆக்கிவிட்டன. நீ இன்னும் இந்த அதிகமான துளிகளின் ஊடாக உடைந்து போவாய்.

விஷப்பூச்சிகளால் நீ அலுப்படைந்திருப்பதைப் பார்க்கிறேன்; நூறு இடங்களில் ரத்தம் வடியக் கிழிக்கப்பட்டிருப்பதைப் பார்க்கிறேன்; உன் பெருமிதம் கோபப்படக்கூட மறுக்கிறது.

எல்லா அப்பாவித்தனத்தோடும் அவர்கள் உன் ரத்தத்தை விரும்புகிறார்கள், ரத்தமற்ற அவர்களது ஆத்மா, ரத்தத்திற்குத்

தாகிக்கிறது – எனவே அனைத்து அறியாமையோடும் அவர்கள் கொட்டுகிறார்கள்.

ஆனால் ஆழ்ந்த அறிவுள்ள மனிதனாகிய நீ, சிறிய காயத்திலும்கூட ஆழமாகத் துன்புறுகிறாய்; நீ மீள்வதற்குள், அதே விஷப்பூச்சி மறுபடியும் உன் கைகளில் ஊர்கிறது.

இனிக்கும் பற்களை உடைய இந்தப் பிராணிகளைக் கொல்லவிடாமல் உன் கௌரவம் தடுக்கிறது. ஆனால், அதன் விஷமிகுந்த கொடுமையைத் தாங்குவது உன் தலைவிதி என்று இருந்துவிடாதே!

உன்னைப் புகழ்ந்துகொண்டே உன்னைச் சுற்றி ரீங்காரமிடுகின்றனர்; அவர்களின் புகழ்ச்சி ஒரு தொந்தரவு. உன் தோலும் ரத்தமும்தான் அவர்களின் குறி.

உன்னைக் கடவுள் அல்லது சாத்தான் என்று முகஸ்துதி செய்கின்றனர்; கடவுள் அல்லது சாத்தானுக்குமுன் செய்வது போல், உன் முன்னே புகார் செய்கின்றனர். அதனால் என்ன? அவர்கள் முகஸ்துதி செய்பவர்கள், புகார் செய்பவர்கள், வேறொன்றுமில்லை.

மேலும் அவ்வப்போது உன்னிடம் அன்பாயிருக்கின்றனர். ஆனால் அது எப்பொழுதும் கோழைகளின் தந்திரம் அல்லவா? ஆம், கோழைகள் தந்திரசாலிகள்!

குறுகிய ஆத்மாக்களுடன் உன்னைப் பற்றி யோசிக்கின்றனர் – நீ எப்பொழுதும் அவர்களுக்குச் சந்தேகத்துக்குரியவனாக இருக்கிறாய். அதிகமாக யோசிக்கப்படுபவை எல்லாம் கடைசியில் சந்தேகத்துக்குரியதாய் ஆகிவிடும்.

உன்னுடைய எல்லா நற்குணத்திற்காகவும் உன்னைத் தண்டிக்கிறார்கள். அடிப்படையாக அவர்கள் மன்னிக்கிறார்கள், உன்னை – உன்னுடைய தவறுகளை.

கண்ணியமும், நியாய உணர்ச்சியும் உள்ளவனாக நீ சொல்கிறாய்: ‘அவர்களின் அற்ப வாழ்வுக்காக அவர்களைப் பழிகூற வேண்டாம்.’ ஆனால் அவர்களின் சிறிய ஆத்மாக்களோ, ‘மகத்தான வாழ்க்கை எல்லாம் பழித்தற்குரியது’ என எண்ணுகின்றன.

அவர்களிடம் நீ கண்ணியத்தோடு இருந்தாலும், நீ அவர்களை வெறுப்பதாக நினைக்கிறார்கள்; அவர்கள் உன்னுடைய அன்புக்கு ரகசியமான அன்பின்மையைத் திருப்பித் தருகிறார்கள்.

உன்னுடைய அமைதியான பெருமை, எப்பொழுதும் அவர்களின் ரசனையைப் பாதிக்கிறது. நீ தன்னடக்கத்துடன் இருந்தால், அவர்கள் மிகவும் மகிழ்வார்கள்.

நாம் மனிதனிடம் உள்ள ஒரு தனித்தன்மையை அங்கீகரிக்கும்போது, அந்தத் தனித்தன்மையைத் தூண்டிவிடுகிறோம். எனவே, சிறிய மனிதர்களிடமிருந்து உன்னைக் காத்துக்கொள்.

உன் முன்னால், அவர்கள் தங்களைச் சின்னதாக உணர்கிறார்கள்; மேலும் உனக்கெதிரான ரகசியத் துரோகத்தில் அவர்களுடைய அற்பத்தனம் மினுமினுக்கிறது, ஒளிவிடுகிறது.

அவர்களை நீ அணுகிய போதெல்லாம் எப்படி அமைதியானார்கள், எவ்வாறு அவர்களது வலிமை, அடங்கும் தீயின் புகையைப்போல் அவர்களை விட்டுப்போனது என்று நீ கவனித்ததில்லையா?

ஆம் என் நண்பனே, உன் அண்டை அயலாருக்கு நீ ஒரு மோசமான மனசாட்சி; ஏனெனில், அவர்கள் உனக்குத் தகுதியற்றவர்கள். எனவே அவர்கள் உன்னை வெறுக்கிறார்கள், உன்னுடைய ரத்தத்தை உறிஞ்ச ஆசைப்படுகிறார்கள்.

உன்னுடைய அண்டை அயலார் எப்பொழுதும் விஷப் பூச்சிகளாகத்தான் இருப்பார்கள். உன்னைப் பற்றிய பெருமையே, அவர்களை விஷமாக்கி இருக்க வேண்டும், அதைவிடப் பூச்சி போல் ஆக்கியிருக்க வேண்டும்.

என் நண்பனே, உன்னுடைய தனிமைக்குள் பற, எங்கு சில்லென்ற முரட்டுத் தென்றல் வீசுகிறதோ அங்கு பற! பூச்சிகளை விரட்டிக்கொண்டிருப்பதல்ல உன் தலைவிதி.

ஜரதுஷ்ட்ரா இவ்வாறு கூறினான்.

## கற்பு குறித்து

நான் வனத்தை நேசிக்கிறேன். நகரங்களில் வாழ்வது மோசமானது; காமம் மிகுந்தவர்களில் மிக அதிகமானவர்கள் அங்கு வாழ்கிறார்கள்.

காமம் மிகுந்த பெண்ணின் கனவுகளில் விழுந்து கிடப்பதைவிட, கொலைகாரனின் கைகளில் சிக்குவது சிறந்ததல்லவா?

இந்த மனிதர்களைப் பார்! அவர்களுடைய கண்களே அதைக் காட்டுகிறதே. ஒரு பெண்ணுடன் படுப்பதைவிட

சிறந்ததாகப் பூமியில் ஒன்றும் இல்லையென்று நினைப்பவர்கள் அவர்கள்.

அவர்களது ஆத்மாவின் அடித்தளத்தில் அசிங்கம் இருக்கிறது; இந்த அசிங்கம் உள்ளுயிரினுடைய ஏதோ ஒன்றைத் தன்னுள் வைத்திருந்தால், அது இன்னும் மோசம்.

ஒருக்கால் குறைந்த பட்சம் விலங்குகளைப் போலவாவது நீங்கள் கச்சிதமாக இருந்திருக்கலாம்! ஆனால் விலங்குகள் கபடமற்றவை.

உணர்வுகளைக் கொன்றுவிட நான் உங்களை அறிவுறுத்துகிறேனா? நான் அனைத்து உணர்வுகளின் கபடமின்மைக்கு உங்களை அறிவுறுத்துகிறேன்.

கற்போடு இருக்க வேண்டுமென்று உங்களை அறிவுறுத்துகிறேனா? சிலரிடம் கற்பு ஒரு நற்குணம், ஆனால் பலரிடம் ஏறத்தாழ அது ஒரு கெட்ட பழக்கம்.

இந்த மனிதர்கள் ஒதுங்கி இருக்கிறார்கள், அது உண்மை; ஆனால் அவர்கள் செய்யும் அனைத்துச் செயல்களையும் பொறாமையுடன் உற்றுப் பார்க்கிறாள் சிற்றின்பப் பரத்தை.

அவர்களுடைய நற்குணத்தின் சிகரங்களுக்கும் குளிர்ந்த உள்ளுயிரின் ஆழங்களுக்கும்கூட இந்த நிம்மதியற்ற மிருகம் அவர்களைத் தொடர்கிறது.

ஒரு துண்டுச் சதை அவளுக்கு மறுக்கப்படும்போது, ஒரு துண்டு உள்ளுயிரை இரந்து கேட்க எவ்வளவு அழகாகக் கற்றிருக்கிறாள் அந்த வேசி.

நீங்கள் துன்ப நிகழ்ச்சிகளையும் இதயத்தை உருக்கும் அனைத்தையும் விரும்புகிறவரா? ஆனாலும் உங்கள் சிற்றின்பப் பரத்தையை நான் நம்பவில்லை.

உங்களுடைய கண்கள் எனக்கு மிகக் கொடூரமாக இருக்கின்றன; நீங்கள் துன்பப்படுகிறவர்களை மிகுந்த காமத்துடன் பார்க்கிறீர்கள், உங்களுடைய காமம் வெறுமனே பொய்க் கோலம் பூண்டு பரிதாபம் என்று தன்னை அழைத்துக் கொள்ளவில்லையா?

இந்த நீதிக்கதையைக் கேளுங்கள். தங்களிடம் உறைந்த சாத்தானை ஓட்ட விரும்பிய சிலர்கூடத் தாங்களே பன்றிகளாகிவிட்டனர்.

கற்புடைமை கஷ்டமாக இருப்பவர்கள் வேண்டாமென அறிவுரை கூறப்பட்டு அதனிடமிருந்து விலக்கப்பட வேண்டும், இல்லையெனில் அது நரகத்திற்கு இழுத்துச் செல்லும் பாதை

யாக ஆகும் – அதாவது ஆத்மாவினுடைய அசிங்கமாகவும் காமமாகவும் ஆகும்.

நான் கண்ணியமற்ற விஷயங்களைப் பற்றிப் பேசுகிறேனா? என்னால் செய்யக் கூடியதில், அது அவ்வளவு மோசமான தாகத் தோன்றவில்லை.

உண்மை அழுக்காக இருக்கும் போதல்ல; ஆனால் ஆழமற்றிருக்கும்போது ஞானம் பெற்ற மனிதன் அதில் நீந்திச் செல்ல விரும்புவதில்லை.

உண்மையில், இதயபூர்வமாகக் கற்போடு இருப்பவர்களும் உள்ளனர்; அவர்கள் மிருதுவான இதயத்துடன் உள்ளார்கள், அவர்கள் உன்னைவிட இதயபூர்வமாகச் சிரிக்கிறார்கள்.

அவர்கள் கற்புடைமையைப் பார்த்துக்கூடச் சிரிக்கிறார் கள், அத்துடன் 'கற்பு என்றால் என்ன?' என்று கேட்கிறார்கள்

'கற்பு என்பது அறிவீனமல்லவா? ஆனால் இந்த அறிவீனம் தான் நம்மிடம் வந்தது, நாம் அதனிடம் செல்லவில்லை.

'நாம் இந்த விருந்தாளிக்கு அன்பும், அடைக்கலமும் கொடுத்தோம்; இப்பொழுது அது நம்முடன் வாழ்கிறது – அது விரும்பும்வரை இருக்கட்டுமே!'

ஜரதுஷ்ட்ரா இவ்வாறு கூறினான்.

## நண்பனைக் குறித்து

'ஒருவர் என்பது எப்பொழுதும் என்னைச் சுற்றி ஏகப்பட்டவர்கள்' – துறவி இவ்வாறு பேசுகிறார். 'எப்பொழுதும் முதலில் ஒருவர் – அதுவே நீண்ட ஓட்டத்தில் இரண்டாகுகிறது!'

எப்பொழுதுமே நானும் எனதும் ஒருவருடன் மற்றவர் மிக ஆவலுடன் உரையாடுகிறார்கள்; அது எவ்வாறு புரிந்து கொள்ளப்பட இயலும், அங்கு ஒரு நண்பன் இல்லை என்றால்?

துறவிக்கு நண்பன் என்பது எப்பொழுதும் மூன்றாம் நபர்தான், மூன்றாம் நபர் என்பது மற்ற இருவரின் உரையாட லும் ஆழங்களில் மூழ்கிவிடாமல் காப்பாற்றும் தக்கை.

ஐயகோ, எல்லாத் துறவிகளுக்கும் அநேக ஆழங்கள் உள்ளன. அதனாலேயே ஒரு நண்பனுக்காகவும், அவனுடைய உயர்வுக்காகவும் ஏங்குகிறார்கள்.

பிறர் மீதான நம்பிக்கை துரோகம் செய்கிறது, இதனாலேயே நாம் நம்மிடம் நம்பிக்கை செலுத்த மிகவும் விரும்புவோம். நண்பனுக்கான நம் ஏக்கம்தான் நம்முடைய துரோகி.

நம்முடைய அன்பால் அடிக்கடி பொறாமைக்கு மேலாகத் தாவ விரும்புகிறோம். மற்றும் தாக்கப்பட ஏதுவாக இருப்பதை மறைக்க, அடிக் கடி தாக்கி ஒரு எதிரியை உருவாக்குகிறோம்.

'என் எதிரியாகவேனும் இரு' – இவ்வாறு பேசுகிறது நட்பைக் கேட்கத் துணியாத உண்மையான மரியாதை.

உனக்கு ஒரு நண்பன் தேவைப்பட்டால், அவனுக்காகப் போரிட விரும்புபவனாகவும் நீ இருக்க வேண்டும்; அத்துடன் போரிடுவதற்கு, ஒரு எதிரியாக இருக்கத் தகுந்தவனாகவும் நீ இருக்க வேண்டும்.

உன் நண்பனில் உள்ள விரோதியைக்கூட நீ மதிக்க வேண்டும். அவனிடம் செல்லாமல் உன்னால் அவனருகில் செல்ல இயலுமா?

உன் நண்பனுள் உன்னுடைய சிறந்த விரோதியை வைத்திருக்க வேண்டும். நீ அவனை எதிர்க்கும்போது, உனது இதயம் அவனுக்கு மிக நெருக்கமாக உணர வேண்டும்.

உன் நண்பன் முன் நிர்வாணமாகச் செல்ல விரும்புகிறாயா? நீ எப்படி இருக்கிறாயோ அப்படியே காட்ட விரும்புவது நண்பனுக்குத் தரும் மரியாதையாலா? ஆனால், அதற்காக உன்னைச் சாத்தானிடம் அனுப்ப அவன் ஆசைப்படுகிறான்!

தன்னை ரகசியமாக வைத்திராத ஒருவன் மற்றவரிடம் கோபத்தைக் கிளர்த்துகிறான்; நீ நிர்வாணத்தைக் கண்டு அஞ்சுவதற்குக் காரணம் அதுதான். தெய்வமாக இருந்தால், பிறகு உடைகளுக்காக வெட்கப்படலாம்.

உன் நண்பனுக்காக நீ அதிகம் அலங்கரித்துக்கொள்ள இயலாது; ஏனெனில் நீ அதிமனிதனுக்கான ஒரு அம்பாகவும், ஒரு ஏக்கமாகவும் இருக்க வேண்டும்.

நீ எப்பொழுதாவது உனது நண்பன் உறங்கும்போது கவனித்திருக்கிறாயா – அவன் பார்க்க எப்படி இருக்கிறான் என்று கண்டுபிடிக்க? உன் நண்பனின் முகம் வேறெதோ போல் இருக்கிறது, கச்சிதமற்ற கண்ணாடியில் தோன்றும் உன்னுடைய சொந்த முகம்போல்.

நீ எப்பொழுதாவது உனது நண்பன் உறங்கும்போது கவனித்திருக்கிறாயா? அவன் எப்படி இருக்கிறான் என்று

பார்த்துத் திடுக்கிடவில்லையா? என் நண்பனே, மனிதன் விஞ்சப்பட வேண்டிய ஏதோவொன்று.

அனுமானிப்பதிலும், அமைதி காப்பதிலும் நண்பன் நிபுணனாக இருக்க வேண்டும்; எல்லாவற்றையும் பார்த்துவிட விரும்பக்கூடாது. உன் நண்பன் விழிப்பில் என்ன செய்கிறானென்பதை, உன் கனவு உனக்குச் சொல்ல வேண்டும்.

உன் நண்பனுக்கு இரக்கம் தேவைப்படுகிறதா என்று முதலில் உனக்குத் தெரியவேண்டும்; உன் கழிவிரக்கம் ஒரு அனுமானமாக இருக்கட்டும். ஒருவேளை, உன்னுடைய மங்காத கண்களும், சாசுவதத்தின் மேலான உனது பார்வையுமே உன்னிடம் அவன் விரும்புவதாக இருக்கும்.

நண்பன் மேலுள்ள உன் இரக்கம் ஒரு கடினமான ஓட்டினுள் மறைந்திருக்கட்டும்; அதனைக் கடித்தால் உன் பல்லொன்று உடைய வேண்டும். இவ்வாறு அது சுவையையும் இனிப்புத்தன்மையையும் பெறும்.

உன் நண்பனுக்கு நீ தூய காற்றும் தனிமையும் ரொட்டியும் மருந்துமாக இருக்கிறாயா? அநேகம் பேர் தங்கள் சங்கிலிகளைவிட்டுத் தங்களைத் தாங்களே விடுவித்துக்கொள்ள இயலாதவர்கள், இருந்தாலும் அவர்கள் தங்கள் நண்பனை விடுவிப்பார்கள்.

நீ ஒரு அடிமையா? அப்படியெனில், நீ நண்பனாக இருக்க இயலாது. நீ ஒரு கொடுங்கோலனா? அப்படியெனில், உனக்கு நண்பர்கள் இருக்க முடியாது.

பெண்ணில், ஒரு அடிமையும் ஒரு கொடுங்கோலனும் நீண்ட காலமாக மறைத்து வைக்கப்பட்டிருக்கிறார்கள். அந்தக் காரணத்தால், பெண் இன்னும் நட்புக்குத் தகுதி பெறவில்லை, அவளுக்குக் காதல் மட்டுமே தெரியும்.

ஒரு பெண்ணின் காதலில், அவள் காதலிக்காத அனைத்தைப் பற்றியும் ஒரு நியாயமின்மையும் குருட்டுத்தனமும் இருக்கிறது. ஒரு பெண்ணின் அறிவார்ந்த காதலில்கூட, வெளிச்சத்தின் கூடவே எதிர்பாராத தாக்குதலாக மின்னலும் இரவும் உள்ளன.

பெண் இன்னும் நட்புக்குத் தகுதியாகவில்லை. ஆனால், ஆண்களே, உங்களில் யார் இன்னும் நட்புக்குத் தகுந்தவராக இருக்கிறீர்கள்? சொல்லுங்கள்.

உங்களுடைய வறுமை, ஓ, ஆண்களே, நீங்களும் உங்களுடைய ஆத்மாவின் பேராசையும்! உங்கள் நண்பனுக்கு நீங்கள் கொடுக்கும் அளவுக்கு, நான் என்னுடைய விரோ

திக்கே தருவேன், அவ்வாறு செய்வதில் நான் ஏழ்மையடைய மாட்டேன்.

தோழமை இருக்கிறது, நட்பு இருக்க வேண்டும்!

ஜரதுஷ்ட்ரா இவ்வாறு கூறினான்.

## ஆயிரத்தொரு இலக்குகள் குறித்து

ஜரதுஷ்ட்ரா பல நாடுகளையும், பல குடி மக்களையும் பார்த்திருக்கிறான்; இவ்வாறு, பல மனிதர்களில் நல்லது மற்றும் தீயதைக் கண்டிருக்கிறான். ஜரதுஷ்ட்ரா நல்லது மற்றும் தீயதைத் தவிர பூமியில் பெரிதான சக்தி எதையும் காணவில்லை.

மனிதர்கள் யாரும் மதிப்பிடாமல் வாழ இயலாது; ஆனால், தன்னைத்தானே பராமரித்துக்கொள்ள விரும்பினால், அண்டைவீட்டான் மதிப்பிடுவது போல் மதிப்பிடக்கூடாது

ஒரு சமுதாயத்துக்கு மிக நல்லதாகத் தெரிபவை, மற்றொன்றுக்கு வெட்கமானதாகவும், அவமானமானதாகவும் தெரிந்தது எனக் கண்டேன். ஒரு இடத்தில் கெட்டதாக அழைக்கப்பட்டவற்றுக்கு மற்றொரு இடத்தில் மரியாதை அளிக்கப்படுவதைக் கண்டுபிடித்தேன்.

ஒரு அண்டைவீட்டான் ஒருபோதும் மற்றவனைப் புரிந்து கொண்டதில்லை. அவனுடைய ஆத்மா எப்பொழுதும் அவன் அண்டைவீட்டானின் மடத்தனத்திலும், துஷ்டத்தனத்திலும் திகைப் படைந்திருக்கிறது.

ஒவ்வொரு சமுதாயத்தின் மேலும் மதிப்பீடுகளின் அட்டவணையொன்று தொங்குகிறது. பார், அது அதன் தாண்டி வருதல்களின் அட்டவணை; அது அதன் அதிகாரத்திற்கான சங்கல்பத்தின் குரல்.

அது கடினமென்று கருதுவதை, புகழுக்குரியது என அழைக்கிறது; தவிர்க்க இயலாததையும் கடினமானதையும் அது நல்லது என்றழைக்கிறது; எது மிகப்பெரிய தேவையை விடுவிக்கிறதோ, அபூர்வமான, எல்லாவற்றிலும் கடுமையான அதைப் புனிதம் எனப் புகழ்கிறது.

ஆளவும் அடக்கவும், அது மின்னவும் எது காரணமாகிறதோ அதை, அதன் அண்டையாரின் பயத்துடனும், பொறாமையுடனும், பெருந்தன்மையானவற்றையும், பிரமாதமான

வற்றையும் அனைத்து விஷயங்களுடைய மதிப்பிடுதல்களாக வும், அர்த்தங்களாகவும் கணக்கிலெடுக்கிறது.

உண்மையில், என் சகோதரனே, மக்களின் தேவை, நிலம், ஆகாயம், அண்டைவீட்டான் இவற்றை அறிந்தால் மட்டுமே, உன்னால் வெற்றி கொள்வதற்கான சட்டங்களை நிச்சயமாக வகுக்க முடியும். அதன் நம்பிக்கையை நோக்கி ஏன் இந்த ஏணியின் மேல் அது ஏறுகிறது என்றும் அறிய இயலும்.

'எப்பொழுதும் நீ முதலாவதாக, எல்லோரையும் வென் றெடுப்பவனாக இருக்க வேண்டும்; பொறாமை கொண்ட ஆத்மா யாரையும் நேசிக்கக் கூடாது, உன் நண்பனைத் தவிர.' – இந்த போதனை ஒரு கிரேக்கனின் ஆத்மாவை நடுங்க வைத்தது; அதைத் தொடர்வதன் மூலம் மகத்துவத்திற்கான தனது பாதையை அவன் தொடர்ந்தான்.

'உண்மை பேசவும் வில், அம்பு ஆகியவற்றை நன்கு கையாளத் தெரிந்து கொள்ளவும்' – என் பெயரை யாரிட மிருந்து பெற்றேனோ, அவர்களுக்கு அது கடினமானதாகவும் மதிப்பானதாகவும் இருந்தது – எனக்கு மதிப்பானதாகவும் கடினமானதாகவும் உள்ள ஒரு பெயர்.

'தந்தையையும், தாயையும் மரியாதைப்படுத்த, அவர்களின் சங்கல்பத்தை ஆத்மாவின் வேர்களில் இருந்து செய்வதற்கு' – வேறொரு சமுதாய மக்கள் இந்த வெற்றிகொள்ளலின் அட்ட வணையைத் தங்கள் மீது தொங்க விட்டுக்கொண்டு, பலம் வாய்ந்தவர்களாகவும், முடிவற்றவர்களாகவும் ஆனார்கள்.

'விசுவாசத்தைப் பழகவும், விசுவாசத்தின் பொருட்டு மரியாதையையும், ரத்தத்தையும் தீய, ஆபத்தான காரணங் களில்கூட செலவிடவும் துணிவது' – வேறொரு சமுதாய மக்கள் அதைப் போன்ற உபதேசங்களில் வல்லவர்களாக ஆகி, இவ்வாறான வல்லமையிலேயே சினையுற்று, மகத்தான நம்பிக்கைகளுடன் பெருத்தனர்.

'உண்மையில், மனிதர்கள் நல்லது மற்றும் தீயதைத் தங்களுக்குத் தாங்களே அளித்துக்கொண்டார்கள். உண்மையில், அவர்கள் அதை எடுத்துக்கொள்ளவில்லை, அவர்கள் அதைக் கண்டுபிடிக்கவில்லை, அவர்களுக்கு அது சொர்க்கத்திலிருந்து ஒரு குரலைப் போலத் திடீரென்று இறங்கியிருக்கவில்லை.

மனிதன் முதலில் தன்னைப் பராமரித்துக்கொள்ளப் பொருட்களில் மதிப்பீடுகளை விதைத்தான்; அவன் பொருட் களின் அர்த்தங்களை உருவாக்கினான் – மனித அர்த்தங்களை! அதனால் தன்னை 'மனிதன்' என்றழைத்துக் கொள்கிறான், அதாவது மதிப்பீட்டாளன்.

மதிப்பிடுவது என்பது உருவாக்குவது, கேளுங்கள், உருவாக்கு கிற மனிதர்களே! மதிப்பிடுவதே அதனளவில் மதிப்பு மற்றும் எல்லா மதிப்பான விஷயங்களுக்கும் ஆபரணம்.

படைப்பாளிகளே கேளுங்கள், மதிப்பிடுவதால் மாத்திரமே மதிப்பு அங்கே இருக்கிறது; மதிப்பீடு இல்லாத பட்சத்தில் வாழ்தலின் உள்ளிடம் பொள்ளலாக இருக்கும்.

மதிப்பீடுகளில் ஒரு மாற்றம் – அதாவது மதிப்பீடுகளை உருவாக்குபவர்களில் ஒரு மாற்றம். உருவாக்குபவனாக இருக்க வேண்டிய ஒருத்தன் எப்போதும் அழிப்பவனாகவும் இருக்க வேண்டும்.

சமுதாய மக்கள்தான் முதலில் உருவாக்குபவர்களாக இருந்தார்கள்; பின்னாளில் மாத்திரமே தனிமனிதர்கள் உருவாக்கு பவர்களானார்கள், உண்மையில் இன்னும் தனிமனிதனே தற்போதைய உருவாக்கம்தான்.

ஒரு காலத்தில் மக்கள் மதிப்பீடுகளின் அட்டவணையைத் தங்கள்மேல் தொங்கவிட்டுக் கொண்டிருந்தார்கள். ஆள விரும்பும் அன்பு, அடங்க விரும்பும் அன்பு இவை இரண்டும் சேர்ந்து இவ்வாறான அட்டவணைகளை உருவாக்கின.

மந்தையில் இருப்பதில் உள்ள மகிழ்ச்சி, 'தான்' என்பதன் மகிழ்ச்சியைவிடப் பழையது; நல்ல மனசாட்சி மந்தை என்றழைக்கப்படும்வரை, தீய மனசாட்சி மாத்திரமே 'நான்' என்று சொல்கிறது.

உண்மையில் வஞ்சகமான அன்பற்ற 'நான்' தன்னுடைய லாபத்தை அதிகமானவர்களின் லாபத்தில் தேடுகிறது – அது மந்தையின் ஆதி ஆரம்பமில்லை, ஆனால் மந்தையின் அழிவு.

எப்பொழுதும் உருவாக்குபவர்களும், அன்பான மனிதர் களுமே நன்மை தீமையை உருவாக்கியவர்கள். அன்பின் தீயும், வெறுப்பின் தீயும் எல்லா நற்குணங்களிலும் ஒளிர்கிறது.

ஜரதுஷ்ட்ரா பல நாடுகளையும், பல குடிமக்களையும் பார்த்துவிட்டான். ஜரதுஷ்ட்ரா இந்த அன்பான மனிதர்களின் படைப்புகளைத் தாண்டி பெரிய சக்தியெதையும் பார்க்க வில்லை; இந்தப் படைப்புகள் 'நல்லது' மற்றும் 'தீயது' என்று பெயரிடப்பட்டன.

உண்மையில் இந்தப் புகழ்ச்சி மற்றும் இகழ்ச்சியின் வலிமை ஒரு அரக்கன். எனக்காக அதைத் தணிப்பவர்கள் யார், சொல்லுங்கள் என் சகோதரர்களே, அதன் ஆயிரம் கழுத்துகளில் யார் சங்கிலி இடுவார்கள்?

இதுவரை ஆயிரம் இலக்குகள் இருந்தன, ஏனெனில் ஆயிரம் குடிமக்கள் இருந்தனர், இந்த ஆயிரம் கழுத்துகளுக்குப் பிணைச் சங்கிலிகள்தான் இல்லாமலிருக்கின்றன, ஒரு இலக்குதான் இன்னும் இல்லை.

இருப்பினும் சொல்லுங்கள், என் சகோதரர்களே, ஒருக்கால் மனிதத் தன்மைக்கான ஒரு இலக்குதான் இன்னும் தேவைப் படுகிறதா, மனிதத்தன்மையே தேவைப்படவில்லையா?

ஜரதுஷ்ட்ரா இவ்வாறு கூறினான்.

## அண்டைவீட்டானை நேசிப்பது குறித்து

நீங்கள் அண்டை அயலார் ஒன்றாகக் கூடுகிறீர்கள், அதற்கு அழகான சொற்களையும் வைத்திருக்கிறீர்கள். ஆனால், நான் உங்களுக்குச் சொல்கிறேன்: அண்டையர் மேலான உங்கள் அன்பு, உங்கள் மீதான உங்களது மோசமான அன்புதான்.

நீங்கள் உங்களிடமிருந்து அண்டையரிடம் பறந்து செல் கிறீர்கள், அதற்கான நியாயத்தையும் உருவாக்க விரும்புகிறீர்கள்; ஆனால், நான் உங்களுடைய 'தானின்மை'யின் ஊடாகப் பார்க்கிறேன்.

'நான்'ஐ விட, 'நீ' வயதானது; 'நீ' சமர்ப்பணம் ஆகிவிட்டது. ஆனால் 'நான்' இன்னும் ஆகவில்லை; எனவே மனிதன் அவனது அண்டையரிடம் இணைகிறான்.

அண்டையரிடம் அன்பு செலுத்த அறிவுறுத்துகிறேனா நான்? உன் அண்டையரிடம் இருந்து பறந்து, மிகத் தூரத்தில் இருப்பவன் மேல் அன்பு செலுத்த உனக்கு அறிவுறுத்துகிறேன்.

ஒருவனின் அண்டையரிடமான அன்பைவிட, மிகத் தூரத்திலுள்ள மற்றும் எதிர்கால மனிதன் மீதான அன்பு உயர்ந்தது; மனிதன் மீதான அன்பைவிட காரணங்கள் மீதான, அரூபமானதன் மீதான அன்பை உயர்ந்ததாகக் கணக்கிடுகிறேன்.

என் சகோதரா, உன் பின்னாலேயே ஓடிவரும் இந்த அரூபமானது உன்னை விடச் சிறந்தது; நீ ஏன் அதற்கு உன்னுடைய எலும்புகளையும் தசையையும் தரக்கூடாது. ஆனால் நீ அஞ்சி உனது அண்டையரிடம் ஓடுகிறாய்.

நீ உன்னுடன் தனியே இருப்பதை உன்னால் சகித்துக் கொள்ள இயலாது, அத்துடன் நீ போதுமான அளவுக்கு உன்னை நேசிக்கவில்லை; இப்பொழுது உன் அண்டை வீட்டானைத்

தவறாக அன்புக்கு வழிகாட்டி, அவனது தவறால் உன்னை முலாம் பூசிக்கொள்ள விரும்புகிறாய்.

உன்னால் எந்த வகையான அண்டையரையும் அல்லது அண்டையரின் அண்டையரையும் சகித்துக்கொள்ள இயலாது போக வேண்டுமென விரும்புகிறேன்; பிறகு, உன் நண்பனையும் அவனது பொங்கி வழியும் இதயத்தையும் உன்னிலிருந்து படைப்பாய்.

உன்னைப்பற்றி நன்றாகச் சொல்லிக்கொள்ள விரும்பும் போது, ஒரு சாட்சியை உள்ளே அழைக்கிறாய்; உன்னைப்பற்றிச் சரியாக நினைக்கும் வகையில் தவறாக வழிகாட்டிய பிறகு, உன்னைப்பற்றிச் சரியாக யோசிக்க ஆரம்பிக்கிறாய்.

பொய் சொல்பவன் என்பவன், தான் அறிந்ததற்கு மாறாகப் பேசுபவன் மாத்திரமல்ல, ஆனால் அதற்கும் மேலாகத் தான் அறியாததற்கு மாறாகவும் பேசுபவன். இவ்வாறாக மற்றவர்களிடம் உனக்கு இருக்கும் தொடர்புகளை வைத்து உன்னைப் பற்றிப் பேசி, உன்னோடு உனது அண்டையரையும் ஏமாற்றுகிறாய்.

அறிவற்றவன் இவ்வாறு பேசுகிறான்: ‘மக்களோடு கலப்பது ஒருவனின் குணத்தை நாசமாக்குகிறது, குறிப்பாக அப்படியொன்று ஒருவனுக்கு இல்லாதபோது.’

ஒருத்தன் தன் அண்டையரிடம் ஓடுகிறான். ஏனெனில் அவன் தன்னைத் தேடிக்கொண்டிருகிறான், இன்னொருத்தன் தன்னைத் தொலைக்க விரும்புகிறான். உன்மேல் உனக்குள்ள மோசமான அன்பே, தனிமையை உனக்குச் சிறையாக ஆக்குகிறது.

தூரத்து மனிதன்தான் உன் அண்டையர் மேலான அன்புக்கானதைச் செலுத்துகிறான்; மேலும் உங்களில் ஐந்து பேர் ஒன்றாயிருக்கும்போது, ஆறாமவன் எப்பொழுதும் இறந்தாக வேண்டும்.

உங்களுடைய திருவிழாக்களும் எனக்குப் பிடிப்பதில்லை, அங்கே அதிகமான நடிகர்களைக் கண்டேன். அத்துடன் பார்வையாளர்களும் நடிகர்களைப் போலவே நடந்துகொண்டார்கள்.

நான் உனக்கு அண்டையரைச் சொல்லித்தரவில்லை, நண்பனைச் சொல்லித் தருகிறேன். உன்னுடைய நண்பனே உனக்குப் பூமியின் திருவிழாவாகவும், அதிமனிதனுக்கான முன்னனுபவமாகவும் இருக்கட்டும்.

உனக்கு நண்பனையும், அவனது பொங்கி வழியும் இதயத்தையும் கற்பிக்கிறேன். ஆனால் பொங்கி வழியும் இதயங்களால் நேசிக்கப்பட வேண்டுமென்றால் ஒரு கடல் பஞ்சு போல் இருப்பது எப்படி என்று நீ புரிந்துகொள்ள வேண்டும்.

எவனிடம் உலகம் முழுமையாக இருக்கிறதோ, அந்த நண்பனை உனக்குச் சொல்லித் தருகிறேன், பிறருக்கு அளிப்பதற்காக எப்பொழுதும் ஒரு முழுமையான உலகத்தை வைத்துள்ள சிருஷ்டிகரமான நண்பன் நல்லவற்றின் இருப்பிடம்.

அவனுக்காகக் கலைந்து சென்ற உலகம், தீயதில் இருந்து பரிணாம வளர்ச்சியடைந்த நல்லதுபோல், தற்செயலில் இருந்து பரிணாம வளர்ச்சி பெற்ற கோட்டுச்சித்திரம் போல் அவனுக்காகத் திரும்பி வருகிறது.

எதிர்காலமும் மிகத் தூரமானதும் உனது இன்றினுடைய கொள்கையாக இருக்கட்டும். உன் கொள்கையாக, நண்பனில் நீ அதிமனிதனை நேசிக்க வேண்டும்.

என் சகோதரர்களே, நான் அண்டையரை நேசிக்க உங்களிடம் வலியுறுத்தவில்லை; மிகத் தூரத்தில் உள்ளவனை நேசிக்க வலியுறுத்துகிறேன்.

ஜரதுஷ்ட்ரா இவ்வாறு கூறினான்.

## படைப்பாளியின் வழி குறித்து

என் சகோதரனே, நீ அப்பால் சென்று தனித்திருக்க விரும்புகிறாயா? உனக்கான வழியை நீயே தேட விரும்புகிறாயா? ஒரு கணம் பொறு, நான் சொல்வதைக் கவனித்துக் கேள்.

‘தேடுபவன் சுலபமாகத் தன்னைத் தொலைத்துவிடக்கூடும். அப்பால் சென்று தனித்து இருப்பது குற்றம்’ – இவ்வாறு பேசுகிறது கும்பல்.

கும்பலின் குரல் இன்னும் உன் உள்ளே ஒலித்துக்கொண்டிருக்கும், ‘இனியும் உனக்கும் எனக்கும் ஒரே உளச்சான்றில்லை’ என்று நீ சொல்லும்போது, அது ஒரு விசனமும் துக்கமுமாக இருக்கும்.

ஏனென்றால் பாருங்கள், உங்களுக்குத் துன்பத்தை உண்டாக்குவது இன்னும் அதே உளச் சான்று; இந்த உளச்சான்றின் கடைசி மினுமினுப்பு, இன்னும் உங்கள் பெருந்துன்பத்தில் ஒளிர்ந்து கொண்டிருக்கிறது.

ஆனால், உங்கள் பெருந்துன்பத்திலிருந்து, எது உங்களை நோக்கிய வழியோ அதில் செல்ல விரும்புகிறீர்கள். அவ்வா றெனில், அதற்கு உங்களுக்குள்ள உரிமையையும் வலிமையையும் எனக்குக் காட்டுங்கள்.

நீங்கள் ஒரு புதிய வலிமையும், புதிய உரிமையுமா? ஒரு முதல் நகர்வா? தானாகச் சுழலும் ஒரு சக்கரமா? உங்களைச் சுற்றிச் சுழல நட்சத்திரங்களைக் கட்டாயப்படுத்த இயலுமா உங்களால்?

அந்தோ, முக்கியத்துவத்திற்கான இச்சை அதிகமாக உள்ளது! உயர்வதற்கான விருப்பத்தின் வலிப்பு கூடுதலாக உள்ளது! அப்படி உயர்வதில் விருப்பமுள்ளவர்களில், இச்சை மிகுந்தவர்களில் ஒருவரல்ல நீங்கள் என்பதை எனக்குக் காட்டுங்கள்.

அந்தோ, ஒரு உலைத்துருத்திக்கு மேலாக இல்லாத பெரிய கருத்துகள் உள்ளன; அவை ஊதி உடைந்து வெறுமையாகின்றன.

உங்களைச் சுதந்திரமானவர் என்று அழைத்துக்கொள்வீர் களா? உங்களது ஆளுமையான கருத்தை அறிய விரும்புகிறேன், நுகத்தடியிலிருந்து நீங்கள் தப்பித்ததையல்ல.

நுகத்தடியில் இருந்து தப்பித்திருக்க வேண்டிய மனிதரா நீங்கள்? தங்களது பிணைப்பைத் தூக்கி எறியும்போது, தங்களிடம் கடைசியாக எஞ்சுகிற மதிப்புள்ளதைக்கூட தூக்கி எறியும் மனிதர்கள் நிறைய இருக்கிறார்கள்.

எதிலிருந்து சுதந்திரம்? ஜரதுஷ்ட்ரா அதைப் பற்றிக் கவலைப்படவில்லை. ஆனால் உங்களது கண்கள் எனக்குத் தெளிவாகச் சொல்ல வேண்டும்: எதற்காகச் சுதந்திரம்?

உங்களுடைய சொந்த நல்லது தீயதுடன் உங்களை வெளிப் படுத்திக்கொண்டு, உங்களது சொந்த ஆசையை, உங்களுக்கு மேல் ஒரு சட்டமாகத் தொங்கவிட்டுக் கொள்ள இயலுமா? உங்களுடைய நீதிபதியாகவும், உங்களுடைய சொந்தச் சட் டத்தைப் பழி தீர்ப்பவராகவும் உங்களால் இருக்க இயலுமா?

சொந்தச் சட்டத்தைப் பழி தீர்ப்பவனுடனும், நீதிபதியு டனும் ஒருவன் தனியாக இருப்பது பயங்கரமானது. அது வெற்றுவெளியில் வீசப்பட்ட நட்சத்திரமாகத் தனிமையின் பனி மூச்சில் இருப்பதைப் போன்றது.

இன்று நிறையபேர்களால் இன்னமும் சிரமப்படுகிறீர்கள், ஓ தனித்துவிடப்பட்ட மனிதர்களே! இன்னும் உங்களுடைய தைரியத்தையும், நம்பிக்கையையும் முழுமையாக வைத்திருக் கிறீர்கள்.

ஆனால், தனிமை ஒருநாள் உங்களைச் சலிப்பாக்கும், ஒருநாள் உங்களது பெருமை வளையும், தைரியம் நொறுங்கும்; 'நான் தனியாக இருக்கிறேன்,' என்று கதறுவீர்கள் ஒருநாள்.

ஒருநாள், உங்களுக்குள் புகழோடு இருப்பது எது என்று தெரியாமல் போகும்; மேலும் எது உங்களுக்குள் இழிவானதாக இருக்கிறது என்பதையெல்லாம் வெகு அருகாகப் பார்ப்பீர்கள்; உங்களுடைய பெருந்தன்மையே ஒரு பூதம் போல் உங்களைப் பயப்பட வைக்கும், ஒருநாள்; 'எல்லாமே தவறு' என்று நீங்கள் கதறுவீர்கள்.

தனிமையைக் கொல்லத் தேடும் உணர்வுகள் இருக்கின்றன; அவை வெற்றியடையாவிட்டால், நல்லது, அவை தாமாகவே மரணமடைய வேண்டும்! ஆனால் நீங்கள் கொலைகாரராக இருக்கத் தகுந்தவரா?

என் சகோதரனே, 'கண்டனம்' என்கிற வார்த்தையையும், தன்னை வெறுப்பவர்களிடமும் நியாயமாக இருக்கிற நியாயத்தின் துன்பத்தையும் எப்பொழுதாவது கேட்டிருக்கிறாயா?

உன்னைப் பற்றிய அபிப்ராயத்தை மாற்றிக்கொள்ள நிறைய பேரைக் கட்டாயப்படுத்துகிறாய்; அதை உனக்கு எதிரானதாகப் பிடிக்கிறார்கள்; நீ அவர்களை அணுகினாய், அவர்களைக் கடந்து இன்னும் சென்றாய்; ஆனால், அவர்கள் ஒருபோதும் உன்னை மன்னிப்பதில்லை.

நீ அவர்களைக் கடந்து, மேலே செல்கிறாய்; ஆனால் எவ்வளவு உயரமாக ஏறுகிறாயோ அவ்வளவு சிறியதாகத் தெரிகிறாய் பொறாமையின் கண்களுக்கு. பறப்பவன்தான் எல்லோரையும்விட அதிகமாக வெறுக்கப்படுகிறான்.

'எப்படி நீ என்னிடம் நியாயமாக இருக்க இயலும்? உனது நியாயமின்மையை எனது பங்காகத் தேர்ந்தெடுக்கிறேன்.' அப்படித்தான், நீ பேசவேண்டும்.'

அவர்கள் தனியனின் மீது அநியாயத்தையும், புழுதியையும் வீசுகிறார்கள்; ஆனால் என் சகோதரனே, நீ ஒரு நட்சத்திரமாக விரும்பினால், அதற்காக நீ வேறு யாரையும்விடக் குறைவாகப் பிரகாசிக்கக் கூடாது!

நல்லதற்கும் நியாயத்திற்கும் எதிராக உன்னைக் காத்துக் கொள்! தனது சொந்த நியாயத்தை வகுத்துக் கொள்பவர்களைச் சிலுவையேற்ற விரும்புகிறார்கள், தனியனை அவர்கள் வெறுக்கிறார்கள்.

காவலில் இரு, புனிதமான எளிமை குறித்து எச்சரிகையாக இரு! எளிமையாக இல்லாத அனைத்தும் அதற்குப்

புனிதமற்றது; அது நெருப்புடன் விளையாட விரும்புகிறது – இந்த இடத்தில் ஆதாரக்கழியின் நெருப்பு.

உன் அன்பு உன் மீது நடத்தும் தாக்குதல்களுக்கு எதிராக உன்னைக் காத்துக் கொள்! தனியன் யாரைச் சந்தித்தாலும் வெகு சீக்கிரம் தனது கைகளை நீட்டுகிறான்.

மனிதர்களில் அநேகருக்கு உனது கைகளைத் தரக்கூடாது, உன்னுடைய புறங்கையால் அடிக்க வேண்டும்; அதில் கூரிய நகங்களிருந்தால் எனக்கு இன்னும் பிடிக்கும்.

ஆனால், நீ சந்திக்க வேண்டிய மோசமான எதிரி, நீயாகத் தான் இருக்கும்; குகைகளிலும் காடுகளிலும் நீயே உனக்காகக் காத்துக் கிடக்கிறாய்.

தனியனே, உன்னை நோக்கியிருக்கும் வழியில் நீ செல்கிறாய், உன் வழியானது உன்னைக் கடந்து, உன் ஏழு சாத்தான்களையும் கடந்து செல்கிறது!

நீயே உனக்கு ஒரு கொள்கை எதிரி, ஒரு சூனியக்காரன், ஒரு தீர்க்கதரிசி, ஒரு தீமை புரிபவன், ஒரு வில்லன்.

நீ உன்னுடைய தீயில் எரியத் தயாராக இருக்க வேண்டும், முதலில் நீ சாம்பலாக ஆகாவிட்டால், எப்படிப் புதிதாகப் பிறக்க இயலும்?

தனியனே, நீ படைப்பவனின் வழியில் செல்கிறாய்; உனது ஏழு சாத்தான்களிலிருந்து ஒரு கடவுளை உனக்காக உருவாக்க விரும்புகிறாய்.

தனியனே, நீ காதலனின் வழியில் செல்கிறாய்; நீ உன்னையே நேசிக்கிறாய், அந்தக் காரணத்தினாலேயே உன்னை இகழ்கிறாய். காதலர்களால் மட்டுமே, அவ்வாறு இகழ இயலும்.

காதலன் படைக்க விரும்புகிறான், ஏனெனில் அவன் இகழ்கிறான்! தான் நேசிப்பதைக் கச்சிதமாக இகழத் தெரியாதவனுக்கு, நேசத்தைப் பற்றி என்ன தெரியும்?

உன்னுடைய நேசத்தோடும், ஆக்கத்தோடும் விலகிச் சென்று தனித்திரு, எனது சகோதரனே; உன் பின்னால் நொண்டியபடி நீதி மெதுவாக வரும்.

எனது கண்ணீரோடு விலகிச் சென்று தனித்திரு, எனது சகோதரனே, தனக்கு அப்பால் உருவாக்க விரும்புபவனையும், அதனால் அழிந்து போகிறவனையும் நான் நேசிக்கிறேன்.

ஜரதுஷ்ட்ரா இவ்வாறு கூறினான்.

## கிழவிகளையும் குமரிகளையும் குறித்து

'அந்திக் கருக்கலினூடே ஏன் அவ்வளவு வெட்கத்துடன் பதுங்கிச் செல்கிறாய் ஜரதுஷ்ட்ரா? அவ்வளவு ஜாக்கிரதை யுடன் உன் உடைக்குள் எதை மறைத்துச் செல்கிறாய்?

'அது யாரோ ஒருத்தர் உனக்குத் தந்த பொக்கிஷமா? அல்லது உனக்குப் பிறந்த ஒரு குழந்தையா? அல்லது, துஷ்டர் களின் நண்பனே? இப்பொழுது நீ திருடர்களின் வழியை பின்பற்றுகிறாயா?'

'உண்மையில் அது எனக்குத் தரப்பட்ட ஒரு பொக்கிஷம்; அது நான் சுமந்து செல்லும் சிறிய உண்மை என் சகோதரனே!' என்றான் ஜரதுஷ்ட்ரா.

ஆனால் அது சிறு குழந்தையைப் போலவே கட்டுப்படுத்த இயலாதது, அதன் வாயை மூடாவிட்டால், மிகுந்த சப்தத் துடன் அழும்.

இன்று என் வழியில் நான் தனியாகச் சென்றுகொண்டி ருக்கும்போது, சூரியன் அஸ்தமிக்கும் வேளையில், ஒரு சிறிய, முதிய பெண்மணி என்னை நேரிட்டு, என் ஆத்மாவிடம் இவ்வாறாகப் பேசினாள்:

'பெண்களே, ஜரதுஷ்ட்ரா நம்மிடம் நிறையப் பேசிவிட்டார், ஆனால் அவர் பெண்களைப் பற்றிப் பேசவேயில்லை.'

நான் அவளுக்குப் பதில் சொன்னேன்: 'ஒருவன் பெண் களைப் பற்றி ஆண்களிடம் மட்டும்தான் பேச வேண்டும்.'

'என்னிடமும் பெண்களைப் பற்றிப் பேசு, சீக்கிரம் மறந்து விடுகிற அளவுக்கு எனக்கு வயதாகிவிட்டது' என்று அவள் சொன்னாள்.

அந்தச் சிறிய முதிய பெண்மணியின் விருப்பப்படியே, அவளிடம் இவ்வாறு பேசினேன்:

பெண்ணைப் பற்றிய எல்லாமுமே ஒரு புதிர், பெண்ணைப் பற்றிய அனைத்துக்கும் ஒரு தீர்வு உள்ளது, அது கர்ப்பம் என்றழைக்கப்படுகிறது.

பெண்ணுக்கு ஆண் ஒரு சாதனம்: அதன் முடிவு எப்பொழு தும் குழந்தைதான். ஆனால் ஆணுக்குப் பெண் என்னவாக இருக்கிறாள்?

உண்மையான மனிதனுக்கு இரண்டு விஷயங்கள் தேவைப் படுகின்றன: அபாயம் மற்றும் விளையாட்டு. அந்தக் காரணத்

திற்காகவே அவனுக்குப் பெண் தேவைப்படுகிறாள், மிக அபாயகரமான விளையாட்டுப் பொருளாக.

ஆண் போருக்காகவும், பெண் போராளியின் புத்துணர்விற் காகவும் பயிற்சியளிக்கப்பட வேண்டும்; மற்றவையெல்லாம் அறிவீனம்.

போராளி மிகவும் இனிப்பான பழத்தை விரும்புவதில்லை. அதனால் அவன் பெண்ணை விரும்புகிறான்; மிக இனிய பெண்ணும்கூட எப்போதும் கசப்புத்தான்.

ஆணைவிடப் பெண் சிறப்பாகக் குழந்தைகளைப் புரிந்து கொள்கிறாள், ஆனால் ஆண் பெண்ணைவிட அதிகம் குழந்தைத் தன்மை கொண்டவன்.

நிஜமான ஆணிடம் ஒரு குழந்தை மறைக்கப்பட்டிருக் கிறது, அது விளையாட விரும்புகிறது. வாருங்கள், பெண்களே, ஆணில் மறைந்துள்ள குழந்தையைக் கண்டுபிடியுங்கள்.

பெண் ஒரு விளையாட்டுப் பொருளாக இருக்கட்டும், இதுவரை இல்லாத ஒரு உலகின் நியாயங்களால் வெளிச்ச மூட்டப்பட்ட தூய்மையான, அருமையான விலை உயர்ந்த கல் போன்றதாக.

நட்சத்திரத்தின் ஒளி உங்கள் காதலில் மிளிரட்டும்! 'நான் அதிமனிதனைச் சுமப்பேன்' என்பது உங்கள் நம்பிக்கையாக இருக்கட்டும்.

உங்கள் காதலில் வீரம் இருக்கட்டும்! உங்களைப் பயமூட்டு பவனை உங்கள் காதலால் தாக்க வேண்டும்.

உங்கள் மரியாதை உங்கள் காதலில் இருக்கட்டும்! பெண் மரியாதையைப் பற்றிச் சிறிதுதான் புரிந்துகொண்டிருக்கிறாள். ஆனால் எப்பொழுதும் காதலிக்கப் படுவதைவிட அதிகமாகக் காதலியுங்கள், இதில் இரண்டாவதாக இருக்காதீர்கள்; இது உங்கள் மரியாதையாக இருக்கட்டும்.

பெண் காதலிக்கும்போது ஆண் பயம் கொள்ளட்டும். பிறகு, அவள் எல்லா தியாகத்தையும் ஏற்கிறாள், மற்ற எல்லாவற்றையும் மதிப்பற்றதாகக் கருதுகிறாள்.

பெண்ணின் வெறுப்பில் ஆண் பயம் கொள்ளட்டும்; ஆண் தன்னுடைய ஆத்மாவின் அடிமட்டத்தில் நயவஞ்சக மானவன், ஆனால் பெண் அடிமட்டமானவள்.

பெண் யாரை மிகவும் வெறுக்கிறாள்? இரும்பு காந்தத் திடம் இவ்வாறு பேசியது: 'நான் உன்னை மிகவும் வெறுக்

கிறேன், ஏனெனில் நீ என்னைக் கவர்கிறாய், ஆனால் உன் பக்கம் இழுக்கும் அளவுக்குப் பலமற்றவனாக இருக்கிறாய்.'

ஆணின் மகிழ்ச்சி என்பது: என்னால் முடியும். பெண்ணின் மகிழ்ச்சி என்பது: அவனால் முடியும்.

ஒவ்வொரு பெண்ணும் முழுக் காதலோடு சரணடையும் போது, இப்பொழுது 'உலகம் கச்சிதமாகிவிட்டது' என்று நினைக்கிறாள்.

பெண் கீழடைந்து தனது மேலோட்டத்தின் ஆழத்தைக் காண வேண்டும். பெண்ணின் இயற்கை மேலோட்டம், மாறக்கூடிய, ஆழமற்ற நீரின் மேலான புயல் போன்ற ஒரு படலம்.

ஆனால் ஆணின் தன்மை ஆழமானது. அதன் தாரைகள் பாதாளக் குகைகளில் கர்ஜிக்கின்றன; அதன் சக்தியைப் பெண் உணர்ந்துகொள்கிறாள், ஆனால் புரிந்துகொள்வதில்லை.

பிறகு அந்தச் சிறிய முதிய பெண்மணி கூறினாள்: 'ஜரதுஷ்ட்ரா நிறைய நல்ல விஷயங்களைச் சொன்னார், குறிப்பாக இளையவர்களாக இருப்பவர்களுக்கு.

'இது விசித்திரம்தான், ஜரதுஷ்ட்ராவிற்குப் பெண்களைப் பற்றிக் கொஞ்சம்தான் தெரிந்துள்ளது, இருந்தாலும் அவர்களைப் பற்றிச் சொன்னது சரியானது! அது பெண்களால் இயலாதது என்பதே இல்லாததாலா?

'இப்பொழுது ஒரு சிறிய உண்மையை நன்றியாக ஏற்றுக் கொள்! நான் நிச்சயமாக அந்த அளவிற்கு வயதானவள்தான்.

'அதன் வாயைச் சுற்றி மூடு: இல்லையென்றால் இந்தச் சிறிய உண்மை ஓங்கிச் சப்தமிடும்.'

'உன்னுடைய சிறிய உண்மையை எனக்குக் கொடு, பெண்ணே' என்றேன் நான். அதற்கு அந்தச் சிறிய முதிய பெண்மணி கூறினாள்:

'பெண்களிடம் போகிறாயா? உனது சாட்டையை மறக்காதே!'

ஜரதுஷ்ட்ரா இவ்வாறு கூறினான்.

## நச்சுப்பாம்பின் கடி குறித்து

ஒருநாள் ஜரதுஷ்ட்ரா ஓர் அத்திமரத்தின் கீழ் உறங்கிப் போயிருந்தான். நல்ல வெயில். கைகளை முகத்தின் மேல்

வைத்திருந்தான். அப்போது ஒரு விஷப்பாம்பு அவன் கழுத்தில் கடித்தது. ஜரதுஷ்ட்ரா வலியில் கதறியபடி, முகத்திலிருந்து கைகளை எடுத்து பாம்பைப் பார்த்தான். அது ஜரதுஷ்ட்ராவின் கண்களை அடையாளம் கண்டுகொண்டு, அசிங்கமாகத் திரும்பிப் போக இருந்தது. 'வேண்டாம், போகாதே, நீ இன்னும் என்னுடைய நன்றியைப் பெற்றுக்கொள்ளவில்லை! என்னைச் சரியான நேரத்தில் எழுப்பி இருக்கிறாய், நான் இன்னும் நீண்ட தூரம் செல்ல வேண்டியிருக்கிறது' என்றான் ஜரதுஷ்ட்ரா. 'உனக்குச் செல்லச் சிறிது தூரமே உள்ளது' என்ற விஷப்பாம்பு சோகத்துடன், 'என்னுடைய விஷம் கடுமையானது' என்றது. ஜரதுஷ்ட்ரா சிரித்து, 'பாம்பு கடித்து ஒரு ட்ராகன் எப்போதாவது இறந்திருக்கிறதா? உன்னுடைய விஷத்தைத் திரும்ப எடுத்துக் கொள்! அதை எனக்குக் கொடுக்கும் அளவுக்கு நீ வளமானவன் அல்ல!' என்றான். பிறகு, அந்த விஷப்பாம்பு அவன் கழுத்தின் மேல் மீண்டும் விழுந்து காயத்தை நக்கியது.

ஜரதுஷ்ட்ரா ஒருதடவை, இதை அவன் சீடர்களுக்குச் சொன்னபோது, 'ஓ ஜரதுஷ்ட்ரா, உனது கதையின் நீதி என்ன?' என்று அவர்கள் கேட்டார்கள். ஜரதுஷ்ட்ரா அந்தக் கேள்விக்கு இவ்வாறாகப் பதில் சொன்னான்:

நல்லவர்களும், நியாயமானவர்களும் என்னை ஒழுக்கத்தை அழிப்பவன் என்று அழைக்கிறார்கள். என் கதை ஒழுக்க மின்மையைப் பற்றியது.

எப்படியிருந்தாலும், உனக்கு ஓர் எதிரி இருக்கும்போது, அவனுக்குக் கெடுதிக்குப் பதில் நல்லதைத் திருப்பித் தராதே; ஏனெனில் அது அவனுக்கு வெட்கமூட்டும். ஆனால், அவன் உனக்கு ஏதோ நல்லது செய்ததாக நிரூபி.

வெட்கமடையச் செய்வதைவிடக் கோபமடைவது சிறந்தது! உன்னைத் தூற்றும்போது, நீ ஆசிர்வதிக்க வேண்டுமென்று நான் சொல்லவில்லை. திருப்பிக் கொஞ்சம் தூற்று!

உனக்குப் பெரியதொரு அநியாயம் செய்யப்பட்டால், உடனேயே நீ ஐந்து சிறிய அநியாயங்களைச் செய். அநியா யத்தைத் தாங்குபவனே பயங்கரமானவன்.

உங்களுக்கு ஏற்கனவே இது தெரியுமா? பதிலுக்குச் செய்த அநியாயம் பாதி நியாயம். மேலும் அநியாயத்தைப் பொறுத்துக்கொள்ளும் ஒருவன், அதைத் தன் மேலெடுத்துக் கொள்ள வேண்டும்.

பழி வாங்காமலிருப்பதைவிட ஒரு சிறு பழிவாங்கல் மனிதத்தன்மையானது. அத்துமீறுபவனுக்குத் தண்டனை ஓர்

உரிமையாகவும், ஒரு மரியாதையாகவும் இல்லாவிட்டால், பிறகு நான் உங்கள் தண்டனையை விரும்பவில்லை.

நீங்கள் சரி என்று நிரூபிப்பதைவிட, தவறு என்று அறிவித்துவிடுவது உத்தமமானது, குறிப்பாக நீங்கள் சரியாக இருக்கும்போது, நீங்கள் மட்டும் அதற்கு வளமையானவராக இருக்க வேண்டும்.

எனக்கு உங்களுடைய கடுமையான நியாயம் பிடிக்க வில்லை; உங்கள் நீதிபதிகளின் கண்களில், எப்பொழுதும் கொலையாளியும் அவனது கொடிய கொலைக் கருவியும் தான் முறைக்கின்றன.

எனக்குச் சொல்லுங்கள், அன்பு ஜொலிக்கிற கண்களைக் கொண்ட நியாயத்தை எங்கே காணலாம்?

பிறகு, தண்டனையை மட்டுமல்ல, குற்ற உணர்வையும் தாங்கக்கூடிய அன்பை வகுத்துக்கொள்ளுங்கள்.

அப்போது, நீதிபதிகளைத் தவிர மற்ற எல்லோரையும் விடுவிக்கும் நியாயத்தை வகுத்துக்கொள்ளுங்கள்.

இதையும் நீங்கள் கற்றுக்கொள்வீர்களா? இதயபூர்வமாக நியாயமாக இருக்க விரும்பும் ஒருவனுக்கு ஒரு பொய்கூட மனித நேயமாகிவிடுகிறது.

ஆனால், எவ்வாறு நான் இதயபூர்வமாக நியாயமாக இருக்க முடியும்? எவ்வாறு நான் ஒவ்வொருவனுக்கும் அவனுடையதைத் தர இயலும்? எது என்னுடையதோ அதை எல்லோருக்கும் அளிக்கிறேன்; இது எனக்குப் போதும்.

கடைசியாக, என் சகோதரர்களே, எந்தத் துறவியிடமும் தவறு செய்வதிலிருந்து உங்களைக் காத்துக்கொள்ளுங்கள்! ஒரு துறவியால் எவ்வாறு மறக்க இயலும்? அவரால் எவ்வாறு திருப்பித் தர இயலும்?

துறவி ஆழமானதொரு கிணற்றைப் போன்றவர். அதனுள் கல்லை வீசுவது சுலபமானது; ஆனால் அது ஆழத்திற்குச் சென்றுவிட்டால், மீண்டும் அதை வெளியே எடுத்துவர யாரால் இயலும்? சொல்லுங்கள்.

துறவிக்குத் தீங்கு செய்துவிடாமல், உங்களைக் காத்துக் கொள்ளுங்கள்! ஆனால் ஒருக்கால் நீங்கள் அவ்வாறு செய்து விட்டால், நல்லது, அவரைக் கொன்று விடுங்கள்!

ஜரதுஷ்ட்ரா இவ்வாறு கூறினான்.

## திருமணம் மற்றும் குழந்தைகள் குறித்து

உனக்கு மட்டுமான ஒரு கேள்வியை வைத்திருக்கிறேன், என் சகோதரனே; நான் இந்தக் கேள்வியை ஓர் ஆழம் பார்க்கும் ஈயக்குண்டு போல உன் ஆத்மாவுக்குள் வீசுகிறேன், அது எவ்வளவு ஆழமானது என்று கண்டுபிடிக்க.

நீ இளமையாக இருக்கிறாய். திருமணத்துக்கும் குழந்தைகளுக்கும் ஆசைப்படுகிறாய். ஆனால், குழந்தையொன்றுக்கு ஆசைப்பட வேண்டிய மனிதனா நீ?

நீ வெற்றி பெற்றவனா? தன்னை வென்றவனா? உனது உணர்வுகளின் ஆட்சியாளனா? உனது நற்குணத்தின் தலைவனா? இவ்வாறு உன்னைக் கேட்கிறேன்.

அல்லது உன் ஆசையிலிருந்து மிருகமும் அவசியமும் பேசுகிறதா? அல்லது தனிமையா? அல்லது உன்னுடனே ஒருங்கிணையாமையா?

நான் உன்னுடைய வெற்றியும் சுதந்திரமும் ஒரு குழந்தைக்காக ஏங்குமாறு வைத்துக்கொள்வேன். நீ உன்னுடைய வெற்றிக்கும் விடுதலைக்கும் உயிருள்ள நினைவகங்களைக் கட்ட வேண்டும்.

நீ உனக்கும் மேலாகக் கட்ட வேண்டும். ஆனால் முதலில் உன்னளவில் நீ கட்டப்பட்டிருக்க வேண்டும். உடலிலும் ஆத்மாவிலும் திடமாகக் கட்டப்பட்டிருக்க வேண்டும்.

நீ உன்னை முன்னோக்கி மட்டுமல்ல, மேல் நோக்கியும் செலுத்த வேண்டும். திருமணம் என்ற தோட்டம் அதற்கு உனக்கு உதவட்டும்.

நீ ஓர் உயர்ந்த உடலைப் படைக்க வேண்டும், ஒரு முதல் நகர்வு, ஒரு தன்னால் இயங்கும் சக்கரம் – நீ ஒரு படைப்பவனைப் படைக்க வேண்டும்.

திருமணம்: படைப்பவர்களைவிட மேலான ஒருவனைப் படைக்க விரும்பும் இருவரின் சங்கல்பம் அது என்றழைப்பேன். ஒருத்தருக்கு முன்பாக ஒருத்தரின் மரியாதை, சங்கல்பிப்பவர்களுக்கு முன்பாக உள்ள அந்த சங்கல்பத்தை நான் திருமணம் என்று அழைக்கிறேன்.

இதுவே, உங்களுடைய திருமணத்தின் அர்த்தமாகவும் உண்மையாகவும் இருக்கட்டும். ஆனால், பலர் – மிகப் பலர், தேவைக்கு அதிகமான மனிதர்கள் – எதைத் திருமணம் என்று அழைக்கிறார்கள்? அதை நான் என்னவென்று அழைப்பது?

வாழ்க்கைத் துணையில் ஆத்மாவின் இந்த வறுமை! வாழ்க்கைத் துணையில் ஆத்மாவின் இந்த அசிங்கம்! வாழ்க்கைத் துணையில் இந்தச் சோகமான சௌகரியம்!

இவற்றையே அவர்கள் திருமணம் என்று அழைக்கிறார்கள்; அத்துடன் இவர்கள் திருமணங்கள் சொர்க்கத்தில் நிச்சயிக்கப்படுவதாகவும் சொல்கிறார்கள்.

நல்லது, நான் அதை விரும்பவில்லை – இந்தத் தேவைக்கு அதிகமான மனிதர்களின் சொர்க்கத்தை! இல்லை, சொர்க்கத்தின் வலையில் சிக்கிக்கொண்ட இந்த மிருகங்களை நான் விரும்பவில்லை.

தான் இணைத்து வைக்காததை ஆசிர்வதிப்பதற்காக நொண்டிக் கொண்டிருக்கும் கடவுள், என்னை விட்டு விலகித் தொலைவில் இருக்கட்டும்.

அவ்வாறான திருமணங்களைப் பார்த்து நகைக்காதீர்கள்! எந்தக் குழந்தைக்குத்தான் தன் பெற்றோரைப் பார்த்து அழுவதற்குக் காரணம் இல்லாதிருந்தது?

அந்த மனிதன் பூமியின் அர்த்தத்திற்காகக் கனிந்தவனாகவும் தகுந்தவனாகவும் எனக்குத் தெரிந்தான்; ஆனால் அவன் மனைவியைப் பார்த்தபோது பூமி முட்டாள்களின் வீடாகத் தெரிந்தது.

ஆம், துறவியும் வாத்தும் ஒன்றாக இணையும்போது, பூமி வலிப்போடு ஆடக்கூடும் என்று எண்ணுகிறேன்.

இந்த மனிதன் முன்பு உண்மையைத் தேடி ஒரு வீரனைப் போலக் கிளம்பினான். கடைசியில் அவன் கைப்பற்றியது, சற்றே அலங்கரித்த ஒரு பொய். அவன் அதைத் திருமணம் என்றழைக்கிறான்.

அந்த மனிதன் தன் நடவடிக்கைகளில் ஒதுக்கமானவனாகவும், தேர்வுகளில் நளினமானவனாகவும் இருந்தான். ஆனால், நிரந்தரமாக அவனுடைய நட்பைக் கெடுத்துக்கொண்டான். அவன் அதைத் திருமணம் என்றழைக்கிறான்.

அந்த மனிதன் தேவதையின் அம்சங்களுடன் ஒரு வேலைக்காரியை நாடினான். ஆனால், நிரந்தரமாக ஒரு பெண்ணின் வேலைக்காரன் ஆனான். இப்பொழுது ஒரு தேவதை ஆவதற்கு ஆசைப்படுகிறான்.

வாங்குபவர்கள் எல்லாம் எச்சரிக்கை மிக்கவர்களாக இருப்பதைக் கண்டேன், அவர்கள் எல்லோருக்கும் உஷாரான கண்கள் இருந்தன. ஆனால், மிக உஷாரான மனிதன்கூட

பொட்டலத்தைப் பிரித்துப் பார்க்காமலே மனைவியை வாங்கி விடுகிறான்.

நிறையச் சிறிய முட்டாள்தனங்கள் – உன்னளவில் அது தான் காதல் என்றழைக்கப்படுகிறது. உன் திருமணம் நிறையச் சிறிய முட்டாள்தனங்களை முடிவுக்குக் கொண்டுவருகிறது, ஒரு நீண்ட முட்டாள்தனத்தினால்.

பெண்ணிடம் உனக்குள்ள காதலும், ஆணிடம் பெண்ணுக் குள்ள காதலும், துன்பத்திற்கான கழிவிரக்கமாகவும் திரையிடப் பட்ட கடவுள்களுக்குமாக இருந்தால்! பொதுவாக இரண்டு மிருகங்கள் ஒன்றை ஒன்று உணர்ந்துகொள்ளும்.

ஆனால், உங்களுடைய சிறந்த காதல்கூட ஆசையான ஆள்மாறாட்டமும், வலி மிகுந்த தாபமுமேதான். உயர்ந்த வழிகளுக்கு வெளிச்சமூட்டும் விளக்காக அது இருக்க வேண்டும்.

ஒருநாள் நீ உன்னையும் மீறிக் காதலிப்பாய்! எனவே முதலில் காதலிக்கக் கற்றுக் கொள்! அதற்குக் காதல் என்ற கசப்பான கோப்பையிலிருந்து நீ முதலில் பருகியிருக்க வேண்டும்.

மிகச் சிறந்த காதலுடைய கோப்பையிலும்கூடக் கசப்பு இருக்கிறது; இவ்வாறு அது அதிமனிதனுக்கான ஏக்கத்தைத் தூண்டுகிறது; அது உன்னுள் தாகத்தைத் தூண்டுகிறது, படைப் பவனே!

ஒரு படைப்பவனுடைய தாகம், அம்பு, அதிமனிதனுக் கான ஏக்கம்; சொல் என் சகோதரனே, இதுவா திருமணத் திற்கான உன் சங்கல்பம்.

அவ்வாறான ஒரு சங்கல்பத்தை, அவ்வாறான திருமணத்தை நான் புனிதம் என்கிறேன்.

ஜரதுஷ்ட்ரா இவ்வாறு கூறினான்.

## தன்னிச்சை மரணம் குறித்து

பலர் தாமதமாகவும், சிலர் வெகு சீக்கிரமாகவும் மரணமடைகிறார்கள். இருந்தும் சித்தாந்தங்கள் வித்தியாசமாக ஒலிக்கின்றன: ‘சரியான சமயத்தில் செத்துப் போ.’

சரியான சமயத்தில் செத்துப் போ என்று சொல்லித் தருகிறான் ஜரதுஷ்ட்ரா.

சந்தேகமில்லை: ஒருபொழுதும் சரியான சமயத்தில் வாழாதவன், சரியான சமயத்தில் சாவது கடினம்! அவன் பிறந்திருக்கவில்லையென்றால் இன்னும் நல்லது. இவ்வாறு தேவைக்கு அதிகமான மனிதர்களுக்கு உபதேசிக்கிறேன்.

ஆனால், தேவைக்கு அதிகமான மனிதர்கள் கூட மரணத்தைப் பெரிய விஷயமாக்குகிறார்கள்; ஆம் பொள்ள லான கொட்டைகூட உடைக்கப்பட விரும்புகிறது.

ஒவ்வொருவரும் மரணத்தை ஒரு முக்கியமான விஷய மாகக் கருதுகிறார்கள்; ஆனால் மரணம் இன்னும் ஒரு திருவிழாவாகவில்லை. சிறந்த திருவிழாக்களை அர்ப்பணம் செய்ய மனிதர்கள் விரும்பவில்லை.

நான் உனக்கு நிறைவான மரணத்தைக் காட்டுகிறேன். வாழ்க்கைக்கு ஒரு நம்பிக்கையாகவும், ஓர் உந்துதலாகவும் இருப்பதைக் காட்டுகிறேன்.

நிறைவாக வாழ்ந்த மனிதன் நம்பிக்கை நிரம்பிய மனிதர் களால் சூழப்பட்டு, மனமார்ந்த பிரதிக்ஞை எடுக்கப் பட்டு வெற்றிகரமாகச் சாகிறான்.

இவ்வாறு ஒருவன் மரணமடையக் கற்றுக்கொள்ள வேண்டும்; அவ்வாறு மரணமடைபவன் வாழ்ந்துகொண்டி ருப்பவர்களின் பிரதிக்ஞைகளைச் சமர்ப்பணம் செய்யாத திருவிழாக்கள் இருக்கக்கூடாது.

இதுவே மிகச் சிறந்த மரணம்; ஆனால், போரில் மரண மடைவதும், ஒரு மகத்தான ஆத்மாவை விரயம் செய்வதும் இரண்டாவதாகச் சிறந்தது.

ஆனால், வென்றவனைப் போல், போரிடுபவனும் சம அளவில் வெறுக்கக்கூடியது உனது அசட்டு மரணம். அது ஒரு திருடனைப் போல் நகர்ந்து எஜமானனாக வருகிறது.

நான் விரும்புவதால் என்னிடம் வரும் தன்னிச்சையான மரணத்தையே நான் விரும்புகிறேன். அதையே உனக்கு நான் சிபாரிசு செய்கிறேன்.

நான் அதற்கு எப்பொழுது ஆசைப்பட முடியும்? ஓர் இலக்கும், வாரிசும் உள்ள ஒருவன் தன்னுடைய இலக்குக்கும் தன்னுடைய வாரிசுக்கும் மிகவும் அனுகூலமான சமயத்தில் அதற்கு ஆசைப்பட இயலும்.

தன்னுடைய இலக்கு மற்றும் வாரிசின் மேல் உள்ள மரியாதையால், வாழ்வின் சரணாலயத்தில் உலர்ந்த தோர ணங்களை அவன் இனியும் தொங்கவிடமாட்டான்.

உண்மையில், நான் கயிறு திரிப்பவர்களைப் போல் ஆக விரும்பவில்லை; அவர்கள் தங்கள் கயிறுகளைத் திரிப்பதன் காரணமாகத் தொடர்ந்து பின் நோக்கிச் செல்கிறார்கள்.

நிறைய பேர், அவர்களுடைய உண்மைகளுக்கும் வெற்றிகளுக் கும்கூட மூப்பர்களாக ஆகிவிடுகிறார்கள், பற்களில்லாத ஒரு வாய்க்கு இனியும் எல்லா உண்மைக்குமான உரிமை இல்லை.

மற்றும் புகழை விரும்புபவன் நல்ல சமயத்தில் மரியாதை யிலிருந்து விடைபெற்று, சரியான சமயத்தில் போய்விடுகிற சிரமமான கலையைப் பழக வேண்டும்.

ஒருவன் தான் மிகவும் ருசியாக இருக்கும் சமயத்தில், தன்னை உண்பதற்கு அனுமதிப்பதைத் தடுக்க வேண்டும். நீண்ட காலம் நேசிக்கப்பட விரும்புபவர்களுக்கு இது புரிந்திருக்கிறது.

இலையுதிர் காலத்தின் கடைசி நாளுக்காகக் காத்திருக்கும் புளித்த ஆப்பிள்கள் இருக்கின்றன; அதே சமயம் அவை பழுத்து, மஞ்சளாகிச் சுருங்கிவிடுகின்றன.

சிலருக்கு இதயத்திற்கு முதலிலும், சிலரில் உள்ளுயிருக்கு முதலிலும் வயதாகிறது. மற்றும் சிலர் இளமையில் மூப்படை கிறார்கள்; ஆனால் தாமதமாக இளமைக்கு வருபவர்கள், நீண்டநாள் இளமையாக இருப்பார்கள்.

பலருக்கு வாழ்வு ஒரு தோல்வி; ஒரு விஷப்புழு அவனது இதயத்தைத் தின்னுகிறது. எனவே மரணம் ஒரு வெற்றியாக அமையும்படி அவன் பார்த்துக் கொள்ளட்டும்.

நிறையபேர் இனிமையாக ஆவதில்லை, கோடையில்கூட அவன் அழுகிப் போகிறான். அவனுடைய கோழைத்தனமே அவனைக் கிளையில் பிணைத்திருக்கிறது.

நிறையபேர் வாழ்கிறார்கள், தங்களுடைய கிளைகளில் நீண்டகாலமாகத் தொங்கிக்கொண்டிருக்கிறார்கள். ஒரு புயல் வந்து இந்த அழுகிய, புழு தின்கிற பழங்களையெல்லாம் மரத்திலிருந்து உலுக்க வேண்டுமென்று விரும்புகிறேன்.

விரைவான மரணத்தைப் பற்றிப் பேசுபவர்கள் வர வேண்டுமென்று விரும்புகிறேன்! அவர்கள் பொருத்தமான புயலாகவும், வாழ்வின் மரங்களை உலுக்குபவர்களாகவும் இருப்பார்கள்! ஆனால், நான் மெதுவான மரணம் மற்றும் பொறுமை போன்ற பூமிசார்ந்த விஷயங்கள் பற்றிய பிரசங்கங் களையே கேட்கிறேன்.

ஏய், சாதாரணப் பொறுமையைப் பிரசங்கிக்கிறீர்களா? இந்த அற்ப விஷயங்கள்தான், உங்களிடம் மிகவும் பொறுமையைக் கடைப்பிடிக்கின்றன. அபசாரமானவர்களே!

உண்மையில், மெதுவான மரணத்தைப் பிரசங்கிப்பவர்கள் மதிக்கிற, அந்த ஹீப்ரூ வெகு சீக்கிரமாகவே இறந்தான்; மேலும், அவன் வெகு சீக்கிரம் இறந்தது, பலருக்குத் துர்மரணமாக ஆகிவிட்டது.

இத்தனைக்கும் அவனுக்கு ஹீப்ரூக்களின் கண்ணீரும் துக்கமும் அத்துடனான நல்லது மற்றும் நியாயமான வெறுப்பு மாத்திரமே தெரியும். ஹீப்ரூ இயேசு; மரணத்துக்கான ஏக்கத் தால் அபகரிக்கப்பட்டான்.

நல்லது மற்றும் நியாயத்திலிருந்து விலகித் தொலைவில் பாலைவனத்திலேயே இருந்திருந்தால்! ஒருக்கால் வாழக் கற்றிருக்கலாம், பூமியை நேசிக்கக் கற்றிருக்கலாம். சிரிக்கக் கற்றிருக்கலாம்!

அதை நம்புங்கள், என் சகோதரர்களே! அவன் விரை விலேயே இறந்துவிட்டான்; என் வயதுவரை வாழ்ந்திருந்தால், அவன் தன்னுடைய போதனைகளைப் பற்றிய கருத்துகளை மாற்றிக்கொண்டிருப்பான்! அவன் தன் கருத்தை மாற்றிக் கொள்கிற அளவுக்கு உத்தமமானவன்!

ஆனால் அவன் இன்னும் முதிர்ச்சியடையவில்லை, இளைஞன் முதிர்ச்சியற்று நேசிக்கிறான், முதிர்ச்சியற்றே மனிதனையும், பூமியையும் வெறுக்கிறான். அவனுடைய இதயமும், உள்ளுயிரின் சிறகுகளும் இன்னும் கட்டப்பட்டுக் கனமாக இருக்கின்றன.

ஆனால், வளர்ந்த மனிதனிடம் இளைஞனிடம் இருப் பதைவிட அதிகமாகக் குழந்தைத்தன்மை இருக்கிறது, மேலும் குறைவான துக்கமே இருக்கிறது. அவனுக்கு வாழ்வைப் பற்றியும், மரணத்தைப் பற்றியும் நல்ல புரிதல் இருக்கிறது.

மரணத்திற்கான விடுதலை, மரணத்தில் விடுதலை, 'ஆம்' என்று சொல்ல சமயம் இல்லாததால், கம்பீரமாக 'இல்லை' என்று சொல்லும் ஒருவன்: இவ்வாறாக அவன் வாழ்வையும் மரணத்தையும் புரிந்துகொள்கிறான்.

என் நண்பர்களே, மனிதனுக்கும் பூமிக்கும் எதிரான அபசாரமாக உங்களுடைய மரணம் ஆகாமல் இருக்கவேண்டும். இதைத்தான் நான் உங்கள் ஆத்மாவின் இனிமையிடம் மன்றாடு கிறேன்.

உன் மரணத்தில் உன் உள்ளுயிர், உன் பண்பு இவை இன்னும் ஒளிர வேண்டும். பூமியைச் சுற்றி சூரிய அஸ்த மனத்தில் ஒளிர்வது போல்: அல்லாவிடில் உன்னுடையது ஒரு மோசமான மரணம்.

இவ்வாறாக நான் நானாக இறக்க விரும்புகிறேன். நண்பர்களே, என் பொருட்டு நீங்கள் பூமியை மேலும் நேசிக்க வேண்டும்; என்னைத் தாங்கியவளிடம் எனக்கு அமைதி கிடைப்பதற்கு, நான் மீண்டும் பூமியாக விரும்புகிறேன்.

உண்மையில், ஜரதுஷ்ட்ராவிற்கு ஓர் இலக்கு இருந்தது. அவனுடைய பந்தை அவன் வீசினான்; இப்பொழுது என் நண்பர்களே, எனது இலக்கிற்கான வாரிசுகளாக இருங்கள், நான் அந்தத் தங்கப் பந்தை உங்களிடம் வீசுகிறேன்.

ஆனால், என் நண்பர்களே! எல்லாவற்றையும்விடச் சிறந்ததாக, தங்கப் பந்தை நீங்கள் வீசுவதைப் பார்க்க விரும்பு கிறேன், எனவே, நான் பூமியில் இன்னும் சிறிது காலம் தங்குகிறேன்; அதற்காக என்னை மன்னியுங்கள்!

ஜரதுஷ்ட்ரா இவ்வாறு கூறினான்.

## வழங்கும் பண்பைக் குறித்து

### 1

ஜரதுஷ்ட்ரா தன் உள்ளத்தைக் கவர்ந்த, 'பல வண்ணப் பசு' என்றழைக்கப்பட்ட நகரத்திலிருந்து விடைபெறும்போது, அவனுடைய சீடர்கள் என்று தங்களை அழைத்துக்கொண்ட பலரும் அவனைத் தொடர்ந்தனர். அவனுக்குப் பாதுகாப்பாக வந்தனர். அவ்வாறாக அவர்கள் ஒரு நாற்சந்திக்கு வந்தார்கள். தனித்துச் செல்வதில் விருப்பமுள்ள ஜரதுஷ்ட்ரா அந்த இடத்தி லிருந்து தனித்துச் செல்ல விரும்புவதாக அவர்களிடம் கூறினான்; அவனுடைய சீடர்கள் அன்பளிப்பாக ஒரு கைத்தடியை அளித்தார்கள். அதன் தங்கத்தாலான கைப்பிடியில் சூரியனை ஒரு பாம்பு சுற்றிக்கொண்டிருந்தது. ஜரதுஷ்ட்ரா பெரிதும் மகிழ்ந்து அந்தத் தடியைத் தரையில் ஊன்றி, அதன் மேல் சாய்ந்துகொண்டான்; பிறகு, தன் சீடர்களிடம் இவ்வாறு பேசினான்:

சொல்லுங்கள்: தங்கத்திற்கு எப்படி மிக உயர்ந்த மதிப்பு வந்தது? அது அசாதாரணமானது, உபயோகமற்றது, ஒளிர்வது, ஒளிர்வில் செழுமையானது. அது எப்பொழுதும் தன்னைத் தந்துகொண்டிருக்கிறது.

உயர்ந்த பண்பின் உருவகமாக மட்டுமே தங்கத்திற்கு மிகவும் மதிப்பு வந்தது. அளிப்பவனின் பார்வை தங்கம்

போன்று சுடர்கிறது. சூரியனுக்கும் சந்திரனுக்கும் இடையே தங்கத்தின் ஒளி அமைதியை உருவாக்குகிறது.

மிக உயர்ந்த பண்பு என்பது அசாதாரணமானது, உபயோக மற்றது, அது ஒளிர்கிறது, ஒளிர்வில் செழுமையாக உள்ளது: மிக உயர்ந்த பண்பு என்பது வழங்கும் பண்புதான்.

உண்மையில், என் சீடர்களே, உங்களை மிகச் சிறந்ததாக ஆக்கியிருக்கிறேன். என்னைப் போலவே வழங்கும் பண்பைப் பெற விரும்புகிறீர்கள். பூனைகளுக்கும் ஓநாய்களுக்கும் பொது வாக உங்களிடம் என்ன இருக்க முடியும்?

நீங்களே தியாகங்களாகவும் பரிசுகளாகவும் ஆவதற்குத் துடிக்கிறீர்கள்; அதனாலேயே உங்கள் ஆத்மாவில் மதிப்பு மிக்கவைகளைக் குவிப்பதற்கு விரும்புகிறீர்கள்.

உங்களது ஆத்மா திருப்தியடையாமல், பொக்கிஷங்களை யும் நகைகளையும் விரும்புகிறது. ஏனெனில், உங்களது வழங்கும் பண்பு திருப்தியடையாமல் இருக்கிறது.

நீங்கள் எல்லாப் பொருட்களையும் உங்களிடம் வர, உங்களுக்குள் வர வற்புறுத்துகிறீர்கள், அதனால் அவை உங்களு டைய சுனையிலிருந்து உங்களுடைய அன்பின் பரிசாகத் திரும்பப் பாய வேண்டுமென்பதற்காக.

உண்மையில், அவ்வாறான வழங்கும் அன்பு எல்லா மதிப்பீடுகளுக்கும் திருடனாக ஆக வேண்டும்; ஆனால், நான் இந்தத் தன்னலத் தன்மையைப் புனிதமானது, ஆரோக்கிய மானது என்பேன்.

அங்கு வேறொரு தன்னலம் உள்ளது, மிக வறுமையான ஒன்று, எப்பொழுதும் திருட விரும்பும் பசித்த தன்னலம், அந்த நோயுற்றவர்களின் தன்னலம், நோயான தன்னலம்.

செழுமையான எல்லாவற்றையும் அது ஒரு திருடனின் கண்களோடு பார்க்கிறது; அது பசியின் பேராசையுடன் உண்ப தற்கு நிறைய வைத்திருப்பவனாக அவனை அளவிடுகிறது. அளிப்பவர்களின் மேஜைக்கு அருகாக எப்போதும் மறைந் திருக்கிறது.

அவ்வாறான ஏக்கத்திலிருந்தும், மறைவான சீரழிவிலிருந் தும் நோய் பேசுகிறது: ஏக்கத்தின் திருட்டுப் பேராசை நோயுற்ற உடலைப்பற்றிப் பேசுகிறது.

என்னிடம் சொல்லுங்கள், என் சகோதரர்களே; எதை நாம் கெட்டது என்றும் எல்லாவற்றையும்விட மோசமானது என்றும் கருதுகிறோம்? இனச்சிதைவை அல்லவா? எங்கு

அளிக்கும் ஆத்மா இல்லையோ அங்கு நாம் இனச்சிதைவு ஏற்படக்கூடுமென்று சந்தேகிக்கிறோம்.

நம் வழி மேல்நோக்கிச் செல்வது, உயிரினத்திலிருந்து அதி உயிரினத்திற்கு. ஆனால் 'எல்லாம் எனக்கே' என்று சொல்லும் சீரழிந்த புத்தி, நமக்கு ஒரு பயங்கரம்.

நம் புத்தி மேல்நோக்கிப் பறக்கிறது; அது நம் உடல்களின் ஓர் உருவகம், ஒரு முன்னேற்றம், மேலேற்றத்தின் உருவகம்.

பண்பின் பெயர்கள் இப்படியான மேலேற்றம் மற்றும் முன்னேற்றத்தின் உருவகங்களே.

இவ்வாறாக உடல் உருவாக்கியும், போரிட்டும் சரித்திரத் தின் ஊடே செல்கிறது. மேலும் உள்ளுயிர் – அது உடலுக்கு என்னவாக இருக்கிறது? கட்டியக்காரனாக, துணைவனாக, போர் மற்றும் வெற்றிகளின் எதிரொலியாக.

நல்லது, தீயதின் எல்லாப் பெயர்களும் உருவகங்களே; அவை பேசுவதில்லை, குறிப்பு மட்டுமே தருகின்றன. அவற்றில் அறிவைத் தேடுபவன் அறிவிலி.

எப்பொழுதெல்லாம் உனது உள்ளுயிர் உருவகங்களில் பேச விரும்புகிறதோ, அப்பொழுதெல்லாம் கவனம் செலுத்து. ஏனெனில் அங்கேதான் உனது நற்பண்பு, தன்னுடைய உற்பத்தி ஸ்தானத்தையும் ஆரம்பத்தையும் வைத்திருக்கிறது.

பிறகு, உனது உடல் உயர்த்தப்பட்டு மேலெழுந்தது; அது அனைத்து விஷயங்களையும் படைப்பவனாகவும், மதிப்பிடுபவ னாகவும், நேசிப்பவனாகவும், ஆதரிப்பவனாகவும் ஆகக்கூடு மென தனது மகிழ்ச்சியால் உள்ளுயிருக்கு அளவற்று இன்ப மூட்டியது.

உன்னுடைய இதயம் அகன்று அலைமோதும்போதும், ஒரு நதியைப் போல் நிரம்பியிருக்கும்போதும், அருகில் வசிப் பவர்களுக்கு ஓர் ஆசிர்வாதம், ஓர் அபாயம்; என்றிருக்கும் போதும் உன்னுடைய நற்பண்பு தன் உற்பத்தி ஸ்தானத்தின் ஆரம்பத்தை அங்குதான் கொண்டுள்ளது.

குற்றப்படுத்தப்படுவதையும், புகழப்படுவதையும் தாண்டி நீ மேன்மைப்படும்போது, உன்னுடைய விருப்பம் எல்லா விஷயங்களிலும் ஒரு காதலனின் விருப்பத்துடன் ஆணையிட ஆசைப்படுகிறது. மேலும் அப்பொழுது உன்னுடைய நேர்மை தன் உற்பத்தி ஸ்தானத்தையும் தன் ஆரம்பத்தையும் அங்குதான் கொண்டுள்ளது.

நீ மென்மையான படுக்கையையும் அழகானவற்றையும் வெறுத்து நிந்திக்கும்போதும், மென்மையான இதயம் கொண்டவர்

களிடமிருந்து அதிக தூரத்தில் உன்னுடைய படுக்கையை ஏற்படுத்திக்கொள்ள இயலாதபோதும் உன்னுடைய நற்பண்பு தன் உற்பத்தி ஸ்தானத்தையும் தன் ஆரம்பத்தையும் அங்குதான் கொண்டுள்ளது.

நீங்கள் ஒரே சங்கல்பத்தைச் சங்கல்பிப்பவர்களாக இருக்கும் போதும், இதை அடிப்படையானதும் அவசியமானதுமாகச் சொல்லும்போதும் உன்னுடைய நற்பண்பு தன் உற்பத்தி ஸ்தானத்தையும் தன் ஆரம்பத்தையும் அங்குதான் கொண்டுள்ளது.

உண்மையில், அது ஒரு புதிய நல்லது, புதிய தீயது! உண்மையில், ஆழங்களில் ஒரு புதிய கர்ஜனை, ஒரு புதிய சுனையின் குரல்.

இந்தப் புதிய பண்பு ஓர் அதிகாரம், இது ஓர் ஆட்சி செலுத்தும் எண்ணம், அதைச் சுற்றியுள்ள ஒரு மெல்லிய ஆத்மா; ஒரு தங்கச் சூரியனும், அதைச் சுற்றியுள்ள அறிவின் சர்ப்பமும்.

## 2

இங்கே ஜரதுஷ்ட்ரா, சிறிது நேரம் அமைதியாகித் தன் சீடர்களை அன்புடன் நோக்கினான். பிறகு அவன் பேசத் தொடங்கினான். அவன் குரல் வித்தியாசமாக இருந்தது.

என் சகோதரர்களே, உங்கள் நற்பண்பின் ஆற்றலுடன் பூமிக்கு விசுவாசமாக இருங்கள்! உங்களுடைய வழங்கும் அன்பும், அறிவும் பூமியின் அர்த்தத்திற்குச் செல்ல உதவட்டும்! இவ்வாறு நான் உங்களைக் கெஞ்சுகிறேன், யாசிக்கிறேன்.

பூமி சார்ந்த விஷயங்களிலிருந்து வெளியே பறந்து அதை ஆதியந்தமற்றதன் சுவர்களைத் தன்னுடைய சிறகுகளால் அடிக்க விட்டுவிடாதீர்கள்! அந்தோ, எப்பொழுதுமே நிறைய பண்புகள் வெளியே பறந்துவிட்டிருக்கின்றன!

நான் செய்வது போல் வெளியே பறந்துவிட்ட பண்பை, திரும்பவும் பூமிக்கு வழிநடத்து – ஆம் திரும்பவும் உடலுக்கும் வாழ்வுக்கும் வழிநடத்து; பூமிக்கு ஒரு மனித அர்த்தத்தைக் கொடுக்கக்கூடிய வகையில் வழிநடத்து.

இதுவரை ஒரு நூறு முறையேனும் உள்ளுயிரும் பண்பும் வெளியே பறந்துவிடுகிற மடத்தனத்தைச் செய்திருக்கிறது. அந்தோ, இந்த பிரமையும் மடத்தனமும் இன்னும் நமது உடல்களில் ஒளிர்கிறது; அது அங்கே உடலாகவும் விருப்பமாகவும் மாறியது.

ஒரு நூறு முறையேனும் உள்ளுயிரும் பண்பும் பரிசோதனை செய்து சாம்பலாகப் போயிருக்கிறது. ஆம், மனிதனே ஒரு பரிசோதனை. அந்தோ நிறைய தவறும் அறியாமையும் நம்முள் உடலாகிவிட்டது.

ஆயிரம் ஆண்டுகளின் காரணம் மட்டுமல்ல, ஆயிரம் ஆண்டுகளின் பைத்தியக்காரத்தனமும் நம்முள் உடைந்து வெளியேறுகிறது. ஒரு வாரிசாக இருப்பது அபாயகரமானது.

நாம் இன்னும் படிப்படியாக வாய்ப்பு எனும் அசுரனுடன் சண்டையிட்டு வருகிறோம், இதுவரை அறிவற்றவர்களும் அர்த்தமற்றவர்களும் மனிதகுலத்தின் மேல் ஆட்சி செலுத்தி வந்தார்கள்.

என் சகோதரர்களே, உங்களுடைய உள்ளுயிரும் பண்பும் பூமியின் அர்த்தத்திற்குச் சேவை செய்யட்டும்; எல்லா விஷயங்களின் மதிப்பும் உங்களால் புதிதாக முடிவு செய்யப்படட்டும். அந்த முடிவுவரையில் நீங்கள் போரிடுபவராக இருங்கள்! அந்த முடிவுவரையில் நீங்கள் படைப்பவராகவும் இருங்கள்.

உடல் அறிவின் ஊடாகத் தன்னைச் சுத்திகரித்துக்கொள்கிறது; அறிவோடு பரிசோதனை செய்து தன்னை உயர்த்திக் கொள்கிறது. பகுத்துணரும் மனிதனுக்கு எல்லா உணர்வுகளும் புனிதமானவை. உயர்த்தப்பட்ட மனிதனின் ஆத்மா மகிழ்ச்சியாக வளர்கிறது.

மருத்துவனே, உன்னைக் குணப்படுத்திக்கொள்; இவ்வாறு உன்னுடைய நோயாளியையும்கூடக் குணப்படுத்த இயலும். அவனுடைய சிறந்த குணப்படுத்தும் கருவி, தன்னுடைய சொந்தக் கண்களால் தன்னைத்தானே குணப்படுத்திக் கொள்பவனைப் பார்ப்பதாக இருக்கட்டும்.

கால்சுவடுகூடப் படாத ஆயிரம் பாதைகளும், ஆரோக்கியமும், வாழ்வின் மறைக்கப்பட்ட தீவுகளின் ஆயிரம் வடிவங்களும் இன்னும் இருக்கின்றன. மனிதனும், மனிதனின் பூமியும் இன்னும் தீர்க்கப்படாமலும் கண்டுபிடிக்கப்படாமலும் இருக்கிறது.

தனிமையானவர்களே கவனியுங்கள், கேளுங்கள்! வருங் காலத்தில் இருந்து காற்று சிறகசைப்புடன் வருகிறது; நல்ல செய்தித்திரட்டுகள் நுண்ணிய காதுகளுக்குச் செல்கின்றன.

இன்றைய தனிமையானவர்களே, சமூகத்திலிருந்து விலகி விட்டீர்களா? ஒருநாள் நீங்களும் மக்களில் ஒருவராவீர்கள்; உங்களிலிருந்து உங்களைத் தேர்ந்தெடுத்துக் கொள்வீர்கள். தேர்ந்தெடுக்கப்பட்டவர்களால் தாவ இயலுமா? இந்தத் தேர்ந்தெடுக்கப்பட்ட மக்களிலிருந்து, அதிமனிதன் பிறப்பான்.

உண்மையில், பூமி இன்னும் குணப்படுத்தும் இல்லமாக ஆக இயலும்! ஏற்கனவே ஒரு புதிய மணம் அதன் மேல் கமழ்கிறது – ஆரோக்கியத்தைக் கொண்டுவரும் ஒரு மணம் – ஒரு புதிய நம்பிக்கை!

## 3

ஜரதுஷ்ட்ரா இந்த வார்த்தைகளைச் சொன்னபோது, தன்னுடைய கடைசி வார்த்தையைப் பேசிமுடிக்காதவன் போல் நிறுத்தினான்; கைத்தடியை வெகுநேரம் சந்தேகத்துடன் தன் கைகளில் தாங்கிக்கொண்டிருந்தான். கடைசியில், அவன் இவ்வாறு கூறினான், அவன் குரல் வித்தியாசமாக இருந்தது:

நான் இப்பொழுது தனித்துச் செல்கிறேன், என் சீடர்களே! நீங்களும் இப்பொழுது தூரச் செல்லுங்கள், தனித்திருங்கள்! இவ்வாறு எனக்கு அது கிடைக்கும்.

உண்மையில், நான் உங்களுக்குப் புத்தி சொல்கிறேன்; என்னிடம் இருந்து விலகிச் செல்லுங்கள், ஜரதுஷ்ட்ராவிடமிருந்து உங்களைக் காத்துக்கொள்ளுங்கள்! இன்னும் அதிகமாக அவனிடம் வெட்கம் கொள்ளுங்கள்! ஒருக்கால், அவன் உங்களை ஏமாற்றி இருப்பான்.

அறிவுள்ள மனிதனுக்கு எதிரிகளை நேசிக்க மட்டுமல்லாது, நண்பர்களை வெறுக்கவும் முடிய வேண்டும்.

ஒரு மாணவனாகவே இருந்தால், அவன் தன்னுடைய ஆசானுக்கு மிகவும் மோசமாகத் திருப்பிச் செலுத்துகிறான். அப்போது என்னுடைய வெற்றி மாலைகளை நீங்கள் ஏன் பறிக்கக் கூடாது?

நீங்கள் என்னை மதிக்கிறீர்கள்; ஆனால், ஒருக்கால் உங்களுடைய மரியாதை ஆட்டம் கண்டால்? ஒரு வீழும் சிலை உங்களைச் சாகடிக்காமல் பார்த்துக் கொள்ளுங்கள்.

நீங்கள் ஜரதுஷ்ட்ராவை நம்புவதாகச் சொல்கிறீர்கள். ஆனால், ஜரதுஷ்ட்ராவிற்கு என்ன முக்கியத்துவம்? நீங்கள் என்னை நம்புபவர்கள்; ஆனால், நம்புகிறவர்களுக்கெல்லாம் முக்கியத்துவமுள்ளதா என்ன?

நீங்கள் என்னைக் கண்டுபிடித்தவரையில் உங்களைத் தேடவில்லை. இவ்வாறுதான் நம்புகிறவர்கள் எல்லாம்; எனவே எல்லா நம்பிக்கைகளும் அற்பமானவையே.

இப்பொழுது என்னை விட்டுவிடவும் உங்களைக் கண்டு பிடிக்கவும் கேட்டுக் கொள்கிறேன்; நீங்கள் அனைவரும் என்னை மறுத்த பிறகே உங்களிடம் திரும்பி வருவேன்.

என் சகோதரர்களே, உண்மையில் பிறகு நான் வேறு கண்களுடன் தொலைந்தவர்களைத் தேடக்கூடும்; வேறொரு நேசத்துடன் உங்களை நேசிக்கக்கூடும்.

மீண்டும் நீங்கள் நண்பர்களாகி ஒரே நம்பிக்கையின் குழந்தைகளாகக்கூடும்; பிறகு மூன்றாவது முறையாக உங்களுடன் இருந்து, நான் அந்த மாபெரும் உச்சிவேளையை உங்களுடன் கொண்டாட இயலும்.

இதுதான் அந்த மாபெரும் பகல்வேளை; அதாவது விலங்குக்கும் அதிமனிதனுக்கும் இடையிலான பயணத்துக்கு இடையில் மனிதன் நிற்கும் வேளை, அவனுடைய உயர்ந்த நம்பிக்கையின் மாலைக்கான பயணத்தினுடைய கொண்டாட்டம்; ஏனெனில், அது புதிய வைகறைக்கான பயணம்.

பிறகு கீழே செல்லும் மனிதன், தன்னையே வாழ்த்திக் கொள்வான்; ஏனெனில் அவன் அதிமனிதனிடம் செல்பவன்; அவனது அறிவின் சூரியன் நண்பகலில் நிற்பான்.

*'எல்லாக் கடவுள்களும் இறந்தாயிற்று; இப்பொழுது நாம் அதிமனிதன் வாழ வேண்டுமென்று விரும்புகிறோம்'* – இதுவே ஒருநாள் மாபெரும் உச்சிவேளையில் நமது கடைசிச் சங்கல்பமாக இருக்கட்டும்.

ஜரதுஷ்ட்ரா இவ்வாறு கூறினான்.

 ൈ

# பாகம் இரண்டு

## கண்ணாடி வைத்திருக்கும் குழந்தை

பிறகு, ஜரதுஷ்ட்ரா மனிதக் கூட்டத்திட மிருந்து விலகி, மலைகளுக்குத் திரும்பி, தனது ஏகாந்தக் குகைக்குள் சென்றான்; விதைகளைத் தூவிவிட்டுக் காத்திருக்கும் ஒரு விவசாயியைப் போல். இருந்தும், அவனது ஆத்மா, அவன் நேசித்த வர்களுக்காக அமைதியின்மையாலும் ஏக்கத்தாலும் நிரம்பி இருந்தது; ஏனெனில், அவர்களுக்குத் தர அவனிடம் இன்னும் நிறைய இருந்தது. திறந்திருக்கும் கைகளை அன்பின் பொருட்டு மூடிக்கொள்வதும், கொடுப்பவனின் தன்னடக்கத்தைப் பத்திரப் படுத்திக் கொள்வதும் மிகக் கடினமான விஷயம்.

இவ்வாறாக மாதங்களும் வருடங்களும் தனி மையைக் கடந்தன; ஆனால், அவனது விவேகம் அவனுக்கு வலியைத் தரும் அளவுக்கு அதிகமாகி விட்டிருந்தது.

ஒருநாள் காலையில் விடிவதற்கு முன்பே விழித்துக்கொண்டு, வேண்டுமென்றே படுக்கையில் கிடந்தபடி தன்னுடைய மனத்திடம் நீண்ட நேரம் பேசினான்:

நான் ஏன் எனது கனவில் அப்படிப் பயந்து போய் விழித்துக்கொண்டேன்? கண்ணாடியைச் சுமந்துகொண்டு ஒரு குழந்தைதான் என்னிடம் வந்தது.

'ஓ ஜரதுஷ்ட்ரா, கண்ணாடியில் உன்னைப் பார்!' என்று அந்தக் குழந்தை என்னிடம் சொன்னது.

கண்ணாடியில் பார்த்ததும் கதறிவிட்டேன். எனது மனம் நடுங்கியது; ஏனெனில் அதில் நான்

என்னைப் பார்க்கவில்லை. ஒரு சாத்தானின் இகழ்ச்சிப் பார்வையையும் அழகு காட்டு தலையும் பார்த்தேன்.

உண்மையில், அந்தக் கனவு காட்டிய கெட்ட சகுனத்தையும் அபாயத்தையும் நன்றாகவே புரிந்துகொண்டேன். என்னுடைய 'மேதமை' அபாயத்தில் இருக்கிறது, களைகள், பயிர்களென அழைக்கப்பட விரும்புகின்றன.

என்னுடைய விரோதிகள் வலிமையுடையவர்களாக வளர்ந்துவிட்டார்கள், எனது மேதமையின் அர்த்தத்தைச் சிதைத்துவிட்டார்கள். எனவே எனக்கு வேண்டியவர்கள், அவர்களுக்கு நான் அளித்த பரிசுகள் குறித்து வெட்கப்படுகிறார்கள்.

எனது நண்பர்களைத் தொலைத்துவிட்டேன்; தொலைத்தவற்றைத் தேடும் நேரம் வந்துவிட்டது!

இந்த வார்த்தைகளுடன் ஜரதுஷ்ட்ரா துள்ளி எழுந்தான் – உள்ளுயிரால் உந்தப்பட்ட ஒரு ஞானி அல்லது பாடகனைப் போல. மூச்சுக்காகத் திணறுபவன் போல் அல்ல – அவனது கழுகும் சர்ப்பமும் அவனைத் திகைப்புடன் கவனித்தன; ஏனெனில், ஒரு மகிழ்வின் தொடக்க ஒளி அவனது முகத்தை உதயத்தைப் போல் ஒளிரச் செய்தது.

எனக்கு என்ன நேர்ந்தது, எனது விலங்குகளே? நான் மாறிவிடவில்லையா? பேரின்பம் ஒரு புயல்காற்றைப் போல் என்னிடம் வரவில்லையா?

என்னுடைய மகிழ்ச்சி மூடத்தனமானது, அது மூடத்தனமான விஷயங்களைப் பற்றிப் பேசும்; அது மிக மிகச் சிறியது, எனவே அதனிடம் பொறுமையாக இருங்கள்.

எனது மகிழ்ச்சி என்னைக் காயப்படுத்திவிட்டது; துன்பப்படுபவர் அனைவரும் எனக்கு மருத்துவர்களாக ஆகலாம்!

நான் எனது நண்பர்களிடம் மீண்டும் செல்லலாம், எனது விரோதிகளிடமும்கூட! ஜரதுஷ்ட்ரா பேசலாம், மீண்டும் அளிக்கலாம். நேசிப்பவர்களிடம் மீண்டும் நேசம் காட்டலாம்.

எனது பொறுமையற்ற அன்பு காலை மீதும், மாலை மீதும் அடைமழையாய்ப் பொழிகிறது, எனது ஆத்மா அமைதியான மலைகளில் இருந்தும், துயரத்தின் புல்வெளிகளில் இருந்தும் சமவெளிக்குள் பாய்ந்தோடுகிறது.

நீண்ட காலம் நான் தொலைவுகளை விரும்பி, உற்றுப் பார்த்து வந்திருக்கிறேன். நீண்ட காலம் ஏகாந்தத்தில் இருந்து

விட்டேன்; அதனால் மௌனமாக இருப்பது எப்படி என்பதையே மறந்துவிட்டேன்.

நான் பேச்சாக, உயர்ந்த பாறைகளிலிருந்து உருளும் நதியாக இருக்கிறேன். இதைத் தவிர வேறில்லை. எனது வார்த்தைகளைத தூக்கிக் கீழே சமவெளிகளில் எறிய விரும்பு கிறேன்.

கடக்க இயலாத, பாதைகளற்ற இடங்களுக்குப் புகுந்து செல்ல என்னுடைய அன்பெனும் நதியை அனுமதிக்கிறேன். எப்படியும் ஒரு நதி கடைசியில் கடலுக்கான வழியைக் கண்டுபிடிக்காமல் இருக்குமா?

நிச்சயமாக எனக்குள் ஓர் ஏரி இருந்தது. ஒதுக்கமான, தன்னளவில் நிறைவான ஓர் ஏரி; ஆனால் எனது அன்பின் ஓடை அதனைத் தன்னோடு கீழே இழுக்கிறது – கடலுக்கு!

நான் புதிய வழிகளில் செல்கிறேன். ஒரு புதிய உரையாடல் என்னிடம் வந்திருக்கிறது; அனைத்துப் படைப்பாளிகளையும் போல், நான் பழைய மொழிகளுக்குச் சலிப்படைகிறேன். நைந்த செருப்புகளில் இனியும் எனது உள்ளுயிர் நடக்க விரும்பவில்லை.

அனைத்துப் பேச்சுகளும் எனக்கு மிகவும் மெதுவாகவே ஓடுகிறது – புயலே, உனது ரதத்தில் தாவுகிறேன்! உன்னையும் கூட எனது நஞ்செனும் சாட்டையால் விளாசுவேன்!

எனது நண்பர்கள் காத்திருக்கும் பேரின்பத் தீவுகளை அடையும்வரை பரந்த ஒரு கத்தலைப் போல், மகிழ்ச்சியின் ஒரு கூச்சலைப் போல் சமுத்திரங்களைக் கடக்க விரும்புகிறேன்,

எனது விரோதிகளும் அவர்களுடன் காத்திருக்கிறார்கள்! என்னால் வெறுமனே பேசிக்கொண்டிருக்கக்கூடிய அனைவரையும் இப்பொழுது நான் எவ்வளவு நேசிக்கிறேன்! எனது விரோதிகளும் எனது மகிழ்ச்சியின் ஒரு பகுதி.

எனது முரட்டுக் குதிரையின் மேல் ஏறுவதற்கு எனது ஈட்டியே பேருதவியாக இருக்கிறது; அது எனது பாதங்களுக்குக் கீழே எப்பொழுதும் தயாராக உள்ள ஒரு வேலையாள்.

அது எனது விரோதிகள் மீது நான் எறியும் ஈட்டி! என்னால் அதை எறிய இயன்றதற்காக எனது விரோதிகளுக்கு நான் நன்றி சொல்வேன்!

எனது மேகத்தின் அடர்த்தி மிகப் பிரம்மாண்டமானதாக இருக்கிறது; மின்னலின் நகைப்பு முழக்கங்களுக்கிடையே நான் ஆழங்களில் ஆலங்கட்டி மழை பொழிய விரும்புகிறேன்.

பிறகு எனது மார்பு சக்தியுடன் விம்மும், வல்லமையுடன் தனது புயற்காற்றை மலைகளை நோக்கி வீசும்; தன்னுடைய ஆசுவாசத்தைப் பெறும்.

உண்மையில், எனது மகிழ்ச்சியும், எனது விடுதலையும் ஒரு புயல் போலவே வருகிறது, ஆனால் எனது விரோதிகள் 'கேடானது' தங்களது தலைக்கு மேல் உறுமுவதாக நினைக்கக் கூடும்.

ஆம் நண்பர்களே, நீங்களும்கூட எனது மூர்க்கமான விவேகத்தால் திகிலடையக்கூடும்; ஒருவேளை நீங்களும் எனது விரோதிகளோடு பறந்துவிடக்கூடும்.

ஆகா, என்னால் மட்டும் இடையர்களின் புல்லாங்குழல் இசையால் உங்களை மீண்டும் மயக்க முடிந்தால்! ஓ, எனது விவேகம் என்ற பெண் சிங்கம் அன்பாகக் கர்ஜிக்கக் கற்றுக் கொண்டுவிட்டால்! ஏற்கனவே நாம்தான் ஒருத்தருக்கு ஒருத்தர் நிறையவே கற்றுக்கொண்டுவிட்டோமே.

எனது மூர்க்கமான விவேகம் என்ற பெண் சிங்கம் தனி மலைகளில் கருவுற்று, கரடுமுரடான பாறைகளின் மேல் தனது குட்டியை ஈன்றாள் – அவளது மிக இளைய குட்டியை.

இப்பொழுது அவள் மெத்தென்ற புல்வெளிகளைத் தேடித் தேடிக் குரூரப் பாலைகளில் மூர்க்கமாக ஓடுகிறாள் –எனது முதிய, மூர்க்கமான விவேகம்!

எனது நண்பர்களே! உங்கள் இதயத்தின் மெத்தென்ற புல்வெளிகளில் – உங்கள் அன்பின் மேல் – அவள் தனது செல்லக் குட்டியைக் கிடத்த விரும்புகிறாள்.

ஜரதுஷ்ட்ரா இவ்வாறு கூறினான்.

## பேரின்பத் தீவுகளின் மேல்

மரத்திலிருந்து அத்திப்பழங்கள் உதிர்ந்து கொண்டிருக் கின்றன. அவை பழுத்து இனிப்பாக உள்ளன; விழும்போது அவற்றின் சிவப்புத் தோல் பிளக்கிறது. கனிந்த அத்திகளுக்கு நான் ஒரு வாடைக் காற்று.

அத்திப்பழங்களைப் போல் இந்தப் போதனைகள் உங்க ளிடம் விழுகின்றனவா, என் நண்பர்களே? இப்பொழுது அவற்றின் சாற்றைப் பருகுங்கள், அவற்றின் மதுரமான கதுப்புகளை

உண்ணுங்கள்! சுற்றிலும் இப்போது இலையுதிர்காலம், தெளிந்த வானம், மதியநேரம்.

பாருங்கள், நம்மைச் சுற்றி எத்தகைய செழிப்பு! இந்த அபரிமிதத்துக்கு நடுவில், தொலைதூரக் கடல்களை உற்று நோக்குவது அருமையாக இருக்கிறது.

ஒரு காலத்தில் நீங்கள் தூரக்கடல்களை உற்று நோக்கும் போது 'கடவுள்' என்று சொன்னீர்கள்; ஆனால், இப்பொழுது 'அதிமனிதன்' என்று சொல்ல நான் கற்றுத் தருகிறேன்.

கடவுள் ஒரு யூகம்; ஆனால் உங்கள் யூகம் உங்களுடைய படைப்பு விருப்பத்தைத் தாண்டாமல் இருக்க வேண்டுமென்று விரும்புகிறேன்.

உங்களால் ஒரு கடவுளைப் படைக்க இயலுமா? எனவே எந்தக் கடவுளைப் பற்றியும் பேசாதீர்கள்! ஆனால், உங்களால் நிச்சயமாக அதி மனிதனைப் படைக்க இயலும்.

எனது சகோதரர்களே! ஒருவேளை உங்களால் முடியாமல் போகலாம். ஆனால் உங்களை அதிமனிதனின் கொள்ளுத் தாத்தாக்களாகவும் மூதாதையர்களாகவும் உருமாற்றிக்கொள்ள இயலும்; இதுவே உங்களது தலைசிறந்த படைப்பாக இருக்கட்டும்.

கடவுள் ஒரு புனைவு, ஆனால் உங்களது புனைவூக்கம் கற்பனைக்குக் கடன்பட்டதாக இருக்க வேண்டுமென்று விரும்பு கிறேன்.

உங்களால் ஒரு கடவுளைச் சிந்திக்க இயலுமா? ஆனால் உண்மைக்கான விருப்பம் இதுவாக இருக்கட்டும்; அனைத்தும் மனிதப் பார்வையில் சிந்திக்கத் தக்கதாக உருமாற்றப்பட வேண்டும், மனித நோக்கில் – தெளிவானதாக, உணரக்கூடியதாக! உங்களது உணர்வுகளையே கடைசிவரை தொடர வேண்டும்.

ஞானம் பெற்ற மனிதர்களே! நீங்கள் இதுவரை எதை உலகமென்று கூறி வந்தீர்களோ, அதை நீங்களாகவே உருவாக்க வேண்டும்; உங்களது நோக்கம், உங்களது விருப்பம், உங்களது அன்பு இவற்றால் உங்களது வடிவில் உலகு உருவாக்கப்பட வேண்டும்! உண்மையில், அது உங்களது மகிழ்ச்சிக்கானதாக இருக்கும்.

இந்த நம்பிக்கையின்றி நீங்கள் எப்படி வாழ்வைத் தாங்குவீர் கள், ஒளி பெற்ற மனிதர்களே? புரிய முடியாததிலோ, பகுத்தறிய இயலாததிலோ நீங்கள் கவலையற்று இருக்க முடியாது.

ஆனால், எனது நெஞ்சத்தை முழுவதுமாக உங்களுக்கு வெளிப்படுத்துகிறேன் நண்பர்களே: ஒருவேளை கடவுள்கள்

இருந்தால், நான் ஒரு கடவுளாக இல்லாதிருப்பதை எப்படிப் பொறுத்துக்கொள்வது? எனவே கடவுள்கள் இல்லை.

நான், நானாகவே அந்த முடிவை வரைந்தேன்; ஆனால் இப்போது அது என்னை வரைகிறது.

கடவுள் ஒரு யூகம்; ஆனால் இந்த யூகத்தின் வலியை மரணமடையாமல் எப்படி உணர இயலும்? பறக்கும் கழுகென உயரும் படைப்பாளியின் வளர்ச்சியும் நம்பிக்கையும் திருடப் படுமா?

கடவுள் ஒரு கருத்து. அது நேராகவிருப்பதை வளைக்கவும், நிற்பதை மயங்கவைக்கவும் செய்யும். என்ன, காலம் போன பிறகு, உறுதியற்றவையெல்லாம் வெறும் பொய்யாகிவிடுமா?

இதை மனித உடலுக்குள் மயக்கமாகவும், கிறுகிறுப்பாகவும், வயிற்றுக்கு வாந்தியாகவும் நினைப்பதை, அப்படி ஒன்றை யூகிப்பதை மயக்கம் என்றழைக்கிறேன்.

இந்த ஒன்றேயானது, கச்சிதமான, உணர்வு வயப்படாத, போதுமான மற்றும் நிலையுறுதியுள்ளது பற்றிய உபதேசங்களை எல்லாம், நான் மனிதவியல்பற்றது, தீங்கானது என்றழைக்கிறேன்.

நிலையாக உள்ளது அனைத்தும் ஒரு படிமமே. கவிஞர்கள் மிக அதிகமாகப் பொய் சொல்பவர்கள்.

ஆனால் சிறந்த படிமங்களும், நீதிக்கதைகளும் காலத்தைப் பற்றியும், அது பொருந்துவதைப் பற்றியும் பேச வேண்டும்; அவை நிலையற்றதன் புகழுரையாகவும், நியாயப்படுத்தலாக வும் இருக்க வேண்டும்.

சிருஷ்டி – அதுவே துன்பத்திலிருந்து மிகப் பெரிய மீட்பு, வாழ்வின் நெருக்கடித் தளர்வு. ஆனால், படைப்பாளியின் இருத்தலுக்கே மிகக் கூடுதலான உருமாற்றமும், சிரமங்களும் தேவைப்படுகின்றன.

ஆம், படைப்பாளிகளே, உங்கள் வாழ்வில் மிகக் கசப்பான மரணம் இருக்க வேண்டும்! இப்படியாக நீங்கள் நிலையற்றதை நியாயப்படுத்துபவர்களாக, எடுத்துரைப்பவர்களாக ஆகிறீர்கள்.

படைப்பாளி புதிதாகப் பிறந்த குழந்தை போல் இருப் பதற்கு, அவன் தாயாக, தாயின் வலியைத் தாங்குபவனாக இருக்க வேண்டும்.

உண்மையில், நான் என் வழியில் ஒரு நூறு ஆத்மாக்களின் ஊடேயும், ஒரு நூறு தொட்டில்கள் ஊடேயும், ஒரு நூறு பிரசவ வலிகளின் ஊடேயும் சென்றிருக்கிறேன். நான் நிறைய

விடைபெற்றிருக்கிறேன், எனக்கு இதயத்தை நொறுக்கும் கடைசி நேரங்களைத் தெரியும்.

ஆனால், எனது படைப்பாக்க உறுதி, எனது விதி, அப்படி விரும்புகிறது அல்லது, நேர்மையாகப் பேசுவதென்றால் எனது விருப்பம் அவ்வாறான விதியைத்தான் மிகவும் விரும்புகிறது.

எல்லா உணர்வுகளும் என்னுள் துன்புறுகின்றன, அவை சிறைப்பட்டிருக்கின்றன. ஆனால் எனது விருப்பம் எப்பொழுதும் விடுதலை அளிப்பவனாகவும், மகிழ்ச்சியைக் கொண்டுவருபவனாகவுமே என்னிடம் வருகிறது.

ஜரதுஷ்ட்ரா உங்களுக்குச் சொல்லித் தருவது இதுதான் – விருப்ப நிலை விடுதலை அளிக்கிறது: அதுவே விருப்பம் மற்றும் விடுதலையின் உண்மைச் சித்தாந்தம்.

இனி சங்கல்பிக்க ஏதுமில்லை, மதிப்பிட ஏதுமில்லை, இனி படைக்கவும் ஏதுமில்லை! ஆகா, இந்த மகத்தான சோர்வு என்னிடமிருந்து எப்பொழுதும் சற்று தூரத்திலேயே இருக்கட்டும்.

அறிவதிலும், புரிந்துகொள்வதிலும்கூட, தோற்றுவித்தலிலும், இசைவானதிலும் உள்ள எனது சங்கல்பத்தின் மகிழ்ச்சியை மாத்திரமே உணர்கிறேன். எனது அறிவில் ஏதேனும் தீங்கின்மை இருந்தால், சிருஷ்டிக்கான எனது சங்கல்பம் அதில் இருப்பதனால்தான்.

இந்த சங்கல்பம் என்னைக் கடவுளிடமிருந்தும், கடவுள்களிடம் இருந்தும் கவர்ந்திழுத்தது; ஒருக்கால் கடவுள்கள் இருந்தால், அங்கு படைப்பதற்கு என்ன இருக்கும்?

ஆனால் எனது ஆர்வமிக்க படைப்பாக்க சங்கல்பம் மீண்டும் மீண்டும் என்னை மனித இனத்திடம் ஈர்க்கிறது. எனது ஆர்வமிக்க படைப்பாக்க சங்கல்பம், சுத்தியலைக் கல்லிடம் செலுத்துகிறது.

மனிதர்களே, நான் கல்லுக்குள் ஓர் உருவம் உறங்குவதைப் பார்க்கிறேன், எனது மனக் காட்சிகளின் உருவம்! ஓ, கடுமையான, அசிங்கமான கல்லுக்குள் அது உறங்க வேண்டி இருக்கிறது!

இப்போது அதன் சிறையை நோக்கி எனது சுத்தியல் சீறிப் பாய்கிறது, கல்லில் இருந்து துகள்கள் பறக்கின்றன; அதைப் பற்றி எனக்கென்ன?

நான் அதை நிறைவு செய்வேன். ஏனெனில் ஒரு நிழல் – அமைதியான, மிக மிக லேசான நிழல் – ஒருமுறை என்னிடம் வந்தது!

அதிமனிதனின் அழகு ஒரு நிழலைப் போல் என்னிடம் வந்தது. ஓ, எனது சகோதரர்களே! இப்பொழுது கடவுள் களைப் பற்றி எனக்கென்ன?

ஜரதுஷ்ட்ரா இவ்வாறு கூறினான்.

## இரக்க குணமுள்ளவர்கள் குறித்து

என் நண்பர்களே, உங்கள் நண்பன் இப்படி ஓர் அங்கத மொழியைக் கேட்டான்: 'ஜரதுஷ்ட்ராவைச் சற்றே பார்! விலங்குகளுடன் செல்வதைப் போல் அல்லவா நம்மோடு செல்கிறான்?'

ஆனால் அதைச் சிறப்பாக இப்படிச் சொல்லலாம்: 'ஞானம்பெற்ற மனிதன் விலங்குகளோடு செல்வதைப் போல் மனிதர்களோடு செல்கிறான்.'

ஞானம்பெற்ற மனிதன் சிவப்புக் கன்னங்களுடைய விலங்கு என்று மனிதனை அழைக்கிறான்.

இது எவ்வாறு மனிதனுக்கு நிகழ்ந்தது? அவன் அடிக்கடி வெட்கமுற நேர்ந்ததால் அல்லவா!

ஓ எனது நண்பர்களே! 'வெட்கம், வெட்கம், வெட்கம் – அதுவே மனிதனின் வரலாறு!' – இவ்வாறு பேசினான் ஞானம் பெற்ற மனிதன்.

அந்தக் காரணத்தினாலேயே, உயர் மனிதன் அடுத்தவர் களை வெட்கமுறச் செய்வதில்லை என்று உறுதி செய்துகொள் கிறான்; துன்புறுபவர்கள் அனைவருக்கும் முன்பே வெட்கத்தை உணர்வது என்று அவன் உறுதி செய்துகொள்கிறான்.

உண்மையில், எனக்குத் தங்கள் இரக்கத்தில் மகிழ்ச்சி கொள்ளும் இரக்க குணமுடையவர்களைப் பிடிப்பதில்லை; அவர்களுக்கு வெட்கம் மிகவும் குறைவாக உள்ளது.

நான் இரக்க குணத்தோடு இருக்க நேர்ந்தாலும் இரக்க குணமுடையவன் என்று அழைக்கப்பட விரும்பவில்லை; அப்படியே இரக்க குணத்தோடு இருந்தாலும் சற்றுத் தூரத்தில் இருப்பதையே விரும்புகிறேன்.

எனது தலையை மூடிக்கொண்டு, அடையாளம் கண்டு கொள்ளப்படும் முன் ஓடிவிட விரும்புகிறேன்; எனது நண்பர் களே, இவ்வாறே நீங்களும் செயல்படவேண்டும்.

உங்களைப்போன்ற, சிரமப்படாத, துன்புறாத, நம்பிக்கை கொள்ளக்கூடிய, உணவையும் தேனையும் பொதுவில் பகிர்ந்து கொள்ளக் கூடியவர்கள் மாத்திரமே எனது பாதையின் குறுக் காக வருமாறு எனது விதி என்னை வழி நடத்தட்டும்!

உண்மையில், கஷ்டப்பட்டவர்களுக்காகவே நான் அதையும் இதையும் செய்தேன்; என்னைப்பற்றி நான் மகிழ்ச்சி யடையாதபோதே, மேலான காரியங்களைச் செய்ததாக எனக்குத் தோன்றியது.

மனிதன் தோன்ற ஆரம்பித்ததில் இருந்தே, தன்னளவில் மிகவும் சிறிதளவே மகிழ்ந்தான்; அதுவே, எனது சகோதரர் களே, நாம் செய்த முதல் பாவம்.

நாம் நம்மைக் குறித்து மகிழக் கற்றுக்கொண்ட பிறகே, மற்றவர்களைப் பாதிக்கவும், மற்றவர்களுக்கு எதிராகச் சதி செய்யவும் கற்றுக்கொள்வதை மறக்கிறோம்.

கஷ்டப்படும் ஒருவனுக்கு உதவி செய்த பிறகு, எனது கைகளைக் கழுவிக்கொள்கிறேன், அப்படியே எனது உள்ளத் தையும் நன்றாகத் துடைத்துக் கொள்கிறேன்.

ஒருவன் துன்புறுவதைப் பார்த்தபோது, அதைப் பார்த்த தாலேயே அவன் அடைந்த வெட்கத்தின் பொருட்டு வெட்கப் பட்டேன்; நான் அவனுக்கு உதவி செய்தபோது, அவனை மிக மோசமாகக் காயப்படுத்தினேன்.

பெரும் கடப்பாடுகள் ஒருவனை நன்றி உடையவனாக்குவ தில்லை, அவனை எண்ணி வருந்த வைக்கின்றன; ஒரு சிறிய இரக்கம் மறக்கப்படாவிட்டால், அது ஒரு புழுவாக அரித்துக் கொண்டிருக்கும்.

'பெற்றுக்கொள்வதில் பொறுமையாக இருங்கள்! ஒரு மனிதனிடம் இருந்து பெற்றுக்கொள்வதன் மூலம் அவனைக் கௌரவப்படுத்துங்கள்!' – தருவதற்கு ஏதுமில்லாதவர்களுக்கு இவ்வாறு நான் அறிவுரை கூறுகிறேன்.

நான், பிறருக்குத் தருபவன்: மகிழ்ச்சியோடு நண்பர் களுக்கு நண்பனாகத் தருபவன். ஆனால் வேற்று மனிதர்களும் ஏழைகளும் தாமாகவே எனது மரத்திலிருந்து பறித்துக்கொள்ள லாம்; இது குறைவான வெட்கத்தையே ஏற்படுத்துகிறது.

பிச்சைக்காரர்கள், எப்படியும், முற்றாகத் தடை செய்யப் பட வேண்டியவர்கள்! உண்மையில், அவர்களுக்கு ஏதாவது தருவதும் தொல்லையூட்டுகிறது, தராமல் இருப்பதும் தொல்லை யூட்டுகிறது.

அதுபோலவேதான் பாவிகளும், மோசமான மனசாட்சி உடையவர்களும்! என்னை நம்புங்கள், எனது நண்பர்களே:

மனசாட்சியின் ஒவ்வொரு கொடுக்கும் மனிதனுக்குக் கொட்டுவதற்குக் கற்றுத்தருகிறது.

அனைத்திலும் மோசமானது அற்ப எண்ணங்கள். உண்மையில் அற்பத்தனமாக எண்ணுவதைக் காட்டிலும் போக்கிரித்தனமாகச் செயல்படுவது சிறந்தது!

நீங்கள் சொல்வீர்கள்: 'சிறிய போக்கிரித்தனங்கள் செய்வது, நிறைய தீய செயல்கள் செய்வதிலிருந்து நம்மை விட்டுவிடுகிறது' என்று. ஆனால் இங்கே ஒருத்தன் விட்டுவிடப்பட விரும்பக்கூடாது.

தீய செயல் ஒரு கொப்புளம் போன்றது; அது எரிச்சலூட்டுகிறது, சினமூட்டுகிறது. பிறகு உடைகிறது – அது மரியாதையாகப் பேசுகிறது.

'பார், நான் ஒரு நோய்' – இவ்வாறு பேசுகிறது தீய செயல்; அது அதனுடைய நோய்மை.

ஆனால் அற்ப எண்ணம் அரிக்கும் புழுவைப் போன்றது; அது நகர்ந்து மறைந்துகொள்கிறது, அது வெளிப்பட விரும்புவதில்லை – அவற்றால் முழு உடலும் மோசமாகி உதிரும்வரை.

ஆனால் ஒரு சாத்தானால் பீடிக்கப்பட்டவனின் காதுகளில் இந்த உபதேசத்தைக் கிசுகிசுக்கிறேன்: 'உனது சாத்தானை வளர்ப்பது உனக்கு நல்லது! மேன்மையடைவதற்கு உனக்கும் ஒரு வழி உள்ளது!'

எனது சகோதரர்களே! ஒருவருக்கு அனைவரைப் பற்றியும் கொஞ்சம் அதிகமாகத் தெரிந்திருக்கிறது! நமக்குத் தெளிவாகத் தெரிகிற நிறையபேர் இன்னமும் காயப்படுத்த முடியாதவர்கள்.

மனிதர்களுடன் வாழ்வது சிரமமானது, ஏனெனில் மௌனமாக இருப்பது மிகவும் கடினமானது.

நாம் மிக நியாயமற்றவர்கள், நாம் வெறுப்பவர்களிடம் அல்ல, நாம் யாருக்காக எதையுமே உணர்வதில்லையோ அவர்களிடம்.

ஆனால் உனக்கு ஒரு துன்புறும் நண்பன் இருந்தால், அவனுடைய துன்பத்திற்கு ஓர் இளைப்பாறும் இடமாக – ஆனால் கடுமையான படுக்கை போன்ற இளைப்பாறும் முகாமாக – அவனுக்கு மிகச் சிறப்பாகச் சேவை செய்ய முடியும் உன்னால்.

உனது நண்பன் ஒரு தவறு செய்ய நேர்ந்தால், சொல்; 'நீ எனக்குச் செய்ததை மன்னிக்கிறேன்; ஆனால், நீ உனக்குச் செய்துகொண்டாயே, அதை எவ்வாறு மன்னிக்க முடியும்?'

அனைத்து மகத்தான அன்பும் இவ்வாறே பேசுகிறது. அது மன்னித்தலையும், இரக்கத்தையும்கூட தாண்டிவிடுறது.

ஒருவன் தனது இதயத்தை இறுக்கமாகப் பற்றிக்கொள்ள வேண்டும்; ஏனெனில், அதைப் போகவிட்டுவிட்டால், அவனது தலையையும்கூட சீக்கிரம் இழந்துவிடுகிறான்!

உலகில் இரக்கமுள்ளவர்களிடம் அல்லாமல் வேறெங்கு மகத்தான மடமைகளைக் காண இயலும்? இரக்க குணமுடையவர்களின் மடமையைவிட அதிகத் துன்பத்தைத் தந்தது உலகில் எது?

இரக்கத்தைக் கடக்க இயலாத எல்லாக் கருணை உள்ளம் கொண்டவர்களுக்கும் இன்னலே!

சாத்தான் ஒரு முறை என்னிடம் இவ்வாறு சொன்னான்: 'கடவுளுக்கும் அதன் நரகம் உள்ளது: அது மனிதன் மேல் அதற்குள்ள அன்பு.'

அவன் பின்னர் இந்த வார்த்தைகளைச் சொல்வதைக் கேட்டேன்: 'கடவுள் இறந்துவிட்டான்; மனிதன் மேலுள்ள இரக்கத்தின் காரணமாகக் கடவுள் இறந்தான்!'

எனவே இரக்கம்பற்றி ஜாக்கிரதையாக இருங்கள். அங்கிருந்து ஒரு கனத்த மேகம் மனிதனுக்காக வரும்! உண்மையில் வானிலை அறிகுறிகள் எனக்குப் புரியும்!

இந்த முதுமொழியையும் குறித்துக் கொள்: 'அனைத்துச் சிறந்த அன்பும் இரக்கத்திற்கு மேலானது. ஏனெனில் நேசிக்கப் படுவதை உருவாக்க விரும்புகிறது அது.'

'எனது அன்புக்கு என்னை அளிக்கிறேன், எனது அண்டையரையும் என்னைப் போலவே' – அதுதான் அனைத்துப் படைப்பாளிகளின் மொழியும்.

படைப்பாளிகள் அனைவரும், ஒருவிதத்தில் கடுமையானவர்கள்தான்.

ஜரதுஷ்ட்ரா இவ்வாறு கூறினான்.

## பூசாரிகளைக் குறித்து

ஒருநாள் ஜரதுஷ்ட்ரா தனது சீடர்களுக்குச் சமிக்ஞை செய்துவிட்டு, பின்வரும் வார்த்தைகளைக் கூறினான்:

இதோ பூசாரிகள்: அவர்கள் எனது எதிரிகளாகவே இருந்தாலும், அமைதியாக, அசைவற்ற வாட்களோடு அவர்களைக் கடந்து செல்லுங்கள்!

அவர்களிலும் நாயகர்கள் இருக்கிறார்கள்; அவர்களில் நிறையபேர் மிக அதிகமாகத் துயருற்றிருக்கிறார்கள்; எனவே அவர்கள் மற்றவர்களைத் துயருறச் செய்வதற்கு விரும்பு கிறார்கள்.

அவர்கள் மோசமான எதிரிகள்; அவர்களின் பணிவே மிக மோசமாகப் பழிக்கிறது. அவர்களைத் தீண்டுபவனின் மேன்மை சுலபமாகக் கெட்டு விடுகிறது.

ஆனால், எனது ரத்தம் அவர்கள் ரத்தத்தோடு சம்பந்தப் பட்டது; எனது ரத்தம் அவர்கள் ரத்தத்திற்குள்ளும் மரியாதை செய்யப்படுவதை விரும்புகிறேன்.

அவர்களைக் கடக்கும்போது, ஜரதுஷ்ட்ரா ஒரு வலியால் தாக்கப்பட்டான்; ஆனால் அவன் வலியுடன் அதிக நேரம் போராடவில்லை, அவன் பேச ஆரம்பித்தபோது, இவ்வாறு பேசினான்:

நான் இந்தப் பூசாரிகளுக்காக இரக்கப்படுகிறேன். அவர் களும் எனது கருத்திற்கு எதிராகத்தான் போகிறார்கள்; அது எனக்குச் சிறிய விஷயம். ஏனெனில் நான் மனிதர்களோடு இருக்கிறேன்.

ஆனால் நான் கஷ்டப்படுகிறேன், அவர்களோடு சேர்ந்தும் கஷ்டப்பட்டிருக்கிறேன்; அவர்கள் எனக்குக் கைதிகளாகவும், குறியிடப்பட்ட மனிதர்களாகவும் தெரிகிறார்கள். மீட்பவன் என்று இவர்களால் அழைக்கப்படுபவன்தான் இவர்களைப் பந்தத்தில் கட்டுகிறான்.

தவறான மதிப்பீடுகள் மற்றும் தவறான திருமறைகளின் பந்தத்தில்! அவர்களுடைய மீட்பனிடம் இருந்து யாராவது அவர்களை மீட்கட்டும்!

ஒரு காலத்தில், கடல் அவர்களை வீசியெறிந்தபோது, அவர்கள் ஒரு தீவில் தரை இறங்கியதாக நினைத்தார்கள்; ஆனால் அது ஒரு பயங்கரமான உறங்கும் அரக்கன்!

தவறான மதிப்பீடுகளும் தவறான திருமறைகளும்தான் அற்ப மனிதனுக்கு மோசமான அரக்கர்கள் – நீண்டகாலமாக அவர்களுக்குள் விதி உறங்கிக் காத்திருக்கிறது.

ஆனால், கடைசியில் அது வந்து, தன் மீது குடிசைகளைக் கட்டிக் கொண்டிருந்ததையெல்லாம் விழிக்க வைத்துப் பேரா வலுடன் விழுங்குகிறது.

ஓ, இந்தப் பூசாரிகள்! தாங்களே கட்டிய இந்தக் குடிசை களைப் பார். தேவாலயத்தைத் தங்களுடைய இனிய மணமிக்க குகைகள் என்று அழைக்கிறார்கள்.

ஓ, இந்தத் திருட்டு ஒளி! இந்த ஊசல் காற்று! இங்கே ஆத்மா அதன் உயரத்துக்குப் பறக்க இயலாமல் போகக்கூடும்!

அதற்கு நேரெதிராக, அவர்களது நம்பிக்கை ஆணையிடுகிறது; 'மண்டியிட்டுப் படியேறுங்கள், பாவிகளே!'

உண்மையில், அவர்களது வெட்கம் மற்றும் அர்ப்பணிப்பின் உருச்சிதைந்த கண்களோடு இருப்பதைவிட மனிதர்கள் வெட்கமற்றவர்களாக இருப்பதையே பார்க்க விரும்புகிறேன்.

யார் அவ்வாறான குகைகளை, நோன்பு முறைகளை உருவாக்கியது? தங்களை மறைத்துக்கொள்ள விரும்பியவர்களும், நிர்மலமான வானைப் பார்த்து வெட்கப்படுகிறவர்களும் அல்லவா இவற்றை உருவாக்கியது!

எப்பொழுது நிர்மலமான வானம் உடைந்த கூரைகள் வழியாக, கீழே புல்லையும் உடைந்த சுவர்களின் மேலுள்ள சிவப்புப் பாப்பிச் செடிகளையும் மீண்டும் பார்க்கிறதோ – அதன் பிறகே நான் இந்தத் தெய்வத்தின் இடங்கள் மீது, எனது மனத்தைத் மீண்டும் திருப்புவேன்.

தங்களிடம் முரண்படுவதையும், தங்களைப் பாதிப்பதையும் கடவுள் என்றழைத்தனர்: உண்மையில், அவர்களுடைய வழிபாட்டில் அதிகமும் வீரதீரச் செயல்களே உள்ளன!

மனிதர்களைச் சிலுவையில் அறைவதைத் தவிர அவர்களுக்குத் தங்கள் கடவுளை நேசிக்க, வேறு வழி தெரியாது!

அவர்கள் சவங்களைப் போல் வாழ எண்ணினார்கள், அவர்களுடைய சவங்களுக்குக் கறுப்பு உடை அணிவித்தார்கள்; அவர்களுடைய பேச்சில்கூட, நான் இன்னும் புதைகுழிப் பெட்டிகளின் துர்நாற்றத்தை உணர்கிறேன்.

அவர்களின் அருகாமையில் வாழ்பவர்கள், கறுத்த குளங்களின் அண்டையில் வாழ்கிறார்கள். அதிலிருந்து தீமையின் தீர்க்கதரிசியான தேரை, அதன் இனிய துயர்மிகுந்த பாடலைப் பாடுகிறது.

அவர்களுடைய மீட்பனை நான் நம்புவதற்கு, அவர்கள் இன்னும் சிறந்த பாடலைப் பாடவேண்டும்; மேலும் அவனுடைய சீடர்கள் மீட்கப்பட்டது போலத் தெரிய வேண்டும்.

நான் அவர்களை நிர்வாணமாகப் பார்க்க விரும்புகிறேன்; ஏனெனில் அழகு மட்டுமே நோன்புக்குரியதை உபதேசிக்கக் கூடும். ஆனால், இந்த மாய வேடத் துயர் யாரை இணங்கச் செய்யும்!

உண்மையில், அவர்களுடைய மீட்பர்களேகூட, விடுதலையிலிருந்தும் விடுதலையின் ஏழாவது சொர்க்கத்திலிருந்தும்

வரவில்லை! உண்மையில், அவர்கள் அறிவுக் கம்பளங்களை ஒருபோதும் மிதித்தவர்களே அல்ல!

அவர்களது மீட்பர்களின் உள்ளுயிர் துளைகள் கொண்டது; ஆனால் ஒவ்வொரு துளையிலும் தங்களின் தோற்ற மயக்கங் களை வைத்து அடைத்தார்கள், அவர்களின் தற்கால இட நிரப்பு அது. கடவுள் என்று அதை அழைத்தார்கள்.

அவர்களது உள்ளுயிர் அவர்களின் கழிவிரக்கத்தில் மூழ்கடிக்கப்பட்டுள்ளது. அவர்கள் வீங்கினார்கள், கழிவிரக்கத் தில் பெருமளவு வீங்கும்போது ஒரு மகத்தான மடமை மேலே எப்போதும் நீந்துகிறது.

அவர்களுடைய மந்தைகளைச் சிரத்தையுடனும் ஆரவாரத் துடனும் பாலத்தின் மீது ஓட்டினார்கள்; எதிர்காலத்திற்குச் செல்ல ஏதோ ஒரே ஒரு பாலம் மட்டுமே இருப்பது போல்! உண்மையில், இந்த மேய்ப்பர்களும்கூட, இன்னமும் ஆடு களுடன் சம்பந்தப்பட்டவர்கள்தான்!

இந்த மேய்ப்பர்களிடம் சிறிய அறிவாற்றலும் பரந்த ஆத்மாக்களும் இருக்கின்றன. ஆனால், பரந்த ஆத்மாக்களிடம் இருப்பதை எந்தச் சிறிய நாடு வைத்துள்ளது, இதுவரை!

அவர்கள் பின்தொடரும் பாதைகளில், ரத்தத்தால் எழுத்துக் களை எழுதினார்கள், ரத்தத்தால் உண்மை ருசுப்படுவதாகக் கூறியது அவர்களது மடமை.

ஆனால், ரத்தம் உண்மையின் மோசமான சாட்சி; தூய உபதேசங்களை ஏமாற்றாகவும், இதயத்தின் வெறுப்பாகவும் ரத்தம் உருமாற்றுகிறது.

தன்னுடைய உபதேசங்களுக்காக, ஒருக்கால் யாராவது நெருப்பினூடாகச் சென்றால் – அது எதை நிரூபிக்கிறது? உண்மையில், ஒருவனுடைய சுய எரிப்பில், சொந்த உபதேசம் வருவதே மேலானது.

புழுக்கமான இதயமும், குளிர்ந்த தலையும்: இவை எங்கே சந்திக்கின்றனவோ, அங்கே எழுகிறான், பிதற்றும் 'மீட்பன்'.

உண்மையில், மீட்பன் என்று மக்கள் அழைப்பவனை விட, அடக்க இயலாத சீறியடிக்கிற சூறைக் காற்றுகளைப் போன்ற பெரிய மனிதர்களும், நற்குடியில் பிறந்தவர்களும் இருந்திருக்கிறார்கள்.

எனது சகோதரர்களே, நீங்கள் விடுதலைக்கான வழியைக் கண்டுபிடித்தால், எந்த மீட்பனையும்விட, மகத்தான மனிதர் களால் மீட்கப்பட வேண்டும்!

இதுவரை ஓர் அதிமனிதன்கூட இல்லை. மகத்தான மனிதன், மிகச் சிறிய மனிதன், இருவரையும் நான் நிர்வாண மாகப் பார்த்திருக்கிறேன்.

அவர்கள் ஒருவரைப்போல ஒருவர் உள்ளனர். உண்மை யில், மகத்தான மனிதரெல்லாம்கூட மனிதத் தன்மைகொண் டவர்தாம்!

ஜரதுஷ்ட்ரா இவ்வாறு கூறினான்.

## நற்குணமுடையவர்கள் குறித்து

பலவீனமான, தூங்குகிற உணர்வுகளிடம் ஒருவன் இடியும் மின்னலும் வெளிப்படப் பேச வேண்டும்.

ஆனால் அழகின் குரல் மென்மையானது; அது மிகவும் விழிப்படைந்த ஆத்மாக்களுக்குள் மட்டுமே திருட்டுத்தனமாக நுழைகிறது.

எனது கண்ணாடி மெலிதாக நடுங்கி என்னைப் பார்த்து இன்று சிரித்தது; அது அழகின் புனிதம் கொண்ட சிரிப்பு.

குணவான்களே, எனது அழகு உங்களைப் பார்த்துச் சிரித்தது. அதன் குரல் இவ்வாறு ஒலித்தது: 'அவர்களும்கூட ஊதியம் அளிக்கப்பட விரும்புகிறார்கள்.'

நீங்களும்கூட ஊதியம் அளிக்கப்பட விரும்புகிறீர்கள், நற்குணவான்களே! நீங்கள் நற்குணத்திற்காகப் பரிசையும், பூமிக்காகச் சொர்க்கத்தையும், உங்களது இன்றுக்காக சாசுவதத் தையும் விரும்புகிறீர்களா?

பரிசளிப்பவரோ ஊதியமளிப்பவரோ கிடையாது என்று சொல்லித் தருவதால், என்னிடம் கோபமாக இருக்கிறீர்களா? உண்மையில் நற்குணமே ஒரு பரிசு என்றுகூட நான் சொல்லுவ தில்லை.

எனது துயரம் இதுதான்: விஷயங்களின் அடிப்படை யிலேயே பரிசும், தண்டனையும் பொய்யாக அறிமுகப்படுத்தப் பட்டுவிட்டன. நற்குணவான்களே! இப்பொழுது உங்கள் ஆத்மாக்களின் அடிப்படையில்கூட.

ஆனால் எனது வார்த்தைகள், காட்டுப் பன்றியின் நீள் மூக்கு போல், உங்கள் ஆத்மாக்களின் அடிப்படைகளைக் கிழித்துவிடலாம்; நீங்கள் என்னை ஒரு ஏர்முனை என அழைத்துக்கொள்ளலாம்.

உங்கள் இதயத்தின் அனைத்து ரகசியங்களும், வெளிச்சத் துக்குக் கொண்டு வரப்படலாம்; நீங்கள் பொய் சொல்லும் போது, உங்களது பொய்மை சூரிய ஒளியில் ஒழுங்கற்று உடைந்து, பிறகு, உங்களது உண்மையிலிருந்து பிரிக்கப்பட்டுவிடும்.

இதுவே உங்களது உண்மையாக இருப்பதால், பழிவாங்கல், தண்டனை, பரிசு, வஞ்சத்தீர்வு போன்ற அழுக்குச் சொற் களுக்கு நீங்கள் தூய்மையானவர்கள்.

தாய் குழந்தையை நேசிப்பது போல் நீங்கள் உங்களது நற்குணத்தை நேசிக்கிறீர்கள்; ஆனால் தனது குழந்தையிடம் செலுத்தும் அன்பிற்குக் கூலி தரப்படவேண்டும் என எந்தத் தாயாவது கேட்டதாக நாம் கேள்விப்பட்டிருக்கிறோமா?

உங்களது நற்குணமே உங்களுக்கு நெருக்கமான சுயம். வளையத்தின் ஆசை உங்களிடம் உள்ளது; தன்னையே பெற்றுக் கொள்வது. ஒவ்வொரு வளையமும் போராடி, அந்த முடிவை நோக்கித் தன்னைத் திருப்பிக்கொள்கிறது.

உங்களது நற்குணத்தின் ஒவ்வொரு காரியமும், ஒளி இழந்த ஒரு நட்சத்திரத்தைப் போன்றது; அதன் ஒளி நிரந்தர மாகப் பயணம் செய்கிறது. எப்போது அது தனது பயணத்தை முடித்துக்கொள்ளும்?

இவ்வாறாக உங்களது நற்குணத்தின் ஒளி அதன் பணி முடிந்த பின்னும்கூடப் பயணப்பட்டுக் கொண்டிருக்கிறது. அது மறக்கப்பட்டு, மரணமடைந்த பிறகும்கூட அதன் ஒளிக்கற்றை இன்னும் வாழ்கிறது, பயணிக்கிறது.

உங்களது நற்குணம் உங்களது சுயமே அன்றி வேறல்ல. ஒரு தோல், ஒரு உறை; அதுவே உங்களது ஆத்மாக்களின் அடியிலிருந்து வரும் உண்மை,

ஆனால் இன்னும் நற்குணம் என்பதைச் சவுக்கடியின் சுருளலாகக் கருதுபவர்கள் இருக்கிறார்கள்; நீங்கள் அவர் களுடைய கதறலை நிறையவே கேட்டுவிட்டீர்கள்.

ஏனையோரிடம் அவர்களின் தீய பழக்கங்கள் சோம்பல் அடைகின்றன, அதை அவர்கள் நற்குணம் என்று அழைக் கின்றனர்; அவர்களின் வெறுப்பும் பொறாமையும் ஓய்விற்காக நீட்டிப் படுக்கும்போது, அவர்களது நியாயம் தனது உறக்கக் கண்களைத் தேய்த்துக்கொண்டு எழுகிறது.

கீழ்நோக்கி இழுக்கப்படுகிற சிலர் இருக்கிறார்கள், அவர் களுடைய சாத்தான் அவர்களை இழுக்கிறது. அவர்கள் எவ்வளவு தூரம் மூழ்குகிறார்களோ, அவ்வளவு பிரகாசமடை

கின்றன அவர்களது கண்களும், கடவுளுக்கான அவர்களது ஏக்கமும்.

அவர்களின் கதறலும்கூட, நற்குணவான்களே உங்கள் காதுகளுக்கு எட்டியிருக்கும். 'நான் எதுவாக இல்லையோ, அதுவே எனக்குக் கடவுளும், நற்குணமும்.'

மேலும், மலையில் இருந்து கீழ் நோக்கிக் கற்களைச் சுமந்து செல்லும் வண்டிகளைப் போலக் கனமாகச் சப்தமிட்ட வாறு செல்பவர்கள் இருக்கிறார்கள். அவர்கள் மரியாதையான நற்குணம்பற்றி அதிகமாகப் பேசுகிறார்கள் – அவர்களுடைய முட்டுக்கட்டையை, அவர்கள் நற்குணம் என்று அழைக்கிறார் கள்.

சாவி கொடுத்த வீட்டுக் கடிகாரத்தைப் போன்ற வேறு சிலர் இருக்கிறார்கள். அவர்கள் டிக் டிக் என்று திரும்பத் திரும்பச் சொல்லியவாறு இருக்கிறார்கள். டிக் டிக்தான் நற்குணம் என்று மக்கள் அழைப்பதை விரும்புகிறார்கள்.

உண்மையில், இவர்களிடம் நான் வேடிக்கை செய்வேன், இத்தகைய கடிகாரங்கள் கிடைக்கும் போதெல்லாம், என்னு டைய கேலியினால் அவற்றுக்குச் சாவி தருவேன்; டிக் டிக் என்பதோடு இசை ஒலியும் எழுப்பட்டுமென்று!

அவர்களின் கையளவு நேர்மையில் பெருமைப்பட்டு, அதன் பொருட்டு வேண்டுமென்றே எல்லாவற்றின் மீதும் சீறுபவர்கள் இருக்கிறார்கள், அவர்களுடைய நேர்மையின்மை யில் உலகம் மூழ்க வேண்டுமென நினைக்கிறார்கள்.

ஐயகோ, 'நற்குணம்' எனும் சொல், அவர்களுடைய வாய்களில் எவ்வளவு மோசமாக ஒலிக்கிறது! 'நான் நியாய மானவன்' என்று அவர்கள் சொல்லும் போதெல்லாம், அது 'நான் பழிதீர்க்கப்பட்டேன்' என்பதாக ஒலிக்கிறது.

அவர்கள் தங்களுடைய நற்குணத்தால், எதிரியின் கண் களைக் கீற விரும்புகிறார்கள்; அவர்கள் தங்களை உயர்த்திக் கொள்வதே மற்றவர்களைத் தாழ்த்துவதற்காகத்தான்.

தங்களுடைய சதுப்பு நிலத்தில் அமர்ந்துகொண்டு, 'நற் குணம் என்றால் அமைதியாகச் சேற்று நிலத்தில் அமர்ந்திருப் பது' என்று நாணற் புதரிலிருந்து பேசுபவர்கள் உள்ளனர்.

'நாங்கள் யாரையும் கடிப்பதில்லை, கடிக்க விரும்பு பவனை, நாங்கள் தவிர்க்கிறோம், அனைத்திலும் எங்களுக்குத் தரப்பட்ட கருத்துகளைப் பற்றிக் கொண்டுள்ளோம்?'

கம்பீரமாகத் தோற்றமளிப்பதை விரும்புபவர்கள் இருக்கிறார்கள். அவர்கள் நற்குணம் என்பதை ஒருவகைப் பொய்த் தோற்றம் என்று எண்ணுகிறார்கள்.

அவர்களின் முழங்கால்கள் எப்போதும் தொழுகின்றன. அவர்களின் கைகள் நற்குணத்தைப் புகழ்கின்றன; ஆனால் அவர்களின் மனது அதைப்பற்றி ஒன்றும் அறியாது.

'நற்குணம் அத்தியாவசியமானது' என்று சொல்லும் நற்குணம் உடையவர்கள் இருக்கிறார்கள். ஆனால் போலீஸ் மட்டுமே மிகவும் தேவை என்று அடிப்படையில் அவர்கள் நம்புகிறார்கள்.

மனிதனுள் பெருந்தன்மையைக் காண இயலாத பலரும், தங்களுடைய இழிவான தன்மையை மிக ஊன்றிப் பார்த்தலை நற்குணம் என்கிறார்கள்; இவ்வாறாக அவர்கள் தம் தீய கண்ணை நற்குணம் என்கிறார்கள்.

சிலர் சுத்திகரிக்கப்பட்டு உயர்த்தப்பட விரும்புகிறார்கள், அதை நற்குணம் என்கிறார்கள்; வேறு சிலர் கீழே தள்ளிவிடப் பட விரும்புகிறார்கள், அதையும் நற்குணம் என்கிறார்கள்.

மற்றும் அநேகமாக ஒவ்வொருவனும் அந்த வகையில் நற்குணத்தில் பங்கேற்பதாக அழுத்தமாக நம்புகிறான்; குறைந்த பட்சம் 'நல்லது' மற்றும் 'தீயதில்' நிபுணன் எனக் கணிக்கிறான்.

ஆனால், நற்குணத்தைப்பற்றி உனக்கென்ன தெரியும்? நற்குணத்தைப்பற்றி உனக்கென்ன தெரிந்திருக்க முடியும்? என இந்தப் பொய்யர்களிடமும் அறிவிலிகளிடமும் சொல்வதற் காக ஜரதுஷ்ட்ரா வரவில்லை.

இல்லை, எனது நண்பர்களே, முட்டாள்களிடமும் பொய்யர் களிடமுமிருந்தும் கற்ற பழைய வார்த்தைகளில் நீங்கள் சலிப்படைந்திருக்கக்கூடும் என்றே அவன் வந்தான்.

'பரிசு', 'வஞ்சத்தீர்வு', 'தண்டனை', 'பழிதீர்க்கும் உரிமை' – இந்த வார்த்தைகளில் சலிப்பு வளர்ந்திருக்கக்கூடும் என்றும், 'தன்னலமற்ற ஒரு செயல் நல்லது' என்று சொல்வதில் சலிப்பு வளர்ந்திருக்கக்கூடும் என்றும் சொல்வதற்காக அவன் வந்தான்.

எனது நண்பர்களே! உங்கள் சுயம் குழந்தையிடம் தாய் போல் செயல்படட்டும், அதுவே நற்குணத்தைப் பற்றிய உங்கள் கோட்பாடாகட்டும்.

உண்மையில் நான் ஒரு நூறு கோட்பாடுகளை, நற்குணங் களின் உங்களது அருமையான விளையாட்டுச் சாமான்களை உங்களிடம் இருந்து எடுத்துவிட்டேன்; இப்பொழுது என்னைத் திட்டுகிறீர்கள், குழந்தைகளைப் போல்.

அவர்கள் கடற்கரையில் விளையாடிக்கொண்டிருந்தார்கள். ஓர் அலை வந்து அவர்களது விளையாட்டுச் சாமான்களை ஆழத்திற்கு அடித்துச் சென்றது; இப்பொழுது அழுகிறார்கள்.

ஆனால், அதே அலை புதிய விளையாட்டுச் சாமான்களையும், புதிய வண்ண வண்ணக் கடற்சங்குகளையும், சோழிகளையும் அவர்களுக்குக் கொண்டு வந்து கொட்டலாம்!

'இவ்வாறாக அவர்கள் ஆறுதல்படுத்தப்படுவார்கள்,' எனது நண்பர்களே, நீங்களும் அவர்களைப் போல் உங்களது ஆறுதலைப் பெறுங்கள் – அத்துடன் புதிய வண்ண வண்ணக் கடற்சங்குகள், சோழிகளைப் பெறுவீர்கள்.

ஜரதுஷ்ட்ரா இவ்வாறு கூறினான்.

## கும்பல் குறித்து

வாழ்வு என்பது உவகையின் ஊற்று; ஆனால் ஒழுங்கற்ற கும்பல் பருகும்போது, அங்குள்ள கிணறுகள் அனைத்தும் நஞ்சாகின்றன.

சுத்தமானவை அனைத்தையும் நான் நேசிக்கிறேன்; ஆனால் இளிக்கும் வாய்களையும், அசுத்தமானவர்களின் தாகத்தையும் பார்க்க நான் விரும்பவில்லை.

அவர்களுடைய பார்வையைக் கிணற்றினுள்ளே செலுத்துகிறார்கள்: இப்பொழுது அவர்களுடைய வெறுப்பூட்டும் சிரிப்பு, கிணற்றுக்குள்ளிருந்து என்னை நோக்கி மினுக்குகிறது.

அவர்களுடைய காமவெறியால் புனிதநீரை நஞ்சாக்கினார்கள்; அவர்களுடைய அழுக்குக் கனவுகளை மகிழ்ச்சி என்று அழைத்தபோது, தங்கள் சொற்களையும்கூட நஞ்சாக்கினார்கள்.

அவர்களுடைய ஈரமான இதயத்தைத் தீயில் இடும்போது ஜுவாலை எரிய மறுக்கிறது; அந்தக் கும்பல் நெருப்பை அணுகும்போது, உள்ளுயிர்கூடக் குமிழ்விட்டுப் புகைகிறது.

அவர்களுடைய கைகளில் இருக்கும்போது பழம் சுவையற்று வெம்பிப் போகிறது; அவர்களுடைய பார்வையின் கீழ் பழமரம் நிலைகுலைந்து, உச்சியில் மொட்டையாகவும் ஆகிறது.

வாழ்விலிருந்து விலகித் திரும்பிய ஒவ்வொருவனும், கும்பலில் இருந்து மட்டுமே விலகித் திரும்புகிறான்; கிணற்றை

யும், ஜுவாலையையும், பழத்தையும் கும்பலுடன் பகிர்ந்து கொள்ள அவன் விரும்பவில்லை.

பாலைவனத்திற்குள் சென்று காட்டு விலங்குகளுடன் தாகத்தால் சிரமப்பட்ட எவனும் அழுக்கு ஒட்டக ஓட்டிகளோடு தண்ணீர்த் தொட்டியைச் சுற்றி அமர்ந்திருக்க விரும்பமாட்டான்.

அழிப்பவன் போலவும், அனைத்துப் பழத் தோட்டங்களுக்கும் ஆலங்கட்டி மழை போலவும் வந்த பலரில் ஒவ்வொருத்தனும், வெறுமனே அவர்கள் முகவாயில் பாதத்தை வைத்து, அவர்கள் தொண்டையை அடைக்க விரும்புகிறான்.

வாழ்வுக்கு அதனளவில் பகைமையும், இறப்பும், வீர மரணங்களும் தேவை எனத் தெரியும்போது, எனது தொண்டையை அடைத்தது அது அல்ல.

ஒரு காலத்தில் நான் கேட்டேன், என் கேள்வி என்னைத் திணற அடித்தது: வாழ்விற்குக் கும்பல் தேவைதானா என்ன?

நஞ்சிடப்பட்ட கிணறுகள் தேவையா, நாறும் நெருப்புகளும், அழுக்குக் கனவுகளும், வாழ்க்கை ரொட்டியில் புழுக்களும் தேவைதானா?

என்னுடைய வெறுப்பல்ல, அருவருப்பே எனது வாழ்வைப் பேரார்வத்துடன் பசியோடு விழுங்கியது! கும்பலும்கூட உள்ளுயிரைப் பரிசாகப் பெற்றிருப்பதைப் பார்க்கும்போது, அடிக்கடி உள்ளுயிரினால் களைப்படைகிறேன்.

இப்பொழுது கும்பலுடன் ஆட்சி அதிகாரத்திற்கான பரிமாற்றம், சச்சரவு என்றெல்லாம் இவர்கள் அழைப்பதைப் பார்த்த பிறகு, ஆட்சியாளர்களுக்கு எனது பின்புறத்தைத் திருப்பினேன்.

ஒரு வித்தியாசமான மொழிபேசும் மக்களுடன், காதுகளை மூடியபடி தங்கினேன் நான்: அவர்களின் பண்டமாற்றும் சச்சரவு மொழியும் எனக்கு எப்பொழுதும் வேறானதாகவே இருக்கட்டும் என்று.

எனது மூக்கைப் பிடித்தவாறு, நொய்மையான ஹாஸ்யத்துடன் அனைத்து நேற்றுகள் ஊடாகவும், இன்றுகள் ஊடாகவும் சென்றேன்; எல்லா நேற்றுகளும், இன்றுகளும் சிடுக்கான கும்பலால் நாறுகிறது.

அதிகாரக் கும்பல், சிடுக்கான கும்பல் மற்றும் இன்பக் கும்பலுடன் வாழப் பிடிக்காமல் குருட்டு, செவிட்டு, ஊமை, முடவன் போல் வெகு நாட்கள் வாழ்ந்தேன்.

எனது உள்ளுயிர் களைப்புடன் விழிப்போடு மேலேறியது; மகிழ்ச்சியின் பிச்சையே அதன் புத்துணர்ச்சி; ஓர் ஊன்று கோலின் உதவியுடன் நகரும் குருடனின் வாழ்வு.

இருந்தும் என்ன நேர்ந்தது எனக்கு? எவ்வாறு அருவருப் பிலிருந்து விடுதலை அடைந்தேன்? யார் எனது கண்களுக்குப் புத்துயிர் ஊட்டியது? கிணற்றருகில் கும்பல் உட்காராத உயரத்திற்கு நான் எவ்வாறு பறந்தேன்?

எனது அருவருப்பு தானாகவே இறக்கைகளை உருவாக்கி, நிலத்தடியில் நீரைக் கண்டுபிடிக்கும் சக்தியையும் எனக்கு அளித்ததா? உண்மையில், நான் மகிழ்ச்சியின் ஊற்றை மீண்டும் காண அதிக உயரத்திற்குப் பறக்க வேண்டி இருந்தது!

ஓ, நான் கண்டுகொண்டேன், எனது சகோதரர்களே! இங்கே மிக உயரத்தில் மகிழ்ச்சியின் ஊற்று எனக்காகப் பீறிடுகிறது! என்னுடன் சேர்ந்து, எந்தக் கும்பலும் பருகாத ஒரு வாழ்வு இங்கு இருக்கிறது!

மகிழ்ச்சியின் ஊற்றே, நீ கட்டுக்கடங்காத விதத்தில் பீறிடுகிறாய். கோப்பையை நிரப்பும் விருப்பத்தில் நீ கோப்பையை அடிக்கடி காலியாக்குகிறாய்!

நான் இன்னும் கவனமாக உங்களை அணுகக் கற்றுக் கொள்ள வேண்டும்; எனது இதயம், உங்கள் எல்லோரையும் நோக்கிக் கட்டுக்கு அடங்காமல் பாய்கிறது.

என் இதயத்தின் மேல் எனது கோடை தகிக்கிறது – ஒரு சிறிய, சூடான, தனித்த, மிகுந்த மகிழ்ச்சி நிரம்பிய கோடை: எவ்வளவு எனது கொதிக்கும் இதயம் உனது குளிர்ச்சிக்காக எவ்வளவு ஏங்குகிறது!

எனது வசந்தத்தின் சுற்றித் தயங்கும் நோவு போய்விட்டது. ஜூன் மாதத்துப் பூம்பனியின் வன்மம் மறைந்தது! நான் முழுவதும் கோடையாக, கோடை உச்சிவேளையாக ஆனேனா?

அதோ, மிக உயரத்தில் ஒரு கோடை, குளிர்ந்த ஊற்று, மிகவும் உவப்பான அசைவின்மை; ஓ வாருங்கள் எனது நண்பர்களே, அந்த அசைவின்மை மேலும் உவப்பூட்டுவதாக ஆகட்டும்.

ஏனெனில், இதுவே நமது மேன்மை. நமது இல்லம். அசுத்தமான மனிதர்களுக்காக, அவர்களது தாகத்திற்காக, நாம் மிகவும் தூய்மையாகவும், வெளிப்படையாகவும் வாழ் கிறோம்.

எனது மகிழ்ச்சியின் கிணற்றில், உங்களது சுத்தமான பார்வையை மட்டும் இடுங்கள், நண்பர்களே! நீங்கள் அதன் ஒளியை மங்கச் செய்யமாட்டீர்கள்! அது உங்களைப் பார்த்து, அதன் புனிதத்துடன் மீண்டும் சிரிக்கக்கூடும்.

நாம் நமது கூடுகளை எதிர்காலம் என்னும் மரத்தில் கட்டுகிறோம். தனிமையில் தவிக்கும் நமக்குக் கழுகுகள் தங்களது அலகில் உணவு எடுத்து வரும்.

உண்மையில், அழுக்கான மனிதர்கள் யாரும் நம்முடன் கலந்துகொள்ள முடியாத வகையிலான விருந்து! அவர்கள் நெருப்பை உண்பதாக எண்ணி வாய்களைப் பொசுக்கிக் கொள்வார்கள்.

உண்மையில், அழுக்கான மனிதர்களுக்காக இங்கே வீடுகளை அமைப்பதில்லை. அவர்களது உடலும் உள்ளுயிரும் நமது மகிழ்ச்சியை, ஒரு பனிக்குகை என்று அழைக்கக்கூடும்.

எனவே வலுவான காற்றைப் போல், நாம் அவர்களுக்கு மேலாக வாழ்வோம். கழுகுகளின் அண்டையர், பனியின் அண்டையர், சூரியனின் அண்டையர் போல், காற்றுகள் அப்படித்தான் வலுவாக வாழ்கின்றன.

ஒரு காற்றைப்போல் அவர்கள் மேல் ஒரு நாள் வீசுவேன், எனது உள்ளுயிரால், அவர்களது உள்ளுயிரிலுள்ள மூச்சை எடுத்துச் செல்வேன்; இவ்வாறு எனது எதிர்காலம் அதைப் பெற்றுக்கொள்ளும்.

உண்மையில், ஜரதுஷ்ட்ரா சமதளங்களுக்கு ஒரு வலுவான காற்று; 'காற்றுக்கு எதிராகத் துப்பாதீர்கள்!' இந்த உபதேசத்தைத் தன்மீது வாந்தி எடுப்பவர்களுக்கும், கக்குகிற, துப்புகிற அனைவருக்கும் அளித்தான்.

ஜரதுஷ்ட்ரா இவ்வாறு கூறினான்.

## பெருஞ்சிலந்திகள் குறித்து

பார், இதுதான் பெருஞ்சிலந்தியின் குகை! பெருஞ் சிலந்தியைப் பார்க்க வேண்டுமா? அதன் வலை இங்கே தொங்குகிறது; தொட்டு அதை நடுங்கச் செய்.

இதோ, அது அடக்கமாக வருகிறது; நல்வரவு, பெருஞ் சிலந்தியே! உனது முக்கோணமும், உனது முத்திரையும் உனது

பின்புறத்தில் கறுப்பாக அமர்ந்திருக்கின்றன; உனது ஆத்மாவிற்குள் அமர்ந்திருப்பது என்னவென்றும் எனக்குத் தெரியும்.

பழிவாங்கல் உனது ஆத்மாவிற்குள் அமர்ந்திருக்கிறது; நீ கடிக்கும் இடமெல்லாம் ஒரு கறுப்புத்தழும்பு பரவுகிறது; உன் பழிவாங்கலுடன் உனது நஞ்சு ஆத்மாவைக் கிறுகிறுக்க வைக்கிறது!

இவ்வாறு நான் உங்களிடம் உருவகக் கதைகளாகப் பேசுகிறேன், சமத்துவத்தின் போதகர்களாகிய நீங்கள் ஆத்மாவைக் கிறுகிறுக்க வைக்கிறீர்கள். நீங்கள் பெருஞ்சிலந்திகள், மறைக்கப்பட்ட பழிவாங்கலின் விற்பனை முகவர்கள்!

ஆனால், நான் விரைவில் உங்களது மறை விடங்களை வெளிச்சத்திற்குக் கொண்டு வருவேன்; எனது உச்சகட்ட நகைப்பை உங்களது முகத்துக்கு நேராய் காட்டுகிறேன்.

நான் உங்களது வலையை இழுக்கிறேன். அதனால், உங்களது சீற்றம், உங்களது பொய்மைக் குகைகளில் இருந்து உங்களைக் கவர்ந்திழுக்கும். உங்களது பழிவாங்கல் உங்களது 'நியாயம்' என்ற வார்த்தையால் முன்தள்ளப்படும்.

பழிவாங்கலின் பிணைப்புகளில் இருந்து மனிதன் விடுபடக்கூடும்; அதுவே எனது உயர்ந்த நம்பிக்கையின் பாலம், நீண்ட புயல் மழைக்குப் பின் தோன்றும் வானவில்.

ஆனால், இயற்கையாகவே, பெருஞ்சிலந்திகள் வேறு மாதிரியாக பேசிக்கொள்ளும்: 'உலகம் நமது பழிவாங்கலின் புயல் மழைகளால் நிரம்பட்டும், அதுவே மிகச்சரியான நியாயம் என்று நம்மால் அழைக்கப்படட்டும்.'

'நாம் பழிவாங்கலையும் பெருஞ்சீற்றத்தையும் நம்மைப் போல் அல்லாதவர்களிடம் பயன்படுத்துவோம்' – பெருஞ்சிலந்திகளின் இதயங்கள், இவ்வாறு தங்களுக்குள் உறுதி கூறிக்கொள்கின்றன.

'சமத்துவத்திற்கான விருப்பம்' – அதுவே அதனளவில் நற்குணத்தின் பெயராகக்கூடும்; நாம் அதிகாரம் உள்ள அனைத்திற்கு எதிராகவும் கூக்குரல் எழுப்புவோம்!

சமத்துவத்தின் போதகர்களே, இவ்வாறு உங்களில் இருந்து உங்கள் பேடித்தனத்தின் அரக்கப் பைத்தியக்காரத்தனம், சமத்துவத்திற்காகக் கூச்சலிடுகிறது: இவ்வாறு உங்களின் மிக ரகசியமான அரக்கப்பசி, நற்குணத்தின் சொற்களால் தன்னை ஏமாற்றிக்கொள்கிறது.

புரையோடிய சுயமறைப்பு, அமுக்கப்பட்ட பொறாமை, ஒருக்கால் உங்கள் தந்தையரின் சுயமறைப்பும் பொறாமையும்;

அது ஒரு தீ நாக்கு போல், பழிவாங்கலின் பைத்தியக்காரத் தனம் போல் உங்களிடம் இருந்து வெடிக்கிறது.

தகப்பன் எதில் மௌனமாக இருந்தானோ அதை மகன் பேசுகிறான்; மகன் தகப்பனின் வெளிப்பட்ட ரகசியம் என்பதை நான் அடிக்கடி கண்டிருக்கிறேன்.

அவர்கள் உணர்ச்சி தூண்டப்பட்ட மனிதர்களை ஒத்திருக் கிறார்கள், ஆனால் அவர்களைத் தூண்டியது அவர்களது இதயமல்ல – அது பழிவாங்கல்: அவர்கள் தெளிந்து, குளிர்ந்து இருக்கும்போது, அவர்களது புத்தியல்ல, அவர்களது பொறாமையே தெளிந்து குளிர்ந்து இருக்கச் செய்கிறது.

அவர்களின் பொறாமை அவர்களைச் சிந்தனையாளர் களின் பாதைகளிலும் வழி நடத்தியது: இதுவே அவர்களது பொறாமையின் முத்திரை – அவர்கள் எப்போதும் வெகுதூரம் செல்கிறார்கள்; ஆதலால் அவர்களது சோர்வு கடைசியில் பனித்தரையிலும் படுத்து உறங்க வேண்டியுள்ளது.

அவர்களின் அனைத்துக் குற்றச்சாட்டுகளிலும் பழிவாங்கல் ஒலிக்கிறது, அவர்களின் அனைத்துப் புகழ்ச்சியிலும் பழியார்வம் உள்ளது; நீதிபதியாக இருப்பது பேரின்பமாகத் தெரிகிறது அவர்களுக்கு.

எவ்வாறாயினும், என் நண்பர்களே, நான் இவ்வாறு உங்களுக்குச் சொல்கிறேன்: தண்டிக்கும் உந்துதல் யாரிடமெல் லாம் காட்டமாக உள்ளதோ, அவர்களை எல்லாம் நம்பாதீர்கள்!

அவர்கள் மோசமான ஓர் இனத்தின், வம்சாவளியின் மக்கள்; தண்டனையை நிறைவேற்றுபவனும், வேட்டை நாயும் அவர்கள் முகத்திலிருந்து வெளிப்படுகின்றனர்.

தங்களுடைய நியாயத்தைப்பற்றி மிக அதிகமாகப் பேசும் யாரையும் நம்பாதீர்கள். உண்மையில், அவர்கள் இதயத்தில் இல்லாதிருப்பது தேன் மட்டுமல்ல.

அவர்கள் ‘நாங்கள் நல்லவர்கள், நியாயமானவர்கள்’ என்று தங்களை அழைத்துக் கொள்ளும்போது, அவர்களை ஆசாரக் கள்ளர்களாகச் செய்வதற்கு ‘அதிகாரத்தைத் தவிர’ வேறெதுவும் குறைவில்லை என்பதை மறக்காதீர்கள்.

எனது நண்பர்களே, என்னை மற்றவர்களாகக் குழப்பிக் கொள்ள வேண்டாம், நானல்லாத ஒருவனாக எடுத்துக் கொள்ளப்படுவதையும் நான் விரும்பவில்லை.

வாழ்வு பற்றிய எனது சித்தாந்தத்தைப் போதிப்பவர்கள் இருக்கிறார்கள்: ஆனால் அவர்கள் அதே சமயத்தில் சமத்துவப்

போதிப்பாளர்களாகவும், பெருஞ்சிலந்திகளாகவும்கூட இருக்கிறார்கள்.

அவர்களுடைய குகைகளில் வாழ்வுக்குப் பின்புறத்தைக் காட்டி அமர்ந்திருந்தாலும், இந்த விஷச்சிலந்திகள் வாழ்வைப் பற்றி நல்லதாகப் பேசுகிறார்கள், ஏனெனில் வாழ்வைப்பற்றி நல்லதாகப் பேசிச் சேதப்படுத்த விரும்புகிறார்கள்.

இப்போது அவர்கள் அதிகாரத்தை வைத்திருப்பவர்களுக்குத் தீங்கு செய்ய விரும்புகிறார்கள்: ஏனெனில், அவர்களுக்கு இறப்பு பற்றிய போதனை, பெரும்பாலும் வீட்டிலேயே உள்ளது.

அது வேறுவகையில் இருந்தால், பெருஞ்சிலந்திகள் வேறு வகையில் போதிக்கும்: முன்னாளில், உலகின் சிறந்த அவதூறாளர்களும் பரம்பரை எரிப்பாளர்களும் கச்சிதமாக அவர்களே.

நான் இந்தச் சமத்துவம் பேசுபவர்களுடன் குழப்பிக் கொள்ளப்படுவதையோ, அவர்களில் ஒருவனாக எடுத்துக் கொள்ளப்படுவதையோ விரும்புவதில்லை. ஏனெனில், 'மனிதர்கள் சமமானவர்கள் அல்ல' என்று நியாயம் என்னிடம் பேசுகிறது.

அவர்கள் அப்படி ஆகிவிடவும் கூடாது! நான் வேறு விதமாகப் பேசினால், அதிமனிதன் மீதான எனது காதல் என்னவாகும்?

அவர்கள் ஆயிரம் பாலங்கள் மற்றும் இடைவழிகளின் குறுக்காக எதிர்காலத்தினை நோக்கியே செல்ல வேண்டும். மேன்மேலும் பல போர்கள் வந்து, அவர்களிடம் சமத்துவமின்மை வளர வேண்டும் இவ்வாறு எனது மகத்தான காதல், என்னைப் பேசச் செய்கிறது!

அவர்கள் பகைமையில் இலச்சினைகளை வடிவமைப்பவர்களாகவும், மாயத் தோற்றங்களாகவும் ஆக வேண்டும்; அவர்களுடைய மாயத்தோற்றங்களாலும், இலச்சினைகளாலும் மிகப்பெரிய சண்டையை இணைந்து போரிட வேண்டும்!

நன்மை தீமை, செழுமை வறுமை, உயர்குடி சராசரி மற்றும் நற்குணங்களின் பெயர்களெல்லாம் வாழ்க்கை மீண்டும் மீண்டும் தன்னையே வெல்வதற்கான போர்க்கருவிகளாகவும், ஒலிக்கும் சின்னங்களாகவும் இருக்க வேண்டும்.

தூண்களுக்கும், படிகளுக்கும் இணையாக வாழ்வு தன்னை உயர்த்திக்கொள்ள விரும்புகிறது; அது தொலைதூரத்தை உற்று நோக்கி இன்பமான மேன்மையைக் காண விரும்புகிறது – ஆகவேதான் அதற்கு உயரம் தேவைப்படுகிறது!

அதற்கு உயரம் தேவைப்படுவதால் அதற்குப் படிகளும், படிகளுக்கும் அதன் மேலேறுபவர்களுக்குமான முரண்பாடும் தேவைப்படுகிறது! வாழ்வு ஏற விரும்புகிறது, ஏறுவதன் மூலம் தன்னைத் தாண்டிச் செல்ல விரும்புகிறது.

சற்றே பாருங்கள், எனது நண்பர்களே! இங்கே பெருஞ் சிலந்திகளின் குகை இருக்கும் இடத்தில், ஒரு பழைய கோயிலின் இடிபாடுகள் உயர ஆரம்பிக்கின்றன – அறிவுக் கண்களுடன் அதைப் பாருங்கள்!

உண்மையில், ஒருகாலத்தில் பாறையின்மேல் தனது எண்ணங்களைக் கோபுரமாக்கியவனுக்கும், மிகச் சிறந்த அறிவாளியின் அளவிற்கு வாழ்வின் அனைத்து ரகசியங்களும் தெரியும்!

அதாவது, அங்கே அதிகாரத்திற்கான சண்டையும் சமத் துவமின்மையும் போரும் உள்ளன. அழகில்கூட மேன்மை யானது உள்ளது; இதனைத் தெளிவான சின்னஞ்சிறு உருவகங் களில் நமக்கு அவன் கற்றுத் தருகிறேன்.

எவ்வாறு புனித மாடமும், வளைவும் ஒன்றையொன்று போராட்டத்தில் எதிர்க்கின்றன; இந்தப் புனிதமான, போராடும் பொருட்கள் எவ்வாறு ஒன்றுக்கு எதிராய் மற்றது வெளிச்சத் திலும் நிழலிலும் போராடுகிறது.

இவைபோல் அழகான, உறுதியான விரோதிகளாக நாமும் இருப்போம், எனது நண்பர்களே! நாம் ஒருவருக்கு எதிராக ஒருவர் புனிதமாகப் போராடுவோம்!

இப்பொழுது எனது பழைய எதிரியான அந்தப் பெருஞ் சிலந்தி என்னைக் கடித்துவிட்டது! புனிதமான அழகோடு உறுதியாக, அது எனது விரலைக் கடித்தது!

'தண்டனையும், நியாயமும் இருக்க வேண்டும்' – இவ்வாறு அது நினைக்கிறது; 'இங்கே பகைமையைப் போற்றி வீண் பாடல்களைப் பாட அவனை விடமாட்டேன்!'

ஆம், பெருஞ்சிலந்தி தன்னையே பழி தீர்த்துக்கொண்டது! அந்தோ, இப்போது அது எனது ஆத்மாவையும்கூடப் பகைமை யால் கிறுகிறுக்கச் செய்யும்!

ஆனால், நான் சுற்றித் திசைமாறாமல் இருக்க, இந்தத் தூணில் என்னைக் கெட்டியாகக் கட்டுங்கள். எனது நண்பர் களே, பழிதீர்ப்பின் பெருநீர்ச்சுழியாக இருப்பதைவிட நான் தூண் சாமியாராக இருப்பேன்.

உண்மையில் ஜரதுஷ்ட்ரா திசைமாற்றும் காற்றோ, சுழற்காற்றோ அல்ல, அவன் நடனமாடுபவன்தான். ஆனாலும், எந்த வகையிலும் பெருஞ்சிலந்திக் கடிக்கு மாற்றான விரைந்து சுழன்று ஓடும் சிலந்தி நடனக்காரன் அல்ல.

ஜரதுஷ்ட்ரா இவ்வாறு கூறினான்.

## புகழ்பெற்ற தத்துவஞானிகள் குறித்து

மக்களுக்கும், மக்களுடைய மூட நம்பிக்கைகளுக்கும் சேவை செய்த தத்துவஞானிகளே – நீங்கள் உண்மைக்குச் சேவை செய்யவில்லை! இந்தக் காரணத்திற்காகவே உங்களுக்கு மரியாதை செலுத்தினார்கள்.

அந்தக் காரணத்திற்காகவே, உங்களது நம்பிக்கை யின்மையைப் பொறுத்துக் கொண்டார்கள். ஏனெனில், மக்களுக்கு அது ஒரு நகைச்சுவை, ஓர் இடைப்பாதை. இவ்வாறு எஜமானன் தன்னுடைய அடிமைகளை வேலை வாங்குகிறார், அவர்களு டைய முரட்டுத்தனத்தை ரசிக்கக்கூடச் செய்கிறார்.

ஆனால், நாய்கள் ஓநாயை வெறுப்பதைப்போல மக்களால் வெறுக்கப்படுகிறவன் அவன்; அவன் சுதந்திரமான உள்ளுயிர், கைவிலங்கின் எதிரி, வழிபடாதவன், காடுகளில் வசிப்பவன்.

அவனுடைய மறைவிடத்தில் இருந்து அவனை வேட்டை யாடுவதை – மக்கள் அதை 'உரிமை பற்றிய உணர்வுடைமை' என்றே அழைத்தார்கள் – எப்போதும் கூரான பற்களை உடைய நாய்களை அவன் மீது ஏவினார்கள்.

'மக்கள் எங்கு இருக்கிறார்களோ, உண்மை அங்கு இருக் கிறது! தேடுகிறவனுக்குத்தான் துன்பம்.' அது ஆரம்பத்தில் இருந்தே அப்படித்தான் இருக்கிறது.

பிரபல தத்துவஞானிகளான நீங்கள், மக்களின் மரியா தையை நியாயப்படுத்த விரும்பினீர்கள்; அதனால் 'உண்மைக் கான சங்கல்பம்' என்று அதை அழைத்தீர்கள்.

உங்கள் இதயம் எப்போதும் தன்னிடம் சொல்லிக் கொண்டது: 'நான் மக்களிடம் இருந்து வந்தேன். கடவுளின் குரலும்கூட எனக்கு அவர்களிடம் இருந்து வந்தது.'

நீங்கள் எப்போதும் ஒரு கழுதையைப்போல் பிடிவாதத் துடனும், தந்திரத்துடனும், மக்களுடைய வழக்குரைஞராக இருந்தீர்கள்.

மக்களிடம் நன்முறையில் நடக்க விரும்பிய அதிகார மனிதன் தன் குதிரைகளின் எதிரிலேயே சேணம் பூட்டினான் – பிரபல தத்துவஞானி, அவன் ஒரு குட்டிக்கழுதை.

இப்போது உங்கள் மேலிருந்து அந்தச் சிங்கத்தின் தோலைக் கழற்றி வீசுங்கள், பிரபல தத்துவஞானிகளே!

உயிர்களைக் கொன்று தின்னும் விலங்கின் புள்ளியிட்ட தோலை, ஆராய்பவனின், தேடுபவனின், எல்லாம் கடந்தவனின் அந்தச் சடைமயிரை!

உங்களுடைய மெய்த்தன்மையை நான் நம்புவதற்கு, போற்றும் உங்கள் விருப்பத்தை முதலில் நீங்கள் உடைக்க வேண்டி இருக்கும்.

துயரஞ் செறிந்த பாலைகளுக்குள் சென்று போற்றி வணங்கும் இதயத்தை உடைத்துக் கொண்டவனையே, நான் மெய்யானவன் என்று அழைக்கிறேன்.

அந்த மஞ்சள் மணல்வெளியில் சூரியனால் பொசுக்கப் பட்டு, வாழும் உயிரினங்கள் நிழலார்ந்த மரங்களின்கீழ் ஓய்வெடுக்கிற, ஊற்றுகள் நிரம்பிய தீவுகளைப் பார்த்துத் தாகத்துடன் திருதிருவென விழிக்கிறான்.

ஆனால், அவனுடைய தாகம், இந்தச் சுகமான உயிரினங் களைப் போல் ஆவதற்கு, அவனை இணங்க வைக்கவில்லை: ஏனெனில், எங்கெல்லாம் பாலைவனச் சோலைகள் உள்ள னவோ, அங்கெல்லாம் விக்ரகங்களும் இருக்கும்.

பசித்த, மூர்க்கமான, தனிமையான, கடவுளற்றதாகத்தான் இருக்க விரும்புகிறது சிங்கம் போன்ற மனவுறுதி.

உண்மை மனிதனின் மனவுறுதி, அடிமை மகிழ்ச்சியில் இருந்து விடுதலையாகி, கடவுளிடமிருந்தும், பிரார்த்தனையில் இருந்தும் மீட்கப்பட்டு, பயமற்று பயம் நிறைந்து, மகத்தான தாகவும் தனிமையானதாகவும் இருக்கிறது.

சுதந்திர ஆவிகளான உண்மை மனிதர்கள், எப்பொழுதும் பாலைவனத்திலேயே அதன் எஜமானர்களாக வசித்தனர். ஆனால் நன்கு உணவுண்ட பிரபல தத்துவஞானிகள் நகரங் களில் வசிக்கிறார்கள் – வறட்சி விலங்குகளாக.

ஏனெனில் அவர்கள் எப்போதும், கழுதைகளைப் போல் மக்களின் வண்டியை இழுக்கிறார்கள்!

நான் அதற்காக அவர்களிடம் சீறிக் குமுறவில்லை; தங்கச் சேணத்தோடு ஜொலிக்கும்போதுகூட. அவர்கள் இப்போதும் வேலையாட்களே, சேணமிடப்பட்ட விலங்குகளே.

அவர்கள் அடிக்கடி புகழத்தக்க நல்ல வேலைக்காரர் களாக இருக்கிறார்கள். ஏனெனில் நற்குணம் இவ்வாறு பேசு கிறது: 'ஒரு வேலைக்காரனாகத்தான் இருக்க வேண்டுமென்று விரும்பினால், எவனுக்குச் சிறப்பாகச் சேவை செய்ய இயலுமோ, அவனைத் தேடு!'

'நீ வேலையாளாய் இருப்பதால் உன் எஜமானின் நற்பண்பும், உள்ளுயிரும் சிறப்படைய வேண்டும்; இவ்வாறு நீ நீயாகவே உன் எஜமானின் நற்பண்போடும் உள்ளுயிரோடும் வளர்ச்சி யடைவாய்.'

பிரபல தத்துவஞானிகளே, மக்களின் வேலையாட்களே, நீங்கள் நீங்களாகவே உண்மையில் மக்களின் நற்பண்போடும், உள்ளுயிரோடும் வளர்ச்சியடைந்தீர்கள் – மக்கள் உங்கள் ஊடாக வளர்ச்சியடைந்தனர். இதை உங்களுடைய பெருமதிப்பிற்காகச் சொல்கிறேன்!

ஆனால், இன்னும் உங்கள் நற்பண்புகள் மக்களிடம் இருந்தே வந்திருக்கின்றன. மங்கிய கண்களுடைய மக்களிட மிருந்து – உள்ளுயிர் என்றால் என்னவென்றே தெரியாத மக்களிடம் இருந்து!

உள்ளுயிர் என்பது உயிர். அது தானாக வாழ்விற்குள் புகுவது; தன்னுடைய சொந்த வேதனைகளால் தனது சொந்த அறிவை அதிகரிப்பது – அது உங்களுக்கு முன்பே தெரியுமா?

இதுவே உள்ளுயிரின் மகிழ்ச்சி: கண்ணீரால் நேர்ந்து விடப் பட்ட திருப்பலி விலங்கு – முன்பே இது உங்களுக்குத் தெரியுமா?

கண்ணிழந்தவனின் குருட்டுத்தனமும், அவன் தேடலும், தட்டுத்தடவலும் அவன் உற்று நோக்கிய சூரியனின் சக்திக்குச் சாட்சி கொண்டிருக்கும் – முன்பே உங்களுக்கு இது தெரியுமா?

அறிவார்ந்த மனிதன் மலைகளை வைத்தே கட்டுமானங் கள் செய்யக் கற்றுக் கொள்ளக்கூடும்! உள்ளுயிருக்கு மலைகளை நகர்த்துவது ஒரு சிறிய காரியம் – முன்பே உங்களுக்கு இது தெரியுமா?

உள்ளுயிரின் தீப்பொறிகளை மட்டுமே உங்களுக்குத் தெரியும். ஆனால் எது உள்ளுயிராக உள்ளதோ அந்தப் பட்டறைக் கல்லை நீங்கள் பார்ப்பதில்லை, அதன் சுத்தியலின் ஆவேசமும் உங்களுக்குத் தெரியாது.

உண்மையில், உள்ளுயிரின் சினம் உங்களுக்குத் தெரியாது! ஆனால், அது எப்போதாவது அருளுரை வழங்க நேர்ந்தால், உள்ளுயிரின் தன்னடக்கத்தை இன்னமும் குறைவாகவே தாங்கிக்கொள்வீர்கள்.

நீங்கள் உங்களது உள்ளுயிரை, ஒரு பனிக்குழியில் இட்டு வைக்கத் துணிந்ததில்லை இதுவரை; நீங்கள் அந்த அளவிற்குச் சூடானவர்கள் அல்ல! ஆகவே குளிரின் ஆனந்தப் பரவசத்தையும் அறிய மாட்டீர்கள்.

ஆனால், நீங்கள் அனைத்துக் காரியங்களிலும், உள்ளுயிரிடம் மிகவும் அறிந்த வழிகளில் நடந்துகொள்கிறீர்கள், நீங்கள் விவேகத்தை, மோசமான கவிஞர்களுக்கான மருத்துவமனையாகவும் ஓர் ஏழையர் விடுதியாகவும் அவ்வப்போது ஆக்கினீர்கள்.

நீங்கள் கழுகுகளல்ல; எனவே, பயத்திலும் உள்ளுயிரின் மகிழ்ச்சியை அறிய மாட்டீர்கள். பறவையாக இல்லாத ஒருவனால் அவனது வாழ்விடத்தை படுபாதாளத்தில் அமைத்துக் கொள்ள இயலாது.

நீங்கள் வெதுவெதுப்பாக இருக்கிறீர்கள்; ஆனால், அனைத்து ஆழ்ந்த அறிவும் குளிர்ந்து ஓடுகிறது. உள்ளுயிரின் அடியாழக் கிணறுகள் பனிபோல் குளிர்ந்தவை; சூடான கைகளுக்கும், கையாள்பவர்களுக்கும் ஒரு புத்துணர்வு.

பிரபல தத்துவஞானிகளே, நீங்கள் அங்கே மரியாதைக்குரிய வகையில், நேரான முதுகோடு விறைப்பாக நிற்கிறீர்கள், கடுமையான காற்றோ, விருப்பமோ உங்களைச் சுழற்றவில்லை.

மூர்க்கமான காற்றில் உருண்டு திரண்டு, நடுங்கி, சூழப்பட்டு; கடல்மேல் மிதந்து செல்லும் கப்பலை ஒருபோதும் பார்த்ததில்லையா?

ஒரு கப்பலின் பாய் போல் உள்ளுயிரின் மூர்க்கத்தின் முன் நடுங்கியவாறு, எனது விவேகம் பயணம் செய்கிறது!

ஆனால், மக்களின் சேவகர்களே, பிரபல தத்துவஞானிகளே – நீங்கள் எவ்வாறு என்னோடு பயணம் செய்வீர்கள்?'

ஜரதுஷ்ட்ரா இவ்வாறு கூறினான்.

## இரவுப் பாடல்

இது இரவு: இப்போது பாயும் சுனைகளெல்லாம் உரக்கப் பேசுகின்றன. எனது ஆத்மாவும்கூட ஒரு பாயும் சுனை.

இது இரவு: இப்போதுதான் காதலர்களின் பாடல்கள் அனைத்தும் விழித்து எழுகின்றன. எனது ஆத்மாவும் ஒரு காதலனின் பாடலே.

தணிக்கப்படாத, தணிக்க இயலாத ஏதோ ஒன்று என்னுள் உள்ளது, அது வெளிப்பட விரும்புகிறது. காதலுக்கான ஏக்கம் ஒன்று என்னுள் உள்ளது, அதுவே தானாகக் காதலின் மொழியைப் பேசுகிறது.

ஒளி நானே. ஆ, நான் இரவாக இருந்தேன்! ஆனால் இது எனது தனிமை, நான் ஒளியால் சுற்றி வளைக்கப் பட்டிருக்கிறேன்.

நான் இருளாகவும் புதிராகவும் இருந்தேன்! நான் ஒளியின் முலைகளில் எவ்வாறு பருகுவேன்.

மேலே மினுங்கும் சிறு நட்சத்திரங்களே, மின்மினிப் பூச்சிகளே! உங்களது ஒளியின் பரிசுகளில் மகிழ்ச்சியடைந்து, உங்களை நான் ஆசிர்வதிக்க வேண்டும்.

ஆனால், நான் எனது சொந்த ஒளியில் இருக்கிறேன், என்னிடம் இருந்து உடைந்து வெளியாகும் ஜுவாலையைத் திரும்ப அருந்துகிறேன்.

பெறுபவனின் மகிழ்ச்சி எனக்குத் தெரியாது; பெறுவதை விடத் திருடுவது மேலாக ஆசிர்வதிக்கப்பட வேண்டுமென்று கனவு கண்டேன், அவ்வப்போது.

கொடுப்பதை எப்போதும் எனது கைகள் நிறுத்தாதது எனது வறுமை; எதிர்பார்ப்புடனான கண்களையும், ஆசை யால் ஒளியூட்டப்பட்ட இரவுகளையும் பார்ப்பது எனது பொறாமை.

ஓ, கொடுப்பவர்கள் அனைவரின் இழிவு! ஓ, எனது சூரியனின் கிரகணம்! ஓ, ஆசையின் ஏக்கம்! ஓ, சலிப்பின் கடும்பசி!

என்னிடம் இருந்து எடுத்துச் செல்கிறார்கள்; ஆனால் நான் அவர்களுடைய ஆத்மாவை இன்னும் தீண்டுகிறேனா? கொடுப்பதற்கும் பெறுவதற்கும் இடையில் ஒரு பிளவு உள்ளது; மிகச் சிறிய பிளவே இறுதியில் பாலமிடப்பட வேண்டும்.

எனது அழகிலிருந்து ஒரு பசி வளர்கிறது: யாருக்குத் தருகிறேனோ அவர்களைக் கொள்ளையடிக்க வேண்டும் – இவ்வாறு தந்திரத்திற்காகப் பசித்திருக்கிறேன்.

இன்னொரு கை சென்று எட்டிய உடனே, எனது கையைப் பின்னெடுத்துக் கொண்டு, தயங்கி, தனது பாய்ச்சலில்கூடத் தயக்கம் காட்டும் ஓர் அருவிபோல் – எனது தந்திரத்திற்காகப் பசித்திருக்கிறேன்.

எனது மிகுதியான கற்பனை இவ்வாறான பழிதீர்ப்பைச் செய்கிறது; இப்படியான வன்மம் எனது தனிமையில் இருந்து ஊற்றெடுக்கிறது.

கொடுப்பதிலிருந்த எனது மகிழ்ச்சி கொடுப்பதிலேயே மடிந்தது. எனது நற்குணம், தனது அபரிமிதத்தால் தானே சலிப்படைந்தது.

எப்போதும் கொடுக்கிறவனுக்கு உள்ள அபாயம் அவன் வெட்கத்தை இழந்து விடக்கூடும் என்பதே; எப்போதும் விநியோகித்துக்கொண்டிருப்பவனின் இதயம், வெறும் விநியோகத்தினாலேயே சொரணையற்றதாக ஆகிக்கொண்டிருக்கிறது.

இப்போது என் கண்கள் பணிந்துகொண்டிருப்பவர்களின் அவமானத்தால் நிரம்பி வழிவதில்லை; நிரப்பப்பட்டுவிட்ட நடுங்கும் கைகளுக்கு, இப்போது எனது கைகள் மிகவும் கடினமாகிவிட்டன.

எனது கண்களின் கண்ணீரும், இதயத்தின் மலர்ச்சியும் எங்கே போயின? ஓ, கொடுப்பவர்கள் அனைவருடைய தனிமையே! ஓ, ஒளி கொடுப்பவர்கள் அனைவருடைய அமைதியே!

வெற்றுவெளியில் நிறைய சூரியன்கள் வட்டமிடுகின்றன; இருண்டிருக்கும் அனைத்திடமும் தங்களுடைய ஒளியால் பேசுகின்றன – என்னிடத்தில் அவை அமைதியாக உள்ளன.

ஓ, இதுவே ஒளி அளிப்பதன் மீது ஒளிக்கு உள்ள பகை; இரக்கமற்று அது தன் வழியில் பயணப்படுகிறது.

தம் இதயத்தின் அடியாழத்தில் ஒளி கொடுப்பவரிடம் நியாயமற்று, சூரியன்களிடம் இரக்கமற்று பயணப்படுகிறது ஒவ்வொரு சூரியனும்.

ஒரு புயல் போல் சூரியன்கள் தம் பாட்டைகளில் பறக்கின்றன. அதுவே அவற்றின் பயணம், அவற்றின் இரக்கமற்ற விருப்பத்தைத் தொடர்கின்றன; அதுவே அவற்றின் இரக்கமின்மை.

ஓ, ஒளி கொடுப்பவர்களிடம் இருந்து வெம்மையை எடுப்பவர்கள், ஒளியற்ற கறுத்த நீங்கள்தான்! ஓ, நீங்கள் மட்டுமே ஒளியின் மடியிலிருந்து பாலையும் ஆறுதலையும் அருந்துகிறீர்கள்!

என்னைச் சுற்றிப் பனி, எனது கைகள் பனியில் பொசுங்கிவிட்டன! என்னுள்ளே தாகம்! அது உன்னுடைய தாகத்திற்கான ஏக்கம்!

இது இரவு: ஓ, நான் ஒளியாக இருக்க வேண்டும் – இரவின் பொருட்களுக்கான தாகத்தோடும் தனிமையோடும்!

இது இரவு: எனது ஏக்கம் ஒரு கிணற்று ஊற்றைப்போல, என்னிடமிருந்து உடைகிறது – நான் பேச்சுக்காக ஏங்குகிறேன்.

இது இரவு: இப்போது பீறிடும் அனைத்துச் சுனைகளும் உரக்கப் பேசும். எனது ஆத்மாகூட ஒரு பீறிடும் சுனையே.

இது இரவு: இப்போது மாத்திரமே காதலர்களின் பாடல்கள் அனைத்தும் விழிக்கின்றன. எனது ஆத்மாகூட ஒரு காதலனின் பாடலே.

ஜரதுஷ்ட்ரா இவ்வாறு பாடினான்.

## நடனப் பாடல்

ஒரு மாலையில் ஜரதுஷ்ட்ரா தனது சீடர்களுடன் காடுகளின் ஊடே நடந்து கொண்டிருந்தான்; அவன் ஒரு கிணற்றைத் தேடிக்கொண்டிருந்தபோது, மரங்களாலும் புதர்களாலும் அமைதியாகச் சூழப்பட்ட பசுந்தரையை வந்தடைந்தான்; அந்தப் பசுந்தரையில் இளம்பெண்கள் சேர்ந்து நடனமாடிக்கொண்டிருந்தார்கள். அவர்கள் ஜரதுஷ்ட்ராவை அடையாளம் கண்டவுடன் தங்கள் நடனத்தை நிறுத்திவிட்டார்கள்; ஜரதுஷ்ட்ரா நட்போடு அவர்களை அணுகி இந்த வார்த்தைகளைப் பேசினான்:

இனிய பெண்களே, உங்கள் நடனத்தை நிறுத்தாதீர்கள், தீய கண்களுடன் கேளிக்கைகளைக் கெடுப்பவரோ, இளம் பெண்களின் விரோதியோ உங்களிடம் வந்துவிடவில்லை.

நான் கடவுளுக்காகச் சாத்தான்களிடம் வாதாடுபவன்; அவனே புவி ஈர்ப்பின் ஆன்மா. தெய்வீக நடனத்திற்கோ அல்லது அருமையான கணுக்கால்களைக் கொண்ட பெண்களின் பாதத்திற்கோ நான் எவ்வாறு எதிரியாக முடியும், ஒயிலான உயிரினங்களே?

நிச்சயமாக, நான் ஒரு வனம். இருண்ட மரங்களின் ஓர் இரவு. ஆனால், எனது இருளைக் கண்டு பயப்படாதவன், எனது சைப்ரஸ் மரங்களின் கீழ் ரோஜாப் பந்தல்களைக் கண்டுபிடிப்பான்.

இளம்பெண்கள் மிகவும் விரும்பும் சிறிய தெய்வத்தையும் அவன் நிச்சயம் காண்பான்; அவன் சுனைக்குப் பக்கத்தில் படுத்திருக்கிறான், அசையாமல் கண்களை மூடியவாறு.

நிஜமாகவே, பட்டப் பகலில் உறங்கிவிட்டான், வேலை யற்றவன்! வண்ணத்துப் பூச்சிகளை நீண்டநேரம் துரத்திக் கொண்டிருந்தானா?

அந்தச் சிறிய தெய்வத்தை நான் சிறிது கண்டித்தால் அழகிய நடனமணிகளே! என்னோடு கோபம் கொள்ளாதீர் கள், ஒருக்கால், அவன் கதறி அழக்கூடும், ஆனால் அவன் அழுதாலும்கூடச் சிரிக்கும்படியாக இருக்கும்.

அவன் கண்களில் கண்ணீரோடு, உங்களுடன் நடனமாடக் கேட்கலாம்; அவனுடைய நடனத்திற்கு நானே ஒரு பாடலைப் பாடலாம்.

'பூமியின் முதல்வன்' என்று அவர்களால் அழைக்கப்படும் எனது அதிபனும் மிகச் சக்தி வாய்ந்த சாத்தானுமான புவி ஈர்ப்பின் ஆன்மாவின் மீது ஒரு நடனப் பாடலும் ஒரு கேலிப்பாடலும் பாடலாம்.

இளம்பெண்கள் சேர்ந்து நடனமாட ஜரதுஷ்ட்ரா மன்மதன் போல் பாடிய பாடல் இதுதான்:

அண்மையில் உனது கண்களுக்குள் பார்த்தேன், ஓ, வாழ்க்கையே! முடிவற்ற ஆழத்தில் நான் மூழ்குவது போல் இருந்தது.

ஆனால், தங்கத்தடியால் என்னை நீ வெளியே இழுத்தாய்; உன்னை ஆழங்காண முடியாதவன் என்று நான் அழைத்த போது, கேலியாகச் சிரித்தாய்.

'எல்லா மீன்களும் அப்படித்தான் பேசும்; அவற்றால் ஆழம் காண இயலாததே, ஆழ்ந்து அறிய இயலாதது' என்று நீ சொன்னாய்.

'நான் வெறுமனே மாறக்கூடியவள், பழக்கப்படாத ஒருத்தி, எல்லா விஷயத்திலும் ஒரு பெண், நற்பண்பற்றவள்.

"அறிவாழம் மிக்கவள்", "விசுவாசமானவள்", "சாசுவத மானவள்", என்றெல்லாம் என்னை அழைக்கிறீர்கள்.

'ஆனால், ஆண்களாகிய, நீங்கள் எப்போதும் உங்களது குணங்களையே எங்களுக்குப் பரிசளிக்கிறீர்கள் – நற்குண வான்கள்!'

இவ்வாறு சொல்லிச் சிரித்தாள் அந்த வியக்கத்தக்க பெண். ஆனால் தன்னைப் பற்றி குறைத்துப் பேசிக்கொள்ளும் போது நான் ஒருபோதும் அவளையும் அவளது சிரிப்பையும் நம்பியதில்லை.

மேலும் எனது முரட்டு விவேகத்துடன் நான் ரகசியமாகப் பேசியபோது, அவள் என்னிடம் கோபமாகச் சொன்னாள்: 'நீ விரும்புகிறாய், வேட்கை கொள்கிறாய், நேசிக்கிறாய், நீ வாழ்வைப் புகழ்வதற்கு இது மட்டுமே காரணம்!'

பிறகு சற்று முரணாகப் பதிலளித்துவிட்டு, கோபித்த எனது விவேகத்திடம் உண்மையைச் சொன்னேன்; ஒருவனுடைய விவேகத்திற்கு உண்மையைச் சொல்லும் வேளையை விட, அதிக முரண்பாட்டோடு ஒருவன் பதிலளித்துவிட இயலாது.

பிறகு இதுவே நம் மூவருக்குள்ளுமான நிலை. எனது இதயபூர்வமாக, நான் வாழ்வை மட்டுமே நேசிக்கிறேன் – உண்மையில், அவளை வெறுக்கும்போதே, எதற்கும் மேலாக அவளை நேசிக்கிறேன்.

ஆனால் நான் விவேகத்தின் மீது அன்பாக இருக்கிறேன், அடிக்கடி அதிக அன்பாக. ஏனெனில் அவள் எனக்கு மிக அதிகமாக வாழ்வை நினைவூட்டுகிறாள்.

இவளுடைய கண்கள் அவளுடைய கண்களைப் போலவே இருக்கின்றன. இவளது சிரிப்பும் அவளுடையது போலவே, அந்தச் சிறிய தங்கத் தூண்டில்கூட இவளிடம் உள்ளது: அவர்கள் இருவரும் ஒன்றுபோலிருப்பதற்கு நான் என்ன செய்ய?

பிறகு, 'யாரவள், இந்த விவேகம்?' என்று வாழ்வு ஒரு சமயம் என்னைக் கேட்டபோது, நான் ஆர்வத்துடன், 'ஆமாம்! விவேகம்' என்று சொன்னேன்.

'ஒருவன் திருப்தி அடையாமல் அவளுக்காகத் தாகத்தோடு இருக்கிறான், ஒருத்தன் முகத்திரையின் ஊடாகப் பார்க்கிறான், ஒருத்தன் வலையை வீசி அவளைப் பிடிக்கிறான்.

'அவள் அழகா? எனக்குத் தெரியாது! ஆனால் புத்திசாலியான கிழட்டு மீன்கூட இப்போதும் அவளால் கவர்ந்து இழுக்கப்படுகிறது.

'அவள் மாறக் கூடியவள், ஐயப்படுகிறவள்; அவள் தன் சுபாவத்திற்கு மாறாகத் தனது உதட்டைக் கடித்தபடி, தலையை வாரிக்கொள்வதை அடிக்கடி பார்த்திருக்கிறேன்.

'ஒருக்கால் அவள் நயவஞ்சகி, கள்ளி, அனைத்திலும் தவறானவள்; ஆனால், தன்னைப்பற்றி மோசமாகப் பேசிக் கொள்ளும்போது, கச்சிதமாக அவள் மிகக் கவர்ச்சியானவள்!'

நான் இதை வாழ்விடம் சொன்னபோது, அவள் கேலியாகச் சிரித்து, கண்களை மூடிக்கொண்டாள். அவள் கேட்டாள்:

'ஆனால் யாரைப்பற்றிப் பேசிக் கொண்டிருக்கிறாய்? நிச்சயமாக என்னைப் பற்றித்தானே?'

'நீ சொல்வது சரியாகவே இருந்தாலும் எனது முகத்துக்கு நேராக, அதைச் சொல்ல வேண்டுமா? இப்போது உனது விவேகத்தைப் பற்றியும் பேசு!'

பிறகு உனது கண்களை மீண்டும் திறந்தாய், ஓ, அன்பான வாழ்வே! மீண்டும் ஆழ்ந்தறிய இயலாததற்குள் மூழ்குவதாக உணர்ந்தேன்.

ஜரதுஷ்ட்ரா இவ்வாறு பாடினான், ஆனால் நடனம் முடிந்து இளம்பெண்கள் தூரச் சென்ற பிறகு, அவன் சோகமடைந்தான்.

கடைசியில் அவன் சொன்னான்: 'சூரியன் ஏற்கனவே அஸ்தமித்துவிட்டான். புல்தரை ஈரமாகிவிட்டது. காடுகளில் இருந்து குளிர் வருகிறது.

என்னைப் பற்றி வித்தியாசமானதாக, தெரியாததாக ஏதோ இருக்கிறது, யோசனையோடு என்னைப் பார்த்துக் கொண்டிருக்கிறது. என்ன! இன்னும் நீ உயிரோடிருக்கிறாயா, ஜரதுஷ்ட்ரா?

ஏன்? எதற்காக? எதனால்? எவ்விடம்? எங்கு? எப்படி? வாழ்ந்துகொண்டே போவது அறிவீனம் அல்லவா?

எனது நண்பர்களே, எனக்குள் இவ்வாறு கேள்வி கேட்பது, இந்த மாலை வேளையே, என்னை மன்னித்துவிடு, எனது சோகமே!

மாலை வேளை வந்துவிட்டது: மாலை வேளையாகிவிட்டதற்காக, என்னை மன்னித்துவிடு!

ஜரதுஷ்ட்ரா இவ்வாறு கூறினான்.

## இழவுப் பாடல்

'அதோ அங்கே இருக்கிறது கல்லறைத் தீவு, அமைதியான தீவு; எனது இளமையின் கல்லறைகளும்கூட அதோ அங்கே உள்ளன. அதற்காக என்றும் பசுமையாக இருக்கும் வாழ்வின் மலர் வளையம் ஒன்றை அங்கே சுமப்பேன்.'

இவ்வாறு எனது மனதில் முடிவு செய்து கடலின் மேல் பயணித்தேன்.

ஓ, எனது இளமையின் காட்சிகளே, பார்வைகளே! ஓ, காதலின் அனைத்து மின்னொளிப் பார்வைகளே, புனிதமான

கண நேரப் பார்வைகளே, எவ்வளவு விரைவாக அழிந்துவிட்டீர்கள் நீங்கள்! இன்று உங்களை எனது இறந்த உறவுகளாக நினைக்கிறேன்.

எனது பிரியமான இறந்தவர்களே, ஓர் இனிய மணம் உங்களிடம் இருந்து எனக்கு வருகிறது, கண்ணீரைத் தடை செய்கிற, இதயத்தை இலகு வாக்கும் மணம். உண்மையில், அது தனித்த கடலோடியின் இதயத்தை நகர்த்தி இலகுவாக்குகிறது.

இன்னும் நான்தான் செல்வந்தனும், மிகவும் பொறாமைப் பட வேண்டிய மனிதனுமாக இருக்கிறேன் – நான் மிகத் தனிமையானவன்! ஏனெனில் எனக்கு நீ இருந்தாய், உனக்கு நான் இன்னும் இருக்கிறேன்; மரத்தில் இருந்து எனக்கு விழுந்ததைப் போலச் சிவந்த ஆப்பிள்கள் வேறு யாருக்கு விழுந்திருக்கும், சொல்!

ஓ, எனது மிகுந்த அன்பிற்கு உரியவர்களே, தன்னிச்சையாக வளரும் நற்பண்புகளின் பல வண்ணங்களில் மலர்ந்து கொண்டு இருக்கிற உங்களது நினைவுகளின் காதலுக்கு நான்தான் இன்னும் வாரிசும், பாரம்பரியமுமா!

ஓ, நாம் ஒருவர் மற்றவருக்காக உருவாக்கப்பட்டவர்கள். அமைதியான வித்தியாசமான அதிசயப் பிறவிகளே, நீங்கள் என்னிடமும், எனது ஏக்கத்திடமும் வந்தது பயந்த பறவையைப் போலல்ல: நீங்கள் நம்பிக்கையுடன் என்னிடம் வந்தீர்கள், நம்பப்பட்டீர்கள்.

ஆம், என்னைப்போல விசுவாசத்திற்காகவும், பதமான சாசுவதங்களுக்காகவும் ஆக்கப்பட்டவர்கள். புனிதமான தருணங்களே, கணநேரப் பார்வைகளே, இப்போது உங்களை உங்களது விசுவாசமின்மையால் அழைக்கவேண்டுமா? நான் இன்னும் வேறு பெயரெதையும் கற்றுக்கொள்ளவில்லையே!

உண்மையில், அகதிகளே நீங்கள் சீக்கிரம் அழிந்துவிட்டீர்கள்; இருந்தும் நீங்கள் என்னிடமிருந்து பறந்துவிடவில்லை, நானும் உங்களிடமிருந்து பறந்துவிடவில்லை. நமக்கிடையே விசுவாசமில்லாதபோதும் – நாம் ஒருத்தருக்கொருத்தர் தீங்கற்றவராக இருந்தோம்.

எனது நம்பிக்கையின் இசைப் பறவைகளே, என்னைக் கொல்வதற்காக, அவர்கள் உங்களை மரணத்திற்குத் தள்ளினார்கள்! எனது பிரியமானவர்களே, ஆம், வன்மத்தின் அம்புகள் உங்களை நோக்கி தொடர்ந்து வீசப்பட்டன – எனது இதயத்தில் தைப்பதற்காக!

அவர்கள் தாக்கினார்கள்! நீ எப்போதும் எனது இதயத்திற்கு மிகவும் அன்பானதாக இருந்தாய், எனது உடைமையாக, என்னை உடைமையாக்கிக் கொண்டிருந்தாய். ஆதலால் மிகவும் இளமையில், விரைவிலேயே நீ இறக்க வேண்டி இருந்தது.

எனது உடைமையிலேயே மிகவும் பலவீனமானதில் அவர்கள் அம்பை எய்தார்கள்; யாருடைய தோல் மெல்லிறகு போன்றதோ, ஒரு மின்னல் பார்வையில் இறக்கக்கூடிய புன்னகையைப் போன்றதோ அதில்!

ஆனால், இதை நான் எனது எதிரிகளுக்குச் சொல்வேன்: நீங்கள் எனக்குச் செய்ததற்குச் சமமாக எந்த மனிதக் கொலை யாவது இருக்குமா?

எந்த மனிதக் கொலையையும்விட ஒரு மோசமான காரியத்தை நீங்களே எனக்குச் செய்தீர்கள், என்னிடம் இருந்து மீட்க இயலாததை எடுத்துச் சென்றீர்கள் – இவ்வாறு உங்களிடம் சொல்கிறேன் எனது எதிரிகளே!

நீங்கள் எனது இளமையின் கனவையும், அன்பிற்குரிய அதிசயங்களையும் கொன்றுவிட்டீர்கள்! என்னிடம் இருந்து ஆசிர்வதிக்கப்பட்ட ஆத்மாக்களை, எனது விளையாட்டுத் தோழர்களை எடுத்துக்கொண்டீர்கள்! அவர்களின் நினைவாக, இந்த மலர்வளையத்தையும், சாபத்தையும் இடுகிறேன்.

எனது எதிரிகளே! இதோ உங்களுக்கு சாபம், நீங்கள் எனது சாசுவதத்தைச் சிறிதாக்கினீர்கள். ஒரு குளிர்ந்த இரவில் சிறிதாக வெட்டப்பட்ட குரலிசையைப் போல்! புனிதமான கண்களின் சிமிட்டலைப் போல், அது என்னிடம் வந்தது – ஒரு சிறு கணத்தைப் போல்!

முன்னொரு காலத்தில் ஒரு மகிழ்ச்சியான தருணத்தில், எனது தூய்மை இவ்வாறு பேசியது: ‘அனைத்து உயிரினங்களும் எனக்குத் தெய்வீகமானவை’

பிறகு உங்களது தவறான கற்பனைத் தோற்றத்தால் என்னை ஆச்சரியப்படுத்தினீர்கள்; அந்தோ, அந்த மகிழ்ச்சியான தருணம் இப்போது எங்கோ பறந்து சென்றுவிட்டது.

‘எல்லா நாட்களும் எனக்குப் புனிதமானவையாக இருக்கட்டும்’ – இவ்வாறு பேசியது, எனது இளமையின் விவேகம்; உண்மையில் அது ஒரு மகிழ்ச்சி நிரம்பிய விவேகத்தின் பேச்சு.

எனது எதிரிகளே, பிறகு நீங்கள், எனது இரவுகளை என்னிடம் இருந்து திருடிச் சென்று, அவற்றை உறக்கமற்ற சித்திரவதையிடம் விற்றுவிட்டீர்கள்; அந்தோ, அந்த மகிழ்ச்சியான தருணம் எங்கேயோ பறந்து சென்றுவிட்டது இப்போது.

முன்னொரு காலத்தில், மகிழ்ச்சியான பறவையின் ஆதரவுக்கு ஏங்கினேன்; பிறகு நீ ஒரு ராட்சச ஆந்தையை எனது பாதையின் குறுக்கே செலுத்தினாய், ஒரு மோசமான சகுனம். அப்புறம் எனது மென்மையான ஏக்கங்கள் எங்கே சென்றுவிட்டன ?

முன்னொரு காலத்தில், அனைத்துச் சீற்றத்தையும் கைதுறக்கச் சபதம் செய்தேன்; பிறகு நீங்கள் எனது சொந்தங்களையும், அண்டைவீட்டாரையும் புண்கட்டிகளாக உருமாற்றினீர்கள். அந்தோ, பிறகு எனது மிகச் சிறந்த சபதம் எங்கே சென்றுவிட்டது ?

முன்னொரு காலத்தில், ஒரு குருடனாக மகிழ்ச்சியான பாதைகளில் நடந்தேன்; பிறகு, நீங்கள் குருடனின் பாதையில் குப்பையை வீசினீர்கள். அவனுக்கு இப்போது பழைய பாதை அருவருப்பூட்டுகிறது.

எனது மிகச் சிரமமான செயலைச் செய்து முடித்து, எனது மீள்வருகையின் வெற்றியைக் கொண்டாடினேன். பிறகு, நான் மிகவும் நேசித்தவர்களை, நான் காயப்படுத்துவதாகக் கூறி அவர்களைக் கதறச் செய்தீர்கள்.

உண்மையில், எனது அருமையான தேனைக் கசப்பாக்கினீர்கள். எனது அருமையான தேனீக்களின் தொழிலையும் கெடுத்தீர்கள். அவை அனைத்துமே உங்கள் செயல்.

எனது தாராளத்திடம் மிகத் திமிரான பிச்சைக்காரர்களை அனுப்பிவைத்தீர்கள். குணப்படுத்த இயலாத வெட்கங்கெட்டவர்களை அனுப்பி வைத்து எனது கழிவிரக்கத்தைச் சுற்றிக் கும்பலாக்கினீர்கள். இப்படித்தான் எனது நற்பண்பின் நம்பிக்கையைக் காயப்படுத்தினீர்கள்.

நான் மிகவும் புனிதமாகக் கருதியதைப் பலியாக வைக்கும்போது, உடனேயே உங்கள் 'பக்தி' உணர்வு தனது கொழுத்த பரிசுகளை அதன் பக்கத்தில் வைத்தது; எனது புனிதம், உங்களது கொழுப்பின் புகைச்சலில் மூச்சுத் திணறட்டும் என்று.

ஒரு சமயம் இதுவரை ஆடாத வகையில் நடனமாட விரும்பினேன்: எல்லாச் சொர்க்கங்களுக்கும் அப்பால் நடனமாட விரும்பினேன். அப்போது எனது அபிமானப் பாடகனை இழுத்துச் சென்றுவிட்டீர்கள்.

பிறகு, அவன் ஒரு அருவருப்பூட்டும், மந்தமான பாடலைப் பாடினான்; அந்தோ, ஒரு துன்பமிக்க இசைக்கொம்பு போல எனது காதுகளில் எக்காளமிட்டான்.

கொலைகாரப் பாடகன், வன்மத்தின் கருவி, மிக அப்பாவி யான மனிதன்! நான் அருமையான நடனத்திற்குத் தயாராக நின்றிருந்தேன்; பிறகு எனது மட்டற்ற மகிழ்ச்சியை உங்களது குரல் தொனிகளால் கொன்றீர்கள்.

உயர்ந்த விஷயங்களின் உருவகக் கதைகளை நடனத்தின் மூலம் மட்டுமே எனக்குப் பேசத் தெரியும் – இப்போது எனது மாபெரும் உருவகக் கதை, எனது எலும்புகளில் பேசப்படாமல் நிற்கிறது!

எனது மாபெரும் நம்பிக்கை பேசப்படாமல், சாதிக்கப் படாமல் இருந்தது! எனது இளமையின் அனைத்துப் பார்வை களும், ஆறுதல்களும் இறந்துவிட்டன!

நான் எப்படி அதைத் தாங்கிக்கொண்டேன்? எப்படி நான் அந்தக் காயங்களில் இருந்து மீண்டு வந்தேன்? இந்தக் கல்லறைகளில் இருந்து மீண்டும் எனது ஆத்மா எப்படி எழுந்தது?

ஆம், காயப்பட இயலாத, புதைக்கப்பட இயலாத ஏதோ வொன்று என்னுள் உள்ளது, பாறைகளைத் துண்டாடக் கூடிய ஏதோவொன்று; அமைதியாகக் காலடி வைத்து பல வருடங்களாக மாறாமல் இருக்கிறது அது 'எனது மனோதிடம்' என்று அழைக்கப்படுகிறது.

எனது பழைய மனோதிடம், நான் அதன் பாதையில் செல்வேன். அதன் சுபாவம் கடின சித்தமுடையது, காயப் படுத்த முடியாதது.

நான் எனது குதிகால்களில் மட்டுமே காயப்படுத்த இயலாதவனாக இருக்கிறேன். நீங்கள் அங்கே அதே போல், மிகவும் பொறுமையானவர்களாக வாழ்கிறீர்கள்! நீங்கள் எப்போதும் எல்லாக் கல்லறைகளையும் உடைத்து வெளி வருவீர்கள்!

எனது இளமையின் வெற்றிபெறாத அனைத்து விஷயங் களும், உங்களுக்குக்கூட இன்னும் இருக்கின்றன. கல்லறைகளின் மஞ்சள் சிதைவுகளின் மேல் நீங்கள் வாழ்வும் இளமையும் போல் நம்பிக்கையோடு அமர்ந்திருக்கிறீர்கள்.

ஆம், நீங்கள் இன்னும் எனது கல்லறைகள் அனைத்தை யும் அழிப்பவர்கள்: வணக்கம், எனது மனோதிடமே! எங்கு கல்லறைகள் உள்ளனவோ, அங்கு மாத்திரமே புத்துயிர்ப்பும் இருக்கும்.

ஜரதுஷ்ட்ரா இவ்வாறு பாடினான்.

## சுய வெல்லுதல் குறித்து

மனிதர்களில் அறிவாளியானவர்களே, எது உங்களைத் தொடர்ந்து தூண்டி உங்களது ஆவலைக் கிளப்புகிறதோ அதை 'உண்மைக்கான சங்கல்பம்' என்று அழைக்கிறீர்களா?

அனைத்து உயிரினங்களின் கருக்கொள்வதற்கான சங்கல்பம்: அதைத்தான் உங்களது விருப்பம் என்று அழைக்கிறேன்!

நீங்கள் முதலில் அனைத்து உயிருருக்களையும் கருக்கொள்ளத் தக்கதாக ஆக்க விரும்பினீர்கள்! ஓர் ஆரோக்கியமான அவநம்பிக்கையோடு, அவை முதலில் கருக்கொள்ளத்தக்கதா என்று சந்தேகிக்கிறீர்கள்.

ஆனால், அது வளைந்து உங்களுக்குத் தன்னையே அனுமதித்துக்கொள்ள வேண்டும்! இவ்வாறாக உங்களது சங்கல்பம் அதைப் பெறும். அது மிருதுவாகி அறிவின் கண்ணாடியும் பிரதிபலிப்பும் போல் அறிவின் ஆய்வுப் பொருளாக ஆக வேண்டும்.

அதுவே உங்கள் முழு விருப்பம், அறிவார்ந்த மனிதர்களே, அது அதிகாரத்துக்கான ஒரு சங்கல்பம். நீங்கள் நல்லது, தீயதைப் பற்றிப் பேசும்போதும், மதிப்பீடுகளைக் கணிக்கும்போதும், அது அவ்வாறே இருக்கிறது.

நீங்கள் எதன் முன் மண்டியிட இயலுமோ, அந்த உலகைப் படைக்க விரும்புகிறீர்கள்: இதுவே உங்களது மிகப்பெரிய நம்பிக்கையும் மயக்கமும்.

மக்கள் அறிவிலிகள் – படகு நீந்தும் ஒரு நதியைப் போன்றவர்கள், படகில், தனித்துத் துன்புற்று அமர்ந்திருக்கின்றன, மதிப்பீட்டின் கணிப்புகள்.

நீங்கள் உங்களது சங்கல்பத்தையும் மதிப்பீடுகளையும் பொருத்தமான நதியின் மேல் இட்டீர்கள்; மக்கள் நல்லது தீயது என்று நம்புகிறவை, என்னளவில் ஒரு புராதனமான அதிகாரத்திற்கான சங்கல்பத்துக்குத் துரோகமிழைக்கின்றன.

மிக விவேகமான மனிதர்களே, அவ்வாறான பயணிகளை நீங்களே படகிலிட்டு, பகட்டான பெருமையான பெயர்களைத் தந்தீர்கள் – நீங்களும், உங்களுடைய அரசாளும் சங்கல்பமும்.

இப்போது நதி உங்கள் படகைச் சுமந்து செல்கிறது; அது சுமந்தாக வேண்டும், அலை நுரைத்துப் படகின் அடித்தளத்தைக் கோபமாக எதிர்ப்பதென்பது அற்ப விஷயம்.

உங்களது அபாயம் நதியல்ல, உங்கள் நல்லது தீயதின் முடிவுமல்ல. மிக விவேகமான மனிதர்களே, உங்களது அபாயம் அந்தச் சங்கல்பமேதான். அதிகாரத்திற்கான சங்கல்பம், களைப் பற்ற இனப்பெருக்க வாழ்வுக்கான சங்கல்பம்.

ஆனால், நல்லது தீயது பற்றிய எனது கற்பித்தலைப் புரிந்து கொள்கிற வகையில், அனைத்து உயிரினங்களைப் பற்றிய, வாழ்க்கை பற்றிய எனது கற்பித்தலை உங்களுக்கு விரித்துரைக் கிறேன்.

நான் வாழும் உயிரினத்தைத் தொடர்ந்தேன், மிகப்பெரிய பாதைகளிலும் மிகச் சிறிய பாதைகளிலும் தொடர்ந்தேன் – அதன் இயற்கையைப் புரிந்துகொள்ளக் கூடுமென.

அதன் வாய் மூடி இருக்கும்போது, அதன் பார்வையை, நூறுமடங்கு உருப்பெருக்கும் கண்ணாடியில் பற்றினேன் – என்னிடம் பேசக்கூடுமென்று. அதன் கண்கள் என்னிடம் பேசின.

ஆனால், எங்கெல்லாம் வாழும் உயிரினங்களைப் பார்த் தேனோ, அங்கெல்லாம்கூடப் பணிவின் மொழியைக் கேட்டேன். அனைத்து வாழும் உயிரினங்களும் பணியும் உயிர்களே.

இரண்டாவது விஷயம்; தானாகவே பணியாதவன், கட்ட ளையிடப்படுவான். அதுவே வாழும் உயிரினங்களின் இயற்கை.

ஆனால், நான் கேட்ட மூன்றாவது விஷயம்: கட்டளை இடுவது பணிவதைவிடக் கடினமானது. இது, கட்டளையிடு பவன் பணிகிற அனைவருடைய பாரத்தையும் சுமப்பதால் மட்டுமல்ல, இந்தப் பாரம் சுலபமாக அவனை நசுக்கிவிடும் என்பதாலும்தான்.

எல்லாக் கட்டளையிலும் ஒரு சோதனையும், ஓர் அபா யத்தின் சாத்தியமும் உள்ளன: மேலும் வாழும் உயிரினம் கட்டளையிடும்போதெல்லாம், தன்னை அபாய சாத்தியத்திற்கு உட்படுத்திக்கொண்டே கட்டளை இடுகிறது.

ஆம், தன்னையே கட்டளையிட்டுக்கொள்ளும் போது கூட, சட்டபூர்வமாகக் கட்டளையிட வேண்டும். அவன் நீதிபதியாகவும், குற்றம் சாட்டுபவனாகவும், தனது சொந்தச் சட்டத்திற்கே குற்றவாளியாகவும் ஆகவேண்டும்.

இது எவ்வாறு வந்தது? இவ்வாறு என்னையே கேட்டுக் கொண்டேன். வாழும் உயிரினங்கள் பணியவும், கட்டளை யிடவும், கட்டளை இடும்போதுகூடப் பணிவோடு இருக்கவும் எது அறிவுறுத்துகிறது?

இப்போது, மிக விவேகமான மனிதர்களே! எனது கற்பித்தலைக் கவனியுங்கள், நான் வாழ்வின் இதயத்திற்குள் நுழைந்து, அதன் வேர்களுக்குச் சென்றேனா என்று அக்கறை யோடு சோதனை செய்யுங்கள்.

எங்கு ஒரு வாழும் உயிரினத்தைக் கண்டேனோ, அங்கே அதிகாரத்திற்கான சங்கல்பத்தையும் கண்டேன்; வேலையாளின் விருப்பத்தில்கூட, எஜமானாகும் சங்கல்பத்தைக் கண்டேன்.

பலமற்றவனின் சங்கல்பமே, பலமுள்ளவனுக்குச் சேவை செய்வதற்கு இணங்க வைக்கிறது. அதனுடைய சங்கல்பம், அதனைவிடப் பலமற்றவர்களுக்கு எஜமானாக விரும்புகிறது; அந்த மகிழ்ச்சியை விட்டுவிடத் தயாரில்லை அது.

பலமற்றவன் வலியவனிடம் சரணடையும்போது, அதனால் அது மகிழ்ச்சியையும், அதிகாரத்தையும், உள்ளதிலேயே மிகப் பலமற்றவனிடமாவது பெற்றுக் கொள்கிறது. எனவே மிகப் பெரியவன்கூடப் பணிகிறான், அதிகாரத்தின் பொருட்டு வாழ்வைப் பணயம் வைக்கிறான்.

மிகப் பெரியவனின் ஈடுபாடு என்பது அபாய நிலை, அபாயத்தை நேர்கொள்ளல், மரணத்திற்கான சூதாட்டம்.

எங்கு தியாகமான, சேவையான, காதலான மின்னல் பார்வைகள் உள்ளனவோ, அங்கெல்லாம்கூட எஜமானாகும் சங்கல்பமும் உள்ளது. அங்கே பலமற்றவன் ரகசியப் பாதைகள் வழியே, திருட்டுத்தனமாகக் காவற்கோட்டைக்குள்ளும் மிகவும் அதிகாரம் வாய்ந்தவனின் இதயத்திற்குள்ளும் புகுந்து, அதிகா ரத்தையும் திருடுகிறான்.

வாழ்க்கையே என்னிடம் இந்த ரகசியத்தைச் சொல்லியது: ‘பார், எது தன்னையே மீண்டும் மீண்டும் விஞ்சவேண்டுமோ அதுவே நான்.’

‘இனப்பெருக்க சங்கல்பம் அல்லது உயர்ந்த மிகத் தூரமான, பல பரிமாணங்களை நோக்கிய, ஓர் இலக்கை நோக்கிய உந்துதல் என்றெல்லாம் அழைப்பாய்: ஆனால், இவை அனைத் தும் ஒன்று, ஒரே ரகசியம்.

‘இந்த ஒரு விஷயத்தைத் துறப்பதைவிட, நான் அழிந்து போக விரும்புகிறேன்; உண்மையில், எங்கு அழிவு உள்ளதோ, இலைகள் விழுகிறதோ, அங்கு வாழ்வு தன்னையே தியாகம் செய்துகொள்கிறது – அதிகாரத்திற்காக!

‘போராட்டமாக, பொருந்துவதாக, இலக்காக, இலக்கு களின் பிணக்காக நான் இருக்க வேண்டும்: யார் எனது

சங்கல்பத்தை முன்னறிந்து கூறுகிறார்களோ, அவர்கள் நிச்சயம் எந்தக் குயுக்தியான பாதையில் செல்ல வேண்டுமென்று முன்னதாக அறிந்துகொள்கிறார்கள்!

'எதையெல்லாம் உருவாக்குகிறேனோ, எப்படியெல்லாம் அதை நேசிக்கிறேனோ – விரைவில் அதையும், எனது நேசத்தையும் எதிர்க்க வேண்டும்; இவ்வாறாகவே, எனது நேசத்திற்கு அது கிடைக்கும்.

'அறிவார்ந்த மனிதர்களே, நீங்கள்கூட, எனது சங்கல்பத்துக்கான ஒரு பாதையும், படிக்கட்டும் மட்டுமே: உண்மையில், எனது அதிகாரத்திற்கான சங்கல்பம், உங்கள் உண்மைக்கான சங்கல்பம் என்ற கால்களில் நடக்கிறது.

'உண்மையில் உயிர் வாழ்வதற்கான சங்கல்பம்' எனும் சித்தாந்தத்தைத் தாக்கியவன் சரியாக உண்மையைத் தாக்கவில்லை: இந்தச் சங்கல்பம் இல்லவே இல்லை.

'ஏனெனில், எது உள்ளதாக இருப்பதில்லையோ, அது விருப்பப்பட இயலாது. ஆனால், எது உள்ளதாக இருக்கிறதோ, அது எப்படி மீண்டும் உள்ளதாக இருப்பதற்கு விரும்ப இயலும்?

'எங்கு வாழ்வு உள்ளதோ, அங்கு மட்டுமே சங்கல்பமும் உள்ளது; வாழ்விற்கான சங்கல்பமல்ல; அதிகாரத்திற்கான சங்கல்பம்!

'வாழும் உயிரினம், பல விஷயங்களை வாழ்வைவிடப் பெரிதாக மதிக்கிறது; இருந்தும் இதிலிருந்து மதிப்பிடுதலே பேசுகிறது – அதிகாரத்திற்கான சங்கல்பம்.'

இவ்வாறு வாழ்வு ஒரு காலத்தில் எனக்குக் கற்றுத் தந்தது. இந்தக் கற்பித்தலுடன், உங்களது இதயங்களின் புதிர்களுக்கு விடையளிக்கிறேன்.

உங்களுக்கு நான் உண்மையாகச் சொல்கிறேன்: மாறாத நல்லதோ, தீயதோ அல்ல! அவர்களிலிருந்து அவர்களே மீண்டும் மீண்டும் விஞ்சி மேம்பட வேண்டும்.

உங்களுடைய மதிப்பீடுகள் மற்றும் நல்லது தீயதின் சித்தாந்தத்திலிருந்து, நீங்கள் அதிகாரத்தை உண்டுபண்ணுகிறீர்கள், மதிப்பீடுகளைக் கணிப்பவர்களே; இதுவே உங்களது மறைமுகக் காதலும், ஒளிர்வும், நடுக்கமும், உங்கள் ஆத்மாக்களின் பொங்கி வழிதலும்.

ஆனால், உங்கள் மதிப்பீடுகளிலிருந்து, ஒரு வல்லமையான அதிகாரமும், ஒரு புதிய விஞ்சுதலும் வளர்கிறது: முட்டையும் முட்டை ஓடும் அவற்றில் மோதி உடைகிறது.

நல்லதிலும் தீயதிலும் படைப்பாளியாக இருக்க வேண்டியவன், உண்மையில், முதலில் ஓர் அழிப்பவனாகவும், மதிப்பீடுகளை உடைக்கிறவனாகவும் இருக்க வேண்டும்.

இவ்வாறு மாபெரும் தீயது, மாபெரும் நல்லதற்குச் சொந்தமானது: அதுவே படைப்பாக்க நன்மை.

இது ஒரு மோசமான விஷயமாக இருந்தாலும்கூட, நாம் இதைப் பற்றிப் பேசுவோம், அமைதியாக இருப்பது மோசமானது; அழுத்தப்பட்ட அனைத்து உண்மைகளும் நஞ்சாகிவிடுகின்றன.

நமது உண்மைகளைத் தகர்க்கக்கூடிய அனைத்தையும் விட்டுவிடு – தகர்க்கட்டும்! இன்னும் கட்டப்பட வேண்டிய வீடுகள் நிறைய உள்ளன!

ஜரதுஷ்ட்ரா இவ்வாறு கூறினான்.

## மாண்புமிகு மனிதர்கள் குறித்து

அசைவற்றது எனது கடலின் அடியாழம்: அது விளையாட்டுத்தனமான அரக்க உருவங்களை ஒளித்து வைத்திருக்கும் என்று யார்தான் யூகிப்பார்கள்!

எளிதில் அமைதி குறையாதது எனது அடியாழம்: ஆனால், அது நீந்தும் புதிர்களோடும், சிரிப்புகளோடும் மின்னுகிறது.

இன்று ஒரு மாண்புமிகுந்த மனிதனைப் பார்த்தேன். ஒரு தனித்த மனிதன், உள்ளுயிரில் தவறுக்காக வருந்துகிறவன்: ஓ, அவனது அசிங்கத்தைப் பார்த்து எனது ஆத்மா எப்படிச் சிரித்தது!

நிமிர்த்திய நெஞ்சுடன், மூச்சை உள்வாங்கும் தோரணையுடன் மாண்புமிகுந்த மனிதன் அமைதியாக அங்கு நின்றிருந்தான்.

அசிங்கமான உண்மைகளுடன், பகட்டான அவனது கிழிந்த உடைகளில் நிறைய முட்களும் தொங்கின – ஆனால் ரோஜா எதையும் நான் பார்க்கவில்லை.

சிரிப்பையும் அழகையும்பற்றி இன்னும் அவன் கற்றுக் கொள்ளவில்லை. இந்த வேட்டைக்காரன் அறிவின் வனத்திலிருந்து துயரத்துடன் திரும்பினான்.

அவன் காட்டு விலங்குகளுடன் சண்டையிட்டு வீடு திரும்பினான்: ஆனால் அவனுடைய தீவிரத் தன்மையிலிருந்து,

ஒரு வனவிலங்கு இன்னும் கூர்ந்து பார்க்கிறது – இன்னும் விஞ்சப்படாத ஒரு விலங்கு.

பாயப்போகிற ஒரு புலியைப் போல், அவன் அங்கே நின்றுகொண்டிருக்கிறான்: ஆனால், இந்தப் பதற்றமான ஆத்மாக்களை நான் விரும்புவதில்லை. எனது விருப்பம் இந்தப் பின்வாங்கிய மனிதர்களுக்கு எதிரானது.

நண்பர்களே, சுவையையும், சுவைத்தலையும் குறித்து விவாதம் ஒன்றுமில்லை என்றா சொல்கிறீர்கள்? ஆனால், வாழ்வெல்லாம் சுவை மற்றும் சுவைத்தல் பற்றிய விவாதம் தான்!

சுவை: அது ஒரே சமயத்தில் எடை, அளவுகோல்கள் மற்றும் நிலுவையாளன்; எடை, அளவுகோல்கள் மற்றும் நிலுவையாளனைப் பற்றிய விவாதமின்றி வாழ விரும்புகிற, அனைத்து வாழும் உயிரினங்களுக்கும் துயரம்தான்.

இந்த மாண்புமிகுந்த மனிதன், தனது மாண்பில் சலிப்படைய ஆரம்பித்த பிறகுதான், அவனுடைய அழகு விழித்தெழும் – அதற்குப் பிறகு மட்டுமே, அவனைச் சுவைப்பேன், அவன் சுவையை உணர்வேன்.

தன்னிடம் இருந்து அவன் விலகித் திரும்பினால் மட்டுமே, தன்னுடைய சொந்த நிழலைவிட்டு எம்பிக் கடக்க இயலும் – அவனுடைய சொந்தச் சூரிய ஒளிக்குள் எம்ப இயலும்.

அவன் நிழல்களில் வெகுநேரம் அமர்ந்துவிட்டான், வருந்துபவனுடைய உள்ளுயிரின் கன்னங்கள் வெளிறிவிட்டன; அவன் தனது எதிர்பார்ப்புகளில் பட்டினி கிடந்தான் – ஏறத்தாழ.

இன்னும், அவனது கண்களில் கண்டனம் தென்படுகிறது. வெறுப்பு அவனது வாயைச் சுற்றிப் பதுங்கி இருக்கிறது. அவன் ஓய்வெடுக்கிறான், ஆனால், நிச்சயமாக சூரிய ஒளியில் அவன் இன்னும் படுத்துக் கிடந்ததே இல்லை.

அவன் ஓர் எருது போல் நடந்துகொள்ள வேண்டும்: அவனது மகிழ்ச்சி மண்ணின் மணத்தோடு இருக்க வேண்டும் – மண்ணின் மேலுள்ள கண்டனத்தோடு அல்ல.

கலப்பையின் முன்பாகச் செல்லும்போது, செருமலும் கனைப்புமாக அவனை ஒரு வெள்ளை எருதாகப் பார்க்க விரும்புகிறேன்: அவனது உறுமல்கூட, அனைத்து மண்ணார்ந்த விஷயங்களுக்கும் புகழாரமாக வேண்டும்.

அவனது முகம் இன்னும் இருண்டு இருக்கிறது; அவனது கைகளின் நிழல் அதன் மேல் ஆடுகிறது. அவன் கண்களின் உணர்வுகூட அதிகமாக இருட்டடிக்கப்பட்டது.

அவனது செயலே இன்னும் அவன்மேல் நிழலாகக் குவிந்திருக்கிறது: கைவினைஞனை இருட்டடிக்கின்றன கைகள். அவன் இன்னும் அவனது செயலை விஞ்சவில்லை.

உறுதிப்படுத்திக்கொள்வதற்காக, அவனுக்குள் எருதின் கழுத்தை விரும்புகிறேன்: ஆனால், இப்போது தேவதையின் கண்களையும் பார்க்க விரும்புகிறேன்.

அவனுடைய நாயக விருப்பத்தைக்கூட அவன் மறக்க வேண்டும், அவன் மாண்புமிக்க மனிதனாக மட்டுமல்ல, உயர்த்தப்பட்ட மனிதனாகவும் இருக்க வேண்டும் – சங்கல்ப மற்ற ஒருவனைத் தூய வான்வெளியே உயர்த்த வேண்டும்!

அவன் அரக்க உருக்களை அடக்கிவிட்டான், புதிர்களுக்கு விடை கண்டான்: ஆனால் அவனுடைய அரக்க உருக்களையும், புதிர்களையும் அவன் மீட்கவும் வேண்டும், அவற்றை அவன் சொர்க்கத்தின் குழந்தைகளாக உருமாற்ற வேண்டும்.

அவனது அறிவு இன்னும் சிரிக்கவும், பொறாமையற்று இருக்கவும் கற்றுக் கொள்ளவில்லை; அவனது பொங்கிப் பீறிடும் பேரார்வம், அழகில் அமைதியாக ஆகுமளவுக்கு இன்னும் வளரவில்லை.

உண்மையில், அவனது ஏக்கம், அழகில் தணிக்கப்பட்டு மூழ்கடிக்கப்பட வேண்டும்! தெவிட்டலில் அல்ல! பெருந்தன்மையான மனிதனின் தாராளத்தையும், அழகையும் கொண்டிருக்க வேண்டும்.

தனது கைகளைத் தலைக்குக் குறுக்காகப் போட்டபடி: அப்படித்தான் நாயகன் ஓய்வெடுக்க வேண்டும். அப்படித்தான் ஓய்வை விஞ்ச வேண்டும்.

ஆனால், கச்சிதமாகச் சொல்வதானால் நாயகனுக்குத் தான் மற்ற எல்லாவற்றையும்விட, அழகு கடினமானது. அனைத்து வன்முறையான விருப்பங்களாலும் அடைய இயலாதது அழகு.

சிறிது அதிகமாக, சிறிது குறைவாக: கச்சிதமாக இது இங்கே கூடுதலாக உள்ளது, இதுவே வேறெதையும்விட அதிகமாக உள்ளது.

தணிந்த தசைகளோடும், அடக்கப்படாத விருப்பங்களோடும் நிற்பது, உங்கள் அனைவருக்கும் மிகக் கடினமான விஷயம்.

அதிகாரம் அருமையாக வளர்ந்து கண்ணுக்குத் தெரியும்படி இறங்கும்போது அதை நான் ‘அழகு’ என்று அழைக்கிறேன்.

மேலும், உன்னிடம் அழகை விரும்புகிற அளவுக்கு, வேறு எவரிடமும் விரும்பவில்லை, அதிகாரத்தின் மனிதனே: உனது நல்ல பண்பே உனது மிகப்பெரிய சுயஅடக்க ஆட் கொள்ளலாக இருக்கட்டும்.

நீ எந்தத் தீயதையும் செய்யத் தகுந்தவன் என்று நம்புகிறேன்: ஆதலால், உன்னிடமிருந்து நல்லதையே விரும்புகிறேன்.

உண்மையில், தங்களுடைய வளைநகங்கள் முனை மழுங் கியதாக இருப்பதால், தங்களை நல்லவர்களென்று நினைத்துக் கொள்ளும் நோஞ்சான்களைப் பார்த்து அடிக்கடிச் சிரித்துக் கொள்வேன்!

தூணின் நற்குணத்தினை விழைய வேண்டும்; தூண் எவ்வளவு உயரமாக எழுகிறதோ அவ்வளவிற்கு அழகாகவும், அருமையாகவும் வளர்கிறது – ஆனால் உட்புறத்தில் கனத்தைத் தாங்கக்கூடியதாக.

ஆம், மாண்புமிகு மனிதர்களே, நீங்களும் ஒருநாள் அழகாகி உங்கள் அழகுக்கு முன்னால் கண்ணாடியை வைத்துக்கொண்டு இருப்பீர்கள்.

பிறகு உங்களது ஆத்மா புனிதமான ஆர்வங்களுடன் நடுங்கும்: உங்கள் பகட்டில்கூட பிரார்த்தனை இருக்கும்.

இதுவே ஆத்மாவின் ரகசியம்: நாயகன் ஆத்மாவை விட்டுச் சென்ற பிறகு, அங்கே கனவுகளில் அணுகுவது – அதிநாயகன்.

ஜரதுஷ்ட்ரா இவ்வாறு கூறினான்.

## கலாச்சாரப் பிரதேசத்தைக் குறித்து

நான் எதிர்காலத்தில் நீண்ட தூரம் பறந்தேன்: ஒரு பயங்கரம் என்னைத் தாக்கியது,

நான் சுற்றிலும் பார்த்தேன், பார்! காலம் மாத்திரமே எனது துணையாயிருந்தது.

பிறகு, வீடு நோக்கிப் பின்னால் பறந்தேன் – வேக வேகமாகப் பறந்தேன்; அதனால், நிகழ் காலத்தின் மனிதர் களான உங்களிடமும், கலாச்சாரப் பிரதேசத்திற்கும் வந்தேன்.

முதல்முறையாக உங்களையும், உங்களது ஆரோக்கியமான ஆசைகளையும் பார்க்க, என்னோடு ஒரு கண்ணை எடுத்து வந்தேன். உள்ளத்தில் ஆசை பொங்க வந்தேன்.

ஆனால், எவ்வாறு நான் செயல்பட்டேன்? மிகவும் பயந்திருந்தாலும் நான் சிரிக்க வேண்டி இருந்தது! அவ்வளவு பலநிறக் கலவைப் புள்ளிகளை எனது கண்கள் ஒருபோதும் கண்டதில்லை!

நான் இடிஇடியெனச் சிரித்தேன். எனது கால்களும், இதயமும்கூட நடுங்கிக் கொண்டிருந்தன: 'வண்ணப் பானைகளின் வீடு இங்குதான் இருக்க வேண்டும்' என்று சொன்னேன்.

முகத்திலும், கைகால்களிலும ஐம்பது பட்டைகளாக வர்ணமடிக்கப்பட்டு, நான் ஆச்சரியப்பட அமர்ந்து இருந்தீர்கள், நிகழ்காலத்தின் மனிதர்களே!

மிகைப்புகழ்ச்சியையும், மாறும் வண்ணங்களுடைய பாலின் நுரையையும் திரும்பத் திரும்பக் காட்டிக்கொண்டு, உங்களைச் சுற்றி ஐம்பது கண்ணாடிகள்!

உண்மையில், உங்கள் முகத்தைவிடச் சிறந்த முகமூடிகளை நீங்கள் அணிய இயலாது, நிகழ்காலத்தின் மனிதர்களே! யாரால் உங்களை அடையாளம் காண இயலும்!

இறந்தகாலத்தின் சின்னங்களின் மீது, நிகழ்காலத்தின் சின்னங்களை மேற்பூச்சு பூசி; சின்னங்களின் பொருளுரைப்பவர்களிடம் இருந்து, உங்களை நன்றாக மறைத்துக் கொண்டீர்கள்.

ஒருத்தன் உங்களது ஆண்மையைப் பரிசோதித்தால், ஆண்மையின்மையையே காண்கிறான்! வண்ணங்களையும், ஒட்டப்பட்ட காகிதக் குப்பைகளையும் ஒன்றாக அவித்தது போலத் தெரிகிறீர்கள்.

அனைத்து வயதினரும், அனைத்து மக்களும் கோமாளித்தனமாக உங்கள் முகத்திரைக்குப் பின்னிருந்து பார்க்கிறார்கள்; எல்லா வழக்கங்களும், எல்லா நம்பிக்கைகளும், உங்கள் அசைவுகளிலிருந்து கோமாளித்தனமாகப் பேசுகின்றன.

எவன் உங்களிடமிருந்து முகத்திரைகளை, உறைகளை, வர்ணங்களை, அசைவுகளை உரித்தானோ, அவனுக்குப் பறவைகளைப் பயமுறுத்த கொஞ்சமே மீதி இருக்கும்.

உண்மையில், உங்களை அம்மணமாக, வர்ணங்களற்று ஒரு முறை பார்த்துப் பயந்த அந்தப் பறவை நான்தான்; என்னை நோக்கி எலும்புக்கூடு முன்னேறியபோது, நான் பறந்துசென்றேன்.

நான் பாதாள உலகில் ஒரு பகல் கூலியாளாக, கடந்த காலங்களின் நிழல்களுடன்கூட இருப்பேன்! பாதாள உலகில்

குடியிருப்பவர்கள்கூட, உங்களைவிட முழுமையாகவும் தடிமனாகவும் இருக்கிறார்கள்.

நிகழ்காலத்தின் மனிதர்களே, உங்களைப் பொறுத்துக் கொள்வது, அம்மணமாக அல்லது உடையோடு. அது, என்னால் ஜீரணிக்க முடியாதது.

எதிர்காலத்தின் அறிமுகமுள்ள புதிய விஷயங்களையும், ஒற்றைப் பறவைகளையும் எவையெல்லாம் பயமுறுத்தியதோ, அவையெல்லாம் அதிகப் பிரசித்தியானவை, ஆதரவானவை. உங்களது 'மெய்மையை'விட.

நீங்கள் இவ்வாறாகப் பேசுகிறீர்கள்: 'நாங்கள் முழு மெய்யியல்பாளர்கள், நம்பிக்கையும், அவநம்பிக்கையும் அற்றவர்கள்.' இவ்வாறு நெஞ்சில் அடித்துக் கொள்கிறீர்கள் – அதுவும் நெஞ்சே இல்லாமல்!

ஆனால், நீங்கள் எப்படி நம்ப ஏதுவாக இயலும், பல வண்ணங்களால் புள்ளியிடப்பட்ட மனிதர்களே – இதுவரை நம்பப்பட்ட அனைத்தினுடையதுமான சித்திரங்கள் நீங்கள்.

நீங்கள் நம்பிக்கைகளின் நடமாடும் மறுப்பு வாதங்கள், நீங்கள் அனைத்து எண்ணங்களின் முறிவுகள், நீங்கள் நம்பிக்கைக்கு லாயக்கற்றவர்கள் – இவ்வாறே உங்களை அழைக்கிறேன், மெய்யியல்பாளர்களே!

அனைத்துக் காலங்களும், உங்கள் உள்ளுயிருக்குள் குழப்பத்துடன் உளறுகின்றன; உங்கள் விழிப்பில் உள்ளதைவிட, அனைத்துக் காலங்களின் கனவுகளும், உளறல்களும் உண்மையானவை.

நீங்கள் பயனற்றவர்கள்: எனவே நம்பிக்கையற்றவர்கள். ஆனால், படைக்க வேண்டியவன் தன்னுடைய தீர்க்கதரிசனமான கனவுகளையும், நட்சத்திர நிமித்தங்களையும் கொண்டிருந்தான் – அவன் 'நம்பிக்கையை' நம்பினான்!

நீங்கள் கல்லறை தோண்டுபவர்கள் காத்திருக்கும் பாதி திறந்த கதவுகள். இதுவே உமது மெய்மை: 'அனைத்துமே அழியத்தகுந்தது.'

பயனற்ற மனிதர்களே, எப்படி அங்கு நிற்கிறீர்கள்? அவ்வளவு மெலிந்த விலாவோடு! உங்களில் பலரும் அதைக் கவனித்திருக்கக்கூடும்.

அவர்கள் சொன்னார்கள்: 'ஒருக்கால் நான் அங்கு உறங்கிக் கொண்டிருந்தபோது, ஒரு கடவுள் என்னிடம் இருந்து ஏதோ

வொன்றை ரகசியமாக எடுத்திருக்க வேண்டும் – தனக்கான சிறு பெண்ணை உருவாக்கிக்கொள்ளும் அளவிற்கு!

'எனது விலாக்களின் வறுமை மலைப்பானது!' அவ்வாறே நிறைய நிகழ்காலத்தின் மனிதர்கள் பேசினார்கள்:

நிகழ்கால மனிதர்களே! நீங்கள் எனக்கு நகைப்பிற்குரியவர்கள், குறிப்பாக உங்களிடமே நீங்கள் மலைப்படைந்தபோது!

உங்களுடைய மலைப்பைக் கண்டு சிரிக்காமல், உங்களுடைய குடலிலுள்ள அசிங்கங்களையெல்லாம் அருந்த வேண்டி வந்தால், எனக்கு இன்னல்.

எவ்வாறாயினும், கனமான பொருட்களைச் சுமக்க வேண்டி இருப்பதால், உங்களை லேசாக்குவேன்; எனது சுமைமீது வண்டுகளும் தும்பிகளும் அமர்ந்துகொண்டால் அதைப்பற்றி எனக்கென்ன!

உண்மையில், அதனால் சுமை கனமாவதில்லை! மேலும் அந்த மாபெரும் சலிப்பு உங்களிடமிருந்து எனக்கு வரவேண்டாம்.

அந்தோ, எனது ஏக்கத்துடன் நான் எங்கே ஏறுவது? ஒவ்வொரு மலையிலிருந்தும் தந்தையர் தேசங்களையும் அன்னையர் தேசங்களையும் தேடுகிறேன்.

ஆனால், எங்கும் நானொரு இல்லத்தையும் காணவில்லை; ஒவ்வொரு நகரத்திலும் நிலையற்றிருந்து, ஒவ்வொரு வாயிலிலிருந்தும் கிளம்புகிறேன்.

யாரிடம் ஒருகாலத்தில், எனது மனம் என்னைச் செலுத்தியதோ, அந்த நிகழ்காலத்தின் மனிதர்கள், எனக்கு வித்தியாசமாகவும், ஏளனமாகவும் உள்ளனர்; அத்துடன் தந்தையர் தேசங்களில் இருந்தும், அன்னையர் தேசங்களில் இருந்தும் நான் விரட்டப்பட்டேன்.

எனவே, இப்போது எனது குழந்தைகளின் தேசத்தை மட்டுமே நேசிக்கிறேன். நீண்ட தொலைதூரக் கடலில் உள்ள கண்டுபிடிக்கப்படாத தேசம்: எனது கடற் பயணங்களால் அதைத் தேட முயல்கிறேன்.

எனது தந்தையர்களின் குழந்தையாக இருப்பதற்காக, எனது குழந்தைகளுக்குப் பரிகாரம் செய்வேன்; மேலும் அனைத்து வருங்காலத்திற்கும் பரிகாரம் செய்வேன் –இந்த நிகழ்காலத்திற்காக!

ஜரதுஷ்ட்ரா இவ்வாறு கூறினான்.

## மாசற்ற புலனுணர்வுக் காட்சி குறித்து

நேற்று நிலவு உதித்தபோது, அதிலிருந்து சூரியன் பிறக்கப் போவதாக நினைத்தேன். அது கர்ப்பமுற்று, அடிவானில் அகலமாகப் படுத்துக் கிடந்தது.

ஆனால், அது தனக்குக் கர்ப்பம் என்று பெயர் சொல்கிறது. நான் பெண்ணை நம்புவதைவிட, நிலவில் இருக்கும் ஆணைச் சீக்கிரம் நம்பி விடுவேன்.

சொல்லப் போனால், இரவுக் களியாட்டக்காரன். அதிக ஆண்மை உடையவனுமல்ல, உண்மையில், அவன் மோசமான மனசாட்சியுடன் கூரைகளுக்கு மேல் பயணிக்கிறான்.

ஏனெனில், அந்த நிலவிலுள்ள சாமியார் காமம் மிகுந்தவன், பொறாமைகொண்டவன், பூமிக்கான காமத்துடனும், காதலர்களின் அத்தனை இன்பத்திலும் விருப்பமுள்ளவன்.

இல்லை, கூரைகள் மேலுள்ள இந்த மட்டிப் பூனையை நான் விரும்பவில்லை! பாதி மூடிய ஜன்னல்களுக்குப் பின்னால் ஒளிந்து திரிபவர்கள் எனக்குப் பொருந்தாதவர்கள்!

அமைதியாக பயபக்தியோடு அவன் நட்சத்திரக் கம்பளங்கள் மேல் நடக்கிறான்: ஒரு பனிமிதியடியின் கம்பி முள்ளைக்கூட ஒலி எழுப்பவிடாமல், மெதுவாக அடி வைக்கும் பாதங்கள் எனக்குப் பிடிக்கவில்லை.

ஒவ்வொரு நேர்மையான மனிதனின் பாதமும் மனம் திறந்து பேசுகிறது: ஆனால் பூனை தரையோடு திருட்டுத்தனமாகச் செல்கிறது. பார், நிலவு பூனைபோல் நேர்மையற்று வந்துகொண்டு இருக்கிறது.

உணர்ச்சிவசப்படும் கபடவேடதாரிகளே, இந்தச் சிறிய உருவகக் கதையை உங்களிடம் சொல்கிறேன், 'தூய அறிவு' பற்றி உங்களிடம் பேசுகிறேன், நான் உங்களைக் காமம் மிகுந்தவர்கள் என்று அழைக்கிறேன்,

மண்ணுலகையும், மண்ணுலகுக்குரியவற்றையும் நீயும் நேசிக்கிறாய்; நான் உன்னை நன்றாகப் புரிந்துகொண்டேன் – ஆனால் வெட்கமும், மோசமான உளச்சான்றும் உள்ளது உனது காதலில் – நீ நிலவு போன்றவன்!

உனது உள்ளுயிர் மண்ணுலகுக்குரியவற்றின் மீது கண்டனம் செலுத்த வைக்கப்பட்டது, உனது குடல்கள் அவ்வாறல்ல; ஆயினும், இவையே உனது திடகாத்திரமான பகுதிகள்!

உனது குடல்களின் விருப்பத்தைப் பூர்த்தி செய்ய வேண்டியிருப்பதால், இப்போது உனது உள்ளுயிர் வெட்கப்படுகிறது, அதனுடைய சொந்த மானக்கேட்டைத் தவிர்ப்பதற்காக, அது குறுக்கு வழிகளின் ஊடாகவும், கிடப்பு வழிகளின் ஊடாகவும் செல்கிறது.

'நாக்கு வெளியில் தொங்க, ஒரு நாயைப் போலல்லாமல் ஆசையற்று வாழ்வை உற்று நோக்குவதே, எனக்கு மிக உயர்ந்த விஷயம்.' இவ்வாறு தனக்குத்தானே பேசுகிறது உனது ஏமாற்றுகிற உள்ளுயிர்.

'திமிரேறிய விருப்பத்துடன், அகங்காரத்துடன் பிறர் பொருள் பறிக்கும் பேராசையற்று, உடல் குளிர்ந்து வெளுத்து, ஆனால் போதையேறிய நிலவுவிழிகளோடு மகிழ்ச்சியாக உற்று நோக்குகிறது!

'எனக்கு மிகவும் அருமையான விஷயமென்பது நிலவு நேசிப்பது போல் பூமியை நேசிப்பது, அதன் அழகைக் கண்களால் மட்டுமே தொடுவது' – இவ்வாறாக நெறி பிறழ்ந்தவன் தன்னையே கற்பழித்துக்கொள்கிறான்.

'அவர்களுக்கு முன்பாக ஒரு நூறு கண்களை உடையதொரு கண்ணாடியைப் போலப் படுத்துக்கிடக்கலாம். நான் வேறெதையும் ஆசைப்படவில்லை.' அனைத்தையும்விட இதுவே மாசற்ற புலனுணர்வுக் காட்சியென்று என்னால் அழைக்கப்படட்டும்.'

ஓ, உணர்ச்சி வயப்படும் கபடவேடதாரிகளே, காமம் மிகுந்த மனிதர்களே! ஆசையின் மாசின்மை உங்களிடம் இல்லை; அதனால் ஆசைப்படுவதைத் தூற்றுகிறீர்கள்!

உண்மையில், படைப்பவர் போல், ஈன்றெடுப்பவர் போல், ஒரு புதிய வாழ்விற்குள் நுழைகையில் மகிழ்ச்சியுறுபவர்கள் போல், நீங்கள் பூமியை நேசிக்கவில்லை.

எங்கே உள்ளது மாசின்மை? எங்கே ஈன்றெடுக்கும் விருப்பமுள்ளதோ அங்கே, என்னைப் பொறுத்தவரை, தனக்கு அப்பால் படைக்க விரும்புகிறவனுக்கே மிகத் தூய்மையான விருப்பமுள்ளது.

எங்கே உள்ளது அழகு? அனைத்து விருப்பத்தோடும் நான் எங்கு விருப்பப்பட வேண்டுமோ அங்கு; எங்கு நான் நேசிக்கவும், அழியவும் விரும்புகிறேனோ அங்கு. அதாவது ஓர் உருவம், எப்போதும் ஓர் உருவமாகவே இருந்துவிடாது.

நேசித்தலும் அழிதலும்; ஊழிக் காலத்தில் இருந்தே ஒன்றிணைந்து சென்றுள்ளன. நேசிப்பதற்கான விருப்பம்:

அதாவது இறப்பதற்கு விருப்பத்தோடு உள்ளது, இவ்வாறு உங்களிடம் பேசுகிறேன் கோழைகளே!

ஆனால் உங்களுடைய காயடிக்கப்பட்ட காமநோக்குடைய ஓரப்பார்வை 'ஆழ்ந்த சிந்தனை' என்று அழைக்கப்பட விரும்பு கிறது! ஓ, மிகச்சிறந்த பெயரைக் கெடுப்பவர்களே! எது கோழைப் பார்வைகளைத் தொட விடுகிறதோ, அதற்கு 'அழகு' எனப் பெயரிட்டுவிடலாம்!

ஆனால், அது உங்களது சாபமாக இருக்கட்டும், மாசற்ற மனிதர்களே, அடிவானில் கர்ப்பமுற்றுக் கிடந்தாலும் தூய அறிவால் ஆனவர்களே, நீங்கள் எப்போதும் முன்னெடுத்து வரமாட்டீர்கள்,

உண்மையில், உங்களது வாய்களை மிகச் சிறந்த வார்த் தைகளால் நிரப்பிக் கொள்கிறீர்கள்: உங்களது இதயங்கள் நிரம்பி வழிவதாக நாங்கள் நினைத்துக் கொள்ள வேண்டுமா, பழக்கப்பட்ட பொய்யர்களே?

ஆனால், எனது வார்த்தைகள் வளமற்ற இழிவான, ஸ்தம்பிக்கும் வார்த்தைகள்: உங்கள் விருந்தின்போது மேஜை யில் இருந்து விழுவதை எடுத்துக்கொள்வதில் மகிழ்கிறேன்.

இருந்தும் நான் இன்னும் அவர்களிடம் – கபடவேடதாரி களிடம் – உண்மையைச் சொல்வேன்! ஆம், எனது மீன் எலும்பு களும், சிப்பிகளும், முள் நிறைந்த இலைகளும், நயவஞ்சகர் களின் மூக்குகளைக் கிச்சுகிச்சு மூட்டிவிடும்.

எப்பொழுதும் உங்களைச் சுற்றியும், உங்கள் விருந்தைச் சுற்றியும், மோசமான நாற்றமடிக்கிறது; உங்களது காமாந்தக எண்ணங்களால், உங்கள் பொய்களும், ரகசியங்களும் காற்றில் அலைகின்றன!

நீங்கள் உங்களை மட்டுமே நம்புங்கள் – உங்களையும், உங்கள் குடல்களையும்! தன்னையே நம்பாதவன், எப்போதும் பொய் சொல்கிறான்.

'தூயவனே', நீ ஒரு கடவுளின் முகமூடியை அணிந்திருக் கிறாய். உனது பயங்கரமான சுருள் பாம்பு, ஒரு கடவுளின் முகமூடிக்குள் புகுந்துவிட்டது.

ஆழ்ந்து சிந்திப்பவர்களே! உண்மையில், நீங்கள் ஏமாற்று பவர்கள்! ஜரதுஷ்ட்ராகூட ஒருகாலத்தில் உங்களது புனிதமான பூசிமெழுகலில் முட்டாளானவன்; பாம்புச் சுருளால் அது நிரப்பப்பட்டிருப்பதை அவன் யூகிக்கவில்லை.

ஒருகாலத்தில் கடவுளின் ஆத்மா நடித்ததாகவும், அதை உனது நாடகத்தில் கண்டதாகவும் நினைத்தேன், தூய அறிவோனே! ஒருகாலத்தில், உனது கலைகளைவிடச் சிறந்த கலையே இல்லையென்று நினைத்தேன்.

பாம்பின் அசிங்கத்தையும், தீய நாற்றத்தையும், காமம் மிகுந்து அலைகிற பல்லியின் வஞ்சகத்தையும் தொலைவு என்னிடமிருந்து மறைத்தது.

ஆனால், நான் உன்னை நெருங்கினேன்: பிறகு நாள் எனக்காக உதயமானது – இப்போது அது உனக்காக உதிக்கிறது – நிலவின் காதல் விவகாரம் ஒரு முடிவுக்கு வந்துவிட்டது!

பார்! அங்கே விடியலுக்கு முன் அது நிற்கிறது, வெளிறிப் போய், கையும் களவுமாகப் பிடிக்கப்பட்டு.

ஏனெனில் ஒளிவீசும் சூரியன் ஏற்கனவே வந்துகொண் டிருக்கிறது – பூமியின் மேலான அதன் காதல் தோன்றுகிறது! அனைத்துச் சூரியக் காதலும் மாசற்றது, படைக்கும் வேட்கை யுடையது!

சற்றே பார், அது எப்படிப் பொறுமையற்றுக் கடலின்மீது வருகிறதென்று! அதன் தாகத்தையும், காதலின் சூடான மூச்சையும் நீ உணரவில்லையா?

அது கடலை உறிஞ்ச விரும்புகிறது, கடலின் அடியாழங் களைத் தனது உயரம்வரை குடிக்க விரும்புகிறது: இப்போது கடலின் வேட்கை, அதன் ஆயிரம் முலைகளுடன் விம்முகிறது.

அது சூரியனின் தாகத்தால் முத்தமிடப்பட்டு உறிஞ்சப்பட விரும்புகிறது; அது காற்றாக, உயரமாக, ஒளியின் நடைபாதை யாக, ஒளியாக விரும்புகிறது!

உண்மையில், சூரியனைப் போல் அனைத்து ஆழ்கடல் களையும் வாழ்வையும் நேசிக்கிறேன்.

அத்துடன் இதையே 'அறிவு' என்று அழைக்கிறேன்: ஆழமானது அனைத்தும் மேலெழும்பும் – எனது உயரத்திற்கு!

ஜரதுஷ்ட்ரா இவ்வாறு கூறினான்.

## அறிஞர்கள் குறித்து

நான் உறங்கிக் கிடந்தபோது, ஓர் ஆடு என் தலைக்கு மேலிருந்த முகில் வட்டத்தைத் தின்றது. தின்றபின் சொன்னது: 'ஜரதுஷ்ட்ரா இனிமேல் அறிஞனல்ல.'

அது பேசியபின் விறைப்பாகக் கர்வத்தோடு சென்றது. ஒரு குழந்தை அது பற்றி எனக்குச் சொன்னது.

எங்கு குழந்தைகள் விளையாடுகின்றனவோ அங்கு சிதில மடைந்த சுவருக்கருகே, வண்ண மலருடைய முட்செடிகளுடனும், சிவப்புப் பாப்பிச் செடிகளுடனும் நான் படுத்துக்கிடக்க விரும்புகிறேன்.

குழந்தைகளுக்கும், வண்ணமலர் முட்செடிகளுக்கும், சிவப்புப் பாப்பிச் செடிகளுக்கும் நான் இப்போதும் ஓர் அறிஞன். போக்கிரித்தனத்திலும் அவை களங்கமற்றவை.

ஆனால், ஆடுகளைப் பொறுத்தவரை நானின்னும் ஓர் அறிஞனல்ல; இதுவே எனது விதி – அது ஆசிர்வதிக்கப்படட்டும்.

ஏனெனில் இதுவே உண்மை: நான் அறிஞர்களின் வீட்டை விட்டு வெளியேறி, எனக்குப் பின்னால் கதவை அறைந்து சாத்தினேன்.

அவர்களது மேசையில் எனது ஆத்மா வெகு நேரம் பசியோடு காத்திருந்தது; கொட்டையை உடைப்பதுபோல் அறிவை உடைப்பதற்கு, அவர்களைப் போல் நான் பள்ளியில் பயிலவில்லை.

நான் சுதந்திரத்தையும், தூய மண் மீது வீசும் காற்றையும் விரும்புகிறேன்: நான் அவர்களின் மரியாதைக்கு உரியவற்றி லும், கௌரவங்களிலும் உறங்குவதைவிட, எருதுத் தோலில் உறங்குவேன்.

நான் எனது சொந்த எண்ணத்தால் மிகவும் சூடாக இருக்கிறேன், பொசுக்கப்பட்டு இருக்கிறேன்: அது அடிக்கடி என்னை மூச்சு முட்ட வைக்கிறது. பிறகு, நான் தூசு மிகுந்த அறைகளிலிருந்து திறந்த வெளிக்குச் செல்கிறேன்.

ஆனால், குளிர்ந்த நிழலில் அவர்கள் அமைதியாக அமர்ந் திருந்தனர்; அனைத்திலும் அவர்கள் வெறும் பார்வையாளர் களாகத்தான் இருக்க விரும்புகிறார்கள்; படிகளில் சூரியன் தகிக்காத இடத்தில் அமர்வதில் கவனமாக இருக்கிறார்கள்.

தெருவில் நின்றுகொண்டு கடந்து செல்பவர்களை வெறிப் பவர்கள் போல், அவர்கள் காத்திருந்து அடுத்தவர்களது எண்ணங்களை வெறிக்கிறார்கள்.

ஒருக்கால் அவர்களை ஒருத்தன் பிடித்துவிட்டால், மாவு மூட்டைகளைப் போலத் தாமாகப் புழுதி கிளப்புகிறார்கள்; ஆனால் அவர்கள் கிளப்பும் தூசு சோளத்தில் இருந்தும்,

கோடை வயல்களின் தங்கமான குதூகலத்திலிருந்தும் எடுக்கப் பட்டதென யாரால் யூகிக்க இயலும்?

அவர்கள் தங்களைப் புத்திசாலிகளாகக் காட்டிக்கொள் ளும்போது, அவர்களுடைய சிறிய பழமொழிகளும், உண்மை களும் என்னை நடுங்கச் செய்கின்றன: அவர்களுடைய விவேகம் சேற்றில் இருந்து வந்ததுபோல் நாற்றமடிக்கிறது; அத்துடன் தவளைச் சத்தத்தையும் அடிக்கடி அதற்குள் கேட்டிருக்கிறேன்!

அவர்கள் திறமையானவர்கள், சாதுர்யமான விரல்களைக் கொண்டிருக்கிறார்கள். அவர்களின் பல்வகைமைக்கு முன்பாக எனது எளிமை என்னவாக இருக்கும்? அவர்களின் விரல்கள் நூல் திரித்தல், பின்னுதல், நெய்தலென்று அனைத்தையும் புரிந்துகொள்ளும்; இவ்வாறாக, உள்ளுயிரின் காலுறைகளை அவர்கள் நெய்கிறார்கள்!

அவர்கள் அருமையான கடிகாரங்கள்: அவைகளுக்குச் சாவி கொடுப்பதில் மாத்திரம் கவனமாக இருங்கள்! பிறகு பிழையின்றி அவர்கள் நேரத்தைச் சொல்வார்கள், அவ்வாறு சொல்லும்போது அளவான சப்தத்தையும் வெளியிடுவார்கள்.

அவர்கள் ஆலைகளைப்போல், திருகைகளைப் போல் பணியாற்றுகிறார்கள்; தானியத்தை அவர்களுக்குள் வீசுங்கள் – அவர்களுக்குத் தானியத்தைப் பொடித்து அரைத்து, அதிலிருந்து மாவு தயாரிக்கத் தெரியும்.

அவர்கள் ஒருவருக்கு ஒருவர் கூர்மையாகக் கவனிக்கிறார் கள், அவர்கள் ஒருவரை ஒருவர் போதுமான அளவிற்கு நம்புவது இல்லை. சிறிய திருட்டுத்தனங்களால் புதிது புனை பவர்கள் போல் யாருடைய கருத்துகள் நொண்டிப் பாதங்களில் செல்கின்றனவோ அவர்களுக்காகக் காத்திருக்கிறார்கள் – சிலந்திகளைப் போல்.

அவர்கள் பாதுகாப்புக் கையுறைகளை அணிந்துகொண்டு ஜாக்கிரதையாகத் தங்களுடைய விஷங்களைத் தயாரிப்பதை நான் பார்த்திருக்கிறேன்.

வியர்க்கும் அளவிற்குப் பொறாமையுடன் அவர்கள் விளையாடுவதைக் கண்டேன், அவர்களுக்கு எப்படி நேர்மை யற்றுத் தந்திரமாக விளையாடுவது என்பதும் தெரியும்.

நாங்கள் ஒருவருக்கு ஒருவர் அறிமுகமற்றவர்கள், அவர் களது பொய்மையையும், நேர்மையற்ற தந்திரங்களையும்விட, அவர்களது நற்குணமே எனது ரசனைக்கு அதிகமும் எதிராக உள்ளது.

அவர்களுடன் வாழ்ந்தபோது, அவர்களுக்கு மேலாக வாழ்ந்தேன். அதற்காக என்னிடம் கோபமடைந்தார்கள்.

அவர்களது தலைமேல் யாரோ நடந்துகொண்டிருப்பதை அவர்கள் அறிய விரும்பவில்லை; எனவே, அவர்கள் மரம், தூசு, குப்பைகளை அவர்களது தலைக்கும், எனக்கும் இடையே போட்டார்கள்.

இவ்வாறாக எனது பாதங்களுக்கு ஒலியுறை இட்டார்கள். அதிலிருந்து மிகக் கற்றறிந்தவர்கள்கூட, என்னை மிக மோசமாக ஒலிக்கக் கேட்டார்கள்.

மனித இனத்தின் அனைத்துத் தவறுகளையும், பலவீனங் களையும் அவர்களுக்கும் எனக்கும் இடையே இட்டார்கள் – இதை அவர்கள் வீட்டின் 'பொய்த்தரை' என்று அழைத்தார்கள்.

ஆனால், அதன் பிறகும் நான் எனது எண்ணங்களால் அவர்களது தலைக்கு மேல் நடந்தேன்; எனது சொந்தத் தவறுகளின் மேல் நடக்க வேண்டி வந்தாலும்கூட, நான் அவர்களுக்கும், அவர்கள் தலைகளுக்கும் மேலாகவே இருக்க வேண்டும்.

ஏனெனில், மனிதர்கள் சமமானவர்கள் அல்ல; இவ்வாறு பேசுகிறது நியாயம். மேலும், நான் விரும்புவதை அவர்கள் விரும்பாமல் போகலாம்.

ஜரதுஷ்ட்ரா இவ்வாறு கூறினான்.

## கவிஞர்கள் குறித்து

ஜரதுஷ்ட்ரா தனது சீடன் ஒருவனிடம் சொன்னான்: 'எனக்கு உடலைப் பற்றி நன்றாகத் தெரிந்ததால்; உள்ளுயிர் என்பது எனக்கு வெறும் சூசகமான உள்ளுயிர் மட்டுமே; நிலையுறுதியுள்ளது அனைத்தும்கூட ஓர் உருவம் மட்டுமே.'

'முன்பே ஒருமுறை நீங்கள் இதைச் சொல்லக் கேட்டிருக் கிறேன்' என்று பதிலளித்தான் சீடன். 'ஆனால், கவிஞர்கள் மிகவும் அதிகமாகப் பொய் சொல்வார்கள் என்றீர்கள், அப்படி ஏன் சொன்னீர்கள்?'

'ஏன்?' ஜரதுஷ்ட்ரா கேட்டான். 'நீ ஏன் என்று கேட்கிறாய்? ஏன் என்று யாரிடம் கேட்டுவிட முடியுமோ அவர்களில் ஒருவனல்ல நான்.

'எனது அனுபவங்கள் நேற்றிருந்தா ஆரம்பித்தது? எனது அபிப்ராயங்களுக்கான காரணங்களை உணர்ந்து வெகுகாலம் ஆகிவிட்டது.

'எனது காரணங்களையும் என்னுடன் சுமந்து செல்ல விரும்பினால், நான் நினைவுகளுடைய பீப்பாயாக ஆக வேண்டாமா?

'ஏற்கனவே, எனது கருத்துகளை வைத்துக் கொண்டிருப்பதே மிகவும் அதிகமானதாக உள்ளது; அத்துடன், நிறைய பறவைகள் வெளியே பறந்துவிட்டன.'அவ்வப்போது, எனது புறாக்கூண்டில் ஒரு அகதியான ஐந்துவைப் பார்க்கிறேன். எனக்கு அன்னிய மான அதன் மீது நான் கைகளை வைக்கும்போது, அது நடுங்குகிறதையும் பார்க்கிறேன்.

'இருந்தும் ஜரதுஷ்ட்ரா ஒருகாலத்தில் உன்னிடம் என்ன சொன்னான்? கவிஞர்கள் நிறைய பொய் சொல்வதாகவா? ஆனால், ஜரதுஷ்ட்ராவும் ஒரு கவிஞன்தானே.

'அவன் உண்மை பேசியதாக இப்போது நீ நம்புகிறாயா? நீ ஏன் அதை நம்பினாய்?'

சீடன் பதிலளித்தான்: 'நான் ஜரதுஷ்ட்ராவை நம்புகிறேன்.' ஆனால், ஜரதுஷ்ட்ரா தலையை ஆட்டிச் சிரித்தான்.

'நம்பிக்கை என்னை ஆசிர்வதிக்கப்பட்டவனாக ஆக்குவ தில்லை. குறிப்பாக, என்னிடமான நம்பிக்கை' என்றான் அவன்.

ஆனால்; யாரோ அனைத்துத் தீவிரத் தன்மையோடு சொன்னார்: 'கவிஞர்கள் மிகவும் அதிகமாகப் பொய் சொல் வதாகச் சொன்னதாக வைத்துக்கொண்டால்; அது சரியே – நாங்கள் அதிகமாகப் பொய் சொல்கிறோம்தான்.

எங்களுக்கு மிகவும் குறைவாகவே தெரியும், நாங்கள் மோசமாகப் பயில்பவர்கள்; எனவே, நாங்கள் பொய் சொல்ல வேண்டியுள்ளது.

மேலும், கவிஞர்களான நம்மில் எவன் தனது மதுவைக் கலப்படம் செய்யவில்லை? நமது நிலவறைகளில், நிறைய நச்சுக் கலவைகள் தயாரிக்கப்படுகின்றன, விவரிக்க இயலாத அநேக விஷயங்கள் அங்கே செய்யப்படுகின்றன.

நாம் அறிந்தது சிறிதே என்பதால், உள்ளுயிரில் ஏழ்மை யானவர்கள் நமது இதயங்களை மகிழ்விக்கிறார்கள் – குறிப்பாக அவர்கள் இளம்பெண்களாக இருக்கும்போது.

கிழவிகள் சாயங்காலங்களில் ஒருவருக்கு ஒருவர் சொல்லிக் கொள்பவற்றையும்கூட ரசிக்கிறோம். நாம் அதை நம்முள் சாசுவதமாக இருக்கும் பெண்மை என்கிறோம்.

ஏதோ அறிவுக்குச் சிறப்பான ரகசிய வாசல் இருப்பது போலவும், ஓரளவு கற்றவனுக்கு அது அடைக்கப்பட்டுள்ளது போலவும், நாம் மக்களையும் அதன் விவேகத்தையும் நம்பு கிறோம்.

ஆனால், எல்லாக் கவிஞர்களும் இதை நம்புகிறார்கள்: புல்லில் படுத்தபடியோ, தனித்த வசந்த மாளிகையிலோ உள்ளவன், காதுகளைக் கூர்மையாக்கி, சொர்க்கத்திற்கும் பூமிக்கும் இடைப்பட்டதில் சிறிதைக் கேட்டுவிடுவதாக.

இன்பக் கனிவான உணர்ச்சிகளை அனுபவிக்கும்போது, இயற்கையே அவர்களிடம் காதலுற்றிருப்பதாக, ரகசியங்களை யும், காதலான புகழ் வார்த்தைகளையும் சொல்வதற்காக அவர்களின் காதுகளுக்கருகில் அது மெல்ல நகர்வதாக கவிஞர் கள் எப்போதும் நினைக்கிறார்கள். இது குறித்து, அற்ப மானிடர்களுக்கு முன்னால் தங்களையே அவர்கள் பெரிது படுத்திப் பெருமைப்பட்டுக் கொள்கிறார்கள்.

அந்தோ, சொர்க்கத்திற்கும் பூமிக்கும் இடையில் எவ்வளவோ விஷயங்கள் உள்ளன, அவற்றைக் கவிஞர்கள் மட்டுமே கனவு கண்டுகொள்ள அனுமதித்துக் கொண்டார்கள்!

குறிப்பாகச் சொர்க்கத்திற்கு மேலாக. ஏனெனில், எல்லாக் கடவுள்களும் கவிஞர்களின் உருவகங்கள், கவிஞர்களின் மூடநம்பிக்கைகள்!

உண்மையில், அது நம்மை எப்போதும் மேலே இழுக் கிறது – அதாவது மேக உலகிற்கு; நாம் நம்முடைய பல்வேறு கோமாளித்தனமான பொம்மைகளை மேகங்களுக்குமேல் வைத்து, அவற்றைக் கடவுள்கள் என்கிறோம், அதிமனிதர்கள் என்கிறோம்.

இந்த நிலையற்ற நாற்காலிகளுக்கு இந்த அனைத்துக் கடவுள்களும், அதிமனிதர்களும் தகுதியானவர்களா?

அந்தோ, நிஜம் என்று அழைக்கப்படுகிற, முயன்றும் அடைய முடியாதவற்றில் நான் எவ்வளவு சலிப்படைந்திருக் கிறேன். அந்தோ, கவிஞர்களிடம் எவ்வளவு சலிப்புற்று இருக் கிறேன்!'

ஜரதுஷ்ட்ரா இவ்வாறு பேசும்போது, அவனது சீடன் அவனிடம் கோபமுற்றிருந்தான். ஆனால், அமைதி காத்தான்.

ஜரதுஷ்ட்ராவும் அமைதியாக இருந்தான்; அவனது கண்கள் அவனுக்குள் திரும்பி, வெகு தூரத்தில் உள்ளதை உற்று நோக்கு வதுபோலத் தோன்றியது, வெகுநேரம் கழித்துப் பெருமூச்சு விட்டு, பின் ஆழமாகச் சுவாசித்தான்.

பிறகு அவன் சொன்னான்: ‘நான் இன்றினுடையவன், அவ்வாறு இருந்ததினுடையவன்; ஆனால், எனக்குள் உள்ள ஏதோ ஒன்று நாளையினுடையது, நாளை மறுதினத்தினு டையது, வரப்போவதினுடையது.’

‘பழைய, புதிய கவிஞர்களிடம் நான் சலிப்படைந்து விட்டேன்; அவர்கள் அனைவரும் மேலோட்டமான, ஆழமற்ற கடல்களாக எனக்குத் தெரிகிறார்கள்.

அவர்கள் போதுமான அளவு ஆழமாகச் சிந்திக்கவில்லை; எனவே அவர்களுடைய உணர்வுகள் – ஆழங்களுக்குத் துல்லிய மாகச் செல்லவில்லை.

ஒரு சிறிது கவர்ச்சி, ஒரு சிறிது மனச்சலிப்பு; அவர்களு டைய அனைத்துக் கருத்துகளாலும் விளைந்தது அவ்வளவே.

யாழ் மீட்டிப் பாடிய அவர்களுடைய அனைத்துப் பாடல் களும், எனக்கு மாயத் தோற்றங்களின் பெருமூச்சுகளாகவும், இருமல்களாகவும் தெரிகின்றன: தொனிகளின் ஆர்வ முனைப்பு பற்றி அவர்களுக்கு என்ன தெரியும்!

அவர்கள் என்னைப் பொறுத்தவரை சுத்தமாகவும் இல்லை. ஆனால், அவர்கள் அனைவரும் தங்களுடைய நீர்நிலைகளை அவை ஆழமானதாகத் தோற்றமளிக்கட்டும் என்று கலக்கிவிடுகிறார்கள்.

அவ்விதம் தங்களைத் தூய்மை செய்பவர்களாகக் காட்டிக் கொள்கிறார்கள். ஆனால், எனக்கு அவர்கள் இடைத்தரகர் களாகவும் குழப்பவாதிகளாகவுமே தெரிகிறார்கள். கேவல மான, தூய்மையற்ற மனிதர்கள்!

ஓ, எனது வலையை அவர்களின் கடலில் வீசி, நல்ல மீன்களைப் பிடிக்கலாம் என்று நம்பி இருந்தேன்; ஆனால் எப்போதும் ஒரு பழைய கடவுளின் தலைதான் வலையில் அகப்பட்டது.

இவ்வாறாக, பசித்த மனிதனுக்குக் கடல் ஒரு கல்லைத் தந்தது. மேலும், அவர்களுமேகூட கடலில் இருந்து அருமை யாகத் தோன்றிவிடலாம்.

சந்தேகத்துக்கு இடமின்றி, ஒருவன் முத்துக்களைக் காண் பான்: பிறகு அதிகமும் அவர்களே கடினமான கிளிஞ்சல்போல்

ஆகிவிடுகிறார்கள். ஆத்மாவிற்குப் பதில் உப்புச் சேற்றையே காண்கிறேன்.

அவர்கள் பகட்டையும்கூடக் கடலிடம் இருந்து கற்றார்கள்; கடல் மயில்களின் மயிலல்லவா?

அது மிகவும் அசிங்கமான எருமையிடம்கூடத் தன் தோகையை விரிக்கிறது. தனது வெள்ளிநிறப் பளபளப்பான, மெல்லிய விசிறியில் அது சலிப்படைவதே இல்லை.

எருமை திமிராகப் பார்த்தவாறு இருக்கிறது, அவனது ஆத்மா மணல்போன்றது அதைவிடப் புதர் போன்றது. ஆனால், அதற்கும் மேலாகச் சதுப்பு நிலம் போன்றது.

அழகு, கடல், மயில் - இவை அவனுக்கு என்ன ஆபரணங்களா? நான் இந்த நீதிக் கதையைக் கவிஞர்களிடம் பேசுகிறேன்.

உண்மையில், அவர்களுடைய உள்ளுயிரே அதனளவில் மயில்களின் மயில், கர்வத்தின் கடல்.

கவிஞனின் உள்ளுயிருக்குப் பார்வையாளர்கள் தேவைப்படுகிறார்கள், அவர்கள் எருமைகளாகவே இருந்தாலும்.

ஆனால், இந்த உள்ளுயிரில் நான் சலிப்படைந்தேன்; அதுவே அதனிடத்தில் சலிப்படையும் நாள் வந்துகொண்டிருப்பதைப் பார்க்கிறேன்.

ஏற்கனவே கவிஞர்கள் உருமாற்றப்பட்டதை நான் பார்த்தேன்; அவர்களுடைய மின் வெட்டுப் பார்வையை அவர்களை நோக்கி அவர்களே இயக்கியதை நான் பார்த்திருக்கிறேன்.

உள்ளுயிரின் கழுவாய் தேடுபவர்கள் தென்படுவதை நான் பார்த்தேன்; அவர்கள் கவிஞர்களிலிருந்து வந்தவர்கள்.'

ஜரதுஷ்ட்ரா இவ்வாறு கூறினான்.

## மாபெரும் நிகழ்ச்சிகள் குறித்து

அங்கு கடலில் ஒரு தீவு உள்ளது – அது ஜரதுஷ்ட்ராவின் பேரின்பத் தீவுகளில் இருந்து அதிக தூரத்திலில்லை – அதில் ஓர் எரிமலை, தொடர்ந்து புகைந்து கொண்டிருக்கிறது; மக்கள், அதிலும் குறிப்பாக வயதான பெண்கள், அது பாதாள உலகின் வாயிலுக்கு ஓர் தடைக்கல்போல் வைக்கப்பட்டிருப்பதாகச் சொல்கிறார்கள். ஆனால் இந்தப் பாதாள உலகின் வாயிலுக்குச் செல்லும் குறுகிய கீழ் நோக்கிய பாதை எரிமலையின் வழியாகவே செல்கிறது.

ஜரதுஷ்ட்ரா பேரின்பத் தீவுகளில் வாழும் சமயத்தில், ஒரு கப்பல் புகைகிற எரிமலைத் தீவின் அருகில் நங்கூரம் பாய்ச்சியது; பகல் நேரத்தில், பயணிகளின் கூட்டம் முயல் வேட்டைக்காகத் தரை இறங்கியது. கப்பல் தலைவனும் அவனது ஆட்களும் நடுப்பகல் வேளையில் மீண்டும் குழுமிய போது, ஒரு மனிதன் காற்றினூடே தங்களை நோக்கி வருவதைச் சட்டென்று கவனித்தார்கள். அப்போது, ஒரு குரல் தெளிவாகச் சொன்னது: 'இதுவே தருணம், கடைசித் தருணம்!' ஆனால் உருவம் இவர்களுக்கு மிக அருகில் – எரிமலை இருக்கும் திசையில், ஒரு நிழல்போல், வேகமாகக் கடந்து வரும்போது – அவர்கள் மிகப் பெரிய அச்சத்துடன் அதை ஜரதுஷ்ட்ராவென அடையாளம் கண்டார்கள். ஏனெனில் கப்பல் தலைவனைத் தவிர மற்றவர்கள் அவனை முன்பே பார்த்திருந்தார்கள், மக்களைப் போலவே அவர்களும் அவனை விரும்பினார்கள்; அதாவது, சமஅளவு அன்போடும், அச்சத்தோடும்.

சுக்கான் இயக்குகிற முதியவன் கூறினான், 'அதோ ஜரதுஷ்ட்ரா நரகத்திற்குப் போகிறான்!'

எரிமலைத் தீவில் இந்தப் பயணிகள் தரை இறங்கிய அதே நேரம் ஜரதுஷ்ட்ரா மறைந்துவிட்டதாக வதந்தி பரவியது; அவனது நண்பர்களைக் கேட்டபோது, எங்கே செல்ல நினைத் திருக்கிறான் என்பதைச் சொல்லாமல், அவன் இரவில் கப்பல் ஏறியதாகச் சொன்னார்கள்.

இவ்வாறாக, அங்கு ஒரு பரபரப்பு எழுந்தது. மூன்று நாட்கள் கழித்து, கடலோடிகளின் கதையும் இந்தச் பரபரப்பில் சேர்ந்துகொண்டது – பிறகு சிலர் ஜரதுஷ்ட்ராவைச் சாத்தான் தூக்கிச் சென்றுவிட்டதாகக் கூறினார்கள். இதைக் கேட்டு அவனது சீடர்கள் சிரித்தார்கள்; ஒருத்தன் இவ்வாறு சொல்ல வும் செய்தான்: 'ஜரதுஷ்ட்ரா சாத்தானைத் தூக்கிக்கொண்டு சென்றான் என்றாலாவது நம்புவேன்!' ஆனால், அவர்கள் தங்களது ஆத்மாவின் அடித்தளத்தில் அச்சத்தோடும் ஏக்கத் தோடும் இருந்தார்கள். எனவே, ஐந்தாவது நாளில் ஜரதுஷ்ட்ரா அவர்களிடையே தோன்றியபோது, அவர்களுடைய மகிழ்ச்சி மிகப் பெரியதாக இருந்தது.

ஜரதுஷ்ட்ராவுக்கும், அடுப்புக் கட்டைக்கும் இடையே நடந்த சம்பாஷணையின் கதை இது:

பூமிக்கு ஒரு தோல் இருக்கிறது என்றான் அவன். இந்தத் தோலில் வியாதிகள் உள்ளன. உதாரணத்திற்கு, இந்த வியாதி களில் ஒன்று 'மனிதன்' என அழைக்கப்படுகிறது.

இந்த வியாதிகளில் மற்றொன்று ‘அடுப்புக் கட்டை’ என அழைக்கப்படுகிறது: மனிதர்கள் நிறையப் பொய் சொல்லி இருக்கிறார்கள், மேலும், ‘அவனைப்’ பற்றி நிறையப் பொய் சொல்லப்பட்டிருக்கிறது.

இந்த ரகசியத்தை ஆழ்ந்தறிய நான் கடல் கடந்து சென்றேன்; நான் அப்பட்டமான உண்மையைக் கண்டேன். நிஜமாகவே, காலில் இருந்து கழுத்துவரை!

இப்போது எனக்கு ‘அடுப்புக் கட்டை’ பற்றிய அனைத்தும் தெரியும்; வயதான பெண்கள் மட்டுமன்றி, அனைவரும் பயப்படும், புரட்சிகரமான, கவிழ்க்கிற சாத்தான்களைப் பற்றியும் எனக்குத் தெரியும்.

நான் கதறினேன்: ‘அடுப்புக் கட்டையே, உனது ஆழத்தில் இருந்து மேலே வா, மேலே வா! அந்த ஆழம் எவ்வளவு ஆழமானது என்பதை ஒத்துக்கொள்! நீ எழுப்பும் சீறலொலி, அது எங்கிருந்து வருகிறது?

‘நீ கடலில் நிறையவே குடிக்கிறாய்: உனது கசந்த பேச்சுத் திறன் அதைக் காட்டிவிடுகிறது! உண்மையில் ஆழங்களில் உள்ள ஒரு நாய்க்கு வேண்டி, நீ உனது உணவைக் கடல் மட்டத்திலிருந்து அதிகமாக எடுத்துச் செல்கிறாய்!

‘மிகவும் சிறப்பாகச் சொல்வதெனில், பூமியின் குரல் போலப் பேசுபவனாக[1] உன்னை வைத்திருக்கிறேன்; கவிழ்க்கிற புரட்சிகரப் பேய்கள் பேசுவதைக் கேட்ட பிறகு, எப்போதும் அவை உன்னைப்போல் கசந்த, மேலோட்டமான பொய்யைச் சொல்வதைக் கண்டேன்.

‘எப்படி உறுமுவது என்றும், எப்படிச் சாம்பலால் காற்றைக் கருமையாக்குவது என்றும் புரிந்துகொண்டிருக்கிறாய்! நீ பிதற்றுவதில் வல்லவன், நீ போதுமான அளவிற்குச் சேற்றைக் கொதிக்கச் செய்யும் கலையைக் கற்றிருக்கிறாய்.

‘நீ எங்கே இருக்கிறாயோ, அங்கே சுற்றிலும் எப்போதும் மெத்தென்ற உள்ளீடற்ற அழுத்தப்பட்ட சேறு இருந்து தீர வேண்டும்: அது விடுவிக்கப்பட விரும்புகிறது.’

நீங்கள் அனைவரும் ‘விடுதலை’ என்று முழங்க மிகவும் விரும்புவீர்கள். ஆனால், எப்போதெல்லாம் அதிக முழக்கமும், புகைப்படலமும் உள்ளதோ, அப்போதெல்லாம் மாபெரும் நிகழ்ச்சிகளில் நம்பக் கற்றதை நான் மறக்கிறேன்.

‘பாதாள உலகின் – பேரொலி நண்பனே! என்னை நம்பு, மாபெரும் நிகழ்வுகள் – அவை நமது ஆரவாரமான மணித்துளிகளல்ல, நமது அமைதியான மணித்துளிகள்.

'உலகம் சுழல்கிறது, புதிய இரைச்சல்களின் கண்டுபிடிப் பாளர்களைச் சுற்றியல்ல, புதிய மதிப்பீடுகளைக் கண்டுபிடிப் பவர்களைச் சுற்றி; அது சப்தமற்றுச் சுழல்கிறது.

'இதை ஒத்துக் கொள்! உனது இரைச்சலும், புகைப்படல மும் கலைந்த பிறகு, எதுவுமே நிகழ்ந்ததாகத் தெரியவில்லை. ஒரு நகரம் சடலப்பதனீடு செய்யப்பட்டது, ஒரு சிலை சேற்றில் கிடக்கிறது, அதனால் என்ன!

'மேலும், சிலைகளைத் தூக்கி எறிபவர்களுக்கு இதைச் சொல்கிறேன்; கடலில் உப்பை வீசுவதும், சிலைகளைச் சகதி யில் வீசுவதும்தான் மாபெரும் மடமைகள்!

'சிலை உங்களது கண்டனச் சேற்றில் கிடக்கிறது: ஆனால் இதுவே கச்சிதமாக அதன் சட்டம், அதாவது அதன் வாழ்வும், அதன் உயிர்ப்போடுள்ள அழகும் மீண்டும் கண்டனத்திலிருந்து வளர்கின்றன.

'அது உண்மையில் இப்போது மீண்டும் எழுகிறது, தெய்வீகத் தன்மையோடு சோகத்துடன் மயக்குவதாக; தூக்கி எறிபவர் களே! அதனைத் தூக்கி எறிந்ததற்காக அது நன்றிகூடச் சொல்லும்.

'எவ்வாறாயினும், இந்த அறிவுரையை ராஜாக்களுக்கும், தேவாலயங்களுக்கும், நற்குணத்தினாலும் வயதினாலும் பல மற்றிருக்கும் அனைத்திற்கும் வழங்குகிறேன். உன்னைத் தூக்கி வீச மட்டும் அனுமதி! நீ வாழ்விற்குத் திரும்புவாய், அந்த நற்குணமும் உன்னிடம் திரும்பக்கூடும்.'

அடுப்புக் கட்டைக்கு முன் இவ்வாறு பேசினேன்; பிறகு என்னைக் குறுக்கிட்டுச் சிடுசிடுப்போடு அவன் கேட்டான்: 'தேவாலயமா? என்ன அது?'

நான் பதில் அளித்தேன்: 'தேவாலயம் ஒரு வகையான அரசாங்கம் போன்றது, மிகப் பொய்யான அரசாங்கம், ஆனால் அமைதியாக இரு, கபடவேட நாயே! உனக்கு, உன் போன்றவற்றை நிச்சயம் நன்றாகத் தெரியும்!

'உன்னைப் போல், அரசாங்கமும் ஒரு கபடவேட நாய்; உன்னைப் போலவே, அதுவும் புகையோடும், முழக்கத்தோடும் பேச விரும்புகிறது – நம்ப வைப்பதற்காக உன்னைப் போல் விஷயங்களின் வயிற்றில் இருந்து அது பேசுகிறது.

'ஏனெனில், அரசாங்கம் பூமியில் உள்ளதில் முழுமையான, மிக முக்கியமான விலங்காக ஆக விரும்புகிறது; அது அவ்வாறே நம்பவும் படுகிறது.'

நான் அதைச் சொன்னபோது, 'அடுப்புக் கட்டை' பொறாமையால் பைத்தியமானது போல் நடித்து, 'என்ன? பூமியில் உள்ள மிக முக்கியமான விலங்கா? அது அவ்வாறே நம்பப்படுகிறதா?' என்றது. அதன் தொண்டையிலிருந்து நிறைய புகையும், மறைவான உறுமலும் வந்தன. எரிச்சலிலும், பொறாமையிலும் அடைத்துப் போகும் என்று நினைத்தேன்.

நேரம் செல்லச் செல்ல அவன் அமைதியானான், அவனது மூச்சுத்திணறலும் நின்றது. அவன் அமைதியானவுடன் நான் சிரித்துக்கொண்டே சொன்னேன்.

'நீ நொந்துவிட்டாய், அடுப்புக் கட்டையே, எனவே நான் உன்னைப் பற்றி நினைத்தது சரியே!

'எனது கருத்தை அழுத்தமாக்க, வேறொரு அடுப்புக் கட்டையைப் பற்றிப் பேசுகிறேன், உண்மையில் அது பூமியின் இதயத்தில் இருந்து பேசுகிறது.

'அதன் இதயம் அதைப் பெறட்டும் என்று, அதன் மூச்சு தங்கத்தையும், தங்க மழையையும் வெளியே விடுகிறது, இப்போது சாம்பலும், புகையும், சுடுசேறும் அதற்கு ஒரு பொருட்டா?

சிரிப்பு அவனிடம் இருந்து பல வண்ண மேகம் போலச் சிறகடிக்கிறது; உனது கொப்பளித்தலும், துப்புதலும், நீ வயிற்றைப் பிடித்துக்கொண்டிருப்பதும் பிடிக்கவில்லை அவனுக்கு!

தங்கத்தையும், சிரிப்பையும், அவன் பூமியின் இதயத்திலிருந்தே எடுக்கிறான்; ஏனெனில், பூமியின் இதயம் தங்கத்தால் ஆனது என்று உனக்குத் தெரியட்டுமே என்று.

இதைக் கேட்ட பிறகு, 'அடுப்புக் கட்டை'யால், நான் சொல்வதைப் பொறுத்துக் கொள்ள இயலவில்லை. நாணிப் போய்த் தனது வாலைச் சுருட்டிக்கொண்டு 'வள்–வள்' என்று சிறிய குரலில் சொல்லித் தனது குகைக்குள் நகர்ந்தது.

ஜரதுஷ்ட்ரா இவ்வாறு விவரித்தான். ஆனால், அவனது சீடர்கள் கவனிக்கவில்லை. கடலோடிகள், முயல்கள், பறக்கும் மனிதனைப் பற்றியெல்லாம், அவன் சொல்ல வேண்டுமென்கிற அவர்களின் ஆர்வம் மிகவும் பெரிதாக இருந்தது.

'அதைப் பற்றி நினைக்க நான் யார்? நான் பேயா என்ன? அது எனது நிழலாக இருக்கக்கூடும். நீங்கள் நிச்சயம் நாடோடியையும், அவனது நிழலையும் பற்றி ஏதேனும் கேள்விப்பட்டிருப்பீர்கள்?' என்றான் ஜரதுஷ்ட்ரா.

'இது மட்டும் நிச்சயம் அதை என் முழுக் கட்டுப்பாட்டில் வைத்திருக்க வேண்டும். இல்லாவிடில் அது என் பெயரைக் கெடுத்துவிடும்.'

மீண்டும் ஜரதுஷ்ட்ரா தலையை அசைத்து ஆச்சரியப்பட்டான். 'அதைப்பற்றி நினைக்க எனக்கு என்ன இருக்கிறது?' என்றான் மீண்டும்.

'ஏன் அந்தப் பேயுரு; 'இதுவே தருணம்! இதுவே கடைசித் தருணம்?' எனக் கதறியது.

'எதற்கு இது கடைசித் தருணம்?

ஜரதுஷ்ட்ரா இவ்வாறு கூறினான்.

## தீர்க்கதரிசி

மேலும் ஒரு மிகப்பெரிய சோகம் மனித இனத்தின்மேல் கவிந்ததை நான் கண்டேன். சிறந்தவர்கள் தங்களுடைய பணிகளில் சலிப்புற்றார்கள்.

ஒரு கற்பித்தல் முன்னே சென்றது, ஒரு நம்பிக்கை அதனோடு ஓடியது. எல்லாம் வெறுமை, எல்லாம் ஒன்று, எல்லாம் இறந்தகாலம்!

ஒவ்வொரு மலையில் இருந்தும் அது எதிரொலித்தது. எல்லாம் வெறுமை, எல்லாம் ஒன்று, எல்லாம் இறந்த காலம்!

நாங்கள் அறுவடை செய்தோம், அது உண்மை; ஆனால் ஏன் எங்களது பழங்கள் அனைத்தும் அழுகி, பழுப்பு நிறமாக ஆயின? தீய நிலவில் இருந்து நேற்றிரவு என்ன விழுந்தது?

எங்களுடைய உழைப்பெல்லாம் வீணானது, எங்களது மது விஷமானது, ஒரு தீய கண் எங்களது வயல்களையும் இதயங்களையும் பொசுக்கியது.

நாங்கள் எல்லோரும் வாடிப் போனோம்; ஒருக்கால் நெருப்பு எங்கள் மேல் விழுந்தால் நாங்கள் சாம்பல் போல் உதிர வேண்டியதுதான் – ஆம் நாங்கள் தீயையும் சலிப்புடையதாக ஆக்கினோம்.

எங்களுடைய எல்லாக் கிணறுகளும் வறண்டு போயின கடல்கூட உள் வாங்கியது. பூமி பிளந்து போக விரும்புகிறது. ஆனால் ஆழங்கள் எங்களை விழுங்கி விடாது!

அந்தோ, ஒருவன் மூழ்கிவிடக்கூடிய அளவிற்கு ஒரு கடல் இப்போது எங்கே உள்ளது. இவ்வாறு எங்களது புலம்பல் எதிரொலிக்கிறது – ஆழமற்ற சதுப்பு நிலங்களினூடே.

உண்மையில், இறப்பதற்குக்கூட நாம் மிகவும் சலித்துப் போய்விட்டோம்; நாம் இன்னும் விழித்துக்கொண்டும் வாழ்ந்து கொண்டுமிருக்கிறோம் – 'கல்லறைகளில்!'

இவ்வாறாக ஒரு தீர்க்கதரிசி பேசக் கேட்டான் ஜரதுஷ்ட்ரா. அவரது தீர்க்க தரிசனம் ஜரதுஷ்ட்ராவின் இதயத்திற்குள் சென்று அவனை உருமாற்றியது. அவன் சோகமாகிச் சலிப் படைந்து போனான்; தீர்க்கதரிசி யாரைப் பற்றிப் பேசினாரோ, அவர்களைப் போல் ஆனான்.

அவனுடைய சீடர்களிடம் சொன்னான்: 'உண்மையில் இந்த நீண்ட அந்தி ஒளி நமக்கு மேலே மிக அருகில் இருக்கிறது. அந்தோ, நான் எவ்வாறு அதன் ஊடே எனது ஒளியைப் பாதுகாப்பது?

'இந்தச் சோகத்தில் அது அணைக்கப்படாமல் இருக்கட்டும்! அது வெகு தூர உலகங்களுக்கும், மிகத் தூரமான இரவு களுக்கும் உரியது!'

இவ்வாறு ஜரதுஷ்ட்ரா, தனது மனதில் வருத்தத்தோடு சென்றான்; மூன்று நாட்களுக்கு அவன் அருந்தவோ, உண் ணவோ செய்யவில்லை, ஓய்வற்று இருந்தான், பேச்சை மறந்தான். அப்படியே ஓர் ஆழ்ந்த உறக்கத்தில் விழுந்தான். இரவின் நீண்ட பொழுதுகளில், அவன் சீடர்கள் அவனைச் சுற்றி அமர்ந்திருந்தனர். அவன் எழுந்து மீண்டும் பேசி, தனது இன்னலில் இருந்து குணம் பெறுவானா எனப் பதற்றத்தோடு காத்திருந்தனர்.

ஜரதுஷ்ட்ரா எழுந்தவுடன் மேற்கொண்ட கலந்துரையா டல் இது, அவனுடைய குரல் வெகு தொலைவில் இருந்து வருவதுபோல், அவனுடைய சீடர்களுக்குத் தோன்றியது:

நான் கண்ட கனவினைச் சொல்கிறேன். நண்பர்களே, அதனுடைய பொருளை அறிந்துகொள்ள எனக்கு உதவுங்கள்.

இந்தக் கனவு; எனக்கது இன்னும் ஒரு புதிராகவே இருக்கிறது, அதன் அர்த்தம் அதனுள்ளே மறைந்திருக்கிறது, சிறைப்பட்டிருக்கிறது, தனது கட்டுப்பாடற்ற சிறகுகளுடன், அதற்கு மேலே இன்னும் அது பறந்து செல்லவில்லை.

நான் அனைத்து வாழ்வையும் துறந்துவிட்டதாகக் கனவு கண்டேன். நான் ஒரு இரவுக் காவலாளியாக, அதோ அந்தத் தனித்த மலை மேலுள்ள, மரணத்தின் கோட்டையைச் சுற்றும் கல்லறைக் காவலாளியாக என்னைக் கண்டேன்.

அங்கே மேலே இரவின் சவப் பெட்டிகளைக் காவல் காத்தேன்; ஊசல் நாற்றம் அடிக்கும் வைப்பறைகள், மரணத்தின் வெற்றிச்சின்னங்களால் நிறைந்து கிடந்தன. விஞ்சப்பட்ட வாழ்வு, கண்ணாடிக் கல்லறைக்கு உள்ளிருந்து என்னை வாழ்த்தியது.

தூசு படர்ந்த சாசுவதத்தின் நாற்றத்தை நான் முகர்ந்தேன். எனது ஆத்மா புழுங்கி, புழுதிபடியக் கிடந்தது. எவன் தனது ஆத்மாவை அங்கே காற்றால் தூய்மையாக்கி இருக்க இயலும்?

நடுஇரவின் ஒளி என்னைச் சுற்றி இருந்தது, தனிமை அதன் அருகே பதுங்கியது; மூன்றாவதாக, மரணத்தின் எரிச்ச லூட்டும் அமைதி, என்னுடன் இருப்பவர்களில் மோசமானவர் கள் இவர்கள்.

நான் சாவிகளை எடுத்துச் சென்றேன், உள்ள சாவி களிலேயே துருப்பிடித்தவற்றை எடுத்துச் சென்றேன்; அவற்றைக் கொண்டு, உள்ளதிலேயே மிகவும் கிரீச்சிடும் கதவை என்னால் திறக்க இயலும்.

இந்தக் கதவின் பக்கங்கள் திறக்கப்பட்டபோது நீண்ட தாழ்வாரங்களில் இதன் ஒலி தீமையின் கரகரப்பொலி போல் ஓடியது; இந்தப் பறவை பொறுமையற்றுக் கதறியது, அது உறக்கத்திலிருந்து எழுப்பப்பட விரும்பவில்லை.

ஆனால், அது அமைதியானபோது, நான் இன்னும் இங்கேயே இருப்பதும், அந்த அரிக்கும் நிசப்தத்தில் உள்ளதும், மிகவும் பயமுறுத்துவதாக, இதயத்தை இறுக்குவதாக இருந்தது.

இவ்வாறு காலம் என்னோடு இருந்து என்னை ஊர்ந்து கடந்தது, காலம் என்பது இன்னும் இருந்தால்: அதைப் பற்றி எனக்கென்ன தெரியும்! ஆனால் கடைசியில் என்னை விழிக்க வைத்தது நிகழ்ந்தது.

மூன்று அடிகள், இடியைப் போலக் கதவின் மேல் விழுந்தன, வைப்பறை மீண்டும் மூன்று முறை எதிரொலித்து உறுமியது; பிறகு நான் கதவிடம் சென்றேன்.

அல்ஃபா! யார் அவனது சாம்பலை மலைக்கு எடுத்துச் செல்வது? அல்ஃபா! அல்ஃபா! யார் அவனது சாம்பலை மலைக்கு எடுத்துச் செல்வது, என்று நான் கதறினேன்.

நான் சாவியைத் திருப்பிக் கதவைப் பலமாக இழுத்தேன். ஆனால், அது ஒரு விரலின் அகலத்திற்குமேல் திறக்கவில்லை:

பிறகு, ஒரு சீறும் காற்று கதவைத் துண்டாக்கியது, சீழ்க்கைக் கீச்சொலியோடு அதை ஊடுருவி, என்னிடம் ஒரு கறுப்புச் சவப்பெட்டியைத் தள்ளியது.

அந்த உறுமலோடு, சீழ்க்கையோடு, கீச்சொலியோடு சவப்பெட்டி துண்டாக வெடித்து, ஆயிரம் கணகணவெனும் சிரிப்பொலிகளை வாந்தி எடுத்தது.

குழந்தைகள், தேவதைகள், ஆந்தைகள், முட்டாள்கள், குழந்தை அளவுள்ள பட்டாம்பூச்சி என ஓராயிரம் முகமூடி களுடன், என்னிடம் அது சிரித்தது, கேலி செய்தது, உறுமியது.

என்னைப் பயங்கரமாகப் பயமுறுத்தியது: அது என்னை வீழ்த்தியது. நான் முன்னெப்போதும் இல்லாதவாறு பயத்தில் வீறிட்டேன்.

ஆனால், எனது வீறிடலே என்னை எழுப்பியது – நான் விழித்துக் கொண்டேன்.

இவ்வாறு ஜரதுஷ்ட்ரா அவனது கனவை விவரித்து, பிறகு அமைதியானான்: ஏனெனில் இன்னும் அவனது கனவிற்கான விளக்கம் அவனுக்குத் தெரியாது. ஆனால், அவனுக்குப் பிரியமான சீடன் வேகமாக எழுந்து ஜரதுஷ்ட்ரா வின் கைகளைப் பற்றிக்கொண்டு சொன்னான்:

உனது வாழ்க்கையே இந்தக் கனவை எங்களுக்கு விளக்கு கிறது, ஓ ஜரதுஷ்ட்ரா!

மரணத்தின் கோட்டையைக் கிழிக்கும், கிறீச்சிடும், சீழ்க்கையிடும் காற்று நீயே அல்லவா?

கதம்பத் திரளான நயவஞ்சகங்களும், தேவதை முகமூடி களும் நீயே அல்லவா?

உண்மையில், ஜரதுஷ்ட்ரா எல்லாக் கல்லறைகளுக்கும், இரவுக் காவலர்களிடமும், கல்லறைக் காவலாளிகளிடமும், ஓராயிரம் குழந்தைகளின் கணகணக்கும் சிரிப்பைப்போல் வருகிறான், துருப்பிடித்த சாவிகளைக் கொண்டு, வேறு யாரெல் லாம் சலசலப்பு செய்கிறார்களோ அவர்களிடமும் வருகிறான்.

உனது சிரிப்பினால், அவர்களைப் பயமுறுத்தித் தூக்கி எறிவாய்; மயங்குவதும், மீண்டு எழுவதும், அவர்கள் மேலுள்ள உனது அதிகாரத்தைக் காட்டும்.

வாழ்விற்காக வாதாடுபவனே! நீண்ட அந்தி ஒளியும், மரணம் வரையான சலிப்பும் தோன்றும் போதுகூட, நீ சொர்க்கத்தில் பொருந்தமாட்டாய்!

நீ எங்களுக்குப் புதிய நட்சத்திரங்களையும், இரவின் புதிய கீர்த்திகளையும் காட்டினாய். நீ எங்களது சிரிப்பையே, எங்களுக்கு மேலாக ஒரு பலநிற விதானமாக விரித்தாய்.

இன்றுமுதல் குழந்தைகளின் சிரிப்பு, எப்போதும் சவப் பெட்டிக்குள் இருந்து வரும்; இன்றுமுதல், மரணம் வரையிலான எல்லாச் சலிப்பிற்கும், ஒரு வலிமையான காற்று வெற்றியோடு எப்போதும் வரும்; நீயே அதற்கான எங்களது உத்தரவாதமும், தீர்க்கதரிசியும்.

உண்மையில், உனது எதிரிகளையே கனவில் கண்டாய்; அதுவே உனது மிகக் கொடிய கனவு!

ஆனால், அவற்றில் இருந்து விழித்து, உன்னிடமே நீ வருவதுபோல், அவர்களிலிருந்து அவர்களே விழிப்பார்கள் – உன்னிடம் வருவார்கள்!

இவ்வாறு பேசினான் சீடன்; மற்ற எல்லோரும் ஜரதுஷ்ட்ராவை நெருங்கிச் சூழ்ந்து அவனது கைகளைப் பற்றி, அவனுடைய சோகத்தையும், படுக்கையையும் விட்டு எழுந்து அவர்களிடம் திரும்புவதற்கு இணங்க வைக்க முயற்சி செய்தனர். ஆனால், ஜரதுஷ்ட்ரா படுக்கையில் விறைப்பாக ஒரு மறதித் தோற்றத்தோடு அமர்ந்திருந்தான். வெகுகாலம், விசித்திரமான பிரதேசங்களில் இருந்துவிட்டு வீட்டிற்குத் திரும்பியவனைப் போல், அவனது சீடர்களைப் பார்த்து, அவர்களைப் புரிந்து கொள்ள இயலாமல், அவர்களது முகங்களை ஆராய்ந்தான்; ஆனால், அவனைத் தூக்கி நிறுத்தியதும் சட்டென்று அவனது கண்களின் இயல்பு மாறியது: அவன் நிகழ்ந்தது அனைத்தையும் புரிந்துகொண்டு, தாடியை உருவியவாறு உறுதியான குரலில் சொன்னான்:

நல்லது, இது தனக்கான நேரத்தை எடுத்துக்கொண்டு விட்டது: ஆனால், எனது சீடர்களே, ஓர் அருமையான மதிய உணவு நமக்குக் கிடைக்குமாறு பார்த்துக் கொள்ளுங்கள், சீக்கிரம்! மோசமான கனவுகளுக்கு இவ்வாறு பரிகாரம் தேடிக்கொள்ள விரும்புகிறேன்!

தீர்க்கதரிசியும், எனக்கு அருகில் உண்ணலாம் அருந்தலாம்: உண்மையில், அவன் மூழ்கக்கூடிய ஒரு கடலை நான் காட்டுவேன்!

ஜரதுஷ்ட்ரா இவ்வாறு கூறினான். பிறகு, அவனுடைய கனவிற்கு விளக்கம் அளித்த சீடனின் முகத்தை நீண்ட நேரம் கூர்ந்து நோக்கிவிட்டுத் தனது தலையை அசைத்துக்கொண்டான்.

## மீட்பு குறித்து

ஜரதுஷ்ட்ரா ஒருநாள் அந்த மாபெரும் பாலத்தைக் கடந்து கொண்டிருக்கும்போது, முடவர்களும் பிச்சைக்காரர்களும் அவனைச் சூழ்ந்து கொண்டார்கள். ஒரு கூனன் இவ்வாறு பேசினான்:

பார், ஜரதுஷ்ட்ரா! மக்கள் உன்னிடம் கற்றுக் கொண்டு உனது கற்பித்தலில் நம்பிக்கை வைக்கிறார்கள். ஆனால், மக்கள் உன்னை முழுமையாக நம்புவதற்கு, இன்னும் ஒரு விஷயம் தேவையாக இருக்கிறது – நீ முதலில் முடவர்களான எங்களையும் நம்ப வைக்க வேண்டும்! இதோ இப்போது உனக்கு ஒரு அருமையான பரிட்சை. உண்மையில் ஒன்றுக்கு மேற்பட்ட வாய்ப்புகள்! நீ குருடர்களைக் குணப்படுத்தி, முடவர்களை நடக்க வைக்கலாம். எவனுக்குப் பின்னால் நிறைய இருக்கிறதோ அவனிடம் இருந்து சிறிது எடுத்துச் செல்லலாம் – நான் நினைக்கிறேன் அதுவே, முடவர்களை ஜரதுஷ்ட்ராவிடம் நம்பச் செய்ய சரியான வழி!

ஆனால், பேசியவனிடம் ஜரதுஷ்ட்ரா இவ்வாறு பதில் அளித்தான்:

ஒருவன் கூனர்களிடம் இருந்து கூனலை எடுத்துவிட்டால், அவனது உள்ளுயிரை எடுத்துவிடுகிறான் – இதுதான் மனிதர்கள் கற்பிப்பது, ஒருவன் குருடர்களுக்குக் கண் கொடுத்தால், அவன் மோசமான விஷயங்களைப் பூமியில் பார்க்கிறான்; எனவே கண் கொடுத்தவனைச் சபிக்கிறான். முடவர்களை நடக்க வைப்பவன், அவர்களுக்கு மாபெரும் தீங்கிழைக்கிறான்; ஏனெனில் அவன் நடக்க ஆரம்பித்த உடன் அவனது தீயொழுக்கங்கள் அவனுடன் ஓடிவந்து விடுகின்றன – முடவர்களைப் பற்றி மக்கள் அப்படித்தான் கற்பிக்கிறார்கள், மக்கள் ஜரதுஷ்ட்ராவிடம் இருந்து கற்றுக் கொள்ளும்போது? ஜரதுஷ்ட்ரா ஏன் மக்களிடம் இருந்து கற்றுக்கொள்ளக்கூடாது?

ஆனால், மனிதர்கள் நடுவிலேயே இருக்கிறேன் என்பதனால், அது எனக்கு மிகச் சிறிய விஷயம், இவனுக்கு ஒரு

கண் இல்லை, ஒருவனுக்குக் கால்கள் இல்லை, தங்கள் நாக்கை அல்லது மூக்கை அல்லது தங்களின் தலையை இழந்த நிறையபேர் உள்ளனர்.

நான் அவர்களைவிட மோசமான விஷயங்களைப் பார்த்திருக்கிறேன், பார்க்கிறேன். அவற்றைப் பற்றி நான் பேசக்கூட விரும்பாத அளவிற்கு அரக்கத்தனமானவை; ஆனால் அவற்றில் சிலதைப் பற்றி நான் பேசாமல் இருக்கக்கூடாது: அவை, ஒன்றைத் தவிர அத்தனையும் இழந்த மனிதர்கள், அதைப் பெரிதாக வைத்திருப்பவர்கள் – ஒரு பெரிய கண்ணைத் தவிர வேறெதுவாகவும் இல்லாத மனிதர்கள் அல்லது ஒரு பெரிய வாய் அல்லது ஒரு பெரிய வயிறு அல்லது பெரிய ஏதோவொன்று – நான் அத்தகைய மனிதர்களை எதிர்மாறான முடவர்கள் என்று அழைக்கிறேன்.

நான் எனது தனிமையில் இருந்து வெளிவந்து, பாலத்தை முதன் முறையாகக் கடந்தபோது, எனது கண்களை நம்ப முடியவில்லை. மீண்டும் மீண்டும் பார்த்த பிறகு கடைசியில் சொன்னேன்: 'இதோ ஒரு காது! மனிதனளவு பெரிய காது!' நான் இன்னும் நெருங்கிப் பார்த்தேன்: உண்மையில் அந்தக் காதிற்குக் கீழே இரக்கப்படும் அளவிற்குச் சிறிய, வலுவற்ற, மெல்லிய காது போன்ற மனிதன். உண்மையில், ஒரு ராட்சதக் காம்பு போன்ற மனிதன். ஒரு பூதக் கண்ணாடியை உபயோகிப்பதன் மூலம், ஒருவர் ஒரு சிறிய பொறாமையான முகத்தைக் கூட காண இயலும்; ஒரு வெற்றுப் பகட்டான சிறிய ஆத்மா காம்பில் இருந்து தொங்கிக்கொண்டிருப்பதைக்கூட உணர்ந்தறிய இயலும். 'அந்தப் பெரிய காது வெறும் மனிதனல்ல, ஒரு மகத்தான மனிதன், ஒரு மேதை' என்று மக்கள் என்னிடம் சொன்னார்கள். ஆனால், மகத்தான மனிதர்களைப் பற்றிப் பேசுபவர்களை நான் எப்போதும் நம்பியதில்லை. ஏதாவது ஒன்றில் மிக அதிகமும் மற்ற அனைத்திலும் கொஞ்சமும் உள்ள ஒன்றினை. அதுவொரு, நேர்மாறான தலைகீழ் முடம் என்ற நம்பிக்கையில் திடமாக இருந்தேன்,

ஜரதுஷ்ட்ரா அந்தக் கூனனிடமும், அவன் யாருக்கெல்லாம் முகவராகவும், வாதாடுபவனாகவும் இருக்கிறானோ, அவர்கள் அனைவரிடமும் இவ்வாறு பேசினான். பின்னர் அவனுடைய சீடர்கள் பக்கம் திரும்பி அழுத்தமான கேலியுடன் சொன்னான்:

உண்மையில், எனது நண்பர்களே, நான் மனித அவயவங்களிடையேயும், சிதறல்களிடையேயும் நடப்பதுபோலவே மனிதர்களிடையே நடந்தேன்!

துண்டு துண்டாக, மனிதப் போர்க்களக் கசாப்பு போலச் சிதறிக் கிடப்பது எனது கண்களுக்கு மோசமான விஷயம்.

எனது கண் நிகழ்காலத்தில் இருந்து இறந்தகாலத்திற்குப் பறக்கும்போது, அது எப்போதும் ஒரே விஷயத்தை கண்டுபிடிக் கிறது – துணுக்குகள், பக்கவுறுப்புகள் மற்றும் திகிலூட்டும் சந்தர்ப்பங்கள் – ஆனால் மனிதர்கள் இல்லை!

எனது நண்பர்களே! பூமியின்மீது நிகழ்காலமும் இறந்த காலமும் – அதுதான் எனது மிகச் சகிக்க முடியாத சுமை; எது வரப்போகிறதோ அதன் தீர்க்கதரிசியாக இல்லாவிட்டால், எப்படி வாழ்வது என்று எனக்குத் தெரியாது.

ஒரு காண்பவன், ஒரு விரும்புபவன், ஒரு படைப்பவன், ஒரு எதிர்காலம் மற்றும் எதிர்காலத்திற்கான பாலம் – அந்தோ, இந்தப் பாலத்தின் மேலுள்ள ஒரு முடவன்: ஜரதுஷ்ட்ரா இவை எல்லாமும்தான்.

நீயும் உன்னிடமே அடிக்கடி கேட்டுக்கொண்டாய்: ஜரதுஷ்ட்ரா நமக்கு யார்? நாம் அவனை எப்படி அழைக் கலாம்? என்னைப் போல் நீயும் உன்னுடைய கேள்விகளுக்குக் கேள்விகளாலேயே பதில் அளிக்கிறாய்.

அவன் ஒரு வாக்குறுதியாளனா? அல்லது ஒரு நிறை வேற்றுபவனா? ஓர் ஆக்ரமிப்பாளனா? அல்லது ஒரு வாரிசா? ஒரு அறுவடையா? ஒரு உழுமுனையா? ஒரு மருத்துவனா? அல்லது ஒரு தேறிவருபவனா?

அவன் ஒரு கவிஞனா? அல்லது ஓர் உண்மையான மனிதனா? ஒரு விடுவிப்பாளனா? ஒரு கீழ்ப்படுத்துபவனா? ஒரு நல்ல மனிதனா? அல்லது தீய மனிதனா?

நான் நுணுகிப் பார்த்த எதிர்காலத்தின் துணுக்குகளோடு நடப்பதுபோல், நான் மனிதர்களிடையே நடக்கிறேன்.

துணுக்குகள், புதிர்கள், திகிலூட்டும் சந்தர்ப்பங்கள், இவை அனைத்தையும் ஒன்றிணைத்தலே எனது கலையும், நோக்கமும்.

மனிதன் கவிஞனாக, புதிர்களின் வாசகனாக, வாய்ப்பு களை மீட்பவனாக இல்லாவிடில், ஒரு மனிதனாக இருப்பதை நான் எவ்வாறு பொறுத்துக்கொள்ள இயலும்!

இறந்தகாலத்தை மீட்டு, ஒவ்வொரு ‘அவ்வாறு இருந்தது’ வையும் ‘இவ்வாறாக நான் விரும்பினேன்!’ – என உருமாற்று வதை மாத்திரமே நான் மீட்பு என்று அழைக்கிறேன்!

'தீர்மானம்' – விடுவிப்பவனும் குதூகலத்தைக் கொண்டு வருபவனும் அப்படித்தான் அழைக்கப்படுகிறான்; இவ்வாறு நான் கற்றுத் தந்தேன், எனது நண்பர்களே! ஆனால், இப்போது இதையும் கற்றுக்கொள்ளுங்கள்: தீர்மானம் இன்னும் கைதியாகத் தான் உள்ளது.

தீர்மானம் விடுதலையளிக்கிறது; ஆனால், விடுதலையளிப் பவனையும் விலங்கிட்டுப் பிணைத்துக் கட்டுவது எது?

'அவ்வாறு இருந்தது' – தீர்மானத்தின் பற்களை நெரித்தலும், மிகத் தனித்த இன்னலும், அப்படித்தான் அழைக்கப்படுகிறது. செய்யப்பட்டுவிட்டதன் மேல் அதிகாரமின்மை, இறந்தகாலத்தின் அனைத்து விஷயங்களுக்கும், தீர்மானம் ஒரு கோபமான பார்வையாளன்.

தீர்மானம் பின்னோக்கித் தீர்மானிக்க இயலாது; அதனால் காலத்தையும், காலத்தின் ஆசையையும் தகர்க்க இயலாது – அதுவே தீர்மானத்தின் மிகத் தனிமையான இன்னல்.

தீர்மானம் விடுதலையளிக்கிறது: தனது துன்பத்தில் இருந்து விடுவித்துக் கொள்ளவும், தனது நிலவறைகளைக் கேலி செய்ய வும், தீர்மானம் தானாக என்ன செய்தது?

அந்தோ, ஒவ்வொரு கைதியும் ஒரு முட்டாளாகிவிடுகிறான்! சிறையிடப்பட்ட தீர்மானம்கூட, ஒரு முட்டாள்தனமான வழியில் விடுதலையாகிறது.

காலம் பின்னோடுவதில்லை என்பது துயரார்ந்த உளக் கொதிப்பு; 'எதுவாக இருந்ததோ அது' – அதனால் உருட்டித் தள்ள இயலாத பாறை அப்படித்தான் அழைக்கப்படுகிறது.

எனவே சீற்றத்திலும், மோசமான மனநிலையிலும் சங்கல்ப மானது தன்னைப் பிடிக்காதவன்மீது, பாறையை உருட்டிப் பழி தீர்த்து சீற்றத்தையும், மோசமான மனநிலையையும் உணர்கிறது.

இவ்வாறு விடுதலை அளிக்கிற தீர்மானம், தீங்கிழைப்பவ னாக ஆகிறது: தான் பின்னோக்கிச் செல்ல இயலாது என்பதற் காக, துன்புறக்கூடிய அனைத்தின் மீதும் பழி தீர்க்கிறது.

காலம் மற்றும் காலத்தின் 'அவ்வாறு இருந்தது' மீது தீர்மானத்திற்கு உள்ள இயல்பான எதிர்ப்பினால், இது – ஆம் – இது மாத்திரமே பழிதீர்ப்பு.

உண்மையில், ஒரு மிகப்பெரிய முட்டாள்தனம் நமது சங்கல்பத்தில் ஒளிர்கிறது. இந்த முட்டாள்தனத்தைப் பெற்ற உள்ளுயிர், மனித இனத்தில் அனைவருக்கும் ஒரு சாபமாகிறது.

பழிதீர்ப்பின் உள்ளுயிர்: எனது நண்பர்களே, இதுவரை, இதுவே மனித இனத்தின் மிகப்பெரிய அக்கறை; எங்கு துன்பப் படுதல் உள்ளதோ, அங்கு தண்டித்தலும் இருந்தாக வேண்டும்.

'தண்டனை', பழிதீர்ப்பு தன்னை அவ்வாறே அழைத்துக் கொள்கிறது, ஒரு நல்ல உளச்சான்றினை, ஒரு பொய்யுடன் தனக்காகக் கள்ளப் பாத்திரமாக்குகிறது.

தீர்மானிப்பவனிடமே துன்பப்படுதல் உள்ளதால், அவனால் பின்னோக்கித் தீர்மானிக்க இயலாததால் – தீர்மானித்தலே, வாழ்வு முழுவதுமேகூட – தண்டனையாகக் கருதப்படுகிறது!

'அனைத்தும் கடந்து செல்லும், ஆதலால் அனைத்தும் கடந்து செல்லத் தகுந்ததே!' என்று கடைசியில் பைத்தியக்காரத் தனம் உபதேசிக்கும்வரை, உள்ளுயிரின் மீது மேகங்கள் ஒன்றின் மேல் ஒன்றாக உருண்டன.

'காலத்தின் சட்டம், காலம் அதன் குழந்தைகளைப் பேராசை யோடு விழுங்க வேண்டும் என்பதே நியாயம்' – இவ்வாறு பைத்தியக்காரத்தனம் உபதேசித்தது.

'நியாயமும் தண்டனையும் சொல்வதைப் போல், விஷயங் கள் ஒழுக்கத்தோடு வரிசைப்படுத்தப்படுகின்றன, ஓ, 'வரிசை யான விஷயங்க'ளிலும், 'வாழ்தல்' என்கிற தண்டனையிலும் மீட்பு எங்கே உள்ளது?' இவ்வாறு பைத்தியக்காரத்தனம் உபதேசித்தது.

'நிரந்தர நியாயம் இருக்கும்போது மீட்சி கிடைக்குமா? 'அது இருந்தது' என்ற கல்லை உருட்டித் தள்ள முடியாது. தண்டனைகள் அனைத்தும் நிரந்தரமே' இவ்வாறு பைத்தியக் காரத்தனம் உபதேசித்தது.

'எந்தச் செயலையும் துடைத்தழிக்க முடியாது; நடந்து முடிந்த ஒரு செயலை எவ்வாறு தண்டனையினால் நடக்க வில்லை என்று ஆக்க இயலும்? வாழ்தலேகூடத் திரும்பத் திரும்ப நிகழும் ஒரு செயலும், குற்றவுணர்வுமே. இதுதான் 'வாழ்தல்' என்கிற தண்டனையில் சாசுவதமானது.

'தீர்மானம் கடைசியில் தன்னைத்தானே மீட்டுக்கொண்டு, தீர்மானம், தீர்மானமற்றதாக ஆகிறதைத் தவிர' – எனது சகோதரர்களே, 'பைத்தியக்காரத்தனம்' பற்றிய இந்தப் பழங் கதைப் பாடலைத் தெரிந்துகொள்ளுங்கள்.

நான் 'தீர்மானம் ஒரு படைப்பாளி' என்று உங்களுக்கு கற்பித்தபோது, உங்களை இந்தப் பழங்கதைப் பாடல்களில் இருந்து விலக்கி அழைத்துச் சென்றேன்.

'ஆனால் நான் அதை அவ்வாறு தீர்மானித்தேன்!' என்று படைப்புத் தீர்மானம், அதனிடம் சொல்லும்வரை – எல்லா 'அவ்வாறு இருந்தது'வும் ஒரு துணுக்கு, ஒரு புதிர், ஒரு திகிலூட்டும் சந்தர்ப்பம்.

'ஆனால் நான் அதை அவ்வாறு தீர்மானித்தேன்!' 'அவ்வாறே அதை நான் தீர்மானிப்பேன்!' எனப் படைப்புத் தீர்மானம் அதனிடம் சொல்லும்வரை.

ஆனால் எப்போதாவது அது அவ்வாறு பேசியுள்ளதா? இது எப்போது நடைபெறும்? தீர்மானம் அதனது சொந்த மடமையில் இருந்து சேணமகற்றப்படாது இருக்கிறதா இன்னும்?

தீர்மானம் தன்னைத்தானே மீட்பவனாகவும், குதூகலத்தைக் கொண்டு வருபவனாகவும் ஆனதா? பழிதீர்ப்பின் உள்ளுயிரையும் அனைத்துப் பல் நெரிப்புகளையும் அது மறந்துவிட்டதா?

காலத்துடன் அதை ஒத்திசைய வைக்கவும், ஒத்திசைவிற்கு உயர்வான விஷயங்களையும் அதற்கு யார் கற்றுத் தந்தது?

அந்த அதிகாரத்திற்கான தீர்மானம், எந்த ஒத்திசைவிற்கும் மேலான ஒன்றை தீர்மானிக்க வேண்டும் – ஆனால் அது எவ்வாறு நிகழும்? யார் அதற்குப் பின்னோக்கியும் தீர்மானிக்கக் கற்றுக் கொடுத்தனர்?

உரையாடலின் இந்தக் கட்டத்தில், ஜரதுஷ்ட்ரா உடைந்து போனான். மிகுந்த பயத்தால் ஸ்தம்பித்தவனைப் போல் காணப்பட்டான். அவனுடைய சீடர்களைப் பயந்த கண்களுடன் கச்சிதமாகக் கூர்ந்து நோக்கினான். அவனது கண்கள் அவர்களது எண்ணங்களையும், எண்ணத் தடைகளையும் அம்புகளைப் போல் துளைத்தன. சிறிது நேரம் கழித்து மீண்டும் சிரித்தான், மேலும் இதமான குரலில் சொன்னான்:

'மனிதர்களோடு வாழ்வது சிரமமானது, ஏனெனில் மௌனமாக இருப்பது சிரமமானது, குறிப்பாக உளறுகிற ஒருவனுக்கு.'

ஜரதுஷ்ட்ரா இவ்வாறு கூறினான். தனது முகத்தை இடையில் மூடிக்கொண்ட கூனன் இந்த உரையாடலைக் கவனித்தான். ஜரதுஷ்ட்ரா சிரிப்பதைக் கேட்டவுடன் ஆர்வத்துடன் நிமிர்ந்து பார்த்து, மெதுவாகச் சொன்னான்:

'ஆனால், ஜரதுஷ்ட்ரா தன் சீடர்களிடம் பேசுவதைவிட, ஏன் வித்தியாசமாக எங்களிடம் பேசுகிறார்?'

ஜரதுஷ்ட்ரா பதிலளித்தான்: 'அதில் என்ன ஆச்சரியம்? ஒரு கூனனிடம் ஒருவன் கூனலாகவும் பேசலாம்.'

கூனன் சொன்னான்: 'மிகவும் நலலது. மாணவர்களிடம் ஒருவன் பள்ளிக்கு அப்பாற்பட்ட கதைகளையும் சொல்லலாம்.

'ஆனால், ஜரதுஷ்ட்ரா ஏன் தன்னிடம் பேசிக் கொள்வதை விட வித்தியாசமாக – தனது மாணவர்களிடம் பேசவேண்டும்?'.

## துணிவான விவேகம் குறித்து

### உயரமல்ல, பாதாளமே பயங்கரமானது!

படுபாதாளம், எங்கே பார்வை கீழ்நோக்கி ஊடுருவ, கை மேல்நோக்கிப் பற்றுகிறதோ, அங்கே அதன் இருபக்க விருப்பத்தால், இதயம் மயக்கங் கொள்ள ஆரம்பிக்கிறது.

ஏ, நண்பர்களே நீங்களும்கூட எனது இதயத்தின் இருபக்க விருப்பத்தினை முன்னறிந்துவிட்டீர்களா?

எனது பார்வை உயரங்களில் ஊடுருவ, எனது கை பள்ளத்தைப் பற்றி, அங்கே சாய விரும்புகிறது – அதுவே எனது பாதாளம் மற்றும் அபாயம்.

எனது விருப்பம் மனித இனத்தோடு ஒட்டிக் கொள்கிறது, நான் மனித இனத்தோடு என்னை விலங்கிட்டுக் கொள்கிறேன். ஏனெனில், அதிமனிதனிடம் நான் ஈர்க்கப்படுகிறேன்: எனது இன்னொரு விருப்பம் என்னை அதிமனிதனிடம் இழுக்க விரும்புகிறது.

எனது கை தனது உறுதித் தன்மையில் நம்பிக்கை இழக்காமல் போகக்கூடும்; அதனால்தான் நான் மனிதர்களோடு கண்ணை மூடிக் கொண்டு வாழ்கிறேன். அவர்களை நான் அங்கீ கரிக்காதது போல்.

மனிதர்களே உங்களை என்னால் அங்கீகரிக்க இயல வில்லை; இந்த இருளும், ஆறுதலும் அவ்வப் போது என்னைச் சூழ்ந்துகொள்கின்றன.

வாசலில் காத்திருந்து ஒவ்வொரு போக்கிரியிடமும் நான் கேட்கிறேன்; யார் என்னை வஞ்சிக்க விரும்புகிறீர்கள்?

இதுவே எனது துணிவான முதல் விவேகம். வஞ்சகர்களுக்கு எதிராகக் காவலாக நிற்காமல் இருப்பதற்காக, என்னை வஞ்சிக்க நானே அனுமதிக்கிறேன்.

நான் மனிதர்களுக்கு எதிராகக் காவல் நின்றால், எனது பந்திற்கு மனிதர்கள் எவ்வாறு ஆதாரமாக இயலும்? அது வெகு சுலபமாகக் கிழிக்கப்பட்டு மேல் நோக்கி வீசியெறியப்படும்!

இந்த விவேகம் எனது விதியின் மீது கிடக்கிறது: நான் முன்னறிவற்று இருக்க வேண்டும்.

மனிதர்களிடையே தாகத்தால் சாக விரும்பாதவன், எல்லாக் கோப்பைகளில் இருந்தும் அருந்தப் பழக வேண்டும்; மனிதர்களிடையே சுத்தமாக இருக்க விரும்புபவன், அசுத்த நீரினால்கூடத் தன்னைச் சுத்தப்படுத்திக்கொள்ளத் தெரிந்தவனாக இருக்க வேண்டும்.

என்னை ஆறுதல்படுத்திக்கொள்ள அடிக்கடி இவ்வாறு பேசினேன்: 'நல்லது வா, பழைய இதயமே! ஒரு துரதிர்ஷ்டம் உன்னைப் பாதிக்கத் தவறிவிட்டது; அதை உனது நல்ல அதிர்ஷ்டம் எனக் குதூகலி!'

இதுதான், எனது இரண்டாவது துணிவான விவேகம்! நான் கர்வம் கொண்டவர்களிடம் உள்ளதைவிட வீணானவர்களிடம் அன்பாக இருக்கிறேன்.

காயப்பட்ட கர்வம் அனைத்துச் சோகத்திற்கும் அன்னை அல்லவா? ஆனால், எங்கே கர்வம் காயப்படுத்தப்படுகிறதோ, அங்கே கர்வத்தைவிட மேலான ஒன்று வளர்கிறது.

வாழ்வு காண்பதற்கு அருமையானதாக இருப்பதற்கு, அதன் நாடகம் நன்றாக நடிக்கப்பட வேண்டும்; அதற்கு நல்ல நடிகர்கள் தேவைப்படுகிறார்கள்.

எல்லாப் பயனற்ற மனிதர்களும் நல்ல நடிகர்களாக இருக்கக் கண்டேன்; அவர்கள் நடிக்கிறார்கள், மற்றவர்கள் தங்களைப் பார்க்க ஆசைப்படுகிறார்கள் – அவர்களுடைய உள்ளுயிரனைத்தும் இந்த ஆர்வ வேட்கையில் உள்ளது.

அவர்கள் தாங்களாக நடிக்கிறார்கள், அவர்கள் தங்களையே கண்டுபிடிக்கிறார்கள்; நான் அவர்கள் அருகாமையில் வாழ்வைக் கவனிக்க விரும்புகிறேன் – அது மனச்சோர்வைக் குணப்படுத்துகிறது.

நான் வீண் மனிதர்களிடம் அன்பாக இருக்கிறேன். ஏனெனில், அவர்களே எனது மனச்சோர்வுக்கு மருத்துவர்கள்; என்னை ஒரு நாடகம் போல், மனித இனத்திடம் உறுதியாகப் பிடித்திருப்பவர்கள்.

மேலாக: அற்ப மனிதனுடைய தன்னடக்கத்தின் முழு ஆழத்தையும் யாரால் கணிக்க இயலும்! அவனுடைய தன்னடக்

கத்தின் பொருட்டு நான் அவனை விரும்புகிறேன், அவனுக்காக வருந்துகிறேன்.

அவன் உன்னிடம் இருந்து தன்னை நம்புவதற்குக் கற்றுக் கொள்ள விரும்புகிறான்; உனது கணநேரப் பார்வைகளால் வாழ்கிறான், உனது கைகளில் இருந்து புகழ்ச்சியை உண்கிறான்.

அவனுக்குச் சாதகமாகச் சொல்லும்போது அவன் உனது பொய்களைக்கூட நம்பிவிடுகிறான்; ஏனெனில் அவனது இதயம் ஆழங்களில் 'நான் என்னவாக உள்ளேன்?' என்று பெருமூச்சு விடுகிறது,

தன்னைப் பற்றிய உணர்வற்ற பண்புதான் நற்பண்பென்றால்: நன்று, பயனற்ற மனிதன் தனது தன்னடக்கத்தைப் பற்றி உணர்வற்று இருக்கிறான்!

இதுதான் எனது மூன்றாவது துணிவான விவேகம்; நயவஞ்சகர்களைப் பார்ப்பதில் எனக்குக் கிடைக்கும் இன்பத்தை, உனது கோழைத்தனம் கெடுப்பதற்கு விடமாட்டேன்.

கொதிக்கும் சூரியன் பொரித்தெடுக்கும் அற்புதங்களை – புலிகளை, பனைமரங்களை, சங்கிலிக் கருப்பன் பாம்புகளை – பார்ப்பதில் மகிழ்கிறேன்.

மனிதர்களில்கூட கொதிக்கும் சூரியனிலிருந்து தோன்றியவர்கள் உள்ளனர். நயவஞ்சகர்களிடமும் அதிக அற்புதமானவை உள்ளன.

சிறந்த அறிஞன் என்று நீ கருதுபவன் எனக்கு அவ்வளவு அறிவாளியாகத் தெரியாதது போல், மனித வஞ்சகம் தன் பெயருக்கேற்ப இல்லாமல் இருப்பதைக் கண்டேன்.

நான் அடிக்கடி எனது தலையை அசைத்துக்கொண்டு கேட்டேன்: ஏன் தொடர்ந்து ஒலி எழுப்புகிறீர்கள், சங்கிலிக் கருப்பன் பாம்புகளே!

உண்மையில், அங்கே தீமைக்கும்கூட இன்னும் ஒரு எதிர்காலம் உள்ளது. மேலும் மனித இனத்திற்கான 'மிகச் சூடான தென் பகுதி' இன்னும் கண்டுபிடிக்கப்படவில்லை.

வெறும் பன்னிரண்டு அடி அகலமும், மூன்று மாத நீளமுமே உள்ளவை, இப்போது படுமோசமான நயவஞ்சகமாக அழைக்கப்படுகின்றன! எப்படியும் ஒரு நாள், இன்னும் பெரிய டிராகன்கள் உலகினுள் வரும்.

அதிமனிதனிடம் அவனுக்குத் தகுந்த மாதிரி இருக்கும் வகையாக, ஒரு மகத்தான டிராகன், இன்னும் அதிகச் சூடான

சூரிய வெளிச்சம் பட்டு ஈரந்தோய்ந்த பண்டைய காடுகளைச் சுட்டெரிக்க வேண்டும்

உனது காட்டுப்பூனைகள் புலிகளாகவும், உனது விஷத் தேரைகள் முதலைகளாகவும் ஆகியிருக்க வேண்டும் – ஒரு நல்ல வேட்டைக்காரனுக்கு நல்ல வேட்டை வாய்க்கிற வகையில்.

உண்மையில், நல்லவர்களே, நியாயமானவர்களே! உங்களிடம் இருப்பவை அதிகமும் நகைப்பிற்குரியவை; குறிப்பாக முன்னாளில் சாத்தான் என்று அழைக்கப்பட்டவன் மேல் உள்ள பயம்.

உங்களது ஆத்மாக்கள் மகத்தானவற்றுடன் பரிச்சயம் அற்றதாக உள்ளபோது, அதிமனிதன் தனது நல்ல தனத்தில் பயமளிப்பவனாக இருப்பான்.

அறிவார்ந்த, ஒளிபெற்ற மனிதர்களே, அதிமனிதன் குதூகலமாக நிர்வாணக் குளியல் போடுகிற விவேகத்தின் தகிக்கும் சூரியனிடம் இருந்து, நீங்கள் பறந்து செல்வீர்கள்.

எனது கண்கள் நேருக்கு நேராகச் சந்தித்த உயர் மனிதர்களே! இதுவே உங்களைப் பற்றிய எனது சந்தேகமும் ரகசியச் சிரிப்பும்; எனது அதிமனிதனை நீங்கள் 'சாத்தான்' என்று அழைப்பீர்கள் என நினைக்கிறேன்.

அந்தோ, நான் இந்த மிக உயர்ந்த, மிகச்சிறந்த மனிதர்களிடம் சலிப்படைந்து விட்டேன்: அவர்களது உயரங்களில் இருந்து மேலே, வெளியே அதிமனிதனிடம் செல்ல ஏங்கினேன்!

இந்தச் சிறந்த மனிதர்களை அம்மணமாகப் பார்த்தபோது ஒரு திகில் என்னை மீறி வந்தது. பிறகு, தூரமான எதிர்காலங்களுக்கு ஓவியன் இதுவரை கற்பனை செய்திராத அதிகக் குளிர் நிறைந்த தெற்குக்கும் தெற்குக்கு, எங்கே கடவுள்கள் அனைத்து ஆடைகளையும் பார்த்து வெட்கப்படுகின்றனவோ அந்த வெகு தூரமான எதிர்காலங்களுக்கு வானளாவப் பறக்க, அப்போது எனக்குச் சிறகுகள் முளைத்தன.

சகாக்களே, அண்டைவீட்டார்களே, நன்றாக உடுத்தி வீணாக மதிப்பாக நல்லவர்களைப் போல் நியாயமானவர்களைப் போல் உங்களை நான் மாறுவேடத்தில் பார்க்க விரும்புகிறேன்.

உங்களையும் என்னையும் தவறாகப் புரிந்துகொள்ள ஏதுவாக மாறுவேடம் புனைந்த உங்களுடன் நான் அமர்வேன்; உண்மையில் அதுவே எனது கடைசித் துணிவான விவேகம்.

ஜரதுஷ்ட்ரா இவ்வாறு கூறினான்.

## மிக அசைவற்ற நேரம்

கவனியுங்கள், தொல்லையுற்று, முன் செலுத்தப்பட்டு, விருப்பமற்ற பணிவோடு, செல்லத் தயாராக – உங்களிடம் இருந்து விலகிச்செல்ல எனக்கு என்ன நேர்ந்தது, எனது நண்பர்களே?

ஆம், ஜரதுஷ்ட்ரா மீண்டும் அவனது ஏகாந்தத்துக்குள் செல்ல வேண்டும். ஆனால், இந்த முறை, கரடி மகிழ்ச்சியற்றுத் தனது குகைக்குத் திரும்புகிறது!

எனது காதலி என்னிடம் சொன்னாள்; எனக்கு என்ன நேர்ந்தது? யார் இதை ஆணையிட்டது? அந்தோ அதை அவள் எவ்வாறு கொள்வாள்; அவள் பெயரை எப்போதாவது உங்களுக்குச் சொன்னேனா?

நேற்று மாலைவாக்கில் எனது 'மிக அசைவற்ற நேரம்' என்னிடம் பேசியது. அதுதான் எனது பயங்கரமான தலைவியின் பெயர்.

அது நிகழ்ந்தது இவ்வாறு, நான் இவ்வளவு திடீரென்று உங்களை விட்டுப் புறப்படுவதால், உங்கள் இதயம் எனக்கு எதிராக இறுகிவிடாமல் இருக்க, உங்களுக்கு நான் எல்லாவற்றையும் சொல்ல வேண்டும்!

உறக்கத்தில் விழும் ஒருத்தனைத் தாக்கும் பயங்கரம் உங்களுக்குத் தெரியுமா?

அவன் தனது கால் பெருவிரல்வரை பயந்திருந்தான். ஏனெனில், தரை விலகுவது போல் இருந்தது, கனவு தொடங்கியது.

நான் இதை ஓர் உருவகக் கதையாகச் சொல்கிறேன். நேற்று, மிக அசைவற்ற நேரத்தில், எனது வாழ்வின் கடிகாரம் தனது மூச்சைப் பிடித்துக்கொண்டது – நான் என்னைப் பற்றிய அவ்வாறான அமைதியைக் கேட்டதே இல்லை: எனது இதயம் பயந்து இருந்தது.

பிறகு, சப்தமின்றி ஏதோவொன்று என்னிடம் சொன்னது: 'உனக்குத் தெரியுமா, ஜரதுஷ்ட்ரா?'

நான் இந்தக் கிசுகிசுப்பின் பயத்தினால் கத்திவிட்டேன். எனது முகத்தில் ரத்தம் சுண்டிவிட்டது. ஆனால் நான் அமைதியாயிருந்தேன்.

பிறகு மீண்டும், ஏதோவொன்று சப்தமின்றி என்னிடம் சொன்னது: 'உனக்குத் தெரியும், ஜரதுஷ்ட்ரா, ஆனால் நீ பேசுவதில்லை!'

நான் கடைசியில் எதிர்த்துப் பதில் அளித்தேன்: 'ஆம், எனக்குத் தெரியும், ஆனால் பேசமாட்டேன்!'

பிறகு மீண்டும் ஏதோவொன்று ஓசையற்று என்னிடம் சொன்னது: 'நீ பேச மாட்டாய், ஜரதுஷ்ட்ரா? இது உண்மையா? உனது எதிர்ப்பில் உன்னை மறைத்துக் கொள்ளாதே!'

நான் அழுது ஒரு குழந்தையைப் போலத் தடுமாறியபடி சொன்னேன்: 'அந்தோ, நான் விரும்புகிறேன், ஆனால் எப்படி முடியும்? இதிலிருந்து மட்டும் என்னை விடுவித்துவிடு! இது எனது சக்திக்கு அப்பாற்பட்டது.'

பிறகு மீண்டும் ஏதோவொன்று ஓசையற்று என்னிடம் சொன்னது: 'எந்தக் காரணத்திற்காக, ஜரதுஷ்ட்ரா? உனது கற்பித்தல்களைப் பேசுவதற்கும், தகர்ப்பதற்குமான சூழல் என்ன?'

நான் பதில் அளித்தேன்: 'அது எனது கற்பித்தல்களா? நான் யார்? இன்னும் சிறப்புடைய ஒருத்தனுக்காக நான் காத்திருக்கிறேன். அதனால் தகர்ப்பதற்குக்கூடத் தகுதியற்றவன் நான்.'

பிறகு மீண்டும் ஏதோவொன்று சப்தமின்றிச் சொன்னது: 'எந்தக் காரணத்தால் உன்னிடம் இன்னும் பணிவு வரவில்லை. பணிவடக்கத்திற்கு மிக உறுதியான தோல் உள்ளது.'

நான் பதில் அளித்தேன்: 'எனது பணிவடக்கத்தின் தோல், ஏற்கனவே பொறுத்துக் கொள்ளாதது என்ன இருக்கிறது? எனது உயரங்களின் அடிவாரத்தில் நான் வாழ்கிறேன்; எனது சிகரங்கள் எவ்வளவு உயரமானவை! இதுவரை என்னிடம் யாரும் சொன்னதில்லை. ஆனால் எனது பள்ளத்தாக்குகளை எனக்கு நன்றாகத் தெரியும்.'

பிறகு மீண்டும் ஏதோவொன்று ஓசையற்று என்னிடம் சொன்னது: 'ஓ, ஜரதுஷ்ட்ரா, மலைகளை நகர்த்தக் கூடியவன், பள்ளத்தாக்குகளையும், தாழ்வான நிலங்களையும்கூட நகர்த்துகிறான்.'

நான் பதில் அளித்தேன்: 'எனது வார்த்தைகள் இதுவரை மலைகள் எதையும் நகர்த்தவில்லை. நான் என்ன பேசினேனோ அது மனிதர்களைச் சென்று சேரவில்லை. இருந்தும், நான் மனிதர்களிடம் சென்றேன், ஆனால் இதுவரை அவர்களை நான் அடைந்துவிடவில்லை.'

பிறகு மீண்டும் ஏதோவொன்று ஓசையற்று என்னிடம் சொன்னது; 'அது உனக்கு எப்படித் தெரியும்? இரவு மிக அமைதியோடு இருக்கும்போது பனி புல்லின் மேல் விழுகிறது.'

நான் பதில் அளித்தேன்: 'நான் எனது வழியைக் கண்டு பிடித்து அதில் நடந்தபோது, என்னை நையாண்டி செய்தார்கள். உண்மையில் அப்போது எனது பாதங்கள் தடுமாறின.

அவர்கள் என்னிடம் இவ்வாறு பேசினார்கள்: 'நீ வழியை மறந்துவிட்டாய், இப்போது எப்படி நடப்பது என்பதையும் மறந்துவிடுவாய்!'

பிறகு மீண்டும் ஏதோவொன்று சப்தமின்றி என்னிடம் சொன்னது: 'எந்தக் காரணத்தால் அவர்கள் நையாண்டி செய்தார்கள்? நீ பணிவது எப்படி என்பதைக் கற்காத ஒருத்தன்; இப்போது நீ ஆணையிடலாம்!

'அனைத்து மனிதர்களுக்கும் மிகவும் தேவைப்படுவது என்ன என்று உனக்குத் தெரியுமா? மகத்தான காரியங்களை ஆணையிடுபவன்.

'பெரிய விஷயங்களைச் சாதிப்பது சிரமம். அதைவிடச் சிரமம் பெரிய விஷயங்களை ஆணையிடுவது.

'இதுவே உன்னைப் பற்றி உள்ள மன்னிக்க இயலாத விஷயம்: உன்னிடம் அதிகாரம் இருக்கிறது. ஆனால் நீ ஆள மாட்டாய்.'

நான் பதிலளித்தேன்: 'ஆணையிடுவதற்கு ஏற்ற சிங்கத்தின் குரல் எனக்கில்லை.'

பிறகு மீண்டும் ஏதோவொன்று ஓசையற்று என்னிடம் சொன்னது: 'அமைதியான சொற்களே புயலைக் கொண்டு வருகின்றன. புறாக்கள் போல் நடந்து வரும் எண்ணங்கள் உலகை வழி நடத்துகின்றன.

'ஓ, ஜரதுஷ்ட்ரா, எது வர வேண்டுமோ, அதன் நிழலைப் போல் நீ போகலாம்: இவ்வாறு நீ ஆணையிடலாம், ஆணை யிடுதல் வழிநடத்தும்.'

'நான் வெட்கப்படுகிறேன்,' என்று பதிலளித்தேன்.

பிறகு மீண்டும் ஏதோவொன்று ஓசையற்று என்னிடம் சொன்னது: 'நீ இன்னும் வெட்கமில்லாமல் குழந்தையாக ஆக வேண்டும்.

'இளமையின் கர்வம் இன்னும் உன்னுள் உள்ளது, நீ காலந் தாழ்ந்து இளைஞனானாய்: ஆனால் குழந்தையாக விரும்பும் ஒருவன் அவனது இளமையையும் விஞ்சிக் கடக்க வேண்டும்.'

நான் நெடுநேரம் சிந்தித்தேன், நடுங்கினேன். கடைசியில், நான் முதலில் எதைச் சொன்னேனோ அதைச் சொன்னேன்: 'நான் மாட்டேன்.'

உடனே என்னைச் சுற்றி ஒரு சிரிப்பு வெடித்தது. ஐயோ இந்தச் சிரிப்பு எனது உடலை எப்படிக் கிழிக்கிறது, கிழித்துத் திறக்கிறது எனது இதயத்தை!

கடைசி முறையாக ஏதோவொன்று என்னிடம் சொன்னது: 'ஓ, ஜரதுஷ்ட்ரா, உனது பழங்கள் கனிந்துள்ளன, ஆனால் உனது பழங்களுக்கு நீ இன்னும் கனியவில்லை!

'எனவே ஏகாந்தத்துக்கு நீ திரும்பிச் செல்ல வேண்டும்; ஏனெனில் நீ இன்னும் கனிந்து வளரக்கூடும்.'

மீண்டும் ஏதோவொன்று சிரித்தது, பறந்தது: பிறகு என்னைச் சுற்றி அமைதி இருமடங்காக வளர்ந்தது. நான் எப்படியோ தரையில் படுத்திருந்தேன், எனது அங்கங்களில் இருந்து வியர்வை கொட்டியது.

இப்போது நீங்கள் எல்லாவற்றையும் கேட்டீர்கள், நான் ஏன் எனது ஏகாந்தத்துக்குள் செல்ல வேண்டும் என்றும்கூட. உங்களிடம் இருந்து எதையும் மறைக்கவில்லை, எனது நண்பர்களே.

யார், மனிதரில் மிக அமைதியானவன் – அப்படியே இருக்கவும் விரும்புபவன் என்பதையும் நீங்கள் கேட்டீர்கள்.

ஓ, எனது நண்பர்களே! உங்களிடம் இன்னும் கூடுதலாக எதையோ நான் சொல்லியிருக்க வேண்டும், உங்களிடம் தருவதற்குக் கூடுதலான எதையோ வைத்திருக்க வேண்டும்! நான் ஏன் அதைத் தரவில்லை? நான் அவ்வளவு கஞ்சனா?

ஜரதுஷ்ட்ரா இந்த வார்த்தைகளைச் சொன்னபோது, அவனது கவலையின் தீவிரமும், அவனது நண்பர்களிடம் இருந்து புறப்பட வேண்டிய கட்டம் நெருங்குவதும் அவனை ஆட்கொண்டது. எனவே அவன் சப்தமிட்டு அழுதான்: அவனை எப்படிச் சமாதானப்படுத்துவது என்று ஒருவருக்கும் தெரியவில்லை. ஆனால் அந்த இரவில் அவன் நண்பர்களைக் கைவிட்டு தனியே வெளியேறினான்.

# பாகம் மூன்று

## நாடோடி

ஜரதுஷ்ட்ரா விடியலுக்கு முன்பாகவே மறுகரைக்குச் செல்ல ஏதுவாகத் தீவின் கரைக்குச் சென்றபோது நள்ளிரவாகி இருந்தது. அவன் அங்கு கப்பலேற இருந்தான்: ஏனெனில், அங்கு வெளிநாட்டுக் கப்பல்கள்கூட நங்கூரம் பாய்ச்ச விரும்புகிற அருமையான கப்பல்தளம் இருந்தது; பேரின்பத் தீவுகளை விட்டு வெளியேற நினைக்கிற நிறைய பேரை அங்கே கப்பலில் ஏற்றிக்கொண்டார்கள். இப்போது, ஜரதுஷ்ட்ரா மலையேறிக் கொண்டிருக்கும்போது, இளமையிலிருந்து அவன் – அவ்வப்போது – மேற்கொண்ட – தனித்த – பயணங்களையும் எத்தனை மலைகளையும், கரை மேடுகளையும், சிகரங்களையும் ஏற்கனவே ஏறியிருக்கிறான் என்பதையும் நினைவுபடுத்திக்கொண்டான்.

நான் ஒரு நாடோடி, ஒரு மலையேறி என்று தனது இதயத்திடம் சொல்லிக்கொண்டான். எனக்குச் சமவெளிகளைப் பிடிக்கவில்லை, நீண்ட நேரம் என்னால் அசைவற்று அமர்ந்திருக்க இயலாது போலத் தெரிகிறது.

மேலும், விதியென்றும், அனுபவமென்றும் என்னிடம் இனி என்ன வந்தாலும் – அலைந்து திரிதலையும், மலையேற்றத்தையும் கடைசியில் ஆய்வு செய்யும்போது, ஒருவன் அதை தனது அனுபவமாகவே கொள்கிறான்.

விபத்துகள் என்னை வந்தெய்தும் காலம் கடந்தாகிவிட்டது; ஏற்கனவே வராத எது இனிமேல் என்னிடம் வந்துவிடப் போகிறது?

எனது சுயமும், வெளிநாடுகளில் அனைத்து விஷயங்களிலும், விபத்துகளிலும் வெகுகாலமாகச் சிதறிக் கிடந்த அதன் பகுதிகளும் திரும்பி வருகின்றன. கடைசியில், எனது வீடு வந்து சேருகிறது.

எனக்கு இன்னுமொரு விஷயம் தெரியும்; நான் இப்போது எனது கடைசிச் சிகரத்தின் முன்பாக நின்றுகொண்டிருக்கிறேன், மிக நீண்டது என்று ஒத்திப் போடப்பட்டதன் முன்பாக. நான் எனது மிகக் கடினமான பாதையில் ஏற வேண்டும்! ஐயோ, எனது மிகத் தனித்த பயணத்தை ஆரம்பித்துவிட்டேன்!

ஆனால், என்னைப் போன்ற ஒருவன் அவ்வாறான தருணத்தைத் தவிர்ப்பதில்லை; தருணம் அவனிடம் சொல்கிறது: ‘இப்போதுதான் மகத்தான உன் பாதையில் கால் பதிக்கிறாய்! சிகரமும், பாதாளமும் இப்போது ஒன்றாக இணைந்துவிட்டன!

‘நீ உனது மகத்தான பாதையில் மிதித்தியங்கிக்கொண்டிருக்கிறாய்: எது முன்னாளில் உனது இறுதியான அபாயமாக இருந்ததோ, அது இப்போது உனது இறுதியான புகலிடமாக ஆகிவிட்டது!

‘நீ உனது மகத்தான பாதையில் மிதித்தியங்கிக்கொண்டிருக்கிறாய்; உனக்குப் பின்னால் இனி ஒரு பாதை இல்லை என்கிற வகையில், இப்போது உனது அனைத்துத் துணிவையும் அழைக்க வேண்டும்.

‘நீ உனது மகத்தான பாதையில் மிதித்தியங்கிக்கொண்டிருக்கிறாய். இங்கே, உன் பின்னால் யாரும் திருட்டுத்தனமாக வர இயலாது! உனது பாதங்களே நீ கடந்து வந்த பாதையை அழித்துவிட்டன. மேலும், அந்தப் பாதைக்குமேல் ‘சாத்திய மற்றது’ என்று எழுதப்பட்டிருக்கிறது.

‘எல்லாக் கால் பிடிமானங்களும் மறையும்போது, உனது தலையின் மேலாகவே ஏறுவது எப்படியென்று அறிய வேண்டும். இல்லாவிடில் எப்படி நீ மேலேறுவாய்?

‘உனது தலைக்கு மேலாக, உனது சொந்த இதயத்திற்கு அப்பால்! இப்போது உன்னுடைய மிக மிருதுவான பாகம், மிகக் கடினமானதாக ஆகவேண்டும்.

‘எவன் தனக்கு அதிகம் சலுகை கொடுத்துக்கொள்கிறானோ, அவன் கடைசியில் தனது சொந்தச் சலுகையினாலேயே நோயுறுகிறான். கடினமானதுக்கே எல்லாப் புகழும்! எங்கு தேனும் பாலும் ஓடுகிறதோ, அந்த நிலத்தை நான் புகழ்வதில்லை.

‘நிறையப் பார்ப்பதற்கு ஒருவன் தன்னிலிருந்து வெளியே பார்க்க வேண்டும் – ஒவ்வொரு மலையேறிக்கும் இந்தக் கடினத் தன்மை தேவைப்படுகிறது.

'ஆனால், தனது ஆர்வமிகுந்த கண்களால் ஒளிபேறு நாடுகிற எவனாலும், எவ்வாறு ஒரு விஷயத்தை அதன் முன்வாசலுக்கும் அதிகமாகப் பார்த்துவிட இயலும்!

'ஓ, ஜரதுஷ்ட்ரா, நீ விஷயங்களின் அடிப்படைகளையும், அதன் பின்புலங்களையும் அறிய விரும்பினாய்: எனவே நீ உன்னிடமிருந்து மேலேற வேண்டும் – மேலே, அப்பால், உனது நட்சத்திரங்களும் உனக்குக் கீழாகும்வரை!'

ஆம்! எனக்குக் கீழாகப் பார்ப்பதை, எனது நட்சத்திரங்களையும்கூட மேலிருந்து பார்ப்பதை மாத்திரமே எனது சிகரம் என்று அழைப்பேன். அது எனக்கான குறுதிச் சிகரமாகக் காத்திருந்தது!

மலையேறும்போது ஜரதுஷ்ட்ரா தனக்குத்தானே பேசிக்கொண்டான்; தனது இதயத்தைக் கடினமான முதுமொழிகளால் ஆறுதல்படுத்திக்கொண்டான். ஏனெனில், அவனது இதயம் வேறெப்போதுமில்லாத அளவு காயப்பட்டிருந்தது. அவன் மலைமுகட்டை வந்தடைந்தபோது, அங்கு அவன் முன்பாக, மற்ற கடல் விரிந்து கிடந்தது; அவன் நின்றபடி, நீண்ட நேரம் அமைதியாக இருந்தான். ஆனால், அந்த உயரத்தில் நட்சத்திரங்களோடு தெளிவாகவும் குளிர்ச்சியாகவும் இருந்தது இரவு.

எனக்கு எனது விதி தெரியும் (என்றான் கடைசியில் சோகத்தோடு), நல்லது! நான் தயார். எனது கடைசித் தனிமை இப்போதுதான் ஆரம்பித்தது.

'ஓ, எனக்குக் கீழே இருக்கும் இந்தத் துக்ககரமான கருங்கடல். இந்த நினைந்தேங்கும் தயக்கம்! ஓ, ஊழே, கடலே! இப்போது உன்னிடம் வருவதற்கு நான் *இறங்க* வேண்டும்!

நான் எனது மிக உயர்ந்த மலையின் முன், எனது நீண்ட பயணத்தின் முன் நிற்கிறேன்: எனவே, முதலில் நான் இதுவரை இறங்கியிராத ஆழத்துக்கு – வலிக்குள் ஆழமாக, இதுவரை கீழிறங்காத ஆழத்துக்கு, கீழிறங்க வேண்டும். அதன் மிகக் கறுத்த ஓடைக்குள், எனது ஊழ் அதனைக் கொள்ளுமாறு கீழிறங்க வேண்டும். நல்லது! நான் தயார்.

மிக உயர்ந்த மலைகள் எங்கிருந்து உயர்ந்தன என ஒரு சமயம் கேட்டேன். கடலில் இருந்து அவை உயர்ந்தன எனப் பிறகு அறிந்தேன்.

இந்தச் சாட்சியம் அவற்றின் கற்களுக்குள்ளும், அதன் சிகரங்களின் பக்கவாட்டுகளிலும் எழுதப்பட்டிருக்கிறது. மிக நெடியதெல்லாம் தம் உயரத்திற்கு வர, மிகக் கீழேயிருந்துதான் வளரவேண்டும்.

இவ்வாறு சொன்ன ஜரதுஷ்ட்ரா, அந்த மலைச் சிகரத்தில் இருந்து – அங்கு மிகக் குளிராக இருந்தது – கடலுக்கருகில் சென்று, செங்குத்தான பாறைக்குக் கீழே தனியாக நெடுநேரம் இருந்தான். வழியில் மிகக் களைப்புற்று, இதுவரை இல்லாத அளவுக்கு ஏக்கமுற்றவனாக, இவ்வாறாகப் பேசினான்:

அனைத்தும் இன்னும் ஆழ்ந்த உறக்கத்தில் உள்ளன; கடலும்கூட உறக்கத்தில் உள்ளது. அதன் கண்கள் தூக்கக் கலக்கத்துடன், இனமறியாமல் என்னைப் பார்த்தன.

ஆனால், அது சூடாக மூச்சுவிடுகிறது: நான் அதை உணர்கிறேன், அது கனவு காண்பதையும்கூட உணர்கிறேன். கனவு கண்டுகொண்டே, ஒரு கடினமான தலையணை மேல், வேதனையோடு புரள்கிறது.

பார்! பார்! நயவஞ்சக நினைவுகளுடன் அது எவ்வாறு முனகுகிறது என்று பார்! அல்லது நயவஞ்சக எதிர்பார்ப்பு களுடன் முனகுகிறதா?

ஓ, கறுத்த அரக்க உருவமே, நான் உன்னிடம் வருத்தமாக இருக்கிறேன், உன் பொருட்டு என்னிடமே கோபமடைகிறேன்.

உண்மையில், நான் உனது மோசமான கனவுகளிலிருந்து, உன்னை விடுவிக்க விரும்புகிறேன். அந்தோ, எனது கைகளுக்குப் போதுமான அளவு சக்தியில்லையே!

ஜரதுஷ்ட்ரா இவ்வாறு பேசியபோது, தன்னைப் பார்த்துக் கசப்புடனும், துயரத்துடனும் சிரித்துக்கொண்டான். என்ன ஜரதுஷ்ட்ரா! நீ கடலுக்கும்கூட ஆறுதல் கூற விரும்புகிறாயா என்றான்.

ஓ, அன்பான முட்டாளே, ஜரதுஷ்ட்ரா, நம்புவதற்கு அதிக ஆர்வத்துடன் இருக்கிறாய்! ஆனால், நீ எப்போதும் அவ்வாறே இருந்தாய்: அச்சந்தருகிற அனைத்தையும் நீ நம்பிக்கையோடு அணுகினாய்.

நீ எப்போதும் அனைத்து அரக்க உருவங்களையும் தொட்டுத் தடவ விரும்பினாய், ஒரு சூடான மூச்சின் தொடுகை, அதன் உள்ளங்கையில் ஒரு சிறிய மென்மயிர்த் தடவல் – கடைசியாக அதை நேசிக்கவும், கவர்ந்திழுக்கவும் தயாரானாய்.

மிகத் தனிமையான மனிதனுக்குக் காதல் ஒரு அபாயம், எதன் மேலான காதலும், அது உயிரோடிருப்பதாக இருந்தால் மட்டும்! எனது மடத்தனமும், காதலில் எனது பெருந்தன்மையும் நகைப்பிற்குரியது!

ஜரதுஷ்ட்ரா இவ்வாறு பேசி மீண்டும் சிரித்தான்; ஆனால், அவன் விட்டு விலகி வந்த நண்பர்களைப் பற்றி நினைத்து, மேலும் தனது எண்ணங்களால் அவர்களைக் காயப்படுத்தியது போல், தன்னிடமே கோபமடைந்தான். சிரித்துக் கொண்டிருந்த மனிதன் உடனே அழுதான் – கோபமும், ஏக்கமும் ஜரதுஷ்ட்ராவைக் கடுமையாக அழ வைத்தன.

## தரிசனத்தையும் புதிரையும் குறித்து

### 1

ஜரதுஷ்ட்ரா கப்பலில் இருப்பதாக மாலுமிகளிடையே வதந்தி பரவியபோது – பேரின்பத் தீவுகளிலிருந்து ஒரு மனிதன் அவர்களைப் போலவே கப்பலில் ஏறியிருந்தான் – ஒரு மகத்தான ஆர்வமும், எதிர்பார்ப்பும் கிளம்பியது. ஆனால், ஜரதுஷ்ட்ரா துக்கத்தினால் அசிரத்தையடைந்து, எதையும் கேட்காமல் இரண்டு நாட்கள் அமைதியாக இருந்தான். எனவே பார்வைகளுக்கோ அல்லது கேள்விகளுக்கோ அவன் பதிலளிக்கவில்லை. ஆனால், இரண்டாவது நாள் மாலையில் இன்னும் அமைதியாகவே இருந்தாலும், காதுகளை மட்டும் திறந்தான். தொலைவிலிருந்து வந்ததும் இன்னும் தூரமாகச் செல்ல வேண்டியதுமான, அநேக இனமறியாத, பயங்கரமான விஷயங்கள் இந்தக் கப்பலில் கேட்பதற்கு இருந்தன. ஜரதுஷ்ட்ரா, நீண்ட பயணங்களை மேற்கொள்கிற, அபாயமின்றி வாழ விரும்பாத அனைவருக்கும் நண்பன். கவனித்துக் கொண்டே இருந்ததில் அவனது நாக்கு தளர்ந்தது, இதயத்தின் இறுகிய பனி உடைந்தது; பிறகு இவ்வாறு பேச ஆரம்பித்தான்:

வெளிப்படையான துணிகர வணிகச் சூதாடிகளான, சாகசக்காரர்களான பயங்கரமான கடல்களில், தந்திரப் பயணங்கள் சென்றவர்களான உங்களுக்கு,

புதிர்களால் போதையூட்டப்பட்டவர்களான, அந்தி ஒளியில் இன்பம் காண்பவர்களான, ஒவ்வொரு வஞ்சனையான படுகுழிக்கும், புல்லாங்குழல்களால் கவர்ந்திழுக்கப்படுகிற ஆத்மாவை உடைய உங்களுக்கு,

நீங்கள் கோழைத்தனமான கைகளுடன் ஒரு கயிற்றை உணர விரும்பாதவர்கள்; மேலும், எங்கு யூகிக்க இயலுமோ, அங்கு கணக்கிடுவதை வெறுப்பவர்கள்.

அதனால் உங்களுக்கு மட்டுமே நான் கண்ட இந்தப் புதிரைச் சொல்கிறேன் – மிகத் தனித்த மனிதனின் தரிசனத்தை.

சமீபத்தில், நான் ஒரு மரணச் சாம்பல் நிற அந்தி ஒளியில் சோர்வோடும் அழுந்திய உதடுகளோடும் நடந்தேன். எனக்காகக் கீழிறங்கியது ஒரு சூரியன் மட்டுமல்ல.

கற்பாளங்களுக்கும், இடிமானங்களுக்கும் ஊடாக எதிர்த்து ஏறும் பாதை, புதரோ அல்லது செடியோ உற்சாகப்படுத்தாத ஒரு அவக்கேடான, தனித்த பாதை: எனது பாதங்களின் எதிர்ப்பினால் நொறுக்கப்பட்ட ஒரு மலைப்பாதை.

கூழாங்கற்களின் கேலியான கடகடத்த ஒலியில், அமைதி யாகத் தாவி நடந்து, கற்களை மிதித்தரைப்பதனால் வழுக்கி விட்டபடி: எனது பாதம் பிரயத்தனத்துடன் தன்னை மேல் நோக்கி உந்தித்தள்ளிக்கொண்டது.

அதனுடைய உள்ளுயிர் கீழே இழுக்கும்போதும், புவி ஈர்ப்பின் ஆற்றல், எனது சாத்தான், எனது நேர் எதிரி, பாதாளத்தை நோக்கி இழுக்கும்போதும் – மேல்நோக்கி.

அவன் என்மீது அமர்ந்தபோதும், பாதிக் குள்ளன், பாதி அகழெலி; முடமாக்கப்பட்டவன், முடமாக்குபவன்; காரீயத் துளிகளை எனது காதிற்குள் விட்டு, காரீய எண்ணங்களை எனது மூளைக்குள் செலுத்தும்போதும் – மேல்நோக்கி.

அவன் கேலியாக அசை அசையாய் உச்சரித்துச் சொன்னான்: ‘ஓ, ஜரதுஷ்ட்ரா, விவேகத்தின் கல்லே! நீயே உன்னை உயரமாக வீசிக்கொண்டாய் – ஆனால் வீசப்பட்ட ஒவ்வொரு கல்லும் கட்டாயம் விழும்!

ஓ, ஜரதுஷ்ட்ரா, விவேகத்தின் கல்லே, உந்தி வீசும் எறிபடையே, நட்சத்திரங்களை அழிப்பவனே! நீ உன்னையே இவ்வளவு உயரமாக மேலே வீசிக்கொண்டாய், ஆனால் வீசப்படும் ஒவ்வொரு கல்லும் விழுந்தே தீரவேண்டும்!

‘ஓ, ஜரதுஷ்ட்ரா, உன்னாலும், உனது கல் வீச்சினாலும் கண்டனம் செய்யப்பட்டு; உனது கல்லை மிகத் தொலைவுக்கு வீசிவிட்டாய், ஆனால், அது திரும்ப உன் மேல்தான் விழும்!’

அதன்பிறகு, குள்ளன் அமைதியானான்; அவ்வாறே தொடர்ந்து நெடுநேரம் இருந்தான். ஆனால், அவனது அமைதி

என்னை அழுத்தியது; இவ்வாறான துணையுடன் இருப்பது, தனித்திருப்பதைவிட மிகவும் தனிமையானது.

நான் ஏறினேன், நான் ஏறினேன், நான் கனாக் கண்டேன், நான் எண்ணமிட்டேன். ஆனால், அனைத்தும் என்னை அழுத்தியது. தனது காயத்தின் துன்பத்தால் களைத்த ஒரு நோயாளி போலவும், மோசமான கனவினால் தூக்கத்திலிருந்து எழுந்துகொண்டவனைப் போலவும் இருந்தேன்.

ஆனால், என்னுள் இருக்கிற ஏதோவொன்று – அதை நான் துணிவு என்கிறேன் – என்னுள் உள்ள ஊக்கங்கெடுக்கும் அத்தனையையும் அழித்தது. இந்தத் துணிவு, கடைசியில் என்னை நிறுத்தச் செய்து சொல்ல வைத்தது, 'குள்ளன்! நீயா அல்லது நானா!'

ஏனெனில், துணிவே, மிகச் சிறந்த அழிப்பவன் – தாக்கும் துணிவு: ஏனெனில், ஒவ்வொரு தாக்குதலிலும், ஒரு வெற்றிக் கூச்சல் உள்ளது.

மனிதன், மிகத் துணிவுமிக்க விலங்கு: அவனுடைய துணி வினால், ஒவ்வொரு மிருகத்தையும் அடக்கினான். ஒரு வெற்றிக் கூச்சலோடு, அவன் ஒவ்வொரு வலியையும்கூட விஞ்சினான்; மனித வலி, ஆனால் மிக ஆழ்ந்த வலி.

துணிவு, படுபாதாளங்களால் ஏற்படும் கிறுகிறுப்பையும் அழிக்கிறது; எங்கேதான் மனிதன் ஒரு பாதாளத்தில் நிற்ப தில்லை? பார்ப்பது என்பதே – பாதாளங்களைப் பார்ப்ப தல்லவா?

துணிவு, ஒரு மிகச்சிறந்த அழிப்பவன்: துணிவு, இரக்கத்தை யும் அழிக்கிறது. கழிவிரக்கம், உள்ளதிலேயே ஆழமான பாதாளம்: மனிதன் எவ்வளவு ஆழமாக வாழ்வுக்குள் பார்க் கிறானோ, அவ்வளவு ஆழமாகத் துன்புறுதலுக்குள்ளும் பார்க் கிறான்.

துணிவு, ஒரு மிகச் சிறந்த அழிப்பவன், தாக்குகிற துணிவு மரணத்தைகூட அழிக்கிறது, ஏனெனில், அது 'அதுதான் வாழ்வா? நல்லது, அப்போது மீண்டும் ஒரு முறை!' என்று சொல்கிறது.

ஆனால், அவ்வாறு சொல்வதில், ஒரு மகத்தான வெற்றி யொலி உள்ளது. எவனுக்கு கேட்கக் காதுகள் உள்ளனவோ, அவன் கேட்கட்டும்.

## 2

'நில் குள்ளனே!' என்றேன் நான் 'நானா அல்லது நீயா! நம் இருவரில் நானே வலிமையானவன் – எனது ஆழமான

எண்ணம் உனக்குத் தெரியாது! அந்த எண்ணத்தை உன்னால் தாங்கிக்கொள்ள இயலாது!'

அப்போது, என்னை லேசாக்கிய ஏதோவொன்று நிகழ்ந்தது; குள்ளன் எனது தோளிலிருந்து குதித்தான், அறியும் ஆர்வமிக்க அந்தக் குள்ளன்! அவன் எனக்கு முன்பாக, ஒரு பாறையில் உட்கார்ந்தான். நாங்கள் நின்ற இடத்தில் ஒரு நுழைவாயில் இருந்தது.

நான் சொன்னேன்: 'இந்த நுழைவாயிலைப் பார், குள்ளனே! அது இரு கூறுகளைக் கொண்டுள்ளது. இரு வழிகள் இங்கு ஒன்றாக வருகின்றன: எவனும் அதன் முடிவை அடைந்ததில்லை.

'நமக்குப் பின்னால் உள்ள இந்த நீண்ட சந்து; சாசுவ தத்தை நோக்கிச் சென்றுகொண்டிருக்கிறது. நமக்கு முன்பாக உள்ள அந்த நீண்ட சந்து – அது மற்றொரு சாசுவதத்தை நோக்கிச் செல்கிறது.

'இந்தப் பாதைகள் ஒன்றுக்கொன்று எதிராக உள்ளன: ஒன்றோடு ஒன்று அண்டையில் உள்ளன: இங்கே இந்த நுழை வாயிலில், அவை ஒன்றாக வருகின்றன. நுழைவாயிலின் பெயர் அதன் மேல் எழுதப்பட்டுள்ளது: 'தருணம்.'

'ஆனால், ஒருவன் மேலே, மேலும் மேலே மேலே, அவற்றைத் தொடர வேண்டுமென்றால்: குள்ளனே, இந்தப் பாதைகள், சாசுவதமாக ஒன்றுக்கொன்று எதிராக இருக்குமென்று நீ நினைக்கிறாயா?'

'நேரான அனைத்தும் பொய்கள்', என்று முணுமுணுத்தான். குள்ளன் ஏளனத்தோடு 'அனைத்து உண்மையும் திருகலானது, காலம்கூட ஒரு வட்டம்தான்.'

'புவிஈர்ப்பின் ஆற்றல்!' என்றேன் நான் கோபமாக. 'இதை மிகவும் லேசானதாக நினைக்காதே! அல்லது இப்படி உட்கார்ந்து இருக்கிறபடியே விட்டுச் சென்று விடுவேன், நொண்டிக்காலா – உன்னை எவ்வளவு உயரம் சுமந்து வந்திருக்கிறது!

'இந்தத் தருணத்தைக் கவனி!' 'இந்த நுழைவாயில் 'தருணத் தில்' இருந்து, ஒரு நீண்ட சாசுவத சந்து பின்னால் ஓடுகிறது: ஒரு சாசுவதம் நமக்குப் பின்னால் கிடக்கிறது.

'ஓடக்கூடியது அனைத்தும், இந்தச் சந்தில் ஏற்கனவே ஓடி இருக்க வேண்டாமா? நடக்கக்கூடியது அனைத்தும் ஏற்கனவே நடந்திருக்க வேண்டாமா, நடத்தப்பட்டு, துரிதமாக ஓட்டப்பட்டிருக்க வேண்டாமா?

'அனைத்து விஷயங்களும் ஏற்கனவே இங்கிருந்திருந்தால்; இந்தத் தருணத்தைப் பற்றி என்ன நினைக்கிறாய், குள்ளனே?

இந்த நுழைவாயில்கூட, இங்கே இருந்திருந்திருக்க வேண்டாமா – முன்பே ?

'வருங்காலத்தின் அனைத்து விஷயங்களையும், இத்தருணம் தன் பின்னால் இழுத்துச் செல்லும் வகையில், அனைத்தும் ஒன்றாகக் கட்டப்பட்டிருக்கவில்லையா? அதனால் தன்னையும்கூட இழுத்துச் செல்லவில்லையா ?

'ஓடக்கூடிய அனைத்தும், மீண்டும் இந்த நீண்ட சந்தில் முன்னோக்கி ஓட வேண்டும்.

'நிலவொளியில் நகரும் இந்த மெதுவான சிலந்தியும், இந்த நிலவொளியும்கூட. இந்த நுழைவாயிலில் சாசுவதமானவற்றைக் கிசுகிசுக்கும் நானும் நீயும்கூட, நாமனைவரும் இங்கு முன்பே இருந்திருக்க வேண்டாமா ?

' – அத்துடன் நாம் திரும்பி, நமக்கு முன்பாக இருக்கிற, அந்த இன்னொரு சந்தில் இறங்கி ஓட வேண்டாமா, அந்த நீண்ட, பயங்கரமான சந்தில் இறங்கி நாம் சாசுவதமாகத் திரும்ப வேண்டாமா ?'

இவ்வாறு நான் பேசினேன். மேன்மேலும் மென்மையாகப் பேசினேன்: ஏனெனில் எனது சொந்த எண்ணங்களுக்கும் மனத்தடைகளுக்கும் பயந்தேன். அப்போது, திடீரென அருகில் ஒரு நாய் ஊளையிடுவதைக் கேட்டேன்.

அந்த மாதிரியாக ஒரு நாய் ஊளையிடுவதை நான் எப்போதாவது கேட்டிருக்கிறேனா ? எனது எண்ணங்கள் பின்னோடின. ஆம்! நான் குழந்தையாக இருந்தபோது, எனது குழந்தைப் பருவத்தில்.

– அப்போது ஒரு நாய் இப்படி ஊளையிடுவதைக் கேட்டேன். அதைப் பார்க்கவும் செய்தேன், சிலிர்த்துக்கொண்டு, தன் தலையை உயர்த்தி அமைதியான நள்ளிரவில் நடுங்கியவாறு, நாய்களும்கூடப் பேய்களை நம்பும் நேரத்தில்.

– எனவே அது என்னைப் பரிதாப உணர்ச்சிக்குத் தள்ளியது. முழுநிலவு இப்போதுதான் வீட்டிற்கு மேலே கடந்து சென்றது, மரணம் போல் அமைதியாக, அது சட்டென்று அசைவற்று நின்றது, தட்டையான கூரையின் மேல் விறைப்பாக ஒரு வட்ட ஒளிர்வு, ஏதோ விலக்கப்பட்ட இடத்தின் மேல் இருப்பதுபோல்:

அதுதான் அந்த நாயைப் பயமுறுத்தியது: ஏனெனில், நாய்கள் திருடர்களையும், பேய்களையும் நம்புபவை. அதே ஊளையை மீண்டும் கேட்டபோது, அது மீண்டும் என்னைப் பரிதாப உணர்ச்சிக்குத் தள்ளியது.

எங்கே போனான் இப்போது அந்தக் குள்ளன்? அந்த நுழைவாயில்? அந்தச் சிலந்தி? கிசுகிசுப்பெல்லாம் எங்கே போனது? நான் கனவு கண்டேனா? எழுந்துவிட்டேனா? இப்போது, நான் ஒழுங்கற்ற கொடும்பாறை முகடுகளில் நின்று கொண்டிருக்கிறேன், தனியாக, துணையற்ற நிலவொளியில் துணையற்று.

ஆனால், அங்கு ஒரு மனிதன் படுத்துக் கிடக்கிறான்! அங்கே! அந்த நாய், தாவிக்கொண்டு, சிலிர்த்துக்கொண்டு, நெடுங்குரலோடு ஊளையிட்டது; நான் வருவதை அது பார்த்தது – பிறகு மீண்டும் ஊளையிட்டது, பிறகு கதறியது – எப்போதாவது, ஒரு நாய் அப்படி உதவிக்காக அழுததைக் கேட்டிருக்கிறேனா?

உண்மையில், நான் பார்த்ததைப் போல் இதற்கு முன் எப்போதும் பார்த்ததில்லை, சுருண்டு நெளிந்து மூச்சடைத்து, இழுத்துக்கொண்டு, முகம் உருச்சிதைந்து, ஓர் இளம் இடையன் கிடந்தான். ஒரு தடித்த, கருநாகம் அவன் வாயிலிருந்து வெளியே தொங்கிக்கொண்டிருந்தது.

நான் இவ்வளவு அருவருப்பையும், வெளிறிய திகிலையும், ஒரு முகத்தில் எப்போதாவது பாத்திருக்கிறேனா? அவன், ஒருவேளை உறங்கிக்கொண்டிருந்தானா? அப்போது, பாம்பு அவனது தொண்டைக்குள் புகுந்து சுருண்டுகொண்டு – அங்கு அது தன்னைத்தானே கடித்துக்கொண்டதா?

எனது கைகள் பாம்பை இழுத்து இழுத்துப் பார்த்தன – வீண் வேலை! பாம்பை இடையனின் வாயிலிருந்து இழுக்க இயலவில்லை. பிறகு, என்னிலிருந்து ஒரு குரல் கூவியது: 'கடி! கடி!'

'அதன் தலை துண்டாகும்படி கடி!' – இவ்வாறாக ஒரு குரல் என்னிலிருந்து கூச்சலிட்டது. எனது திகில், எனது விதி, எனது அருவருப்பு, எனது பரிதாபம், எனது அனைத்து நல்லது தீயதும் என்னுள் இருந்து, ஒரே கத்தலாகக் கத்தியது.

என்னைச் சுற்றியுள்ள துணிவுமிக்க மனிதர்களே, துணிகர மான வணிகச் சூதாடிகளே, சாகசக்காரர்களே, கண்டுபிடிக்கப் படாத கடல்களில், தந்திரப் பயணங்கள் புறப்பட்டவர்களே! புதிர்களில் இன்பம் காண்பவர்களே!

நான் பார்த்த இந்தப் புதிரை எனக்காக விடுவியுங்கள்; மிகவும் தனித்த மனிதனின் தரிசனத்தை எனக்கு விளக்குங்கள்!

ஏனெனில், அது ஒரு தரிசனம், ஒரு முன்னுணர்வு: நான் இந்தத் தொடர் உருவகத்தில் எதைப் பார்த்தேன்? ஒரு நாள் வரவேண்டியது யார்?

யாருடைய வாய்க்குள் பாம்பு அவ்வாறு சுருண்டதோ, அந்த இடையன் யார்? யாருடைய தொண்டைக்குள் கடினமான, கறுப்பான அனைத்தும் அவ்வாறு ஊர்ந்து செல்லுமோ, அந்த மனிதன் யார்?

எனது கூச்சல் பரிந்துரைத்தபடி அந்த இடையன் கடித்தான்; ஒரு அருமையான கடி கடித்தான்! பாம்பின் தலையைத் தூரத்தில் துப்பிவிட்டுத் துள்ளி எழுந்தான்.

இப்போது அவன் இடையனல்ல, இப்போது மனிதனல்ல – ஓர் உருமாறிய உயிர், ஒளியால் சூழப்பட்டு, சிரிக்கிறது. அவன் சிரித்ததுபோல், பூமியில் யாரும் இதுவரை சிரித்ததில்லை!

ஓ, எனது சகோதரர்களே, நான் கேட்ட சிரிப்பு ஒரு மனிதச் சிரிப்பல்ல – இப்போது என்னைத் தாகம் வாட்டுகிறது, தணியாத ஒரு ஏக்கம்.

இந்தச் சிரிப்புக்கான எனது ஏக்கம் என்னைத் தின்கிறது: ஓ, இனியும் நான் எப்படி வாழ்வதைச் சகிக்க முடியும்! மேலும், இப்போது எப்படிச் சாவதைச் சகிக்க முடியும்!

ஜரதுஷ்ட்ரா இவ்வாறு கூறினான்.

## தானாக நிகழ்ந்த பேரின்பம் குறித்து

இப்படியான புதிர்களும், கசப்புகளும் இதயத்திலிருக்க, ஜரதுஷ்ட்ரா கடலின் குறுக்கே பயணம் செய்தான். பேரின்பத் தீவுகளையும், அவனது நண்பர்களையும் கடந்து, நான்கு நாட்கள் பயணம் செய்தபிறகு – வலியைத் தாண்டி வந்தான், வெற்றிகரமாக, திடமான அடிகளோடு மீண்டும் அவன் தனது விதியை ஒத்துக்கொண்டான். ஜரதுஷ்ட்ரா, தனது மகிழும் மனசாட்சியிடம் இவ்வாறு சொன்னான்:

நான் மீண்டும் தனிமையில் இருக்கிறேன்; விருப்பத்தோடுதான் அவ்வாறு இருக்கிறேன், தூய்மையான ஆகாயத்துடனும், திறந்த கடலுடனும் தனிமையாக இருக்கிறேன்; மீண்டும் என்னைச் சுற்றி நண்பகலாகிவிட்டது.

ஒருகாலத்தில், எனது நண்பர்களை முதன்முறையாகக் கண்டுபிடித்தபோது, அது மதியவேளை. நான் அவர்களை இரண்டாவதுமுறை கண்டுபிடித்த போதும் அது மதியவேளைதான் – அனைத்து வெளிச்சமும், அசைவற்று வளர்ந்திருக்கும் வேளை.

சொர்க்கத்திற்கும் பூமிக்கும் இடையில், இன்னும் பயணப்படுகிற எல்லா மகிழ்ச்சிகளும், இப்போது ஒளி பொருந்திய ஆத்மாவில் இருப்பிடம் தேடுகின்றன; அனைத்து ஒளியும் இப்போது மகிழ்ச்சியோடு அசைவற்றுப் போயின.

ஓ, எனது வாழ்வின் மதியவேளையே! எனது மகிழ்ச்சியும் கூட ஒரு சமயம், ஒரு தங்குமிடம் தேடிச் சமவெளிக்குக் கீழிறங்கியது. அங்கு, இந்தத் திறந்த, விருந்தோம்பலுள்ள ஆத்மாக்களை அது கண்டது.

ஓ, எனது வாழ்வின் மதியவேளையே! இன்னும் நான் தந்துவிடாத ஒன்று, ஒருவேளை இன்னும் நான் வைத்திருக்கிற ஒன்று; இந்த வாழும் தாவரங்களான எனது எண்ணங்கள் மற்றும் எனது மிக உயர்ந்த நம்பிக்கையின் உதயமே.

ஒரு காலத்தில் படைப்பாளி, அவனது நம்பிக்கையின் சகாக்களையும், குழந்தைகளையும் நாடினான்; அவனே அவர்களை படைத்தாலன்றி, அவனால் அவர்களைக் காணமுடியாது என்று ஆயிற்று.

இவ்வாறாக, நான் எனது பணியின் நடுவில் உள்ளேன், எனது குழந்தைகளிடம் செல்வதும், அவர்களிடமிருந்து திரும்புவதுமாக; தனது குழந்தைகளின் பொருட்டு, ஜரதுஷ்ட்ரா தன்னைக் கச்சிதப்படுத்திக்கொள்ள வேண்டும்.

ஏனெனில், ஒருவன் தனது குழந்தைகளையும் தனது படைப்பையும் மட்டுமே தனது இதயத்திலிருந்து நேசிக்கிறான்; மேலும் எங்கு தன்மேலான காதல் மகத்தானதாக உள்ளதோ, அது கர்ப்பத்தின் அறிகுறி: இவ்வாறாகக் கண்டுகொண்டேன் நான்.

எனது குழந்தைகள், தங்களது முதல் வசந்த காலத்தில், இன்னும் பசுமையாக உள்ளன, அருகருகே நின்றபடி காற்றுகளால் ஒன்றாக அசைக்கப்பட்டபடி, எனது தோட்டத்தின் மரங்கள், எனது வளமான மண்.

உண்மையில், எங்கு அவ்வாறான மரங்கள் அருகருகே நிற்கின்றனவோ, அங்கு பேரின்பத் தீவுகள் உள்ளன!

ஆனால் ஒருநாள், அவற்றை நான் வேரோடு பிடுங்கித் தன்னளவில் தனியாக அமைப்பேன் – அவை தனிமை, எதிர்த்து நிற்றல் மற்றும் முன்னோக்கினைக் கற்றுக் கொள்ளும்படி.

பிறகு கரணைகளோடு முறுகி, வளையும் கடினத்தோடு, வெற்றி காண இயலாத வாழ்வின் உயிர்வாழும் கலங்கரை விளக்கமாக அது கடலின் அருகில் நிற்க இயலும்.

எங்கே புயல்கள் கடலுக்குள் புகுகிறதோ, மலையின் நீள்மூக்கு எங்கு நீரை அருந்துகிறதோ அங்கு – அவர்கள் ஒவ்வொருவரும் அவர்களின் இரவையும், பகலையும் அதனுடைய பரிசோதனைக்காகவும், அங்கீகாரத்திற்காகவும் கண்காணிப்பார்கள்.

அது எனது வகையிலானதா, எனது இனத்தினுடையதா என்று பரிசோதிக்கப்பட்டு அங்கீகரிக்கப்படும் – அது நீட்டிக்கப் பட்ட விருப்பமொன்றின் எஜமானா, அது பேசும்போதுகூட அமைதியாக இருக்கிறதா, கொடுக்கிறபோதே எடுத்துக் கொள் கிற வகையில் அது கொடுக்கிறதா – அது ஒரு நாள் ஜரதுஷ்ட்ரா வுடைய துணைவனாக, சக படைப்பாளியாக, சக மகிழ்ச்சிக் கொண்டாட்டக்காரனாக ஆகிற வகையில் – அனைத்து விஷயங் களுடைய மகத்தான கச்சிதத்தன்மைக்காக எனது விருப்பத்தை எனது பட்டயத் தகட்டில் பொறிக்கிற வகையாக இருக்கும்.

அதன் பொருட்டு, மேலும் அந்த மாதிரியானவர்களுக் காக, என்னை நான் கச்சிதப்படுத்திக்கொண்டே தீரவேண்டும். ஆதலால், நான் இப்போது எனது மகிழ்ச்சியைத் தவிர்த்துக் கொண்டு அனைத்து மகிழ்ச்சியின்மைகளுக்கும் என்னை அளித்துக்கொள்கிறேன் – எனது இறுதிப் பரிசோதனைக்காக வும், அங்கீகாரத்துக்காகவும்.

உண்மையில், நான் சென்றபோது அது சரியான நேரம் – நாடோடியின் நிழல், நீண்ட இடைத்தங்கல் மற்றும் அமைதி யான நேரம் – அனைத்தும் என்னிடம் ‘இதுவே தகுந்த நேரம்’ என்றன.

காற்று, சாவித் துவாரத்தின் வழியாக வீசியபடி, என்னிடம் ‘வா!’ என்று சொன்னது: கதவு தந்திரமாகத் திறந்து, என்னிடம் ‘போ!’ என்று சொன்னது.

ஆனால், எனது குழந்தைகளை நேசிப்பதற்காக, நான் கால் விலங்கிட்டுக் கொண்டு கிடந்தேன். இந்தப் பொறியை ஆசை எனக்காக அமைத்தது, நேசத்திற்கான ஆசை, நான் எனது குழந்தைகளின் பலியாக ஆகி, அவர்கள் மூலமாக என்னையே இழப்பேன்.

ஆசைப்படுவது – என்னையே இழப்பதாக, இப்போது எனக்கு அர்த்தப்படுகிறது. எனது குழந்தைகளே! நான் உங்களை உடைமையாகப் பெற்றிருக்கிறேன், இந்த உடைமை யில் அனைத்தும் நிச்சயத்தன்மையோடு இருக்க வேண்டும், எதுவும் ஆசையோடல்ல.

ஆனால், எனது நேசத்தின் சூரியன் என்னைத் துளைத்த வாறுள்ளது. ஜரதுஷ்ட்ரா அவனது ரசத்திலேயே வேக வைக்கப் படுகிறான். பிறகு நிழல்களும், சந்தேகங்களும் என்னைக் கடந்து சென்றன.

நான் உறைபனியிலும், குளிர்காலத்திலும் சிக்கியிருந்தேன்: ஓ, அந்த உறைபனியும், குளிர்காலமும் என்னை உறையவைக் கும், நொறுக்கிவிடும் என்று நான் பெருமூச்சு விட்டேன், பிறகு குளிர்ந்த பனி என்னிலிருந்து எழுந்தது.

எனது இறந்தகாலம் அதன் கல்லறைகளை உடைத்தது, உயிரோடு புதைக்கப்பட்ட பல வலிகளும் விழித்தன, அவை உறங்கிக்கொண்டுதானிருந்தன, சாவுப் போர்வைகளால் மறைக்கப்பட்டு.

இவ்வாறாக, அனைத்தும் குறியீடுகளால் 'இதுவே நேரம்!' என்று என்னை அழைத்தன. ஆனால் நான் கேட்கவில்லை. கடைசியில், எனது பாதாளம் கலங்கி, எனது எண்ணம் என்னைக் கடிக்கும்வரை.

அந்தோ, எனது எண்ணமே! படுபாதாள எண்ணமே! உன்னைக் கேட்கும்போது நடுங்காமல், சலிப்படைந்துபோக, எப்போது நான் வலிமை பெறுவேன்?

உனது பேச்சைக் கேட்டுச் சலிப்படையும்போது, எனது இதயம் எனது தொண்டைக்கு வருகிறது! உனது மௌனம்கூட என்னை மூச்சடைக்கப் பயமுறுத்துகிறது, படுபாதாளமான, அமைதியான எண்ணமே!

இதுவரை, உனக்கு உத்தரவு அனுப்பத் துணியவில்லை; நான் உன்னை என்னோடு சுமந்ததே போதுமானதாக இருந்தது! அறுதியான சிங்கத்தின் தருக்குக்கும், சிங்கத்தின் தேவைப்படுதலுக்கும், போதுமான வலிமையுடையவனாக, இன்னும் நான் ஆகவில்லை.

நான் பயமடைய உனது கனமே போதுமானதாக இருந்தது எப்போதும்: ஆனால் ஒரு நாள், நான் வலிமை பெறுவேன், உனக்குக் கட்டளை இட சிங்கத்தின் குரலையும் பெறுவேன்!

அதில் என்னை நான் விஞ்சி வரும்போது, மகத்தானதிலும் என்னை நான் விஞ்சுவேன்: ஒரு வெற்றியே, எனது கச்சிதத்தின் முத்திரையாக அமையட்டும்!

இதற்கிடையே, நான் நிச்சயமற்ற கடல்களில் பயணப்படு கிறேன்: மிருதுவாக, தந்திரமாய்ப் பேசும் வாய்ப்பு, என்னை

வீண் புகழ்ச்சி செய்கிறது. நான் முன்னும், பின்னும் பார்க்கிறேன், இருந்தும் முடிவு எதையும் பார்க்கவில்லை.

எனது கடைசிப் போராட்டத்தின் நேரம், இன்னும் வந்தடையவில்லை – அல்லது இப்போதுதான் வந்தடைந்ததா? உண்மையில், கடலும், என்னைச் சுற்றியுள்ள வாழ்வும், என்னை நயவஞ்சக அழகுடன் பார்க்கின்றன!

ஓ, எனது வாழ்வின் பிற்பகலே! ஓ, சாயங்காலத்துக்கு முன்பான மகிழ்ச்சியே! ஓ, நடுக்கடலிலுள்ள துறைமுகமே! ஓ, நிச்சயமற்றதின் அமைதியே! எவ்வாறு நான் உங்கள் அனைவரையும் நம்பாமல் இருக்கிறேன்!

உண்மையாக, நான் உங்களது நயவஞ்சக அழகில் நம்பிக்கையின்றி இருக்கிறேன். வெல்வெட் சிரிப்புகளனைத்தையும் நம்பாத, ஒரு காதலனைப் போன்றவன் நான்.

பொறாமையான மனிதன், தன்னிடமிருந்து தான் மிகவும் நேசிப்பதை நெக்கித் தள்ளுவது போல், கடினத்தன்மையிலும் அன்பாக இருப்பது போல், நான் இந்தப் பேரின்ப நேரத்தை, என்னிடமிருந்து நெக்கித் தள்ளுகிறேன்.

பேரின்ப நேரமே! போய்த் தொலை! உன்னுடன் வந்தது தானாக நிற்குமொரு பேரின்பம்! நான் எனது மிக ஆழ்ந்த வலிக்காகத் தயாராக, இங்கே நின்றிருக்கிறேன் – நீ காலம் தவறி வந்துவிட்டாய்!

பேரின்ப நேரமே! போய்த் தொலை! அதோ அங்கு போய்த் தங்கிக்கொள் – எனது குழந்தைகளுடன்! சீக்கிரம், அந்திவேளைக்கு முன்பாக, அவர்களை எனது மகிழ்ச்சியால் வாழ்த்து!

அங்கு அந்திவேளை ஏற்கனவே நெருங்குகிறது: சூரியன் மூழ்குகிறான். போ எனது மகிழ்ச்சியே!

ஜரதுஷ்ட்ரா இவ்வாறு கூறினான். அவன் தனது மகிழ்ச்சி யின்மைக்காக, இரவு முழுதும் காத்திருந்தான்; ஆனால், அதில் பயனேதும் இல்லை. இரவு தெளிவாகவும், அமைதியாகவும் இருந்தது. மகிழ்ச்சி அவனுக்கு அருகருகே வந்தது. காலை வேளை வந்துகொண்டிருக்கும்போது, ஜரதுஷ்ட்ரா மனதாரச் சிரித்தவாறு கேலியாகச் சொன்னான்: ‘மகிழ்ச்சி என் பின்னே ஓடி வருகிறது. ஏனெனில், நான் பெண்கள் பின்னே ஓடுவ தில்லை. ஒருவிதத்தில், மகிழ்ச்சி ஒரு பெண்தானே.’

## சூரிய உதயத்திற்கு முன்பாக

ஓ, எனக்கு மேலுள்ள ஆகாயமே! ஓ, சுத்தமான ஆழமான ஆகாயமே! ஒளியின் பாதாளமே! உனக்குள்ளே பார்க்கும்போது, நான் புனிதமான ஆசைகளோடு நடுங்குகிறேன்.

என்னை, உனது உயரத்திற்குக் கொண்டுவர –அதுவே, எனது ஆழம்! உனது தூய்மையில், என்னை மறைத்துக்கொள்ள – அதுவே, எனது மாசின்மை!

கடவுள், தனது அழகினால் மூடப்பட்டிருக்கிறான்: இவ்வாறே, நீ உனது நட்சத்திரங்களை மறைக்கிறாய். நீ பேசுவதில்லை: இவ்வாறாக, நீ உனது விவேகத்தை எனக்குச் சாற்றுகிறாய்.

நீ எனக்காக இன்று உதித்திருக்கிறாய், குமுறும் கடல்மேல் ஊமையாக; உனது நேசமும், பெருந் தன்மையும், எனது குமுறும் ஆத்மாவிடம், ஒரு வெளிப்பாட்டினைக் கூறுகிறது.

உனது திரையிடப்பட்ட அழகாக நீ என்னிடம் வந்துவிட்டதால்; நீ உனது விவேகத்தின் விளைவாக மௌனமாகப் பேசிவிட்டதால்,

உனது ஆத்மாவில் பணிவுடன் உள்ளதையெல்லாம், நான் எவ்வாறு கண்டுகொள்ளாமல் இருப்பேன்! நீ மிகத் தனித்த மனிதனான என்னிடம், சூரியனுக்கு முன்பாகவே வந்துவிட்டாய்.

நாங்கள், ஆரம்பத்தில் இருந்தே நண்பர்களாக இருக்கிறோம்: எங்களுக்குள் துக்கமும், பயமும், உலகமும் பொதுவாக இருக்கிறது; சூரியன்கூட எங்களுக்குப் பொதுவாக இருக்கிறது.

நாங்கள், ஒருவருக்கொருவர் பேசிக்கொள்ளவில்லை. ஏனெனில், எங்களுக்கு நிறையவே தெரியும்: அமைதியாக இணைந்து இருக்கிறோம், ஒருவருக்கொருவர் எங்களது அறிவைப் புன்னகைக்கிறோம்.

நீதானே எனது தீயின் ஒளி? எனது நுண்ணறிவினுடைய ஆத்ம சகோதரியை உன்னிடம் வைத்திருக்கவில்லையா நீ?

அனைத்தையும் சேர்ந்தே நாம் கற்றோம்: நமக்கு மேலாக நம்மையே மிஞ்சக் கற்றோம், வெளிப்படையாக பிரகாசமான கண்களுடன் கீழ் நோக்கிச் சிரிக்க, நமக்குக் கீழே மைல்களுக்கு அப்பால் கட்டாயமும், நோக்கமும், குற்றவுணர்வும், மழை போல் பொழியும்போது வெளிப்படையாகச் சிரிக்கக் கற்றோம்.

இரவிலும் வஞ்சகமான பாதைகளில் நான் தனியாக அலைந்து திரிந்தபோது எனது ஆத்மா எதற்காக ஏங்கியிருந்தது? நான் மலைகளில் ஏறியபோது, யாரை எப்போதும் தேடினேன் மலைகளின் மேல் – உன்னையன்றி?

எனது அனைத்து அலைந்து திரிதல்களும், மலை ஏற்றங்களும்: வெறுமொரு அடிப்படைத் தேவை, அலங்கோலத்தின் கருவி; எனது மொத்த ஆசையும், பறக்க மட்டுமே விரும்புகிறது – உனக்குள் பறக்க!

கடக்கும் மேகங்களையும், உன்னைக் கெடுக்கும் அனைத்தையும்விட, எதை நான் அதிகம் வெறுக்கிறேன்? எனது சொந்த வெறுப்பையேகூட வெறுத்தேன், ஏனெனில் அது உன்னைக் கெடுத்தது!

கடந்து போகும் மேகங்களை இரையின்பின் செல்லும் வஞ்சகப் பூனைகளை வெறுக்கிறேன். அவை உன்னிடம் இருந்தும், என்னிடம் இருந்தும், பொதுவாக நம்மிடமுள்ளதை – ஆம் மற்றும் ஆமென் ஆகியவற்றின், அந்த அகன்ற எல்லைகளற்ற அறிவிப்பை எடுத்துக்கொள்கின்றன.

நாம் இந்த இடைத்தரகர்களையும், ஊடே கலப்பவர்களையும் வெறுக்கிறோம், இந்தக் கடக்கும் மேகங்களை இந்தப் பாதிப் பாதியானவர்களை, தங்கள் இதயத்திலிருந்து ஆசிர்வதிக்கவோ, சபிக்கவோ கற்றுக்கொள்ளாதவர்களை வெறுக்கிறோம்.

கடக்கும் மேகங்களால் கெடுக்கப்பட்ட, ஒளிரும் ஆகாயமே! உன்னைப் பார்ப்பதைவிட, ஒரு மூடிய வானத்தின்கீழ் பீப்பாய்க்குள் நான் அமர்ந்துகொள்வேன், வானமே அற்ற பாதாளத்தில் அமர்வேன்.

இடியைப் போல உள்ளீடற்ற வயிறுகள் மீது தாளமிடக் கூடிய வகையில் – மின்னலின் தாறுமாறான தங்கக் கம்பிகளால், இவற்றை ஒன்றாகக் கட்டிவிட நான் அடிக்கடி விரும்பினேன்.

நான் ஒரு கோபமான தாளவாத்தியக்காரன், ஏனெனில் அவர்கள் உன்னுடைய ஆம் மற்றும் ஆமெனை என்னிடம் இருந்து கொள்ளையடித்தார்கள். ஓ, எனக்கு மேலுள்ள தூய ஆகாயமே! பளபளக்கும் வானமே! ஒளியின் பாதாளமே – அவர்கள் எனது ஆம் மற்றும் ஆமெனைக் கொள்ளை அடித்ததால்!

ஜாக்கிரதையான, நிச்சயமற்ற பூனைத் தூக்கத்தைவிட சப்தத்தையும், இடியையும், சாபத்தையும் பெறுவேன் நான். மனிதர்களுள்கூட நான் அதிகம் வெறுப்பது மென்நடையர்களை, அரைமனதுடையவர்களை, நிச்சயமற்றவர்களை, தயங்கிச் செல்லும் மேகம் போன்றவர்களை.

மேலும் 'ஆசிர்வதிக்க இயலாதவர்கள் சாபமிடக் கற்றுக் கொள்ளட்டும்!' – இந்தத் தெளிவான பாடம், எனக்குத் தெளிவான வானத்தில் இருந்து விழுந்தது. இந்த நட்சத்திரம் கருமையான இரவுகளில்கூட எனது வானில் நிற்கிறது.

நான், ஆசிர்வதித்து ஆம் என்று அறிவிக்கும் ஒருவன், தூய பளபளக்கும் வானமே! ஒளியின் பாதாளமே! என்னைச் சுற்றி நீ இருந்தால் மாத்திரமே – அனைத்துப் பாதாளங்களுக்குள்ளும் நான் எனது புனிதமாக்கப்பட்ட ஆம் – ன் அறிவிப்பை எடுத்துச் செல்வேன்.

நான் ஆசிர்வதிக்கிற ஒருவனாகவும், 'ஆம்'ஐ அறிவிக்கிறவனாகவும் ஆனேன்; மேலும், ஒருநாள் ஆசிர்வாதத்திற்காக எனது கைகள் சுதந்திரமாகும் வகையில், அதற்காக நீண்ட காலம் கடுமையாக முயற்சி செய்து மல்யுத்த வீரனாவேன்.

இதுவே, எனது ஆசிர்வாதம்: அனைத்திற்கு மேலும் அதன் சொந்த ஆகாயம்போல் நிற்கட்டும், அதன் வட்டக் கூரைபோல், நீலவண்ண மணிபோல், சாசுவதமான நிச்சயம் போல் நிற்கட்டும்: மேலும், இவ்வாறு ஆசிர்வதிப்பவன் மகிழ்ச்சியாக இருக்கிறான்!

ஏனெனில் சாசுவதமானதன் ஊற்றில், நன்மை தீமைக்கு அப்பால் அனைத்திற்கும் ஞானஸ்நானம் செய்யப்படுகிறது; நல்லது மற்றும் தீயதேகூட, இடை மறிக்கும் நிழல்களும், ஈரமான வேதனையும், கடந்து செல்லும் மேகங்களும் மட்டுமே.

'அனைத்திற்கும் மேலாக நிற்கிறது தற்செயலின் சொர்க்கம், களங்கமின்மையின் சொர்க்கம், விபத்தின் சொர்க்கம், சீர்படாததன் சொர்க்கம்' என்று நான் கற்றுத் தரும்போது, அது ஒரு ஆசிர்வாதம், தெய்வ நிந்தனையல்ல:

'திருவாளர் தற்செயல்' – அவனே உலகின் மிகப் பழைய பெருந்தன்மை, நான் அதனை அனைத்திற்கும் திருப்பி அளித்து விட்டேன். காரணமாகத்தான் அவற்றை அடிமைத் தளையிலிருந்து விடுவித்தேன்.

எந்த சாசுவதமான விருப்பமும், அவர்களுக்கு மேலாகவோ அல்லது அவர்கள் மூலமாகவோ இயங்குவதில்லை என்று அவர்களுக்குக் கற்றுத் தந்தபோது, நான் இந்த விடுதலையையும், தெய்வீக உற்சாகத்தையும் ஒரு நீலவண்ண மணியைப் போல் அனைத்திற்கு மேலாகவும் மாட்டிவிட்டேன்.

'அனைத்து விஷயங்களோடும் ஒன்று சாத்தியமற்றது – பகுத்தறிவது!' என்று நான் சொல்லித் தந்தபோது: நான் இந்த அடாவடியையும், முட்டாள்தனத்தையும் அந்த விருப்பத்தின் இடத்தில் அமைத்தேன்.

ஒரு சிறுகாரணம், நிச்சயப்படுத்திக்கொள்ள, ஒரு விவேகத்தின் விதை, நட்சத்திரத்திலிருந்து நட்சத்திரத்திற்கு வீசப்பட்டது – இந்தப் பதப்படுத்தும் பொருள், அனைத்து விஷயங்களோடும் கலக்கப்பட்டது; முட்டாள்தனத்திற்காக விவேகம் அனைத்தோடும் கலக்கப்பட்டது!

ஒரு சிறுவிவேகம் என்பது சந்தேகத்திற்கு அப்பாற்பட்டு சாத்தியமானது: ஆனால், நான் இந்த மகிழ்ச்சியான நிச்சயத்தை, அனைத்து விஷயங்களிலும் கண்டேன்; குருட்டு வாய்ப்பின் பாதங்களில், நடனமாடுவதை அவர்கள் தேர்வு செய்வார்கள்.

ஓ, எனக்கு மேலுள்ள ஆகாயமே, தூய உயர்ந்த ஆகாயமே! ஒரு சாசுவதமான காரணச் சிலந்தியோ அல்லது சிலந்தியின் வலையோ உன்னுள் இல்லை. இதுவே இப்போது எனக்கான உனது தூய்மை.

தெய்வீக வாய்ப்புகளின் நடனத்தளம் நீயெனக்கு, தெய்வீகப் பகடைக்கும், பகடைக்காரர்களுக்குமான கடவுளின் மேஜை நீ எனக்கு!

ஆனால் நீ வெட்கப்படுகிறாயா? நான் சொல்லக் கூடாதது எதையாவது சொன்னேனா? நான் உன்னை ஆசிர்வதிப்பதாக நினைத்துக்கொண்டு அவதூறு செய்து விட்டேனா?

அல்லது நாம் சேர்ந்திருப்பதன் வெட்கம்தான் உன்னைக் கன்னம் சிவக்க வைக்கிறதா? என்னைப் போகச் சொல்கிறாயா, அமைதியாக இருக்கச் சொல்கிறாயா – இப்போது பகல் வந்து கொண்டிருப்பதால்?

உலகம் ஆழமானது; பகல் தான் நினைத்திருந்ததைவிட ஆழமாக இருந்தது. பகலின் இருப்பில் அனைத்தையும் பேசிவிட இயலாது. ஆனால், பகல் வருகிறது. எனவே நாம் பிரிவோம்!

ஓ, எனக்கு மேலுள்ள ஆகாயமே, எளிய, ஒளிரும் ஆகாயமே! சூரிய உதயத்திற்கு முன்பான எனது மகிழ்ச்சியே! பகல் வருகிறது; எனவே நாம் பிரிவோம்!

ஜரதுஷ்ட்ரா இவ்வாறு கூறினான்.

## *சிறிதாக்கும் நற்பண்பு குறித்து*

### 1

ஜரதுஷ்ட்ரா, மீண்டும் உறுதியான பூமிக்கு வந்தவுடன் நேராக மலைகளுக்கோ, அவனது குகைக்கோ சென்றுவிட

வில்லை. ஆனால் நிறைய பயணங்கள் மேற்கொண்டான். நிறைய கேள்விகள் கேட்டான், இதைப்பற்றியும் அதைப்பற்றியும் விசாரித்தான். எனவே தன்னைப்பற்றியே நகைச் சுவையோடு சொல்லிக்கொண்டான், 'நிறைய வளைவு நெளிவுகளோடு தனது மூலத்திற்குத் திரும்ப ஓடும் ஒரு நதியைப் பார்!' என. அவன் வெளியே இருந்தபோது, மனிதர்களுக்கு என்ன நிகழ்ந்து கொண்டிருந்தது என்பதனை அறிய விரும்பினான்: அவர்கள் பெரிதானார்களா அல்லது சிறிதானார்களா என்று. அவன் புதிய வீடுகளின் வரிசையொன்றைப் பார்த்தவுடன் அதிசயித்துச் சொன்னான்:

இந்த வீடுகளுக்கு என்ன அர்த்தம்? உண்மையில், எந்த மகத்தான ஆத்மாவும் தன் உருவகமாக இதை வைக்கவில்லை.

அசட்டுக் குழந்தையொன்று ஒருவேளை தன் பொம்மைப் பெட்டியில் இருந்து அவற்றை வெளியே எடுத்ததா? வேறொரு குழந்தை அவற்றைப் பெட்டிக்குள் வைக்குமானால்!

இந்த வரவேற்பறைகள், படுக்கையறைகளுக்குள்: மனிதர்கள் போய்வர இயல்கிறதா? அவை பொம்மைகளுக்காகச் செய்யப்பட்டவை போலுள்ளன: அல்லது ஒருவேளை தங்களைக் கொறிக்க அடுத்தவர்களை அனுமதிக்கும், ஒயிலான சிறுதீனிக் காரர்களுக்கானவையா அவை?

ஜரதுஷ்ட்ரா நின்று, சிந்தித்துப் பார்த்தான். கடைசியாகச் சோகத்தோடு சொன்னான்: 'அனைத்துமே சிறிதாகிவிட்டன!

'நான் தாழ்வான கதவுகளையே எல்லா இடங்களிலும் பார்க்கிறேன்: இருந்தும் என்னைப் போன்ற எவரும் அதனுள் கடந்து போய்விட இயலும். ஆனால் – குனிந்து போக வேண்டும்!

'எங்கு நான் இனியும் குனிய வேண்டாமோ – சிறிய மனிதர்கள் முன்பாக எங்கு இனியும் குனியத் தேவையில்லையோ! அந்த எனது வீட்டிற்கு எப்போது நான் திரும்புவேன்,' ஜரதுஷ்ட்ரா பெருமூச்சு விட்டபடியே தொலைவில் உற்று நோக்கினான்.

அதே நாளில், அவன் சிறிதாக்கும் நற்பண்பு பற்றிய உரையாடலை பேசினான்.

## 2

எனது கண்களைத் திறந்து வைத்துக்கொண்டே, நான் இந்த மனிதர்களோடு செல்கிறேன், அவர்களது நற்குணங்களின்மீது பொறாமைப்படாததால், அவர்கள் என்னை மன்னிக்கவில்லை.

அவர்கள் என்னைக் கொத்தினார்கள், ஏனெனில் நான் அவர்களிடம், 'சின்ன மனிதர்களுக்குச் சிறிய நற்பண்புகள் தேவைப்படுகின்றன – மேலும் சின்ன மனிதர்கள் தேவை என்பதையே என்னால் புரிந்துகொள்ள முடியவில்லை' என்று கூறினேன்.

இங்கே வித்தியாசமான பண்ணைவெளியிலுள்ள ஒரு சேவலைப் போலத்தான் நான் இன்னும் இருக்கிறேன், கோழி களால்கூடக் கொத்தப்படும் சேவல்; ஆனால், அதற்காக இந்தக் கோழிகளிடம் நான் நட்பற்றுப் போய்விடவில்லை.

ஒவ்வொரு சிறிய தொந்தரவிடமும் இருப்பதுபோல், நான் அவர்களிடம் பணிவாக இருக்கிறேன்; சிறிய விஷயங் களுக்குச் சிலிர்த்துக்கொள்வது, எனக்கு முள்ளெலிகளின் விவேகமாகப் படுகிறது.

மாலைவேளைகளில் தீயைச் சுற்றி அமரும்போது, அவர் கள் அனைவரும் என்னைப்பற்றிப் பேசுகிறார்கள் – அவர்கள் என்னைப்பற்றிப் பேசுகிறார்களே தவிர என்னைப்பற்றி யாரும் சிந்திப்பதில்லை.

இதுவே, நான் கற்ற புதிய மௌனம்: என்னைப்பற்றிய அவர்களது சப்தம், என் எண்ணங்களுக்கு மேலாக ஓர் ஆடையை விரிக்கிறது.

அவர்களுக்குள்ளாகக் குமுறிக்கொள்கிறார்கள்: 'இந்த இருண்ட மேகத்திற்கு நம்மிடம் என்ன வேலை? அது ஒரு கொள்ளை நோயை நமக்குக் கொண்டு வராமல் இருக்கிறதா என்று பார்ப்போம்!'

சமீபத்தில், என்னை நோக்கி வந்துகொண்டிருந்த தனது குழந்தையை ஒரு பெண் திரும்ப இழுத்துக்கொண்டபடி கத்தினாள்: 'குழந்தைகளைத் தூரமாக எடுத்துச் செல்லுங்கள், இப்படிப்பட்ட கண்கள் குழந்தைகளின் ஆத்மாக்களைப் பொசுக்கிவிடும்.'

நான் பேசும்போது அவர்கள் இருமுகிறார்கள்: கடுங்காற்று களுக்கு இருமலை ஒரு மறுப்பாகக் கருதுகிறார்கள் – என்னுடைய மகிழ்ச்சியின் சீற்றத்தை அவர்கள் அறியமாட்டார்கள்!

'ஜரதுஷ்ட்ராவிற்கான நேரம் இன்னும் நமக்கு வரவில்லை' – இவ்வாறு அவர்கள் மறுக்கிறார்கள்: ஜரதுஷ்ட்ராவுக்கான நேரமில்லாத ஒரு நேரத்தால் என்ன பயன்?

அவர்கள் என்னைப் புகழக்கூட வேண்டுமா; நான் அவர்களது புகழ்ச்சியில் எப்படி ஆசுவாசமடைவது? அவர்

களது புகழ்ச்சி எனக்கு ஒரு முள்ளாலான அரைக்கச்சையைப் போல், அதைக் கழற்றும்போதுகூட என்னைக் கிழித்து விடுகிறது.

அவர்களிடையே, இதையும் நான் கற்றுக்கொண்டேன்: புகழும் ஒருவன் திருப்பித் தருவதுபோலத் தெரிகிறான், உண்மையில் அதிகம் தரப்பட விரும்புகிறான்!

அவர்களது புகழ்ச்சியும், கவர்ச்சியின் இன்னிசையும் அதற்குப் பிடிக்கிறதா என, எனது பாதங்களைக் கேள். உண்மையில், அவ்வாறான அளவுகோலுக்கும், டிக் – டாக் ஒலிக்கும் நடனமாடவோ, அசையாது நிற்கவோ அவை விரும்பவில்லை.

அவர்கள், என்னை வஞ்சகக்கவர்ச்சி செய்து, சிறிய நற்குணத்திற்குப் பரிந்துரைக்க விரும்புகிறார்கள்: ஒரு சிறிய மகிழ்ச்சியின் டிக்–டாக் அளவிற்கு எனது பாதங்களை இணங்க வைக்க விரும்புகிறார்கள்.

நான் இந்த மக்களோடு போகிறேன், கண்களைத் திறந்து வைத்துக்கொள்கிறேன்: அவர்கள் சிறிதாகிவிட்டனர், இன்னும் சிறிதாகிக்கொண்டிருக்கின்றனர். இதற்குக் காரணம் அவர்களின் மகிழ்ச்சி மற்றும் நற்பண்பினுடைய கோட்பாடே.

அவர்கள் நற்குணத்தில்கூடப் பணிவடக்கத்தோடு உள்ளனர் – அவர்கள் சிக்கலற்று இருக்க விரும்புகின்றனர். ஆனால் ஒரு பணிவடக்கமுள்ள ஆத்மா மட்டுமே சிக்கலற்றதுடன் ஒத்திசைய இயலும்.

நிச்சயமாக, அவர்கள்கூடத் தங்கள் சொந்த வழியில் முன்னே தாவி நடக்கக் கற்றுக்கொள்கிறார்கள்: அதையே அவர்களது நொண்டுதல் என்கிறேன் நான். வேகமாகப் போக விரும்புபவர்களுக்கு, அங்கு அவர்கள் ஒரு தடையாக உள்ளனர்.

அவர்களில் சிலர் முன்னால் சென்றுகொண்டே விறைப்பான கழுத்தோடு பின்னால் பார்க்கிறார்கள்: நான் ஓடிப்போய் அவர்கள் மீது மோத விரும்புகிறேன்.

பாதங்களும், கண்களும் பொய் சொல்லக்கூடாது அல்லது ஒன்றுக்கொன்று பொய்களைத் தந்துகொள்ளக் கூடாது. ஆனால், சிறிய மனிதர்கள் நிறைய பொய் கூறுகிறார்கள்.

சிலர் விரும்புகிறார்கள், ஆனால் அவர்களில் அநேகர் விரும்பப்படுவதாக உள்ளனர். சிலர் இயற்கையாக உள்ளனர், ஆனால் அவர்களில் அநேகர் மோசமான நடிகர்கள்.

தன்னுணர்வற்ற நடிகர்களும், தன்னார்வமற்ற நடிகர்களும் அவர்களோடு உள்ளனர். மெய்யானவர்கள் எப்போதும் அரிது, அதிலும் குறிப்பாக மெய்யான நடிகர்கள்.

இங்கே ஆண்தன்மையே இல்லை: எனவே அவர்களது பெண்கள் தங்களை ஆண்தன்மையராக ஆக்கிக் கொள்கிறார்கள். போதுமான அளவு ஆணாகவுள்ள ஒருவனால் மட்டுமே – பெண்ணுக்குள் உள்ள பெண்ணை மீட்க இயலும்.

அவர்களிடையே உள்ளதிலேயே மோசமானதாக நான் கண்டது, இந்தப் பாசாங்குதான்: கட்டளை இடுபவர்கள்கூட பணிபவர்களின் நற்குணங்களைப் பாதிக்கிறார்கள்.

'நான் சேவை செய்கிறேன், நீ சேவை செய்கிறாய், நாம் சேவை செய்கிறோம்' – எனவே, இங்கே ஆள்பவர்களின் பாசாங்கும் உட்தொனிக்கிறது – முதல் ஆள்பவன் மட்டுமே முதல் வேலைக்காரனாக இருந்தால்!

ஓ, எனது கண்களின் ஆர்வம், அவர்களது பாசாங்குகளில் கூடத் திரிந்தது; அவர்களுடைய அனைத்துப் பறக்கும் மகிழ்ச்சிகளையும், அவர்களது ரீங்காரத்தையும், நல்ல சூரிய ஒளி படும் ஜன்னல் சட்டங்களில் கண்டுபிடித்தேன்.

நான் நல்லதனத்தின் அளவிற்கு, வலுக்குறைவையும் பார்க்கிறேன் – நியாயம் மற்றும் பரிதாபத்தின் அளவிற்கு வலுக்குறைவை.

அவர்கள் வெளிப்படையானவர்கள், நேர்மையானவர்கள். ஒருவருக்கொருவர் அன்போடு உள்ளனர் – மணற்துகள்கள் வெளிப்படையாக உள்ளதுபோல, நேர்மையாக மணற்துகள்களிடம் அன்பாக இருப்பதுபோல்.

தன்னடக்கத்தோடு சிறு மகிழ்ச்சியைத் தழுவுவதை அவர்கள் 'ஒப்படைப்பு' என்கிறார்கள்! அதேவேளையில், அவர்கள் ஒரு புதிய சிறு மகிழ்ச்சிக்கான தேடலில் இறங்குவார்கள்.

அடிப்படையில், வேறெதையும்விட ஒன்று அவர்களுக்கு முக்கியமாகத் தேவைப்படுகிறது: அதாவது யாரும் அவர்களுக்குத் தீங்கு செய்யக்கூடாது. எனவே, அவர்கள் ஒவ்வொருவரையும் தாண்டிச் செல்கிறார்கள். ஒவ்வொருவருக்கும் நன்மை செய்கிறார்கள்.

எப்படியும், நற்குணம் என்று அழைக்கப்பட்டாலும்கூட இது கோழைத்தனமே.

இந்தச் சிறிய மனிதர்கள் காட்டமாகப் பேசும்போது, நான் அவர்களின் கரகரப்பை மட்டுமே கேட்கிறேன் – ஒவ்வொரு வறட்சியும், உண்மையில் அவர்களைக் கரகரப்பாக்கிவிடுகிறது.

அவர்கள் புத்திசாலிகள், அவர்களுடைய நற்குணம் புத்திசாலித்தனமான விரல்களைக் கொண்டுள்ளது; ஆனால், அவர்

களிடம் முஷ்டிகள் இல்லை, அவர்களது விரல்களுக்கு முஷ்டி யாக மடங்குவது எப்படி என்று தெரியாது.

அவர்களுக்கு, நற்குணம் என்பது தன்னடக்கமும் பழகிய தன்மையும் உருவாக்கியது: அதுகொண்டு அவர்கள் ஓநாயை நாயாகவும், மனிதனை அவனது வீட்டுப் பிராணியாகவும் ஆக்குகிறார்கள்.

'நாம் நமது நாற்காலிகளை மத்தியில் அமைத்துக்கொண் டோம்' – அதைத்தான் அவர்களுடைய கள்ளச்சிரிப்பு எனக்குச் சொல்கிறது – 'திருப்தியுற்ற பன்றிகளிடம் இருந்து இறக்கும் போராளிகள் எவ்வளவு தூரத்திலோ, அவ்வளவு தூரத்தில்'

எவ்வாறாயினும், இது சாதாரண நிலைதான் – 'அடக்கம்' என்று இது அழைக்கப்பட்டாலும்கூட.

## 3

நான் இந்த மனிதர்களோடு சென்று நிறைய வார்த்தைகளை உதிர்க்கிறேன்; ஆனால், அவர்களுக்கு அவற்றை எடுத்துக்கொள் வது எப்படி என்றோ, வைத்துக்கொள்வது எப்படி என்றோ தெரியாது.

அவர்களுடைய காமங்களையோ, தீய பழக்கங்களையோ திட்டுவதற்கு நான் வரவில்லை என்பதையறிந்து அவர்கள் ஆச்சரியப்பட்டார்கள்: உண்மையில், நான் ஜேப்படித் திருடர் களுக்கு எதிராக எச்சரிக்கக்கூட வரவில்லை.

யாருடைய குரல்கள் ஸ்லேட் பலப்பத்தைப் போல் கிறீச்சிட்டு என்னை எரிச்சலூட்டுமோ, அவ்வாறான போலி மேதைத்தனம், போதுமான அளவு போலி மேதைகள் ஏற்கனவே அவர்களிடம் இல்லாததுபோல. அவர்களுடைய புத்திசாலித் தனத்தை மேம்படுத்தவோ, கூர்மையாக்கவோ நான் தயாராக யில்லை என்பதில் ஆச்சரியம் அடைந்தார்கள்.

மேலும், 'உங்களுக்குள் உள்ள தங்களது கைகளை இறுக்கி வழிபடும் அனைத்து நயவஞ்சகப் பேய்களையும் சபியுங்கள்' என்று நான் கத்தியபோது, அவர்கள் 'ஜரதுஷ்ட்ரா கடவுளற்ற வன்' என்று கத்துகிறார்கள்.

இது குறிப்பாக அவர்களது ஒப்படைப்பின் ஆசிரியர் களுடைய கத்தல், ஆனால், அவர்களுடைய காதுகளுக்குள் தான் நான் கச்சிதமாக 'ஆம்! நான்தான் கடவுளற்ற ஜரதுஷ்ட்ரா!' என்று கத்த விரும்புகிறேன்.

இந்த ஒப்படைப்பின் ஆசிரியர்கள் எங்கு சிறியதாகவும், நோயுற்றும், சிரங்கு பிடித்துமிருக்கிறதோ, அங்கெல்லாம் பேனைப்

போல் ஊர்கிறார்கள். அவர்களை நசுக்கிவிடாமல் என்னைத் தடுப்பது எனது அருவருப்பே.

நல்லது! இதுவே அவர்களது காதுகளுக்கான எனது விளக்கப் பேருரை; 'யார் என்னைவிடக் கடவுளற்றவரோ, அவருடைய போதிப்பில் நான் மகிழ்வேன்? என்று கூறும் நான் ஜரதுஷ்ட்ரா, கடவுளற்றவன்.'

நான்தான் ஜரதுஷ்ட்ரா, கடவுளற்றவன். எனக்கு இணையானவனை எங்கே காண்பேன்? தங்களுக்குத் தங்கள் சொந்தத் தீர்மானத்தை வழங்கிக்கொண்டு அனைத்து ஒப்படைப்பையும் மறுப்பவர்களே எனக்குச் சமானமானவர்கள்.

நான்தான் ஜரதுஷ்ட்ரா, கடவுளற்றவன்; நான் எனது பானையில் ஒவ்வொரு வாய்ப்பையும் சமைப்பேன். அது நன்றாக வெந்தபிறகே, அதை எனது உணவாக ஏற்பேன்.

உண்மையில், நிறைய வாய்ப்புகள் எனக்கு மேலாதிக்கத் தோடு வந்தன; ஆனால், எனது மனம் அதைவிட மேலாதிக்கத் தோடு அவற்றிடம் பேசிற்று, பிறகு அவை மன்றாடி மண்டியிட்டன.

அவை வசிப்பிடத்திற்கும் அன்பிற்கும் என்னிடம் மன்றாடின: 'ஓ, ஜரதுஷ்ட்ரா, ஒரு நண்பன் ஒரு நண்பனிடம் எவ்வாறு வருகிறான் பார்?' என்று பசப்பு வார்த்தை பேசின.

ஆனால், எனது பேச்சைப் புரிந்துகொள்ளாதவர்களிடம், நான் ஏன் பேசவேண்டும்? நான் வெறும் காற்றிடம் கத்துவேன்:

நீங்கள் மேலும் மேலும் சிறிதாக ஆவீர்கள், சிறிய மனிதர்களே! நீங்கள் தூளாகிப் போவீர்கள், வசதியான மனிதர்களே!

உங்களுடைய பல சிறிய நற்குணங்களின் வழியாக, உங்களுடைய பல சிறிய அசட்டைகளின் வழியாக, உங்களுடைய பல சிறிய ஒப்படைப்புகள் வழியாக நீங்கள் இன்னும் அழிவீர்கள்!

மிகவும் ஈடுபடுவது, மிகவும் மகசூல் தருவது: அதுவே உங்களது மண்ணின் நிலை. ஆனால் பெரிதாக வளர்வதற்கு, ஒரு மரம் கடுமையான வேர்களைப் பாறைகளிடையே செலுத்த விரும்புகிறது!

நீங்கள் ஒதுக்கிவிடுவதும்கூட மனித இனத்தினுடைய வருங்காலத்தின் வலையை நெய்கிறது; உனது ஒன்றுமற்றதுகூட, வருங்காலத்தின் ரத்தத்தில் வாழும் ஒரு சிலந்தியின் வலை.

சிறிய நற்குணமுடைய மனிதர்களே, நீங்கள் எதையாவது எடுக்கும்போது, அது திருடுவதுபோல ஆகிறது; ஆனால் பொறுக்கி

களிடையேகூட: 'கொள்ளையடிக்க இயலாததைத்தான் திருட வேண்டும்' என்கிறது அவர்கள் பண்பு.

'அது தரப்பட்டது' என்பதுகூட ஒப்படைப்பின் ஒரு சித்தாந்தமே. ஆனால், நான் உங்களுக்குச் சொல்கிறேன், வசதியான மனிதர்களே: அது எடுக்கப்பட்டது, அது மேலும் மேலும் உங்களிடமிருந்து எடுக்கப்படும்!

ஓ, உன்னிடமிருந்து பாதி விருப்பங்கள் அனைத்தையும் எடுத்துவிடு, செயல்பற்றி முடிவெடுப்பது போலவே சோம்பல் பற்றியும் முடிவெடு!

ஓ, நீ நான் சொல்வதைப் புரிந்துகொண்டாய்: 'எப்போதும் நீ விரும்புவதையே செய் – ஆனால், முதலில் விருப்பப்படக் கூடியவனாக இரு!'

'எப்போதும் உன்னை நேசிப்பதுபோல் உனது அண்டை வீட்டாரை நேசி – ஆனால், முதலில் தன்னை நேசிக்கக்கூடியவனாக இரு!

'மகத்தான நேசத்துடன் நேசிப்பதுபோல்! மகத்தான கண்டனத்தோடு நேசிப்பதுபோல்!' இவ்வாறாகப் பேசுகிறான் ஜரதுஷ்ட்ரா, கடவுளற்றவன்.

ஆனால், எனது வகையான காதுகளில்லாத இடத்தில் ஏன் பேசுகிறேன்? இங்கே நான் சீக்கிரமாக வந்துவிட்டவன்.

இந்த மனிதர்களுக்கிடையில் நானே எனக்கு முன்னால் ஓடுபவன், இருண்ட வழித்தடங்களில் நானே எனது வைகறை.

ஆனால் அவர்களது நேரம் வருகிறது! என்னுடையதும் வருகிறது! மணிக்கு மணி அவர்கள் சிறிதாக, ஏழ்மையாக, கூடுதலாக ஒன்றுமற்றுப் போகிறார்கள் – மோசமான செடிகள்! மோசமான மண்!

மேலும், விரைவில் அவர்கள் எனக்கு முன்பாகக் காய்ந்த புல்லைப்போல், புல்வெளியைப்போல் நிற்பார்கள் – உண்மையில், அவர்களிடமே சலிப்புற்று நீரைவிட நெருப்பிற்காக ஏங்கி நிற்பார்கள்!

ஓ, மின்னலின் ஆசிர்வதிக்கப்பட்ட நேரமே! ஓ, உச்சி வேளைக்கு முன்பான புதிர்நிலையே! ஒருநாள் நான் அவற்றை ஓடும் தீயாகவும், தீப்பிழம்பின் நாக்குடைய கட்டியக்காரர்களாகவும் மாற்றுவேன் –

ஒருநாள் தீப்பிழம்பின் நாக்குகளோடு அவர்கள்; 'அது வருகிறது, அந்த மகத்தான உச்சிவேளை! அது நெருங்கிவிட்டது!' என்று சாற்றுவார்கள்.

ஜரதுஷ்ட்ரா இவ்வாறு கூறினான்.

# ஆலிவ் மரக் குன்றின் மீது

ஒரு நோயுற்ற விருந்தாளியாக, குளிர்காலம் எனது வீட்டில் அமர்ந்திருக்கிறான். அவனது நட்பான கைகுலுக்கலில், எனது கைகள் நீலமாகிப் போயின.

இந்த நோயுற்ற விருந்தாளிக்கு நான் மரியாதை செய்கிறேன், அவனைத் தனியாக அமர்ந்திருக்க விட்டுவிட்டு மகிழ்கிறேன். அவனிடமிருந்து மகிழ்ச்சியோடு தப்பி ஓடுகிறேன்; நீ நன்றாக ஓடினால் அவனிடம் இருந்து தப்பிப்பாய்!

எங்கு காற்று தணிந்துள்ளதோ, அங்கு சூடான பாதங்களோடும், சூடான எண்ணங்களோடும், எனது ஆலிவ் மரக் குன்றின் சூரிய ஒளிபடும் ஓரத்திற்கு ஓடுகிறேன்.

அங்கு எனது இரக்கமற்ற விருந்தினனைப் பார்த்துச் சிரிக்கிறேன். நான் இன்னும் அவன் மீது அன்பாக இருக்கிறேன், ஏனென்னில் அவன் வீட்டிலிருந்து பூச்சிகளை வெளியே துரத்து கிறான், சிறிய சப்தங்களை எனக்காக நிசப்தமாக்குகிறான்.

ஏனெனில், அவன் ஒரு கொசுவைக்கூட ரீங்காரமிட விடமாட்டான், பிறகுதானே இரண்டு கொசுக்கள்; அவன் தெருக்களைத் தனிமையாக்குகிறான், ஆகவே, அங்கே இரவில் நிலவொளி பயப்படுகிறது.

அவன் ஒரு கடுமையான விருந்தாளி, ஆனால் அவனுக்கு மரியாதை தருகிறேன், நோஞ்சான்கள் செய்வது போல் ஒரு பருத்த வயிறுடைய நெருப்பு விக்ரகத் திடம் பிரார்த்திப்ப தில்லை.

விக்ரக வழிபாட்டைவிட பற்களின் ஒரு சிறிய நடுக்கம்! – எனது இயல்பு அதை மேற்கொள்ளும். அத்துடன், நான் குறிப்பாக அனைத்துக் காமம் நிறைந்த, புகை கக்குகிற, நாட்பட்ட நெருப்பு விக்ரகங்களையும் வெறுக்கிறேன்.

நான் விரும்புகிறவர்களைக் கோடைகாலத்தைவிட குளிர் காலத்தில் அதிகம் விரும்புகிறேன்: இப்போது எனது எதிரி களை நன்றாக, இதயபூர்வமாகக் கேலி செய்கிறேன் – குளிர் காலம் எனது வீட்டில் அமர்ந்திருப்பதால்.

உண்மையில், இதயபூர்வமாக, நான் போர்வையுள் நுழையும் போது – அங்கு எனது மறைவான மகிழ்ச்சி சிரிக்கிறது, குறும் பாக வளர்கிறது; என்னுடைய மயக்கும் கனவுகூடச் சிரிக்கிறது.

நான், ஊர்ந்து செல்பவனா? எனது வாழ்வில் ஒருபோதும் நான் பலம் மிக்கவர் முன் ஊர்ந்து சென்றதில்லை: நான்

எப்போதாவது பொய் சொல்லி இருந்தால், அன்பினால்தான் சொல்லியிருப்பேன். அதனாலேயே எனது குளிர்காலப் படுக்கையில்கூடக் குதூகலமாக இருக்கிறேன்.

ஒரு சாதாரணப் படுக்கை, செழுமையான ஒன்றைவிட எனக்கு வெதுவெதுப்பூட்டுகிறது. ஏனெனில், எனது ஏழ்மையின் மேல் நான் பொறாமைப் படுகிறேன். அது குளிர்காலத்தில் என்னிடம் அதிக விசுவாசத்தோடு உள்ளது.

நான் ஒவ்வொரு தினத்தையும், ஒரு குறும்போடு ஆரம்பிக்கிறேன்; நான் குளிர்ந்த நீரில் குளித்து குளிர்காலத்தைக் கேலி செய்கிறேன்; எனது அசையாத விருந்தாளி அதைப் பார்த்து ஆடிப்போகிறான்.

கடைசியில் சாம்பல் நிற உதயத்திலிருந்து ஆகாயத்தை வெளிப்பட செய்வதற்காக, நான் அவனை ஒரு மெழுகுவர்த்தி கொண்டு தூண்டிவிடவும் விரும்புவேன்.

நான் குறிப்பாகக் வாளிகள் கிணற்றுக்குள் ஒலியெழுப்புகிற, காலைவேளையில் சாம்பல்நிற வீதிகளில் குதிரைகள் கனைக்கிற விடியல் வேளைகளில் குறும்பாக இருக்கிறேன்.

பிரகாசமான ஆகாயம் பனியான தாடியுள்ள குளிர்கால ஆகாயம், வெளுத்த மயிருடைய, பழமையான ஆகாயம் அமைதியான, குளிர்கால ஆகாயம், தனது சூரியனைக்கூட அடிக்கடி மறைக்கும் ஆகாயம் கடைசியில் எனக்கென உதிக்கும்வரை, நான் பொறுமையற்றுக் காத்திருப்பேன்.

நான் அதனிடம் இருந்தா நீண்ட பிரகாசமான அமைதியைக் கற்றுக்கொண்டேன். அல்லது அது என்னிடம் இருந்து கற்றதா? அல்லது நாங்களே ஒவ்வொருவரும் அதை அமைத்துக் கொண்டோமா?

அனைத்து நல்ல விஷயங்களின் தோற்றமும் ஆயிரம் மடிப்புகளால் ஆனது – அனைத்து நல்ல குறும்பான விஷயங்களும், மகிழ்ச்சிக்காக இருத்தலுக்குள் பாய்கிறது; அவை அதை எப்படிச் செய்ய வேண்டும் – ஒரே ஒருமுறை மட்டுமா?

நீண்ட அமைதி ஒரு நல்ல குதியாட்டம் போடும் விஷயம், ஒரு பிரகாசமான, வட்டக் கண்களுடைய முகத் தோற்றத்தில், குளிர்கால ஆகாயத்தைக் கூர்ந்து நோக்குவதுபோல் –

அதுபோல், ஒருவனின் சூரியனை மறைப்பதும், ஒருவனின் வளைக்க இயலாத சூரிய விருப்பத்தை மறைப்பதும்: உண்மையில் நான் நன்றாக இந்தக் கலையையும், குளிர்காலத்தின் குதியாட்டத்தையும் கற்றேன்!

அது எனது விருப்பமான கலையும் குறும்பும். அதாவது தன்னை அமைதியில் துரோகித்துக்கொள்வதை எனது அமைதி கற்கவில்லை.

மதிப்பார்வம் மிகுந்த ஊழியர்களான கணகணக்கும் வார்த்தைகளையும், பகடைகளையும் நான் சூழ்ச்சியாக வென்று விட்டேனா: எனது விருப்பமும், செயல் நோக்கமும் எல்லாக் கடுமையான காவல்காப்பவர்களையும் தவிர்த்துவிடும்.

அவற்றின் ஊடாகவோ அல்லது அவற்றின் கீழாகவோ யாரும் பார்க்காமலிருக்க, தங்களது முகங்களுக்குத் திரையிட்டுக் கொண்டு, தங்களது குட்டையைக் குழப்பிக் கொள்ளும் நிறைய ஜாக்கிரதையான மனிதர்களை நான் பார்த்தேன்.

ஜாக்கிரதையான அவநம்பிக்கையாளர்களும், குறடுகளும் நேராக அவனிடம் வந்தார்கள்: நன்கு மறைத்து வைக்கப்பட்ட அவர்களுடைய மீனை உடனடியாகப் பிடித்துச் சென்றனர்.

ஆனால் தெளிவான, நேர்மையான, ஒளிவுமறைவற்றவர்கள் – அவர்களே மிக ஜாக்கிரதையான, அமைதியான மனிதர்களாகத் தெரிகிறார்கள்; ஆனால் யாருடைய அறிவு மிக ஆழமானதோ அவர்களைத் தெளிந்த தண்ணீர்கூடக் காட்டிக் கொடுக்காது.

வட்டக் கண்கள் கொண்ட, பனித் தாடியுடைய குளிர்கால வானமே, எனக்கு உயரேயுள்ள வெண்மயிர் வானமே! எனது ஆத்மாவினுடைய குதியாட்டத்தின் சொர்க்க உருவமே!

எனது ஆத்மா கிழிபடாமல் இருக்க தங்கம் விழுங்கிய ஒருவனைப்போல், நான் என்னை மறைத்துக்கொள்ள வேண்டாமா?

என்னைச் சுற்றி உள்ள பொறாமை கொண்ட தீங்கு விளைவிக்கிற எல்லோரும் எனது நீண்ட கால்களைக் கவனிக்காமலிருக்க, நான் பொய்க்கால்களை அணிந்துகொள்ள வேண்டாமா?

இந்தப் புகை மண்டும், பளபளக்கும், கிழிந்துபோன, அச்சில் வார்க்கப்பட்ட, துன்பத்தில் ஆழ்ந்த ஆத்மாக்கள் – எவ்வாறு அவர்களுடைய பொறாமை எனது மகிழ்வைப் புரிந்துகொள்ள முடியும்?

எனவே எனது சிகரங்களில் நான் வெறுமனே பனியையும், குளிர்காலத்தையும் மட்டுமே அவர்களுக்குக் காட்டுகிறேன் – எனது மலையைச் சுற்றி, சூரிய ஒளியின் பட்டை வளையங்கள் வீசாது என்பதில்லை.

அவர்கள், எனது குளிர்காலப் புயலின் சீழ்க்கையொலியை மட்டுமே கேட்கிறார்கள்; நான், அன்பான, கடினமான, சூடான தெற்கத்திக் காற்றுகளைப் போல் வெதுவெதுப்பான கடல்கள் மீதும் பயணப்படுவதைக் காண்பதில்லை.

அவர்கள், எனது விபத்துகளுக்கும், வாய்ப்புகளுக்கும்கூடப் பரிதாபப்படுகிறார்கள்: ஆனால் எனது கோட்பாடு: 'வாய்ப்பு என்னிடம் வரட்டும்; அது ஒரு சிறு குழந்தையைப்போல் மாசற்றது!'

நான் குளிர்காலத்தின் விபத்துகளையும், துன்பங்களையும், ஆட்டுமயிர்த் தொப்பிகளையும், பனிமேகப் போர்வைகளையும், எனது மகிழ்ச்சியைச் சுற்றி அணிவிக்காமல் இருந்தால்,

– நான் இந்தப் பொறாமையான தீங்கு விளைவிக்கும் மனிதர்களின் பொறாமையைப் பார்த்துப் பரிதாபப்படாது இருந்தால்,

– எனக்கு நானே பெருமூச்சுவிடாமல், அவர்களுக்கு முன்பாக எனது பற்கள் நடுங்காமல், அவர்களுடைய பரிதாபத் தால் சுற்றப்பட அனுமதித்துப் பொறுமையாக இல்லாதிருந்தால்,

அவர்கள் எப்படி எனது மகிழ்ச்சியைப் பொறுத்துக்கொள் வார்கள்.

இதுவே, எனது விவேகமான குதியாட்டம், எனது ஆத்மா வின் அன்புச் செயல்; அது தன் குளிர்காலத்தையும் பனிப் புயல்களையும் மறைத்துக் கொள்வதில்லை; கடுங்குளிரால் கன்றிய அதன் கை, கால் கொப்புளங்களைக்கூட அது மறைத்துக்கொள்வதில்லை.

ஒருவனுக்குத் தனிமை இயலாததன் தப்பித்தல்; இன்னொரு வனுக்குத் தனிமை இயலாதவர்களிடமிருந்து தப்பித்தல்.

என்னைச் சுற்றியுள்ள இந்தப் பரிதாபமான, மாறுகண் வீணர்கள்; நான் குளிர்காலப் பனியால் பெருமூச்சு விடுவதை யும், எனது பற்களின் கிட்டிப்பு ஒலியையும் கேட்கட்டும், இதுபோன்ற பெருமூச்சு மற்றும் பற்களின் கிட்டிப்பு ஒலிகளால், அவர்களது உஷ்ண அறைகளில் இருந்து தப்பித்துவிட்டேனா?

என்னைப் பார்த்துப் பரிதாபப்பட்டு, எனது பனிக் கொப்புளங்களைப் பார்த்து அவர்கள் பெருமூச்சு விடட்டும்: 'அறிவின் பனிக்கட்டி மீது இன்னும் உறைந்துபோய் அவன் இறப்பான்' – இவ்வாறு அவர்கள் ஓலமிடுகிறார்கள்.

இடைப்பட்ட வேளையில், நான் ஆலிவ் மரக் குன்றுகள் மீது, வெதுவெதுப்பான பாதங்களோடு அங்குமிங்கும் ஓடுகிறேன்:

எனது ஆலிவ் மரக் குன்றின் சூரிய ஒளிபடும் மூலையில் அனைத்துப் பரிதாபத்தையும் கேலி செய்கிறேன்.

ஜரதுஷ்ட்ரா இவ்வாறு பாடினான்.

## கடந்துசெல்வது குறித்து

இவ்வாறு, மெதுவாக அநேக மனிதர்களூடே தனது வழியை ஏற்படுத்தியபடியும், பலதரப்பட்ட நகரங்களைத் தாண்டியும், ஜரதுஷ்ட்ரா சுற்றுவழியில் தனது மலைக்கும், குகைக்கும் திரும்பினான். வழியில் கவனமின்றி அவன் மகத்தான நகரின் வாயிலுக்கு வந்தான்: இங்கே, ஒரு திடமற்ற மடையன், 'ஜரதுஷ்ட்ராவின் குரங்கு' என்று மக்களால் அழைக்கப்பட்ட முட்டாள் கைகளை அகல விரித்தபடி அவன் மீது பாய்ந்து வழியை மறித்தான். ஜரதுஷ்ட்ரா மொழியின் அமைப்பு பற்றியும், மொழியின் வாக்கிய இயல் பற்றியும் ஜரதுஷ்டாவிடமிருந்து சிறிது கற்றிருந்தான், இவனது விவேகத்தின் கையிருப்பிலிருந்து, ஒருக்கால் கொஞ்சம் கடன் வாங்கவும் நினைத்திருந்தான். அந்த முட்டாள், இவ்வாறு ஜரதுஷ்ட்ராவிடம் பேசினான்:

ஓ, ஜரதுஷ்ட்ரா, இது ஒரு மகத்தான நகரம்: இங்கே உனக்குத் தேட ஒன்றுமில்லை, இழக்க அனைத்துமுள்ளது.

நீ ஏன் இந்தச் சேற்றின் வழியாகப் புகுந்து செல்ல விரும்புகிறாய்? உனது பாதங்களின்மீது இரக்கம் கொள்! இன்னும் சரியாகச் சொல்வதானால் அதன் நுழைவாயிலின் மீது துப்பிவிட்டுத் திரும்பிப் போய்விடு!

துறவிகளின் சிந்தனைகளுக்கான நரகம் இங்கே தான் உள்ளது: இங்கே மகத்தான எண்ணங்கள் உயிரோடு வேக வைக்கப்பட்டு, அற்பமாகச் சமைக்கப்படுகின்றன.

இங்கு எல்லா உணர்வுகளும் அழுகிப் போகின்றன: இங்கு சிறிய உலர்ந்த உணர்வுகளால் மட்டுமே சப்தமிட இயலும்.

நீ ஏற்கனவே உள்ளுயிரின் கசாப்புக் கடைகளையும், சமையல் கடைகளையும் முகரவில்லையா? கசாப்பு செய்யப்பட்ட உள்ளுயிர்களின் புகை மூட்டத்தில், இந்த நகரம் புழுங்கி நாறவில்லையா?

உள்ளுயிர்கள் அழுக்கான நொய்ந்த கந்தல்களைப்போலத் தொங்குவதை நீ பார்க்கவில்லையா? அவர்கள் இந்தக் கந்தல் களில் இருந்து செய்தித்தாள்களையும் தயாரிக்கிறார்கள்!

உள்ளுயிர் இங்கே எவ்வாறு வார்த்தை விளையாட்டாக ஆகிவிட்டது என்று நீ இன்னும் கேட்கவில்லையா? அது கடுகடுப்பான சொற்களை, கழிவுநீரை வாந்தி எடுக்கிறது. அவர்கள் இந்த வார்த்தைகளின் கழிவுநீரிலும் செய்தித்தாள்கள் தயாரிக்கிறார்கள்.

எங்கென்று தெரியாமல் ஒருவரை ஒருவர் ஒப்புக்கொள்ள வைக்கிறார்கள், ஏனென்று தெரியாமலே ஒருவரை ஒருவர் கொளுத்துகிறார்கள், தகரங்களை உலுக்குகிறார்கள், அவர் களின் தங்கத்தை அவர்கள் குலுக்குகிறார்கள்.

அவர்கள் குளிர்ந்துபோய் சுத்திகரிக்கப்பட்ட தண்ணீரில் வெதுவெதுப்பைத் தேடுகிறார்கள்: கொளுத்தப்பட்ட அவர்கள் உறைந்த ஆத்மாவில் குளிர்ச்சி தேடுகிறார்கள், அவர்கள் அனை வரும் பொதுஜனக் கருத்துகளால் கேடடைந்து நோயுற்றிருக் கிறார்கள்.

அனைத்துக் காமங்களும், தீயபழக்கங்களும் இங்கே குடி கொண்டுள்ளன: ஆனால், இங்கும்கூட நற்குணம் உடையவர் கள் இருக்கிறார்கள், நிறைய முன்திறமையுள்ள உபயோகமான நற்குணங்கள் உள்ளன –

அநேக முன்திறமையுள்ள நற்குணங்கள், கிறுக்கும் விரல் களோடு உட்கார்ந்திருந்து, காத்திருந்து கெட்டித்துப்போன பின்புறங்களோடு, சிறிய மார்பு அலங்காரங்களோடு ஆசிர் வதிக்கப்பட்ட, பஞ்சு திணிக்கப்பட்ட, பிட்டமற்ற அணங்குகள்

இங்கு அதிகமான கடவுட்பற்று உள்ளது. பெருந்திரள் களின் கடவுள் முன்பாக அதிகமான எச்சில் நக்குதலும், கெஞ்சிப் பசப்பல்களும் இருக்கின்றன.

மேலே இருந்து நட்சத்திரம் அந்தக் கனிவார்ந்த உமிழ் நீரைச் சொட்டுகிறது; ஒவ்வொரு நட்சத்திரமற்ற மார்பும் உயர்ந்து மேலே ஏற ஏங்குகிறது.

நிலவிற்கு அதன் மன்றம் உள்ளது, மன்றத்திடம் பிறவிப் பேதைகள் உள்ளனர்: மன்றத்திலிருந்து வெளியே வரும் அனைத்திடமும், பிச்சைக்காரர்களும், திறமை வாய்ந்த பிச்சைக்கார நற்குணங்களும் வேண்டுகின்றன.

'நான் சேவை செய்கிறேன், நீ சேவை செய்கிறாய், நாம் சேவை செய்கிறோம்' – இவ்வாறாக அனைத்து முன்திறமை

யுள்ள நற்குணங்களும் இளவரசரிடம் முறையிடுகின்றன: எனவே மதிப்புப் பெற்ற நட்சத்திரம் குறுகிய மார்பின் மீது கட்டப்படுகிறது.

ஆனால், நிலவு இன்னும் பூமி சார்ந்தது அனைத்தையும் சுற்றி வருகிறது: எனவே இளவரசனும்கூட, இருப்பதிலேயே மிகவும் பூமி சார்ந்ததைச் சுற்றி வருகிறான். அதுதான் கடைக் காரரின் தங்கம்.

பெருந்திரள்களின் கடவுள் தங்கக்கட்டிகளாலான பொருட் களின் கடவுளல்ல: இளவரசர் முன்மொழிகிறார், கடைக்காரர் தட்டிக் கழிக்கிறார்!

உன்னுள் உள்ளதில் பிரகாசமான, சக்திவாய்ந்த நல்லதான தன் பேரில், ஓ, ஜரதுஷ்ட்ரா! கடைக்காரர்களின் இந்த நகரத்தின் மீது துப்பிவிட்டுத் திரும்பிப் போ!

வெதுவெதுப்பாக நுரைத்து, அனைத்து ரத்த நாளங்களிலும் எல்லா ரத்தமும் இங்கு தவறாக ஓடுகிறது: மகத்தான குப்பை களின் குவியலான அனைத்துக் கசடுகளும், ஒன்றாக நுரைக்கும், இந்த மகத்தான நகரின் மீது துப்பு.

தட்டையான ஆத்மாக்களும், குறுகிய மார்புகளும், சாய்ந்த கண்களும், பிசுபிசுக்கும் விரல்களுமுள்ளவர்களின் நகரத்தின் மீது துப்பு.

எழுதுவதிலும், பேசுவதிலும் ஆரவாரமான விடாப்பிடியர் களின், வெட்கமற்றவர்களின், அதிகம் சூடாக்கப்பட்ட பேராவலுடையவர்களின் நகரத்தின் மீது துப்பு.

எங்கே தெளிவற்ற, புகழற்ற, காமம் மிகுந்த, கூடுதலாகப் பழுத்த, புரையோடிய, சிரங்கான சதிகள் அனைத்தும் ஒன்றாக உள்ளதோ –

அந்த மகத்தான நகரத்தின் மீது துப்பிவிட்டுத் திரும்பிப் போ!

ஆனால், ஜரதுஷ்ட்ரா சாரமற்ற முட்டாளைத் தடுத்து நிறுத்தி, அவன் வாயை மூடினான்.

'போதும் நிறுத்து!' என்று கத்தினான் ஜரதுஷ்ட்ரா, 'உனது பேச்சும், உனது வகையும் எனக்கு நெடுநேரமாகச் சீற்றமூட்டிக் கொண்டு இருக்கிறது!

நீ ஏன் நீண்ட நாட்களாக, சதுப்பு நிலத்தில் வசிக்கிறாய்? நீயே ஒரு தவளையாகவோ, தேரையாகவோ ஆகிவிடப் போகிறாய்.

மோசமான, நுரைக்கிற சதுப்பு நிலத்தின் ரத்தம், இப்போது உனது நாளங்களில் ஓடவில்லையா? எனவேதான் இப்படிக் கத்தவும், ஏசவும் கற்றுக் கொண்டுள்ளாய்.

நீ ஏன் காட்டிற்குள் செல்லவில்லை? அல்லது நிலத்தை உழவில்லை? கடல் பசுமையான தீவுகளால் நிரம்பி இருக்க வில்லையா?

நான் உனது கண்டனத்தை வெறுக்கிறேன். என்னை நீ எச்சரித்துள்ளது போல், ஏன் உன்னையே எச்சரித்துக்கொள்ள வில்லை.

எனது கண்டனமும், எச்சரிக்கைப் பறவையும் அன்பில் இருந்துதான் கீழிறங்கும்; சதுப்பு நிலத்தில் இருந்தல்ல!

அவர்கள் உன்னை எனது குரங்கு என்று அழைக்கிறார்கள், ஆனால், சாரமற்ற முட்டாளே: உன்னை நான் எனது உறுமும் பன்றி என்று அழைக்கிறேன் – உறுமலால் போலிபற்றிய எனது புகழ்ச்சியைக்கூடக் குலைத்துவிடுகிறாய்.

பிறகு, எது உனது உறுமலை ஆரம்பித்து வைத்தது? உன்னைப் போதுமான அளவுக்கு யாரும் புகழ்ந்ததில்லையென்பதா: அதிகமாக உறுமுவதற்கு நல்ல காரணம் கிடைக்குமென்றா இந்தக் கூளத்தின் முன் அமர்ந்தாய்?

அல்லது, உனக்குப் பழிதீர்ப்பிற்கான காரணம் கிடைக்குமென்றா? வீண்மடையனே, உனது அனைத்து நுரைத்தலும் பழிதீர்ப்புதான். நான் உன்னை நன்றாகக் கண்டுகொண்டேன்!

ஆனால், உனது முட்டாள்தனமான கற்பித்தல் எனக்குக் கெடுதலானது – நீ சரியாகவே இருந்தாலும்கூட! மேலும், ஜரதுஷ்ட்ராவின் கற்பித்தல்கள் நூறுமுறை நியாயப்படுத்தப் பட்டாலும், நீ அப்போதும்கூட எனது கற்பித்தலைத் தவறாகத் தான் பயன்படுத்துவாய்!

ஜரதுஷ்ட்ரா இவ்வாறு பேசினான்: மகத்தான நகரத்தைப் பார்த்துப் பெருமூச்சோடு நீண்ட நேரம் அமைதியாக இருந் தான். கடைசியில் இவ்வாறு பேசினான்:

இந்த மகத்தான நகரமும், இந்த முட்டாளும் மட்டுமே அருவருப்பு ஊட்டவில்லை, இரண்டையும் சீராக்கவோ, மோசமாக்கவோ ஒன்றுமில்லை.

இந்த மகத்தான நகரின் மேல் பெருந்துயர் வரட்டும்! அதை விழுங்கக்கூடிய தீயின் செங்குத்துப் பிழம்பை ஏற்கனவே பார்க்கிறேன்.

மகத்தான பகல்வேளைக்கு முன்னதாக, இவ்வாறான தீயின் செங்குத்துப் பிழம்புகள் கிளம்ப வேண்டும். இருந்தும் இதற்கேயான தனி நேரமும், இதற்கே சொந்தமான மாற்ற முடியாத முடிவும் உள்ளது.

ஆனால், விடைபெறுதலாக நான் இந்தக் கட்டளையை விட்டுச் செல்கிறேன், முட்டாளே: எங்கு ஒருவனால் இனியும் நேசிக்க இயலாதோ, அங்கிருந்து அவன் கடந்து சென்றுவிட வேண்டும்!

ஜரதுஷ்ட்ரா இவ்வாறு கூறினான். பின் அந்த முட்டாளை யும், மகத்தான நகரையும் கடந்து சென்றான்.

## *சமயப் பகைவர்களைக் குறித்து*

### 1

அந்தோ! பசுந்திரளாக இருந்த புல்வெளிகள் இப்போ தெல்லாம் வெளுத்து, கதம்பத் திரளாகக் கிடக்கின்றன! நம்பிக்கையின் தேனை இங்கிருந்து எனது தேன்கூட்டிற்கு எவ்வளவு எடுத்துச் சென்றிருக்கிறேன்.

இந்த இளம் இதயங்கள் அனைத்திற்கும் ஏற்கனவே வயதாகிவிட்டது – வயதாகியது மட்டுமல்ல! வெறுமனே களைத்து, பொதுப்படையாகி, அமைதியானார்கள்: 'நாங்கள் மீண்டும் பக்திமான்களாக ஆகிவிட்டோம்' என்று அதனை விவரித்தார்கள்.

ஆனால், கடைசியாக அதிகாலையில் அவர்கள் அடக்க மற்ற காலடிகளோடு ஓடுவதைப் பார்த்தேன்; அவர்களது அறிவின் பாதம் களைப்புற்று விட்டது, இப்போது தங்களது காலைநேரத்தின் துணிவைக்கூடப் பழிக்கிறார்கள்!

உண்மையில், அவர்களில் பலர் நடனமாடு பவனைப் போலக் காலைத் தூக்கினார்கள்; எனது விவேக சிரிப்பு அவர்களுக்குச் சைகை காட்டியது, பிறகு அவர்கள் கவனமாகப் பார்த்தார்கள். இப்போது, சிலுவையை நோக்கி ஊர்வதற்காக அவர்கள் வளைவதைப் பார்க்கிறேன்.

ஒருகாலத்தில் அவர்கள் ஒளியையும் விடுதலையையும் சுற்றிப் பூச்சிகளையும், இளம் கவிஞர்களையும் போலச்

சிறகடித்தார்கள் – சிறிது வயதாகி, சிறிது குளிர்ந்து; மேலும், ஏற்கனவே அவர்கள் புரியாதவர்களாக, முணுமுணுப்பவர்களாக, வீட்டிலேயே கிடக்கிறவர்களாக ஆயினர்.

தனிமை என்னை ஒரு திமிங்கலம்போல் விழுங்கியதால், அவர்களுடைய ஆத்மாக்கள் நம்பிக்கை இழந்தனவா? அவர்களது காதுகள் நெடுநேரம் ஏக்கத்தோடு எனக்காகவும், நான் கொம்பு முழக்கிப் பறை சாற்றுவேன் என்றும் வீணாகக் கவனித்திருந்தனவா?

அந்தோ! நீண்ட நம்பிக்கையையும், தன்முனைப்பையும் கொண்டுள்ள இதயத்தவர்கள் எப்போதும் கொஞ்சம் பேர்தான்: அவர்களுள், உள்ளுயிரும்கூடப் பொறுமையோடு இருக்கிறது. மீதமுள்ளவர்கள், கோழைகள்.

மீதமுள்ளவர்கள்: அவர்கள்தான் பெரும்பான்மை –பொது இடம், தேவை கடந்த அளவு, பலர் – மிகப் பலர் – இவை அனைத்தும் கோழைத்தனமானவை.

என்னைப் போன்றவர்களோ, எனது வகையான அனுபவங்களையும் நேரிடுவார்கள், எனவே அவனது முதல் சகாக்கள் பிணங்களாகவும், கோமாளிகளாகவும் இருக்கவேண்டும்.

அவனது இரண்டாவது சகாக்களோ, அவனது நம்பிக்கையாளர்கள் என்று தங்களையே அழைத்துக்கொள்வார்கள்; நிறைய அன்புடனும், நிறைய போலியுடனும், நிறைய விடலைத் தனமான ஆகர்ஷிப்புடனும் கூடிய ஒரு உயிரோட்டமுள்ள மந்தை.

மனிதர்களில் என்வகையானவன், இந்த நம்பிக்கையாளர்களுக்காகத் தனது இதயத்தை இறுகப் பற்றிக்கொள்ளக் கூடாது; ஸ்திரமற்ற கோழைத்தனம் கொண்ட மனித இயற்கையைப் பற்றித் தெரிந்த ஒருவன், இந்த ஊற்றுகளையும், பலநிறப் புல்வெளிகளையும் நம்பக்கூடாது!

அவர்களால் வேறுமாதிரி செய்ய இயலுமென்றால், அவர்கள் வேறுமாதிரி தேர்ந்தெடுத்து இருப்பார்கள். இந்த அரைகுறை அனைத்து முழுமையையும் கெடுத்துவிடும். இலைகள் உதிர்கிறதென்று எதற்குப் புகார் செய்கிறாய்?

அவர்கள் விழட்டும், அவர்கள் செல்லட்டும், ஓ, ஜரதுஷ்ட்ரா, புகார் செய்யாதே! அவர்களிடையே சடசடக்கும் காற்றாக வீசு.

இந்த இலைகளிடையே வீசு, ஓ, ஜரதுஷ்ட்ரா, உதிர்ந்ததெல்லாம் உன்னை விட்டு வேகமாய் ஓடட்டும்.

## 2

'நாங்கள் மீண்டும் பக்திமான்களாக ஆகிவிட்டோம்' – இவ்வாறு இந்தச் சமயப் பகைவர்கள் ஒத்துக்கொள்கிறார்கள். அவர்களில் அநேகர் அதைக்கூட இன்னும் ஒத்துக்கொள்ளாமல் கோழைகளாக இருக்கிறார்கள்.

நான் அவர்களது கண்களுக்குள்ளே பார்க்கிறேன், பிறகு அவர்களது முகத்திற்கு நேராக, வெட்கிச் சிவக்கும் கன்னங்களுக்கு நேராகச் சொல்கிறேன்: மீண்டும் பிரார்த்திப்பவர்கள்தான் நீங்கள்!

ஆனால் பிரார்த்திப்பது வெட்கக்கேடானது! அனைவருக்குமல்ல, உங்களுக்கும், எனக்கும், மேலும் யாருக்கெல்லாம் தலையில் மனசாட்சி உள்ளதோ அவர்களுக்கு; உங்களுக்கு வழிபாடு ஒரு வெட்கக்கேடு!

உங்களுக்கு அது நன்கு தெரியும்: கைகளைக் கோர்த்து, புஜங்களை மடக்கி, அதைச் சுலபமாக எடுத்துக்கொள்ளும் உங்களுக்குள் உள்ள கோழைச் சாத்தான் – இந்தச் சாத்தான்தான் 'அங்கு ஒரு கடவுள் உள்ளது' என்று உங்களை நம்பும்படிச் செய்தது.

அதன் மூலம், நீங்கள் வெளிச்சத்தைப் பார்த்துப் பயப்படுபவர்களாக, யாரை வெளிச்சம் ஒருபோதும் ஓய்வெடுக்க விடாதோ அவர்களில் ஒருவராக ஆகிவிட்டீர்களா; இப்போது நீங்கள் உங்களது தலையை ஒவ்வொரு நாளும் இரவுக்கும் பனிக்குமாக ஆழமாகச் செருகிக்கொள்ள வேண்டும்.

உண்மையில், நீங்கள் நேரத்தை நன்றாகத் தேர்வு செய்தீர்கள். ஏனெனில், இப்போதும்கூட இரவுப் பறவைகள் வெளியே பறந்துவிட்டன. வெளிச்சத்திற்குப் பயப்படும் அனைவருக்குமான நேரம் வந்துவிட்டது, நெகிழ்வுறுதலின் மாலைநேரம் – அவர்களுக்கு 'நெகிழ்வு' இல்லாதபோதும்.

நான் அதைக் கேட்கிறேன், முகர்கிறேன்; அவர்களுடைய துரத்தலுக்கும், ஊர்வலத்திற்குமான நேரம் வந்துவிட்டது; பயனற்ற காட்டுத் துரத்தலுக்கான நேரமல்ல, ஒரு பழக்கப்பட்ட, நொண்டியான, மோப்பம் பிடிக்கிற, மெதுவாக நடக்கிறவர்களுடைய, மெதுவான வழிபாடுகளினுடைய துரத்தல்.

நிறைந்த ஆத்மாவுள்ள கபடவேடதாரிகளின் பின்னாலான துரத்தலுக்கு, இதயத்தின் அனைத்து எலிப்பொறிகளும் மீண்டும் அமைக்கப்பட்டுவிட்டன! எங்கெல்லாம் நான் ஒரு திரையை

உயர்த்துகிறேனோ, அங்கெல்லாம் ஒரு அந்துப்பூச்சி படபடத்து வெளிவருகிறது.

அது வேறொரு சிறிய இரவின் அந்துப்பூச்சியுடன் அங்கே ஒளிந்துகொண்டு தங்கி இருந்ததா? ஏனெனில், ஒவ்வொரு இடத்திலும் மறைந்துள்ள சிறு சமுதாயங்களை நான் முகர்கிறேன்; எங்கெல்லாம் இருட்டு அறைகள் உள்ளனவோ, அங்கெல்லாம் புதிய பக்தர்கள் உள்ளனர், பக்திச் சூழலும் உள்ளது.

பக்தியுள்ள இனிப்பு வியாபாரிகளால் வாயும் வயிறும் கெடுக்கப்பட்டு, அவர்கள் நீண்ட மாலைநேரங்களில் ஒன்றாக அமர்ந்து சொல்கிறார்கள்: 'நாம் மீண்டும் சிறு குழந்தைகளைப் போலாவோம், அன்புடைய கடவுளே என்றழைப்போம்.'

அல்லது அவர்கள் நீண்ட மாலைவேளைகளில், பதுங்கும் வஞ்சகச் சிலுவைச் சிலந்தியைக் கவனித்துக்கொண்டிருக் கிறார்கள், அது செயலறிவைச் சிலந்திகளிடையே உபதேசித்துச் செல்கிறது: 'சிலுவையின் கீழ் அருமையான வலைப்பின்னல் உள்ளது!'

அல்லது அவர்கள் சதுப்புகளுக்கு அருகே மீன்பிடி தூண்டிலோடு அமர்ந்து, அந்தக் காரணத்தினாலேயே தங்களை ஆழமானவர்களென்று நினைக்கிறார்கள். ஆனால் மீன்களே இல்லாத இடத்தில் மீன் பிடிப்பவனை நான் மேம்போக் கானவன் என்றுகூட அழைப்பதில்லை.

அல்லது வயதான பெண்மணிகளிடமும், அவர்களது புகழ்ச்சியிலும் சலித்துப் போனதனால், அவர்கள் இளம் பெண்களின் இதயங்களில் யாழிசை மூலம் நுழைய விரும்பும் பாட்டுக் கவிஞர்களிடம், சமயப் பற்றார்வத்துடன் குதூகலமாக யாழ் வாசிக்கக் கற்றுக்கொள்கிறார்கள்.

அல்லது தேவதைகள் தன்னிடம் வருமென்று இருட்டு அறைகளில் காத்திருக்கும், கற்றறிந்த அரைப்பைத்திய மனிதனி டம் அதிர்ந்து போவதைக் கற்றுக் கொண்டிருக்கிறார்கள் – தேவதை ஏற்கனவே புறப்பட்டுவிட்டது!

அல்லது அவர்கள் வேதனை மிகுந்த காற்றுகளிடம் குரல்களின் வேதனையைக் கற்றுக்கொண்ட கிழட்டு நாடோடி யின் சீழ்க்கையைக் கேட்கிறார்கள். இப்போது, அவன் காற்றைப் போலச் சீழ்க்கையிடுகிறான், வேதனைமிகுந்த தொனிகளில் வேதனையை உபதேசிக்கிறான்.

அவர்களில் சிலர் இரவுக் காவலர்களாகக்கூட ஆகிவிட் டனர்; இப்போது அவர்களுக்குக் கொம்புகளை எப்படி

ஊத வேண்டும் என்று தெரியும், வெகு காலமாக உறங்குகிற பழைய விஷயங்களை இரவில் சுற்றி வந்து எழுப்பவும் தெரியும்.

நான் தோட்டச் சுவருக்கு அருகில் பழைய விஷயங்கள் பற்றிய ஐந்து சொல்லாடல்களைக் கேட்டேன்: அவை அம்மாதிரி யான கிழடான, வேதனையுற்ற, வறண்ட இரவுக் காவலனிடம் இருந்து வந்தன.

'தந்தையென்கிற அளவில் அவன் தனது குழந்தைகளைப் போதுமான அளவு பார்த்துக்கொள்ளாதவன்; மனிதத் தந்தை கள் நன்றாகவே பார்த்துக்கொள்கிறார்கள்!'

இன்னொரு இரவுக் காவலாளி பதிலளித்தான்: 'அவனுக்கு மிகவும் வயதாகிவிட்டது! அவன் தனது குழந்தைகளை இப்போது பார்த்துக்கொள்வதே இல்லை.'

'அவனுக்குக் குழந்தைகள் ஏதும் உள்ளனவா? அவனாலேயே அதை நிரூபிக்க இயலாவிடில், யாராலும் அதை நிரூபிக்க இயலாது! அவன் அதை முடிவாக நிரூபிப்பான் என்று நீண்ட நாள் காத்திருந்தேன்.'

'நிரூபிப்பதா? என்னமோ எப்போதாவது எதையாவது நிரூபித்தமாதிரி! விஷயங்களை நிரூபிப்பது அவனுக்குக் கடின மாக உள்ளது; மக்கள் அவனை நம்ப வேண்டுமென்பதையே அவன் மிக முக்கியமானதாக நினைத்தான்.'

'ஆம், ஆம்! அவன் மீதான நம்பிக்கை அவனை மகிழ்விக் கிறது, வயதான மனிதர்கள் அப்படித்தான்! எனவே நாமும்கூட அப்படியே!'

இவ்வாறாக அந்த இரு கிழட்டு இரவுக் காவலாளிகளோடு சேர்ந்து மெலிந்த சோளக்கொல்லைப் பொம்மைகள் பேசின, பின்னர் வேதனையுடன் தமது கொம்புகளை ஊதி ஒலித்தன. தோட்டச்சுவர் அருகில் நேற்றிரவு அது நடந்தது.

சிரிப்பினால் எனது இதயம் புரண்டு நெளிந்து, வெடித்து விடுவது போல் தோன்றியது. எங்கு போவது என்று தெரியாமல் அடிவயிற்றில் வந்து புதைந்து கொண்டது சிரிப்பு.

உண்மையில், கழுதைகளுக்குப் போதையேறியதைப் பார்த்த தாலும், இரவுக் காவலாளிகள் இவ்வாறு கடவுளைச் சந்தேகப் பட்டுப் பேசியதைக் கேட்டதாலும் ஏற்பட்ட சிரிப்பினால் அடைத்துப்போய், அது எனது மரணமாகக்கூட ஆகியிருக்கும்.

இவ்வாறான அனைத்துச் சந்தேகங்களும் வெகு முன் பாகவே கடந்து விடவில்லையா? யாரால் இனி அது போன்ற

பழைய, தூங்குகிற, வெளிச்சத்தை விரும்பாதவற்றை எழுப்ப இயலும்!

பழைய கடவுள்களுடன், அவர்கள் தங்களுடைய முடிவை வெகுகாலம் முன்பே சந்தித்துவிட்டார்கள் – உண்மையில், அவர்களுடையது ஒரு அருமையான, மகிழ்ச்சியான, புனித மான முடிவு!

அவர்கள் 'அந்தி ஒளியில் மங்கிவிடவில்லை' – அது ஒரு பொய்! அதற்கு மாறாக; அவர்கள் ஒரு முறை – சிரித்துச் சிரித்துச் செத்தார்கள்.

கடவுளை மறுக்கும் நீண்ட சொல்லாடல், கடவுளிடம் இருந்தே வெளிப்பட்டபோது, அது நிகழ்ந்தது. அந்தச் சொல் லாடல்: 'இங்கே ஒரே கடவுள்தான்! எனக்கு முன்னால் நீ வேறெந்தக் கடவுளையும் வைத்துக் கொள்ளக் கூடாது!'

கோபத்தில் தாடி துடிக்கும் ஒரு கடவுள், ஒரு பொறாமை யான கடவுள், இவ்வாறாக அவனையே மறந்தான்.

எல்லாக் கடவுள்களும், பிறகு சிரித்து அவர்களுடைய நாற்காலிகளில் அமர்ந்து ஆடியபடி கத்தினர்: 'இங்கு கடவுள் கள் உள்ளன. ஆனால் கடவுள் இல்லை! கச்சிதமாக இது கடவுள் தன்மையல்லவா!'

யாருக்குக் கேட்கக் காதுகள் இருக்கின்றனவோ, அவன் கேட்கட்டும்.

தான் மிகவும் நேசித்த, 'பல வண்ணப் பசு' என்று அழைக்கப்பட்ட நகரில், ஜரதுஷ்ட்ரா இவ்வாறு கூறினான். மீண்டும் அவனது குகைக்கும், அவனுடைய மிருகங்களிடமும் வருவதற்கு அவனுக்கு இரண்டு நாட்களே இருந்தன; அத்துடன் அவனுடைய ஆத்மா அவனுடைய வீடு திரும்புதல் நெருங்கி வருவதால் மீண்டும் மீண்டும் குதூகலப்பட்டது.

## வீடு திரும்புதல்

ஓ, தனிமையே! தனிமையே எனது வீடே! நான் நீண்டகாலம் மனம் போன போக்கில் அன்னிய வனநிலங்களில் தங்கிவிட்டேன், கண்ணீரற்று உன்னைக் காண வீட்டிற்கு வருவதற்காக!

அம்மாக்கள் செய்வதுபோல், இப்போது உங்கள் விரல்களை உதறுங்கள், இப்போது என்னைப் பார்த்து அம்மாக்களைப் போலச் சிரியுங்கள், இப்போது வெறுமனே சொல்லுங்கள்: 'யாரது ஒரு காலத்தில் புயற்காற்றைப் போல் என்னிடமிருந்து வெளியேறியது?

'புறப்படும்போது நான் தனிமையுடன் அதிக காலம் அமர்ந்திருந்து விட்டேன், நான் மௌனமாக இருப்பதை மறந்துவிட்டேன்! நீ அதைக் கற்றுக் கொண்டுவிட்டாய் நிச்சயமாக – இப்போது என்று கத்தியது யார்?

'ஓ, ஜரதுஷ்ட்ரா, தனிமையானவனே, நீ என்னோடு இருந்ததைக் காட்டிலும், கூட்டத்தில் மிகத் தனிமையாக இருந்தாய்! எனக்கு அனைத்தும் தெரியும்.

'தனித்திருப்பது என்பது ஒன்று, தனிமை வேறு ஒன்று: நீ அதைக் கற்றுக் கொண்டுவிட்டாய் – இப்போது! மனிதர்களிடையே எப்போதும் நீ கட்டுப்பாடற்றவனாக, அன்னியமாக இருப்பாய்: அவர்கள் உன்னை நேசிக்கும் போதுகூட.

'கட்டுப்பாடற்றவனாகவும் அன்னியமாகவும்': அனைத்திற்கும் மேலாக அவர்கள் சலுகை காட்டப்பட விரும்புகிறார்கள்!

'ஆனால் இங்கே உனது சொந்தக் கணப்புடன் சொந்த வீட்டில் இருக்கிறாய்': நீ இங்கே எதையும் சொல்லலாம், அனைத்துக் காரணங்களையும் வெளிக் கொட்டலாம், மறைக்கப்பட்ட, கடின உணர்வுகளுக்காக வெட்கப்பட இங்கு ஒன்றும் இல்லை.

'உனது உரையாடலுக்கும், உன்னைப் புகழ்வதற்கும் இங்கு விருப்பத்தோடு அனைத்தும் வருகின்றன; ஏனெனில் அவை உனது முதுகில் சவாரி செய்ய விரும்புகின்றன. ஒவ்வொரு உண்மைக்கும் நீ ஒவ்வொரு உருவகத்தில் சவாரி செய்கிறாய்.

'இங்கே நீ எதனிடமும் நேரடியாக, உண்மையாகப் பேசலாம்: உண்மையில், அது அவர்களுடைய காதுகளுக்குப் போற்றுதல்போல் ஒலிக்கிறது, யாராவது அவர்களிடமும் பேசியாக வேண்டும் – உண்மையாக!

'ஆனால் தனித்திருப்பது வேறொரு விஷயம்: ஓ, ஜரதுஷ்ட்ரா, ஒருகாலத்தில் காட்டில் பிணத்தருகில், எங்கு செல்வது என்று அறியாமல், முடிவெடுக்க இயலாமல் நின்றிருந்தபோது, உனக்கு மேலாக ஒரு பறவை கத்தியதே, உனக்கு நினைவிருக்கிறதா?

'எனது விலங்குகள் என்னை வழி நடத்தட்டும்! 'விலங்குகளோடு இருப்பதைவிட, மனிதர்களோடு இருப்பது அபாயகர

மானதாக இருப்பதை நான் கண்டேன்’ என்று நீ சொன்னாயே அதுதான் தனித்திருத்தல்!

‘ஓ, ஜரதுஷ்ட்ரா உனது தீவில் நீ அமர்ந்திருந்தவாறு, காலியான வாளிகளுக்கு இடையில் ஒரு மதுக்கிணறென அளித்தபடி, விநியோகித்தபடி தாகமாக இருப்பவர்களிடையே வழங்கிக்கொண்டும், வெளியே இறைத்துக்கொண்டும் இருந்தது உனக்கு நினைவிருக்கிறதா?

‘கடைசியில் தனியே தாகத்தோடு, போதையேறியவர்களிடையே அமர்ந்து தருவதைவிடப் பெறுவது அதிகமாக ஆசிர்வதிக்கப்பட்டதல்லவா? பெறுவதைவிடத் திருடுவது கூடுதலாக ஆசிர்வதிக்கப்பட்டதல்லவா என்று ஒவ்வொரு இரவும் புலம்பினாயே – அதுதான் தனித்திருத்தல்.

‘ஓ, ஜரதுஷ்ட்ரா, உனது மிக அசைவற்ற நேரம்வந்து, உன்னிலிருந்தே உன்னைப் பிரித்து, ஒரு தீய கிசுகிசுப்பில்: ‘பேசு, தகர்த்தெறி’ என்று சொன்னதே, உனக்கு நினைவிருக்கிறதா?

‘உனது அத்தனை காத்திருப்புக்காகவும், மௌனத்திற்காகவும் அது உன்னை வருத்தப்பட வைத்து, உனது அடக்கமான துணிவை அதைரியப்படுத்தியதே அதுதான் தனித்திருத்தல்!’

ஓ, தனிமையே! எனது தனிமை வீடே! எவ்வளவு பெருமகிழ்ச்சியுடனும், அன்புடனும் உனது குரல் என்னிடம் பேசியது!

நாம் ஒருவரையொருவர் கேள்வி கேட்டுக்கொள்வதில்லை. நாம் ஒருவருக்கொருவர் புகார் சொல்வதில்லை, நாம் திறந்த கதவுகள் வழியாக வெளிப்படையாக இணைந்து செல்கிறோம்.

ஏனெனில், உன்னிடம் அனைத்தும் வெளிப்படையானது, தெளிவானது: இங்கே மணித்துளிகள்கூட மெதுவான பாதங்களோடு ஓடுகின்றன. ஏனெனில், வெளிச்சத்தைவிட இருட்டில் காலம் அதிகமாகக் கனக்கிறது.

இங்கே சொற்களும், அனைத்து இருத்தலின் சொற்பேழைகளும் எனக்காகத் துள்ளித் திறக்கின்றன; இங்கு அனைத்து இருத்தலும் சொற்களாக விரும்புகின்றன, இசைவானவை அனைத்தும் இங்கு என்னிடம் எப்படிப் பேசுவதெனக் கற்க விரும்புகின்றன.

அங்கே கீழே, எப்படியானாலும் – எல்லாம் வீண் பேச்சுகளே! அங்கு, சிறந்த விவேகமென்பது மறப்பதும், கடந்து செல்வதும்தான்: நான் அதை இப்போது கற்றுக்கொண்டுவிட்டேன்.

மனிதர்களிடையே உள்ள அனைத்தையும் புரிந்துகொள்ள விரும்புபவன், அனைத்தையும் தொட்டுப் பார்க்க வேண்டும். ஆனால், எனது கைகள் தொட முடியாத அளவுக்குச் சுத்த மானவை.

அவர்களுடைய மூச்சுக் காற்றைச் சுவாசிக்கக்கூட நான் வெறுக்கிறேன்; அந்தோ, அவர்களது கூச்சலிலும், கெட்ட மூச்சிலும் நான் எவ்வளவு நீண்டு வாழ்ந்துவிட்டேன்!

ஓ, என்னைச் சுற்றிலும் பேரின்ப அமைதி! ஓ, என்னைச் சுற்றிலும் தூய வாசனை! ஓ, எவ்வாறு இந்த அமைதி ஒரு ஆழ்ந்த நெஞ்சிலிருந்து சுத்தமான சுவாசத்தை இழுக்கிறது! ஓ, இந்தப் பேரின்ப அமைதி எவ்வளவு கவனமாகக் கேட்கிறது.

ஆனால், அங்கே ஆழத்தில் – அனைத்தும் பேசுகின்றன. எதுவும் கேட்கப்படவில்லை. தன்னுடைய விவேகத்திலொருவன் மணியை ஒலிக்கலாம் – சந்தையிலுள்ள கடைக்காரன் சில்லறைகளால் அதைவிட அதிக ஒலியை எழுப்புவான்!

அவர்களிடையே உள்ள அனைத்தும் பேசுகிறது, யாருக்கும் எப்படிப் புரிந்துகொள்வது என்று தெரியவில்லை. அனைத்தும் தோல்வியில் போய் விழுகிறது, இப்போதெல்லாம், ஆழமான கிணறுகளில் எதுவும் விழுவதில்லை.

அவர்களிடையே உள்ள அனைத்தும் பேசுகிறது, எதுவும் உருப்பட்டு ஒருவழியாவதில்லை; அனைத்தும் கொக்கரிக்கிறது, ஆனால் யார் இன்னும் அமைதியாகக் கூட்டின் மேல் அமர்ந்து முட்டை பொரிக்க விரும்புகிறார்கள்?

அவர்களிடையே உள்ள அனைத்தும் பேசுகிறது, அனைத்தும் பேசி முடிக்கப்படுகிறது. காலத்திற்கும், அதன் பற்களுக்கும் 'நேற்று' கடினமானதாக உள்ளது, இன்றைய மனிதர்களால் மெல்லப்பட்டு, 'இன்று' அவர்களது வாயில் தொங்கிக்கொண்டிருக்கிறது.

அவர்களிடையே உள்ள அனைத்தும் பேசுகிறது, அனைத்தும் நம்பிக்கைத் துரோகம் செய்து ஏமாற்றப்படுகிறது. ஒரு காலத்தில் ரகசியமென்று, ஆழமான ஆத்மாக்களின் ரகசியமென்று அழைக்கப்பட்டவை, இன்று தெருவின் பெருமை பேசுபவர்களுக்கும், மற்ற டாம்பீகர்களுக்கும் சொந்தமானவை.

ஓ, மனித இனமே, விசித்திரமே! இருண்ட தெருக்களின் சப்தமே! இப்போது மீண்டும் எனக்குப் பின்னால் படுத்துக் கிடக்கிறாய் நீ – எனது மாபெரும் அபாயம், எனக்குப் பின்னால் படுத்துக் கிடக்கிறது!

உண்மைகள் பின்னால் வைக்கப்பட்டு, முட்டாள்தனமான கைகளோடும், முட்டாள்தனமான அன்பான இதயத்தோடும், கழிவிரக்கங்களின் சிறிய பொய்களின் செல்வத்தோடும், நான் மனிதர்களோடு வாழ்ந்தேன்.

அவர்களைப் பொறுத்துக்கொண்டு அவர்களிடையே மாறுவேடத்தில் அமர்ந்திருக்கிறேன், என்னையே நான் தவறாகப் புரிந்துகொள்ளத் தயாராக. 'முட்டாள், உனக்கு மனிதர்களைப் பற்றித் தெரியாது' என்று மகிழ்ச்சியோடு என்னிடமே சொல்லிக்கொள்வதற்காக.

மனிதர்களோடு வாழும்போது ஒருவன் மனிதர்களைப் பற்றி அறிந்ததை மறந்து விடுகிறான்: எல்லா மனிதர்களிடமும் மிகப்பெரிய முன்வாசலுள்ளது – தூரத் தேடும் கண்களும் பார்வையும் அங்கு என்ன செய்ய முடியும்!

அவர்கள் என்னைத் தவறாகப் புரிந்துகொள்ளும்போது, நான், ஒரு முட்டாளைப்போல், என்னையும்விட அவர்களுக்குச் சலுகை காட்டினேன்; ஏனெனில், நான் என்னிடம் கடினமாக இருப்பதற்குப் பழகிக்கொண்டிருந்தேன், இவ்வாறான சலுகைக் காக என்னைப் பழி தீர்த்துக்கொண்டுமிருந்தேன்.

விஷப்பூச்சிகளால் கொட்டப்பட்டு, நயவஞ்சகத்தின் பல துளிகளால் பொள்ளலாக்கப்பட்ட ஒரு கல்லைப்போல்: அப்படித் தான் நான் அவர்களிடையே அமர்ந்து இன்னும் எனக்கே சொல்லிக்கொள்கிறேன்: 'சிறியது அதன் சிறிய தன்மையால்தான் சின்னதாக உள்ளோம் என்பதை உணராது உள்ளது!'

குறிப்பாகத் தங்களை 'நல்லவர்கள்' என்று அழைத்துக் கொள்பவர்களே, மிக விஷமுள்ள பூச்சிகளாக இருப்பதை நான் கண்டுகொண்டேன்: அவர்கள் அறியாமையால் கொட்டு கிறார்கள்: அவர்கள் எப்படி என்னிடம் நியாயமாக இருப்பார் கள்?

நல்லவர்களிடையே வாழ்பவனுக்குக் 'கழிவிரக்கம்' பொய் சொல்லக் கற்றுத் தருகிறது. கழிவிரக்கம், அனைத்துச் சுதந்திர மான ஆத்மாக்களின் மூச்சையும் திணறடிக்கும். ஏனெனில், நல்லவர்களின் மடத்தனம் ஆழங்காண இயலாதது.

என்னையும் எனது செல்வங்களையும் மறைத்துக்கொள்ள, நான் அங்குதான் கற்றுக்கொண்டேன்: அனைவரும் உள்ளுயிரில் இன்னும் ஏழ்மையாக இருப்பதை நான் கண்டதால். அனை வரிடமும் நான் கண்டது எனது கழிவிரக்கத்தின் பொய்.

எது ஒருவனுக்குப் போதுமான அளவு வலிமையென் பதையும், எது தேவைக்கு அதிகமான வலிமையென்பதையும், நான் அனைவரிடமும் உணர்ந்தேன், கண்டேன்.

அவர்களுடைய கல்விச் செருக்குக்கொண்ட விவேகமான மனிதர்கள்: நான் அவர்களை விவேகமானவர்கள் என்று அழைக்கிறேன். கல்விச் செருக்குடையவர்கள் என்று அல்ல – இவ்வாறாக நான் வார்த்தைகளைக் களங்கப்படுத்தினேன். அவர்களுடைய சவக்குழி தோண்டுபவர்களை நான் புலனாய் வாளர்கள், கற்றறிவாளர்கள் என்று அழைத்தேன். இவ்வாறாக நான் வார்த்தைகளைச் சீர்குலைக்கக் கற்றேன்.

சவக்குழி தோண்டுபவர்கள் தங்களுக்கு வியாதிகளைத் தோண்டிக் கொள்கிறார்கள்; தீயஆவிகள் பழைய இடிமானங் களுக்குப் பக்கத்தில் இளைப்பாறுகின்றன. ஒருவன் சேற்றைக் கலக்கிக்கொண்டிருக்கக் கூடாது, மலைகளின் மேல் வாழ வேண்டும்.

மகிழ்ச்சியான மூக்கோடு நான் மீண்டும் மலைச் சுதந்திரத்தைச் சுவாசிக்கிறேன்! கடைசியில் மனித இனத்தின் அனைத்து நாற்றத்திலிருந்தும், எனது மூக்கு விடுதலை செய்யப்பட்டுவிட்டது.

எனது ஆத்மா, காட்டமான மதுவினால் தூண்டப்பட்டது போலக் கூர்மையான தென்றலினால் தூண்டப்பட்டுத் தும்மு கிறது – தும்மித் தனக்குத்தானே கூச்சலிடுகிறது: நீ வாழ்க!

ஜரதுஷ்ட்ரா இவ்வாறு கூறினான்.

## மூன்று தீய விஷயங்கள் குறித்து

### 1

ஒரு கனவில், எனது கடைசிக் காலைக் கனவில், உலகத்திற்கு அப்பால் ஒரு நிலக்கூம்பின் மீது நின்றேன் – ஒரு தராசை வைத்து உலகை நிறுத்துப் பார்த்தேன்.

ஓ, மிக முன்னதாகவே விடியல் என்னிடம் வந்துவிட்டது! பொறாமையான விடியல்! அது விழிப்புக்குள் என்னை ஒளிரச் செய்தது, அது எப்போதும் எனது காலைக் கனவின் ஜுவலிப்பில் பொறாமைப்படுகிறது.

நேரமிருப்பவனுக்கு அளக்கக்கூடியதாக, நன்றாக எடை போடக் கூடியவனுக்கு எடை போடக் கூடியதாக, கடினமான சிறகுகளுக்குப் பெறக்கூடியதாக, புனிதக் குறடுகளுக்குப் புனித மாக உலகைக் கண்டடைகிறது எனது கனவு.

எனது கனவு, ஒரு துணிவான கடலோடி, கப்பல் பாதி புயல் பாதி, ஒரு வண்ணத்துப் பூச்சி போல் அமைதியாக, ஒரு வல்லூறு போலப் பொறுமையற்று: அதற்கு எப்படி உலகங்களை எடைபோட இன்று நேரமும், பொறுமையும் உள்ளது?

எனது விவேகம் எனது சிரிக்கிற, விழித்திருக்கிற பகல் விவேகம், ஒருக்கால் அதனிடம் ரகசியமாகப் பேசியதா? அது அனைத்து 'முடிவற்ற உலகங்களையும் கேலி செய்கிற விவேகம்'. ஏனெனில், எனது விவேகம் சொல்கிறது: 'எங்கு அதிகாரம் உள்ளதோ, அங்கு 'எண்' எஜமானாகிறது; அதற்குக் கூடுதல் அதிகாரம் உள்ளது.'

எவ்வளவு நம்பிக்கையுடன் எனது கனவு, இந்த முடிவு டைய உலகத்தை உற்று நோக்குகிறது, புதிய காரியங்களுக்கோ அல்லது பழையவற்றிற்கோ ஆர்வமற்று; வியப்பும் இல்லாமல், கெஞ்சிக் கேட்டலும் இல்லாமல் –

பழுத்த, மிருதுவான, குளிர்ந்த, மெத்துமெத்தென்ற தோலு டன் ஒரு உருண்ட தங்கஆப்பிள் தானாக என் கைகளுக்குப் பரிசாக வந்ததுபோல் – இவ்வாறுதான் உலகம் தன்னை எனக்குப் பரிசளித்தது.

ஒரு அகன்று கிளைக்கிற, கடின விருப்பமுள்ள மரம் தலையசைத்தது மாதிரி, சாய்வதற்காகக் குனிந்தது, வழிக் களைப்பிற்கு ஒரு பாத முக்காலிபோல்: இவ்வாறாக உலகம் எனது நிலக்கூம்பின் முன் நின்றது –

மிருதுவான கைகள் ஒரு பேழையைக் கொண்டுவந்தது மாதிரி – பணிவடக்கமுள்ள, போற்றுகிற கண்களுக்கு மகிழ்ச்சி தருவதற்காகத் திறக்கிற ஒரு பேழை: இவ்வாறாக உலகம் தன்னை இன்று என் முன் அளித்தது –

நிறைய தீய விஷயங்கள் சொல்லப்பட்ட இந்த உலகம்! மனித நேசத்தைப் பயமுறுத்துகிற அளவு அவ்வளவு புதிராக அல்ல, மனித விவேகத்தை உறங்க வைக்கும் அளவிற்கு அவ்வளவு வெளிப்படையாக அல்ல – இன்று உலகம் எனக்கு ஒரு நல்ல மனித விஷயம்தான்.

நான் எனது காலைக் கனவிற்கு எவ்வளவு நன்றியுடன் இருக்கிறேன், இன்று அதிகாலையில், நான் இவ்வாறு உலகை எடை போட்டேன்! இந்தக் கனவும், இதயத்தை ஆற்றுப்படுத்து பவனும்! ஒரு நல்ல மனித விஷயம்போல் என்னிடம் வந்தது.

மேலும், நானும் பகலில் அதுபோலவே செய்யலாம், அதன் சிறந்த நோக்குகளைக் கற்று நானும் உன்னைப் போலவே செய்யலாம். நான் இப்போது மூன்று மிகத் தீய விஷயங்களைத் தராசில் வைத்து நன்றாக மனிதத்தனமாக எடை போட்டேன்.

ஆசிர்வதிக்கக் கற்றுத் தந்தவன் எவனோ அவனேதான் சபிக்கவும் கற்றுத் தந்தான்: உலகின் மிகச் சபிக்கப்பட்ட மூன்று விஷயங்கள் எவை? நான் இவற்றைத் தராசின் மேல் வைப்பேன்.

சிற்றின்பம், அதிகாரத்திற்கான இச்சை, சுயநலம்: இவை மூன்றும் மிகவும் சபிக்கப்பட்டுள்ளவை. மோசமான, மிகவும் நியாயமற்ற இடத்தில் வைக்கப்பட்டுள்ளவை – இந்த மூன்றையும் நான் நன்றாகவும், மனிதத்தனமானதாகவும் எடை போடுவேன்.

நல்லது பிறகு! இங்கே உள்ளது எனது நிலக் கூம்பு, அங்கே உள்ளது கடல்: அது என்னை நோக்கி உருண்டு வருகிறது, பம்மையான, வாலைக் குழைக்கிற, நூறு தலைகளை உடைய நான் நேசிக்கின்ற விசுவாசமான பழைய அரக்கன்.

நல்லது பிறகு! நான் இங்கு உருளும் கடலுக்கு மேல் தராசைப் பிடிப்பேன்: சாமியார் மரமே, கடும் நாற்றமடிக்கிற, அகன்ற மேல்வளைவுள்ள, நான் விரும்புகிற மரமே! பார்த்துக் கொள்ள, ஒரு சாட்சியையும்கூடத் தேர்ந்தெடுத்துவிட்டேன்.

எந்தப் பாலத்தின் மேலாக வருங்காலத்துக்குச் செல்கிறது நிகழ்காலம்? எந்த நிர்பந்தம் உயர்ந்ததைத் தாழ்ந்ததற்குக் குனியக் கட்டாயப்படுத்துகிறது? எது மிக உயர்ந்ததைக்கூட இன்னும் உயரமாக வளரக் கோருகிறது?

இப்போது தராசின் தட்டுகள் சமமாக அசைவற்று நிற்கின்றன: நான் மூன்று கனமான விஷயங்களை உள்ளே போட்டேன், மற்ற தட்டு மூன்று கனமான பதில்களைச் சுமக்கிறது.

## 2

சிற்றின்பம்: மயிர்ச் சட்டை அணிந்த உடலின் அனைத்து வெறுப்பாளர்களுக்கும் அது தார்க்குச்சி, குத்துக்கழி. மறு

உலகின் அனைத்து மனிதர்களாலும் 'உலகம்' என்று சாபமிடப் பட்டது: ஏனெனில் அது குழப்பம் மற்றும் தவறின் அனைத்து ஆசிரியர்களையும் முட்டாளாக்குகிறது, கேலி செய்கிறது.

சிற்றின்பம்: கும்பலுக்கு, எதன் மேல் கும்பல்கள் வறுக்கப் படுகிறார்களோ அந்த மிதமான தீ; புழு தின்ற அனைத்து மரங்களுக்கும், நாறும் அனைத்துக் கந்தல்களுக்கும், எப்போதும் தயாராக உள்ள இச்சையின் காய்ச்சும் அடுப்பு.

சிற்றின்பம்: சுதந்திரமான இதயங்களுக்குக் கபடற்றது, சுதந்திரமானது. பூமியின் தோட்ட மகிழ்ச்சி, அனைத்து வருங் காலத்திடம் இருந்தும் நிகழ்காலத்திற்குப் பொங்கி வழியும் ஒரு நன்றி.

சிற்றின்பம்: வாடி வதங்கியவர்களுக்கு மட்டும் ஒரு இனிக்கும் விஷம். ஆனால், சிங்க உறுதி உள்ளவர்களுக்கு மகத்தான நலமீட்பு மருந்து, மதிப்பார்வத்தோடு பாதுகாக்கப் பட்ட மதுக்களின் மது.

சிற்றின்பம்: ஒரு உயர்ந்த மகிழ்ச்சி, உயர்ந்த நம்பிக்கையின் மகத்தான உருவக மகிழ்ச்சி. ஏனெனில், திருமணம் திருமணத் திற்கு மேலாக வாக்களிக்கப்படுகிறது அநேகருக்கு.

ஆணும் பெண்ணுமாக இருப்பதைவிட, ஒருவருக்கு ஒருவர் அந்நியமான அநேகருக்கு; ஆணும் பெண்ணும் ஒருவருக்கு ஒருவர் எவ்வளவு அந்நியமானவர்கள் என்பதை முழுக்கக் கிரகித்துக்கொண்டவர்களுக்கு!

சிற்றின்பம் – ஆனால், எனது எண்ணங்களைச் சுற்றி வேலியிடுவேன். எனது வார்த்தைகளையும்கூட: பன்றிகளும், சிற்றின்ப எழுச்சிமிக்க வெறியர்களும் எனது தோட்டத்திற்குள் நுழைந்துவிடாமல் இருப்பதற்காக.

அதிகாரத்திற்கான இச்சை: மிகக்கடினமான இதயம் கொண்டவர்களுக்கான நெருப்புச் சவுக்கு: மிகக் கொடூரமான வர்கள் தங்களுக்காக ஒதுக்கீடு செய்து வைத்திருக்கும், மிகக் கொடுமையான வதை. வாழும் சொக்கப்பனைகளின் கறுத்த தீப்பிழம்பு.

அதிகாரத்திற்கான இச்சை: அதிவீணர்கள் மீது அமர்ந்திருக் கும் வஞ்சகப் பூச்சி; அனைத்து நிலையற்ற நற்குணங்களின் கேலிக்காரன்: ஒவ்வொரு குதிரை மேலும், ஒவ்வொரு பெருமை மேலும் சவாரி செய்வது.

அதிகாரத்திற்கான இச்சை: உள்ளீடற்ற சிதைந்த அனைத்தை யும் உடைத்தும், வெடித்தும் திறக்கிற நிலநடுக்கம்: வெள்ளை

யடிக்கப்பட்ட கல்லறைகளைத் தண்டிக்கிற, உருளுகிற, உறுமுகிற அழிப்பவன்: முன்கூட்டி முதிர்ந்த கேள்விகளுக்கு மின்னலான கேள்விக்குறி.

அதிகாரத்திற்கான இச்சை: அதன் பார்வைக்குமுன் மனிதன் நெளிந்து, குனிந்து, விறைத்து கடைசியாக மகத்தான கண்டனத்தின் கதறல் அவனிடமிருந்து வெடிக்கும்வரை – பன்றியையும், பாம்பையும்விடக் கீழாகிறான்.

அதிகாரத்திற்கான இச்சை: மகத்தான கண்டனத்தின் பயமுறுத்தும் ஆசிரியன், நகரங்கள் மற்றும் சாம்ராஜ்ஜியங்களின் முகங்களில் 'நீ தொலைந்தொழி' என்று பிரசங்கிப்பவன். கடைசியில் அவர்களே 'தொலைந்தொழிகிறேன் நான்!' என்று கதறும்வரை பிரசங்கிப்பவன்.

அதிகாரத்திற்கான இச்சை: எவ்வாறாயினும், அது தூய்மையானவர்களையும், தனிமையானவர்களையும்கூடக் கவர்ந்திழுக்கும் வகையில் தன்னிறைவான உயரங்களுக்கு உயர்கிறது. நிலவுலகுக்குரிய சொர்க்கங்களில் கவர்ந்திழுக்குமாறு, ராஜ போகங்களையும்கூட வர்ணமடிக்கிற காதலைப்போல ஒளிர்வது.

அதிகாரத்திற்கான இச்சை: ஆனால், உயரம் அதிகாரத்திற்குப் பின்னால் குனிய ஏங்கும்போது! அதை யார் இச்சை என்று அழைப்பார்கள். உண்மையில், அவ்வாறான ஏக்கத்திலும், குனிதலிலும் ஒரு நோயோ, இச்சையோ இல்லை!

தனித்த உயரம் எப்போதும் தனிமையில் இருக்காது, அது தன்னளவில் தனக்குப் போதுமானதாக இருக்காது; எனவே மலை சமவெளிகளுக்கு இறங்கலாம், உயரங்களின் காற்று தாழ்நிலங்களுக்கு வீசலாம் –

ஓ, யார் அவ்வளவு நியாயமான ஞானஸ்நானப் பெயரையும், நற்பண்பின் பெயரையும், அவ்வாறான ஏக்கத்திற்குச் சூட்ட இயலும்! 'வழங்கும் நற்குணம்' – அதுதான் ஒருகாலத்தில் பெயரிட இயலாததற்கு, ஜரதுஷ்ட்ரா இட்ட பெயர்.

பிறகு அதுவும் நிகழ்ந்தது – உண்மையில், அது முதல்முறையாக நிகழ்ந்தது! – அவனது கற்பித்தல் சுயநலத்தைப் போற்றியது, வல்லமையான ஆத்மாவிலிருந்து பிறக்கும் வலிமையான, ஆரோக்கியமான சுயநலம் –

ஒரு வல்லமையான ஆத்மாவிலிருந்து, அதற்கு உரியதாகச் செறிவாக்கப்பட்ட உடல், அழகான, வெற்றிகரமான, புத்துணர்வுள்ள உடல், அதைச் சுற்றியுள்ள அனைத்தும் ஒரு கண்ணாடியாக ஆகிறது;

குழைவான, தூண்டக்கூடிய உடல்கொண்ட நடனக்காரன், யாருடைய உருவமும், சிற்றுருவ மாதிரியும் சுயகொண்டாட்டத்திலுள்ள ஆத்மாவோ, அவ்வாறான உடல்களின், ஆத்மாக்களின் சுயகொண்டாட்டங்களும் தங்களை 'நற்குணம்' என்று அழைத்துக் கொள்கின்றன.

அவ்வாறான சுயகொண்டாட்டங்கள், தனது நன்மை மற்றும் தீமையின் கோட்பாடுகளால் தன்னைக் காப்பாற்றிக் கொள்கிறது, புனிதச் சோலைகளால் காத்துக் கொள்வதுபோல்; அது பெயர்களுடன் தனது மகிழ்ச்சியைத் தருகிறது. கண்டனத்துக்குரிய அனைத்தையும் தன்னிடம் இருந்து தடை செய்கிறது.

நயவஞ்சகமான அனைத்தையும் தன்னிடமிருந்து தடை செய்கிறது: அது சொல்கிறது. தீமையானது என்பது நயவஞ்சகமானது! எவன் எப்போதும் கவலைப் பட்டுக்கொண்டு, பெருமூச்சு விட்டுக்கொண்டு, புகார் செய்துகொண்டு, சின்னஞ்சிறிய அனுகூலத்தையும்கூடப் பொறுக்கிக்கொண்டிருப்பவனாக இருக்கிறானோ அவன் கண்டனத்துக்கு உரியவனாக அதற்குத் தெரிகிறது.

அது அனைத்துத் துயரார்ந்த விவேகத்தையும் அருவறுக்கிறது: ஏனெனில் உண்மையில்; இருளில் மலரும் விவேகமொன்றும் உள்ளது, ஒரு இரவு – நிழல் விவேகம், எப்போதும் 'அனைத்தும் வீண்!' என்று அது பெருமூச்சு விடுகிறது.

மருளுகிற அவநம்பிக்கை அதற்குக் கீழ்த்தரமானதாகப் படுகிறது. அவ்வாறே பார்வைகளையும், கைகளையும்விடச் சூளுரைகளை விரும்புகிற அனைவரையும், மேலும் அனைத்து அவநம்பிக்கை மிகுந்த விவேகத்தையும்கூட. ஏனெனில், அது தான் நயவஞ்சக ஆத்மாக்களின் இயற்கை.

அது யாரைச் சீக்கிரமாக மகிழ்விக்க இயலுமோ, அவனை இன்னும் கீழ்த்தரமாக மதிக்கிறது, நாய்போலத் தனது முதுகில் படுத்துக்கிடக்கும், பணிவான மனிதன்; பணிவாக நாய்போன்று சீக்கிரத்தில் மகிழ்விக்கக்கூடியதாக அங்கொரு விவேகம் உள்ளது.

அதற்கு முழுவதும் வெறுக்கக்கூடியதாகவும், குமட்டலூட்டுவதாகவும் இருப்பது, தன்னையே ஒருபோதும் காத்துக்கொள்ள இயலாத, நஞ்சான எச்சிலையும், தீவினையான பார்வைகளையும் விழுங்குகிற, மிகப் பொறுமையான மனிதன், அனைத்திலும் இணங்கிப் போகிறவன், அனைத்தோடும் பொறுத்துப் போகிறவன்: அதுவே அடிமைகளின் இயல்பு.

தெய்வத்திடமும், தெய்வீக எதிர்ப்பாற்றலிடமும் அல்லது மனிதர்களிடமும், மனிதர்களின் அற்ப அபிப்ராயங்களிடமும் எப்படியெல்லாம் அடிமைத்தனமாக ஒருவன் இருந்தாலும் இந்த அற்புதமான சுயநலம்! அது அனைத்துவகை அடிமைகள் மீதும் துப்புகிறது.

தீமையானது – உடைந்த, கஞ்சத்தனமான, கெஞ்சுகிற, தெளிவற்ற, விழிக்கிற கண்களோடு, அழுத்துகிற இதயத்தோடு, அந்தப் பொய்யான இணங்கும்வகையான, அகலமான, வஞ்சக உதடுகளோடு முத்தமிடுகிற மனிதன்.

போலி விவேகம்: அடிமையான, கிழடான, சலித்த மனிதர்களின் அனைத்து நகைச்சுவைகளையும் அது அப்படித்தான் அழைக்கிறது: குறிப்பாக அனைத்துத் தீய, பாய்கிற, கூடுதல் புத்திசாலித்தனமான பூசாரியின் மடத்தனத்தை!

தவறாக உபயோகிக்கப்படும் சுயநலமே – கச்சிதமாக அதுவே நற்குணமாக இருந்தது, அது நற்குணமென்று அழைக்கப்பட்டது – 'சுயநலமற்ற' அதுவேதான், நல்ல காரணத்தோடு, அனைத்துலகச் சலிப்பான இந்த வஞ்சகச் சிலுவைச் சிலந்திகளாக ஆக விரும்பியது!

ஆனால் இந்தநாளில், உருமாற்றம், தீர்ப்பளிப்பின் வாள், மகத்தான உச்சிவேளை அவர்கள் அனைவரிடமும் வருகிறது: பிறகு நிறைய விஷயங்களை வெளியிட இயலும்!

மற்றும் யார் 'நான்' எனும் முனைப்பை ஆரோக்கியமானது, புனிதமானது என்றும், சுயநலத்தைக் கீர்த்தி வாய்ந்ததாகவும் அறிவிக்கிறானோ, உண்மையில், அவன் ஒரு தீர்க்கதரிசி, தனக்குத் தெரிந்ததைக்கூட அறிவிக்கிறானே; 'பார், அது வருகிறது, அது நெருங்கிவிட்டது, அந்த மகத்தான உச்சிவேளை!'

ஜரதுஷ்ட்ரா இவ்வாறு கூறினான்.

## புவிஈர்ப்பின் ஆற்றல் குறித்து

எனது தங்குதடையற்ற நாக்கு – மக்களைப் பற்றியது; பட்டுப்போன்ற முயல்களுக்காக நான் மிகவும் கரகரப்பாகவும், வெதுவெதுப்பாகவும் பேசுகிறேன். எனது சொற்கள் மசி மீன்களுக்கும், கிறுக்குகிற நரிகளுக்கும் இன்னும் அந்நியமானதாகத் தான் இருக்கும்.

எனது கை – ஒரு முட்டாளின் கை; முட்டாளின் அக்கறை யற்ற எழுத்துகளுக்கும், கருத்தில்லாத கிறுக்கல்களுக்கும், இட மளித்த அனைத்து மேஜைகளுக்கும், சுவர்களுக்கும் இன்னல் வரட்டும்!

எனது பாதம் – ஒரு குதிரையின் பாதம்: அதில் நான் மலைகளின்மீதும் பள்ளத்தாக்கின் கீழும் துள்ளி நடக்கிறேன், வயல்களின் மேல் அங்குமிங்கும் அழுந்த மிதித்து நடக்கிறேன், தாவிச் செல்கிறபோது மகிழ்ச்சிக்கான சாத்தானுடைய சொந்தம் நான்.

எனது வயிறு – ஒருவேளை கழுகின் வயிறா? எதையும்விட ஆட்டின் மாமிசத்தை ஆர்வமாக எடுத்துக் கொள்கிறது : ஆனால், நிச்சயமாக, அது ஒரு பறவையின் வயிறு.

கள்ளமின்மை போன்ற சிலவற்றால் செரி மானம் செய்யப் பட்டுப் பொறுமையற்று வெளியே பறக்கத் தயாராக இருப்பதே இப்போது எனது இயல்பு: அதிலெப்படி ஒரு பறவையின் இயல்பு இல்லாதுபோகும்!

குறிப்பாகப் பறவை போலவே புவிஈர்ப்பின் ஆற்றலுக்கு நான் எதிரி; உண்மையில், உயிரெடுக்கும் – எதிரி, முதன்மை – எதிரி, பிறவி – எதிரி! ஓ, எனது பகைமை ஏற்கனவே எங்குதான் பறந்து திரியவில்லை!

நான் அதைப்பற்றி ஒரு பாடல் பாட முடியும் – பாடத் தான் போகிறேன், நான் ஒரு காலியான வீட்டிலிருந்து, எனது காதுகளுக்கு மட்டுமே பாடிக்கொள்ள வேண்டியிருந்தாலும், பாட்டொன்றைப் பாடுகிறேன்.

வேறு பாடகர்களும் உள்ளனர், நிச்சயமாகச் சொல்வ தென்றால் யாருடைய குரல்கள் மிருதுவாக்கப்பட்டு, கைகள் செயல்திறன் வாய்ந்தனவாகவும், கண்கள் பொருள் பொதிந்தன வாகவும் உள்ளனவோ, வீடு நிறைந்திருக்கும்போது மட்டும் யாருடைய இதயங்கள் எழுப்பப்படுகிறதோ: அவர்களில் ஒருவனல்ல நான்.

## 2

மனிதர்களுக்குப் பறக்கக் கற்றுத்தரப் போகிறவன், ஒருநாள் அனைத்து எல்லைக் கற்களையும் அகற்றியிருப்பான், எல்லா எல்லைக் கற்களும் அவனிடம் தானாகக் காற்றில் பறந்து சென்றிருக்கும், அவன் உலகிற்குப் புதிதாகப் பெயர் சூட்டு வான் – ‘கனமற்றது’ என.

நெருப்புக்கோழிகள் எந்தக் குதிரையையும்விட வேகமாக ஓடும், ஆனால் அதுவும்கூடக் கடினமான பூமியில் தனது தலையை அழுந்தப் புதைத்து வைத்துக்கொண்டுள்ளது. இன்னும் பறக்க இயலாத மனிதன் அது போன்றவனே.

அவன் பூமியையும், வாழ்வையும் கடினமானது என்று அழைக்கிறான்: புவிஈர்ப்பின் ஆற்றல் அது போன்றதே! ஆனால், லேசாகவும், பறவையாகவும் ஆக விரும்புமொருவன், முதலில் தன்னை நேசிக்க வேண்டும் – இவ்வாறு நான் கற்பிக்கிறேன்.

நிச்சயமாக நோயாளிகளின், ஆரோக்கியமற்றவர்களின் நேசத்தோடு அல்ல. ஏனெனில் அவர்களிடம் சுயநேசம்கூட நாறுகிறது!

ஒருவன் முழுமையான ஆரோக்கியமான அன்புடன் தன்னை நேசிக்கக் கற்றுக்கொள்ள வேண்டும். அப்போதுதான் ஒருவனால் அதைத் தன்னுடன் நிலைத்திருக்கச் செய்ய இயலும், அலைதலற்று இருக்க இயலும் – இவ்வாறு நான் கற்பிக்கிறேன்.

இவ்வாறான அலைதல், 'அண்டைவீட்டார் மீதான அன்பு' என்று தன்னை அழைத்துக்கொள்கிறது: இந்த வார்த்தைகள் பொய் சொல்லவும், கலைக்கவும் இதுவரையில் மிகச் சிறந்தவைகளாக உள்ளன. குறிப்பாக அனைவரையும் அடக்கி ஆள்பவர்களுக்கு.

உண்மையில், தன்னை நேசிக்கக் கற்றுக்கொள்வது, இன்றைக்கான அல்லது நாளைக்கான கட்டளையல்ல. இந்தக் கலை அருமையானது, நுட்பமானது, இறுதியானது. மேலும், அனைத்தையும்விடப் பொறுமையானது.

உடைமையாளனிடம் இருந்து அவனது அனைத்து உடைமைகளும் நன்கு மறைக்கப்பட்டுள்ளதால்: ஒருவன் தன்னுடையதைத்தான் கடைசியாகத் தோண்ட வேண்டும். புவிஈர்ப்பின் ஆற்றலே அதற்குக் காரணம்.

கனமான வார்த்தைகளும், மதிப்பீடுகளும் தொட்டிலிலேயே நமக்கு பரிசளிக்கப்பட்டு விடுகின்றன; இந்தச் சீதனம் தன்னை 'நல்லது' அல்லது 'தீயது' என்று அழைத்துக்கொள்கிறது. அதன்பொருட்டு, நாம் உயிரோடிருப்பது மன்னிக்கப்படுகிறது.

சரியான சமயத்தில் தங்களை நேசித்துவிடாமல் இருப்பதற்காகச் சிறு குழந்தைகளை நம்மிடம் வரச் செய்கிறோம்: ஈர்ப்பின் ஆற்றலே அதற்குக் காரணம்.

நாமோ – சிரமமான தோள்கள் மீது ஏற்றப்பட்ட கரடுமுரடான மலையை விசுவாசத்தோடு தாங்குகிறோம்! நமக்கு

வியர்க்கும்போது: 'ஆம், வாழ்க்கை தாங்கச் சிரமமானது!' என்று சொல்லப்படுகிறது.

ஆனால், மனிதனைத் தாங்குவதே சிரமம். ஏனெனில் அவன் தனது தோள்களில் அயல் சாதனங்களைச் சுமந்து கொண்டிருக்கிறான். ஒரு ஒட்டகம் போல், கீழே குனிந்து நன்றாகச் சுமையேற்ற அனுமதிக்கிறான்.

குறிப்பாக, உள்ளே மரியாதையும், பயபக்தியும் ஒளிர்கிற வலுவான, சுமைதாங்கும் மனிதன்தான் அதிகமாக அயலான, கனமான வார்த்தைகளையும், மதிப்பீடுகளையும் தன் மேல் ஏற்றிக்கொள்கிறான் – இப்போது வாழ்க்கை அவனுக்கு ஒரு பாலைவனம் போலத் தெரிகிறது!

உண்மைதான் ஒருவனின் சொந்த விஷயங்கள்கூடத் தாங்கக் கடினமானவை! மனிதனுக்குள் உள்ளார்ந்துள்ளது அதிகமும் சிப்பி போன்றது, வெறுக்கக்கூடியது, வழுக்கக்கூடியது, பற்றக் கடினமானது –

எனவே, ஒரு மிகச் சிறந்த நுண்நய ஒப்பனையோடுகூடிய, கிளிஞ்சலொன்று அதற்காகப் பரிந்து பேச வேண்டும். ஆனால், ஒரு கிளிஞ்சலை வைத்திருக்கவும், ஒரு சுமாரான தோற்றத் திற்காகவும், ஒரு விவேகமான குருட்டுத்தனத்திற்காகவும் ஒருவன் இந்தக் கலையை நன்கு கற்க வேண்டும்:

மனிதனில் உள்ளதில் பெரிதும் ஏமாற்றக்கூடியதாக உள்ளது. என்னவென்றால் அதிகக் கிளிஞ்சல்கள் தரந்தாழ்ந் தவையாக, இழிந்தவையாக மிக அதிகமும் கிளிஞ்சல்தன்மை யானதாக உள்ளது. கூடுதலாக மறைக்கப்பட்டுள்ள, நல்ல தன்மையும், சக்தியும் ஒருபோதும் யூகிக்கப்படவில்லை; மிகச் சிறந்த அறுசுவை உணவுகள் சுவைஞர்களைக் காணவில்லை.

பெண்களுக்கு, குறிப்பாக மிகக் கவர்ச்சியான பெண்களுக்கு இது தெரியும்: கொஞ்சம் குண்டாக, கொஞ்சம் ஒல்லியாக – ஓ, கொஞ்சம் என்பதில் எவ்வளவு விதி அடங்கியிருக்கிறது!

மனிதன் புரிந்துகொள்ளச் சிரமமானவன், அவனுக்கும்கூட ஆத்மாவைப் பற்றி உள்ளுயிர் அடிக்கடிப் பொய் சொல்கிறது. ஈர்ப்பின் ஆற்றலே அதற்குக் காரணம்.

ஆனால், 'இதுவே எனது நல்லது, தீயது' என்று யார் சொல்கிறானோ, அவனே தன்னைக் கண்டுணர்ந்துவிட்டவன். அவன் அந்த வகையில் 'அனைவருக்குமான நல்லது, அனை வருக்குமான தீயது' என்று சொல்லும் குழி எலியையும், குள்ளனையும் மௌனமாக்கிவிட்டான்.

உண்மையில், அனைத்தையும் நல்லது என்றும், இந்த உலகம் அனைத்தையும்விடச் சிறந்தது என்றும் கூறும் அனைவரையும்கூட நான் வெறுக்கிறேன். நான் இவர்களை, முழுத் திருப்தியடைந்தவர்கள் என்று அழைக்கிறேன்.

அனைத்தையும் ருசித்து முழுத் திருப்தி அடையும் தன்மை நல்ல ரசனையல்ல! பிடிவாதமான, எளிதில் திருப்தி செய்ய இயலாத, 'எனக்கு', 'வேண்டும்', 'வேண்டாம்' என்று சொல்லக் கற்ற நாக்குகளையும், வயிறுகளையும் நான் கௌரவப்படுத்துகிறேன்.

ஆனால், அனைத்தையும் மெல்லுதலும், ஜீரணித்தலும் – அது பன்றித்தனமானது. ஹி – ஹீ என்று எப்போதும் சொல்ல; கழுதையும், கழுதை போன்றவர்களும் கற்றனர்.

கடும் மஞ்சளும், எரியும் சிவப்பும் எனது ரசனைக்கானது – அது ரத்தத்தை அனைத்து நிறங்களோடும் கலக்கிறது. ஆனால், தன் வீட்டிற்கு வெள்ளையடிக்கும் ஒருத்தன், ஒரு வெள்ளையடிக்கப்பட்ட ஆத்மாவை மறைத்து எனக்குத் துரோகம் செய்கிறான்.

ஒருவன் பதனம் செய்யப்பட்ட உடல்களை நேசிக்கிறான், மற்றொருத்தன் பூதங்களை நேசிக்கிறான்: இரண்டும் ரத்தத்திற்கும் சதைக்கும் ஒரே மாதிரியான எதிரிகள் – ஓ, நான் ரத்தத்தை நேசிப்பதால் எனது ரசனையை அவர்கள் எப்படித் தாக்குகிறார்கள்.

எங்கே அனைவரும் கக்குகிறார்களோ, துப்புகிறார்களோ அங்கே தங்கவோ, குடியிருக்கவோ நான் விரும்பவில்லை: அதுதான் இப்போது எனது ரசனை – அதைவிட நான் திருடர்களிடையேயும், பொய்ச் சத்தியம் செய்பவர்களிடையேயும் வாழ்ந்துவிடுவேன், யாரும் வாயில் தங்கத்தைத் தாங்கிக்கொண்டிருப்பதில்லை.

என்னை அதிகம் பாதிக்கக் கூடியவர்கள், உமிழ்நீரை நக்குபவர்கள்: என்னை மிகவும் பாதித்த ஒருவனுக்கு நான் அட்டை எனப் பெயரிட்டேன். அது நேசிக்காது, இருந்தும் நேசத்தால் வாழ விரும்புகிறது.

தீய விலங்குகளாகவோ அல்லது தீய விலங்குகளை வசப்படுத்துபவராகவோ யாருக்கெல்லாம் ஒரே வழிதான் உள்ளதோ, அவ்வாறானவர்களை இழிந்தவர்கள் என்று அழைக்கிறேன். இவ்வாறான மனிதர்களுக்கிடையில் நான் மாடங்கள் ஏதும் கட்டமாட்டேன்.

எப்போதும் காத்திருக்க வேண்டியவர்களையும் நான் இழிந்தவர்கள் என்று அழைக்கிறேன் – வரி வசூலிப்பவர்கள்,

கடைக்காரர்கள், அரசர்கள், நிலங்களையும் கடைகளையும் வைத்திருக்கும் மற்றவர்கள் அனைவரும் எனது ரசனையை அவமதிக்கிறார்கள்.

உண்மையில், நானும்கூடக் காத்திருக்கக் கற்றுக்கொண்டேன், இதயத்திலிருந்து அதைக் கற்றேன், ஆனால் எனக்காகக் காத்திருக்க மட்டும். அனைத்திற்கும் மேலாக நிற்கவும், நடக்கவும், ஏறவும், நடனமாடவும் கற்றுக்கொண்டேன்.

இதுதான் எனது அறிவுரை; ஒருநாள் பறக்கக் கற்றுக் கொள்ள விரும்புமொருவன் நிற்கவும், நடக்கவும், ஓடவும், ஏறவும், நடனமாடவும் முதலில் கற்றுக்கொள்ள வேண்டும் – நீ பறப்பதன் மூலம் பறப்பதற்குக் கற்றுக்கொள்ள இயலாது.

கயிற்று ஏணி மூலம் அநேக ஜன்னல்களுக்கும் ஏறக் கற்றுக்கொண்டேன், லாகவமான கால்களுடன் உயர்ந்த மரக்கலக் கூம்புகளில் ஏறினேன். அறிவின் உயர்ந்த கூம்புகளில் அமர்வது, எனக்குச் சிறிய மகிழ்ச்சியாகத் தோன்றவில்லை.

சிறு பிழம்பு போல் உயர்ந்த கூம்புகளின் மேல் தெறித்தேன். ஒரு சிறிய விளக்குதான், ஆனால் நிச்சயமாக, ஒதுக்கப்பட்ட கடலோடிகளுக்கும், கப்பல் தகர்ந்தவர்களுக்கும் ஒரு மகத்தான சௌகரியம்!

நான் வெவ்வேறான பாதைகளிலும், வழிகளிலும் எனது உண்மைக்கு வந்தேன்; எனது தூரங்களை அளக்கும் இந்த உயரத்திற்கு, நான் ஒரே ஏணியில் ஏறி வந்துவிடவில்லை.

மேலும் நான் விருப்பமற்றுதான் வழி கேட்டேன் – அது எனது ரசனையை அவமதித்தது! நான் வழிகளிடமே கேட்டுக் கொண்டு விடுவேன்.

எனது அனைத்து முன்னேற்றமும் முயற்சி செய்தலும், கேள்வி கேட்டலுமே – உண்மையில், இப்படிப்பட்ட கேள்வி கேட்டலுக்கு எப்படிப் பதில் சொல்வது என்று கற்க வேண்டும்! இது எனக்குப் பிடித்ததுதான்.

நல்ல ரசனையோ, கெட்ட ரசனையோ அல்ல, எனது ரசனை, அதை இன்னும் நான் மறைப்பதில்லை, அது குறித்து இனி வெட்கப்படுவதுமில்லை.

என்னிடம் ‘வழி’ கேட்டவர்களிடம் ‘இதுதான் இப்போது எனது வழி: உன்னுடையது எங்கே?’ என்று நான் பதிலளித் தேன் ஏனெனில் ‘வழி’ என்று ஒன்றுமில்லை.

ஜரதுஷ்ட்ரா இவ்வாறு கூறினான்.

## பழைய, புதிய சட்ட அட்டவணைகள் குறித்து

### 1

நான் இங்கே அமர்ந்து காத்திருக்கிறேன், என்னைச் சுற்றிலும் பழைய தகர்க்கப்பட்ட சட்ட அட்டவணைகள், பாதி எழுதப்பட்ட புதிய சட்ட அட்டவணைகள்கூட – எனது கீழ்ச்செல்லலின் நேரம், எனது இறக்கத்தின் நேரம்: எப்போது வரும்? ஏனெனில், நான் மீண்டும் ஒருமுறை மனிதர்களிடம் செல்ல விரும்புகிறேன்.

அதற்காக நான் இப்போது காத்திருக்கிறேன்: முதலில் எனது நேரம் என்பதற்கான அறிகுறி என்னிடம் வரவேண்டும். அதாவது புறாக் கூட்டத்தோடு சிரிக்கும் சிங்கம்.

நிறைய நேரமுள்ள ஒருவனைப்போல், அதுவரை என்னுடனே நான் பேசிக் கொள்வேன். யாரும் எனக்குப் புதிதாக எதையும் சொல்வதில்லை. எனவே, என்னையே எனக்குச் சொல்லிக்கொள்கிறேன்.

### 2

நான் மனிதர்களிடம் வருகை தந்தபோது, அவர்கள் ஒரு பழைய அகந்தையின் மீது அமர்ந்திருப்பதைக் கண்டேன். வெகு காலத்திற்கு முன்பாகவே மனிதர்களுக்கு நல்லது, தீயது எதுவெனத் தெரிந்துவிட்டதாக ஒவ்வொருத்தனும் நினைத்தான்.

நற்குணத்தைப் பற்றிய அனைத்துப் பேச்சும், ஒரு பழைய சலிப்படைந்த பேச்சாக அவர்களுக்குத் தெரிந்தது; நன்றாகத் தூங்க விரும்புபவன், படுப்பதற்கு முன் நல்லது, தீயது பற்றிப் பேசுகிறான்.

படைப்பவனாக இருந்தால் ஒழிய யாருக்கும் நல்லது, தீயது பற்றித் தெரிவதில்லை என்று நான் சொன்னபோது, இந்தத் தூக்கத்தைத் கலைத்துவிட்டேன்.

ஆனால், அவன்தான் மனித இனத்திற்கான இலக்கை உருவாக்கி, பூமிக்கு அதன் அர்த்தத்தையும், எதிர்காலத்தையும் தருகிறான். அவன்தான் விஷயங்களில் நல்லது, தீயதின் தரத்தை உருவாக்குகிறான்.

அந்தப் பழைய அகந்தை எங்கு அமர்ந்திருந்தாலும், அவர்களுடைய பழைய பேராசிரிய நாற்காலியில் இருந்து சுற்றித்

திரும்புமாறு வேண்டினேன். அவர்களுடைய நற்குணத்தின் மகத்தான ஆசிரியர்கள், துறவிகள், கவிஞர்கள் மற்றும் உலகத்தின் மீட்பர்களைப் பார்த்துச் சிரிக்க வேண்டினேன்.

அவர்களுடைய உற்சாகமற்ற துறவிகளை, ஒரு கறுப்புச் சோளக் கொல்லைப் பொம்மைபோல் அபாயத்தை அறிவித்த படி மரத்தின் மேல் அமர்ந்திருக்கிறவர்களை எல்லாம் பார்த்துச் சிரிக்குமாறு வேண்டினேன்.

நானே அவர்களுடைய மகத்தான கல்லறைத் தெருவில் அழுகும் பிணங்களுக்கும், வல்லூறுகளுக்கும் பக்கத்தில் அமர்ந்து, அவர்களது அனைத்து இறந்தகாலத்தையும், அதன் சிதைந்த காலாவதியான புகழையும் பார்த்துச் சிரிக்கிறேன்.

உண்மையில், நோன்பு ஏற்ற உபதேசிகளையும், முட்டாள்களையும்போல் கோபத்திலும், வெட்கத்திலும், அவர்களுடைய மகத்தான மற்றும் சிறிய விஷயங்களைப் பார்த்துக் கோபத்திலும் வெட்கத்திலும் கத்தினேன். அவர்களுடைய சிறந்தது மிகக் கொஞ்சம், அவர்களுடைய மோசமானதும் மிகக் கொஞ்சமே – என்று நான் சிரித்தேன்.

இவ்வாறாக மலைகளில் பிறந்த எனது காட்டுத்தனமான, விவேகமான விருப்பம் என்னுள் இருந்து கதறியது, சிரித்தது. உண்மையில்! விவேகமென்பது தன் பாய்ந்து செல்லும் சிறகுகளோடு கூடிய எனது மகத்தான விருப்பம்.

மேலும், சிரிப்பிற்கு மத்தியில், அது அடிக்கடி என்னை முன்புறமாகவும் மேற்புறமாகவும் வெளியேயும் கிழித்தது: பிறகும்கூட சூரியனால் போதையேற்றப்பட்ட ஆனந்தப் பரசவத்தின் நடுக்கத்துடன், ஒரு அம்புபோல் பறந்தேன்:

எந்தக் கனவும் இதுவரை கண்டிராத, தூரத்து எதிர்காலத்திற்குள், ஓவியர்கள் இதுவரை கனவு கண்டிராத வெதுவெதுப்பான தென்திசைக்குள், எங்கே கடவுள்கள் நடனமாடுகின்றனவோ, அனைத்து உடைகளுக்கும் வெட்கப்படுகின்றனவோ அங்கு – பறந்தேன்.

எனவே நான் கவிஞர்களைப்போல் போலி எதுகையோடு திக்கிக்கொண்டு உருவகக் கதைகளாகப் பேசக்கூடும்: உண்மையில், நான் இன்னும் ஒரு கவிஞனாக இருப்பதில் வெட்கப்படுகிறேன் !

எங்கே இசைவானது எல்லாம், எனக்குக் கடவுள்களின் நடனமோ, கடவுள்களின் மனம் போனபடியான ஆட்டமோ, கட்டற்றுக் கைவிடப்பட்ட உலகமோ, தன்னிடமே திரும்பப் பறத்தலோ அங்கே –

எவ்வளவு கடவுள்கள், முடிவற்றுப் பறந்தவாறு, ஒருவரை யொருவர் திரும்ப நாடியவாறு, பேரின்பத்தோடு சுயமுரண் பட்டு, மீண்டும் குழுமி ஒருவருக்கொருவர் சொந்தமானவாறு எவ்வளவு கடவுள்கள் –

எங்கே நேரமனைத்தும் எனக்குத் தருணங்களின் பேரின்பக் கேலியாகத் தெரிந்ததோ, எங்கே அடிப்படைத் தேவையேதான் விடுதலையோ, எது விடுதலையின் தூண்டுகோலுடன் பேரின் பத்தோடு விளையாடுகிறதோ –

எங்கே எனது கிழட்டுச் சாத்தானும், முதன்மையான எதிரியுமான, புவிஈர்ப்பின் ஆற்றலையும் அது உருவாக்கிய கட்டாயம், உறுதிக் கோட்பாடு, தேவை, விளைவு, மற்றும் காரணம், விருப்பம், நல்லது, தீயது, இவை அனைத்தையும் நான் மீண்டும் கண்டேனோ –

அங்கே நடனமாடிக் கடப்பதற்காக, எதன் மீது நடனமாடப் படுகிறதோ அது இருக்கக்கூடாதா?அங்கே அகழெலிகளும், கொழுத்த குள்ளர்களும் இருக்கக்கூடாதா – விரைவானவர் களுக்காக, மிக விரைவானவர்கள் இருக்கக்கூடாதா?

## 3

அதிமனிதன் என்ற சொல்லையும், மனிதன் விஞ்சப்பட வேண்டிய ஏதோவொன்று என்பதையும் அங்கேதான் நான் எடுத்தேன்.

அதாவது மனிதன் ஒரு பாலம், ஓர் இலக்கல்ல; புதிய விடியலுக்கான ஒரு வழியாகத் தனது உச்சிவேளைகளையும், மாலைவேளைகளையும் நினைத்துத் தன்னை மகிழ்ச்சியோ டிருப்பதாகக் கருதிக் கொள்பவன்:

ஜரதுஷ்ட்ராவின் மகத்தான உச்சிவேளை பற்றிய பேச்சை, ஒரு ஊதா மாலை வேளையின் அந்தி வானப் பின்னொளி போல் வேறு எதையெல்லாம் மனிதர்கள் மீது தொங்க விட்டேனோ அதையெல்லாம்.

உண்மையில், புதிய நட்சத்திரங்களைப் புதிய இரவுகளோடு நான் அவர்களுக்குக் காட்டினேன், அதிக மேகங்களோடு பகலிலும், இரவிலும் சிரிப்பை ஒரு வண்ண விதானம் போலப் பரப்பினேன்.

அவர்கள் அனைவருக்கும் எனது கலையையும், அதன் நோக்கத்தையும் கற்றுத் தந்தேன். மனிதனில் துணுக்குகளாகவும்,

புதிராகவும், திகிலூட்டும் வாய்ப்பாகவும் உள்ளதையெல்லாம் ஒன்று சேர்த்துத் திரட்டி ஒன்றாக்க –

கவிஞனாக, புதிர்களின் வாசகனாக, வாய்ப்பின் மீட்பனாக, வருங்காலத்தை உருவாக்கக் கற்றுத் தந்தேன், மேலும் உரு வாக்குவதன் மூலம் – இறந்தகாலமாக உள்ள அனைத்தையும் மீட்க,

மனித இனத்தின் அந்த இறந்தகாலத்தை மீட்க, 'ஆனால் அதை அவ்வாறு விருப்பப்பட்டேன்! அவ்வாறே விருப்பப்படு வேன்' என்று விருப்பம் சொல்லும்வரை, ஒவ்வொரு 'அது அப்போது'வையும் உருமாற்றுதல்.

இதை நான் மீட்பு என்று அழைக்கிறேன், இதை மாத்திரமே மீட்பு என்று அழைக்க அவர்களுக்குக் கற்றுத் தருகிறேன்.

இப்போது நான் எனது மீட்பிற்காகக் காத்திருக்கிறேன் – நான் கடைசிமுறையாக அவர்களிடம் செல்வேன்.

ஏனெனில், நான் மீண்டும் ஒருமுறை மனிதனிடம் செல்ல விரும்புகிறேன்; அவர்களிடையே போவதற்காகக் கீழே செல்ல விரும்புகிறேன், எனது விலை மதிப்புமிக்க வெகுமதியாக, இறத்தலை, அவர்களுக்குத் தர விரும்புகிறேன்.

அந்த மகா நிறைவான விண்மீனான சூரியன் கீழ் செல்லும்போது, அதனிடமிருந்து நான் இதைக் கற்றேன்: பிறகு தீர்ந்துபோகாத அதன் செல்வங்களில் இருந்து கடலுக் குள் தங்கமாக ஊற்றுகிறது என்பதைக் கற்றேன்.

எனவே, மிக ஏழ்மையான மீனவர், தங்கத் துடுப்புகளால் படகோட்டுவர். ஏனெனில் ஒருதடவை இதைப் பார்த்தபிறகு மீண்டும் அதைப் பார்ப்பதற்காக அழுவதிலும் களைத்துவிட வில்லை.

சூரியனைப் போல், ஜரதுஷ்ட்ராவும் கீழே செல்ல விரும்பு கிறான்: இப்போது இங்கே அமர்ந்து காத்திருக்கிறான், அவனைச் சுற்றிப் பழைய தகர்க்கப்பட்ட சட்ட அட்டவணைகள் மற்றும் பாதி எழுதப்பட்ட சட்ட அட்டவணைகளும்கூட.

## 4

பார், இங்கு ஒரு புதிய சட்ட – அட்டவணை: ஆனால், அதனை என்னோடு சமவெளிக்கும், சதைப்பற்றான இதயங்களுக்கும் தாங்கிவர எங்கே எனது சகோதரர்கள்.

உனது அண்டைவீட்டாரை மன்னித்து விட்டுவிடாதே! மனிதன் விஞ்சப்பட வேண்டிய ஒன்று: மிகத் தொலைவான

மனிதர்களுக்கான – எனது மகத்தான நேசம் இவ்வாறு கட்டளை யிடுகிறது.

விஞ்சுவதற்குப் பல்வேறு பாதைகளும், வழிகளும் உள்ளன: அதற்காகக் காத்திரு! ஆனால் ஒரு கோமாளி மட்டுமே நினைக்கிறான்: 'மனிதன்கூடத் தாண்டிவிடக்கூடிய ஒன்றுதான்.'

உனது அண்டைவீட்டானை நீ வெற்றிகொள்; உனக்காக நீயே எடுத்துக் கொள்ளக்கூடிய ஒரு உரிமையை வெகுமானமாக நீ பெறக்கூடாது!

நீ செய்வதை, வேறு யாரும் உனக்குச் செய்ய முடியாது. கைம்மாறு என்று எதுவுமில்லை.

தனக்குத் தானே கட்டளையிட்டுக்கொள்ள இயலாதவன் பணியத்தான் வேண்டும். நிறைய பேர் தனக்குக் கட்டளை யிட்டுக் கொள்வார்கள். ஆனால், தான் கட்டளையிட்டதற்குப் பணிவதில் மிகவும் வழுவிவிடுவார்கள்!

## 5

மிகச் சிறந்த ஆத்மாக்களின் விருப்பம் இது: இலவசமாக எதையும் அவர்கள் விரும்பவில்லை, குறிப்பாக வாழ்க்கையை.

கும்பலைச் சேர்ந்தவன் இலவசமாக வாழ விரும்புகிறான்: என்றாலும் – வாழ்க்கை யாருக்குத் தன்னைத் தந்ததோ அவர்களாகிய நாம் எப்போதும் மிகச் சிறந்ததாக எதைப் பதிலுக்குத் தரலாம் என்று சிந்தித்துக்கொண்டிருக்கிறோம்!

உண்மையில், 'வாழ்க்கை நமக்கு எதை உறுதியளித்ததோ, அந்த உறுதியை 'வாழ்க்கைக்கு' வைத்துக்கொள்வோம் – இது ஒரு மிகச் சிறந்த கூற்று.

எங்கு ஒருவனுக்கு மகிழ்ச்சி தரப்படவில்லையோ, அங்கே மகிழ்வதற்கு விரும்பக்கூடாது, மேலும் – ஒருவன் மகிழ்வதற்கு விரும்பக்கூடாது!

ஏனெனில், மகிழ்ச்சியும், கள்ளமின்மையும் மிகத் தன்னடக்கம் வாய்ந்தவை: இரண்டும் அதற்காக எதிர்நோக்கியிருக்க விரும்பாதவை. ஒருவனுக்கது இருக்க வேண்டும் – ஆனால் ஒருவன் குற்றப்பழிக்கும், வலிக்கும் எதிர்நோக்கியிருக்க வேண்டும்.

## 6

ஓ, எனது சகோதரர்களே, தலைச்சன் பிள்ளையே எப்போதும் பலியிடப்படுகிறான். இப்போது நாம்தான் தலைச்சன் பிள்ளைகள்.

நாம் அனைவரும் ரகசியப் பலிபீடங்களில் குருதி சிந்து கிறோம். புராதன விக்ரகங்களின் மேன்மைக்காக நாம் அனைவரும் எரிகிறோம், வறுபடுகிறோம்.

நம்மில் சிறந்தவை இன்னும் இளமையாக உள்ளன: இது கிழட்டுச் சுவையுணர்வைத் தூண்டுகிறது. நமது தசைகள் இளசாக உள்ளன, நமது தோல் வெறும் ஒரு ஆட்டுக்குட்டியின் தோல்: நாம் எப்படிக் கிழட்டு விக்ரகப் பூசாரிகளைக் கிளர்த் தாமல் இருப்போம்!

அந்தக் கிழட்டு விக்ரக – பூசாரி, இன்னும் நமக்குள்ளே நாமாக வாழ்கிறான், நமது சிறந்ததைத் தனது விருந்திற்காக வறுப்பவன். அந்தோ, எனது சகோதரர்களே எப்படி முதலில் பிறந்தவன் பலியாக இல்லாதிருக்க இயலும்!

ஆனால், நம்மைப் போன்றவர்கள் அதை அவ்வாறு கொள்வார்கள்: மேலும், தங்களைப் பேணிக் காத்துக்கொள்ளா தவர்களை நான் நேசிக்கிறேன். கீழ் சென்று அழிபவர்களை எனது முழு அன்போடு நேசிக்கிறேன்: ஏனெனில் அவர்கள் அப்பால் செல்கிறார்கள்.

## 7

உண்மையாக இருப்பது, சிலருக்கு மட்டுமே இயலும்! யாரால் இயலுமோ அவர்கள் அப்படி இருக்கமாட்டார்கள்! நல்லது உண்மையானதாக இருக்க இயலுமா?

ஓ, இந்த நல்ல மனிதர்கள்! நல்ல மனிதர்கள் ஒருபோதும் உண்மை சொல்வதில்லை; அந்த வழியில் நல்லதாக இருப்பது உள்ளுயிரின் ஒரு நோய்ப்பாடு.

அவர்கள் இந்த நல்ல மனிதர்கள்; வளைந்து கொடுக்கிறார் கள். எதிர்க்காமல் இசைகிறார்கள், அவர்களுடைய இதயம் போலி செய்கிறது, அவர்கள் இதயத்திலிருந்து பணிகிறார்கள். ஆனால் எவன் பணிகிறானோ, அவன் தன்னை உற்றுக் கேட்பதில்லை.

நல்லவர்களால் தீயது என்றழைக்கப்படும் அனைத்தும் ஒன்றாக வந்து சேர்ந்தால், ஒரு உண்மை பிறக்கலாம்: ஓ, எனது சகோதரர்களே, இந்த உண்மைக்கு நீங்களும்கூடவா தீயதாக இருக்கிறீர்கள்.

வெளிப்படையான முயற்சி, நீடிக்கப்பட்ட நம்பிக்கை யின்மை, இல்லை என்ற கொடுமை, தெவிட்டல், வாழ்தலுக்குள் வெட்டிநுழைவு – இவை எவ்வாறு ஒன்றாக வருகின்றன!

ஆனால் அப்படியான விதையில் இருந்துதான் – உண்மை முளைத்தது.

இதுவரை, அனைத்து அறிவும் மோசமான மனச்சான்றுக்கு அருகில் வளர்ந்தது! ஒளியூட்டப்பட்ட மனிதர்களே, சிதறடியுங்கள், பழைய சட்ட அட்டவணைகளைச் சிதறடியுங்கள்.

## 8

நடக்க ஏதுவாகத் தண்ணீரின்மேல் பலகையிட்டுத் தளம் அமைக்கப்பட்டபோது, இடைவழிகளும், கம்பியழிகளும் நீரோட்டத்தின்மேல் பாலம் அமைக்கும்போது. உண்மையில், அனைத்தும் பாய்ந்தோடுகின்றன என்பவன் நம்பப்படுவதில்லை.

அதற்கு மாறாகச் சாதாரணமானவர்கள்கூட அவனிடம் முரண்படுகிறார்கள்: 'என்ன? அனைத்தும் இடைவிடாத பாய்ந்தோட்டத்திலா? ஆனால் நீரோட்டத்தின் மேல் பலகையிட்ட தளங்களும், தடுப்புவேலிகளும் உள்ளனவே!

நீரோட்டத்தின் மேல் அனைத்தும் உறுதியாகப் பொருத்தப்பட்டுள்ளன. அனைத்து மதிப்பீடுகளும், பாலங்களும், கருத்தாக்கங்களும், அனைத்து நல்லது மற்றும் தீயதும்: அனைத்தும் உறுதியாகப் பொருத்தப்பட்டுள்ளன!'

ஆனால் கடுமையான குளிர்காலம் வரும்போது, நீரோட்டங்களை அடக்குபவனான புத்திசாலியும் அவநம்பிக்கையைக் கற்கிறான்; பிறகு: 'அனைத்தும் அசையாமல் நிற்க வேண்டியது அல்லவா' என்று சொல்வது சாதாரணர்கள் மட்டுமல்ல.

'அடிப்படையில், அனைத்தும் அசையாமல் நிற்கின்றன' – அதுதான் குளிர்காலத்தின் சரியான கோட்பாடு, கனிகளற்ற காலங்களுக்கான அருமையான விஷயம். மித வெப்பத்தில் செறிதுயில் கொள்பவர்களுக்கும், வீட்டில் கிடப்பவர்களுக்கும் ஒரு அருமையான ஆறுதல்.

'அடிப்படையில், அனைத்தும் அசையாமல் நிற்கின்றன' – ஆனால் வெதுவெதுப்பான காற்று அதற்கு எதிராகப் பிரசங்கிக்கிறது!

வெதுவெதுப்பான காற்று ஒரு எருது – உழவு எருதல்ல, ஒரு சீறும் எருது, பனிக்கட்டிகளைத் தனது கோபமான கொம்புகளால் உடைத்து அழிக்கிற எருது – பனிக்கட்டி இடைவழிகளை உடைக்கிறது!

ஓ, எனது சகோதரர்களே, இப்போது அனைத்தும் இடைவிடாது பாய்கிறது இல்லையா? இப்போது அனைத்து இடைவழிகளும், தடுப்புவேலிகளும் தண்ணீருக்குள் விழுந்து ஒன்று மற்றதாகி விடவில்லையா? யாரால் இன்னும் 'நல்லது', 'தீயதில்' தொங்கிக்கொண்டிருக்க இயலும்?

'இன்னல் நமக்கு! வணக்கம் நமக்கு! வெப்பக் காற்று வீசுகிறது!' எனது சகோதரர்களே, ஒவ்வொரு தெருவின் வழியாகவும், இவ்வாறு போதனை செய்யுங்கள்.

## 9

'நல்லது' மற்றும் 'தீயது' என்று அழைக்கப்படும் ஒரு பழைய மயக்கம் உள்ளது. இதுவரை, இந்த மயக்கம் தீர்க்கதரிசிகளையும், ஜோதிடக்காரர்களையும் சூழ்ந்து கொண்டிருக்கிறது.

ஒருகாலத்தில் மக்கள் தீர்க்கதரிசிகளிலும், ஜோதிடக்காரர்களிலும் நம்பிக்கை கொண்டார்கள், எனவே 'அனைத்தும் விதி, நீ அப்படித்தான் இருப்பாய். ஏனெனில் அது கட்டாயம்' என மக்கள் நம்பினார்கள்.

பின்னர் மீண்டும் மக்கள் அனைத்துத் தீர்க்கதரிசிகளிடமும், ஜோதிடக்காரர்களிடமும் அவநம்பிக்கை கொண்டார்கள்: அதனால் மக்கள் 'அனைத்தும் சுதந்திரமாகவுள்ளது : உன்னால் இயலும், ஏனெனில், நீ விரும்புகிறாய்!' என்று நம்பினார்கள்.

ஓ, எனது சகோதரர்களே, இப்போது இதுவரை நட்சத்திரங்களையும், வருங்காலத்தையும் குறித்து உத்தேசக் கருத்து மட்டுமே உள்ளது, அறிவல்ல: மேலும் அதனால், நல்லது மற்றும் தீயது சம்பந்தப்பட்டு இதுவரை உத்தேசக் கருத்து மாத்திரமே உள்ளது, அறிவு அல்ல.

## 10

'நீ திருடாமல் இருப்பாயாக! நீ கொல்லாமல் இருப்பாயாக!' – இப்படியான வார்த்தைகள் ஒரு காலத்தில் புனிதமாகக் கருதப்பட்டன: அவர்களின் முன்பு மக்கள் முழங்கால்களை மடித்து, தலைகளைக் குனிந்தார்கள், காலணிகளைக் கழற்றினார்கள்.

ஆனால், நான் உன்னைக் கேட்கிறேன்: அப்படியான புனித வார்த்தைகளைவிடச் சிறந்த திருடர்களோ, சிறந்த கொலைகாரர்களோ உலகத்தில் எங்கே உள்ளனர்?

வாழ்க்கையின் அனைத்திலுமில்லையா – திருடுதலும், கொல்லுதலும்? அப்படியான வார்த்தைகள் புனிதம் என்று அழைக்கப்படும்போது, உண்மையே கொல்லப்படவில்லையா?

அல்லது அது சாவின் ஒரு சாங்கியமா, எது அனைத்து வாழ்விலிருந்தும் முரண்பட்டதோ, அனைத்து வாழ்வையும் எதிர்ப்பதோ அது புனிதம் என்று அழைக்கப்பட்டது – ஓ, எனது சகோதரர்களே, நொறுக்குங்கள், நொறுக்குங்கள் பழைய சட்ட அட்டவணைகளை!

## 11

நான் பார்ப்பது, சென்றவை அனைத்திற்குமான கழிவிரக்கம்: அது அனுகூலத்துக்கு கையளிக்கப்பட்டது, உள்ளுயிருக்குத் தனது சொந்தப் பாலத்தின் மேலுள்ள ஒவ்வொன்றையும் உருமாற்றுகிற, அந்த ஒவ்வொரு தலைமுறையின் பைத்தியக் காரத்தனத்துக்கும் கையளிக்கப்பட்டது.

ஒரு மகத்தான கொடுங்கோலன் ஒரு கூர்மதியுடைய சாத்தான் வரக்கூடும், தனது அனுகூலம் மற்றும் அனுகூல மின்மையின் மூலம் சென்றுகழிந்தது அனைத்தையும் அவனது பாலமாக, நிமித்தமாக, கட்டியக்காரனாக மற்றும் சேவல் கூவும் வைகறை நேரமாக ஆகும்வரை, கட்டுப்படுத்தி கட்டாயப் படுத்தும் அது.

கும்பலைச் சேர்ந்தவன், அவனது பாட்டனாரை நினைவு கூர்கிறான் – அவனது பாட்டனோடு, எவ்வாறாயினும், காலம் நின்றுவிடுகிறது. இதுதான், அடுத்த அபாயம் மற்றும் எனது மற்ற கழிவிரக்கம்;

இவ்வாறு கடந்தது அனைத்தும், கையளிக்கப்படுகிறது: ஏனெனில் கும்பல் ஒருநாள் எஜமானாகக்கூடும், அனைத்துக் காலமும் ஆழமற்ற நீரில் மூழ்கடிக்கப்பட்டுவிடும்.

எனவே, ஓ, எனது சகோதரர்களே, கும்பலின் ஆட்சியையும், அனைத்துக் கொடுங்கோன்மையையும் எதிர்க்கவும், புதிய சட்ட அட்டவணைகளின் மேல் 'உயர் பண்பு' என்ற புதிய வார்த்தையை எழுதவும்: ஒரு புதிய பண்பு தேவைப்படுகிறது;

உயர்பண்புகள் இருக்க வேண்டுமென்றால், நிறைய உயர் பண்புள்ள மனிதர்கள், உயர்பண்புள்ளவர்களிலேயே பல வகையானவர்கள் தேவைப்படுகிறார்கள்! அல்லது, ஒரு காலத்தில் நான் ஒரு உருவகக் கதையில் சொல்லியவாறு, 'கச்சிதமாக இது கடவுட்தன்மை, அதாவது அங்கு கடவுள்கள் உள்ளன, ஆனால் கடவுள் இல்லை!'

## 12

ஓ, எனது சகோதரர்களே, ஒரு உயர்பண்புக்கு வழியைக் காட்டி நான் உங்களை நேர்ந்து விடுகிறேன்; நீங்கள் எதிர்காலத்தைத் தோற்றுவிப்பவர்களாகவும், பண்படுத்துபவர்களாகவும், விதைப் பவர்களாகவும் ஆவீர்கள்.

உண்மையில், கடைக்காரர்களின் தங்கங்களால் கடைக் காரர்கள்போல் வாங்கக்கூடிய உயர்பண்பல்ல: எதற்கெல்லாம் ஒரு விலையுள்ளதோ, அதுவெல்லாம் மதிப்பற்றது.

எங்கிருந்து வந்தாய் என்பதல்ல எங்கே செல்கிறாய் என்பதே உனது பெருமையாக இருக்கட்டும்! உனது விருப்பமும் உனக்கும் அப்பால் கால் பதிக்க விரும்பும் உனது பாதமும் – அவை உனது புதிய பெருமையாக இருக்கட்டும்!

உண்மையில், நீ ஒரு இளவரசனுக்குச் சேவை செய்ததற் காக அல்ல – இப்போது இளவரசர்கள் எல்லாம் என்ன கணக்கு! – அல்லது இன்னும் உறுதியாக நிற்பதற்கான வல்லர ணாகவும் அல்ல!

உனது குடும்பம் அரசவைக்குரிய பழக்கவழக்கங்களுடன் அரசவைகளில் வளர்ந்ததாலல்ல கோமாளித்தனமாக – செங் கொக்கு போல் நிறங்கொண்டு, ஆழமற்ற குளங்களில் நீ நீண்டநேரம் நிற்கக் கற்றதனாலும் அல்ல.

நின்றுகொண்டிருக்க இயல்வது அரசவையினரிடம் ஒரு தகுதி; உட்கார அனுமதிக்கப்படுவதை இறப்பிற்குப் பின்னான பேரின்பத்தின் ஒரு பகுதியாக அனைத்து அரசவையினரும் நம்புகிறார்கள்.

உனது முன்னோர்களை உறுதியளிக்கப்பட்ட நிலங்களுக்கு வழிகாட்டியது, புனிதம் என்று அழைக்கப்பட்ட ஒரு ஆவியென் பதால் நான் போற்றாமலில்லை: ஏனெனில் அந்த நிலத்தில் மரங்கள் அனைத்திலும் மோசமானதான, சிலுவை வளர்ந்தது – அதில் போற்ற ஒன்றுமில்லை!

மேலும் உண்மையில், எங்கெல்லாம் இந்தப் 'புனித ஆவி' தனது வீரர்களை, ஆடுகளை, வாத்துகளை மற்றும் மாறு கண்ணுள்ள தவறான தலையர்களை வழி நடத்தியதோ –அங் கெல்லாம் அவர்கள் ஊர்வலத்தின் முன்புறத்தில் ஓடினார்கள்.

ஓ, எனது சகோதரர்களே, உங்களது உயர்குணத்தால் பின்புறமாகப் பார்க்க இயலாது. ஆனால் வெளிப்புறமாகப்

பார்க்க முடியும்! நீங்கள் அனைத்துத் தந்தையர் நாடுகளில் இருந்தும், மூதாதையரின் நாடுகளில் இருந்தும் அகதிகளாக்கப் படுவீர்கள்!

நீங்கள் உங்கள் குழந்தைகளின் நாட்டை நேசிப்பீர்கள்: இந்த நேசம் உங்களது புதிய உயர்பண்பாக இருக்கட்டும் – தூரக்கடலிலுள்ள கண்டுபிடிக்கப்படாத பிரதேசம், உங்கள் பயணங்கள் அதைத் தேடித்தேடித் தேடுமாறு பணிக்கிறேன்.

உங்களது தந்தையரின் குழந்தைகளாக இருப்பதால், நீங்கள் உங்கள் குழந்தைகளைச் சீர்படுத்தலாம்; இவ்வாறாகக் கடந்தது அனைத்தையும் மீட்டுக் கொள்ளலாம்! இந்தப் புதிய சட்ட – அட்டவணையை உங்கள் மீது போடுகிறேன்!

## 13

எங்கே வாழ்வது? எல்லாமே பகட்டு! வாழ்வது – அதாவது வைக்கோலைப் புடைப்பது: வாழ்வது – ஒருத்தன் தன்னைக் கொளுத்திக்கொண்டு, இன்னும் சூடாகாமல் இருப்பது.

இதுபோன்ற புராதனமான தொடர்பற்ற நீளுரை இன்னும் 'விவேகம்' என்றே கணக்கிடப்படுகிறது; அது பழையதாக உள்ளதால், அதிகமாக மதிக்கப்படுகிறது. மேலும், ஈரநாற்றம் அடிக்கிறது. ஒரே சீராக வார்ப்பிடப்பட்ட பெருமகன்கள்.

அவர்கள் நெருப்பிலிருந்து அஞ்சி விலகுகிறார்கள், ஏனெனில் அது அவர்களைச் சுட்டது! குழந்தைகள் இப்படிப் பேசக்கூடும்: பழைய விவேகத்தின் புத்தகங்களில் நிறைய குழந்தைத்தனம் உள்ளது.

எப்போதும் வைக்கோல் புடைப்பவன் புடைப்பதை எப்படி அவதூறு செய்ய முடியும்? அப்படிப்பட்ட முட்டாளின் வாய் அடைக்கப்பட வேண்டும்.

அப்படியான மக்கள் இரவு உணவிற்காகக் கீழே அமர்கிறார்கள், அவர்கள் தங்களோடு எதையும் எடுத்து வருவதில்லை, நல்ல பசியார்வத்தைக்கூடக் கொண்டு வருவதில்லை – மேலும், இப்போது அவர்கள் 'அனைத்தும் பகட்டு!' என்று அவதூறாகச் சொல்கிறார்கள்:

ஓ, எனது சகோதரர்களே, நன்றாக உண்பதும், குடிப்பதும், உண்மையில் வீணான கலையல்ல! உடைத்தெறி, ஒருபோதும் மகிழ்ச்சியாயிராத சட்ட அட்டவணைகளை உடைத்தெறி.

## 14

'தூயவர்களுக்கு அனைத்து விஷயங்களும் தூய்மையானது' – மக்கள் இவ்வாறு பேசுகிறார்கள். ஆனால் நான் உனக்குச் சொல்கிறேன், பன்றிக்கு அனைத்து விஷயங்களும் பன்றித் தனமாக ஆகிறது!

அதனால்தான் கொள்கைவெறியர்களும், தங்களது இதயங் களைப் போலவே தலையும் குனிந்துள்ள கபடவேடதாரிகளும் 'உலகமே ஒரு அசிங்கமான அரக்கன்' என்று போதிக்கிறார்கள்.

ஆனால், உலகைப் பின்னால் இருந்து பார்த்தாலொழிய அமைதியோ, ஓய்வோ இல்லாத இந்தப் பின்னுலகக்காரர் களுக்கு! அவர்கள் அனைவருக்கும் ஒரு சுத்தமற்ற உள்ளுயிர் உள்ளது.

அவ்வளவு இனிமையாக இருக்காது என்றாலும்: நான் இவர்கள் முகத்திற்கு நேராக இவற்றைச் சொல்கிறேன், உலகத்துக்கு ஒரு பின்புறம் இருப்பதால் அது மனிதத் தோற்றத் தில் உள்ளது – அவ்வளவுவரை உண்மை!

உலகில் குப்பை அதிகம் உள்ளது: அந்தமட்டில் உண்மை தான்! ஆனால், அந்த வகையில் உலகமே தன்னளவில் ஒரு குப்பை அரக்கனாகிவிடவில்லை.

உலகில் நிறைய விஷயங்கள் நாற்றமடிக்கின்றன என்பதில் விவேகம் உள்ளது. அருவருப்பே சிறகுகளையும், தண்ணீர் கண்டுபிடிக்கும் சக்திகளையும் உருவாக்குகிறது!

மிகச் சிறந்ததில்கூட அருவருப்பைத் தூண்டக்கூடிய ஏதோவொன்று உள்ளது, மிகச் சிறந்ததும்கூட விஞ்சப்பட வேண்டியதே.

ஓ, எனது சகோதரர்களே, உலகத்தில் நிறைய குப்பையுள் ளது என்ற உண்மையில் நிறைய விவேகம் உள்ளது.

## 15

இந்தச் சொல்லாடல்களைக் கடமை உணர்வுள்ள பின்னுலகக் காரர்கள், உண்மையில் ஏமாற்றோ, தவறோ இல்லாமல் தங்களது மனசாட்சியிடம் சொல்லக் கேட்டேன். உலகில் இதைவிட மிகுதியான தவறென்றோ, ஏமாற்றென்றோ இல்லா விட்டாலும்.

'உலகை அப்படியே இருக்கவிடு! அதற்கு எதிராக ஒரு விரலைக்கூட உயர்த்தாதே!'

'யார் மக்களைக் கசாப்பு செய்ய, கொல்ல, பயமுறுத்த, திருட விரும்புகிறானோ அவனை விட்டுவிடு: அதற்கு எதிராக வும் ஒரு விரலைக்கூட உயர்த்தாதே! இவ்வாறாக அவர்கள் உலகைத் துறக்கக் கற்றுக்கொள்ளட்டும்.'

'மேலும், உனது சொந்தக் காரணம் – நீயே உனது மூச்சை அடக்கிக்கொண்டு உனது தொண்டையை நெரித்துக் கொள், ஏனெனில் அதுவே இந்த உலகின் காரணம் – இவ்வாறாக உலகைத் துறக்க நீயாகக் கற்றுக்கொள்வாய்.'

சிதறடியுங்கள், எனது சகோதரர்களே, இந்தக் கடமை யுணர்வு உள்ளவர்களின் புராதன சட்ட அட்டவணைகளைச் சிதற அடியுங்கள்! உலகை இழித்துக் கூறுபவர்களுடைய முதுமொழிகளை உங்களது கற்பித்தலால் சிதறடியுங்கள்.

## 16

'எவன் அதிகம் கற்கிறானோ, அவன், அனைத்து வன்முறை யான விருப்பத்தையும் மறக்கிறான்' என்று மக்கள் இன்று அனைத்து இருண்ட தெருக்களிலும் ஒருவருக்கொருவர் கிசு கிசுத்துக்கொள்கிறார்கள்.

'விவேகம் சலிப்பை உண்டாக்குகிறது, எதுவும் இப்போது தகைமையானதல்ல, நீ விரும்பாதிரு!' இந்தப் புதிய சட்ட அட்டவணை பொதுச்சந்தைகளில்கூடத் தொங்குவதைப் பார்த்தேன்.

சிதறடியுங்கள், ஓ, எனது சகோதரர்களே, இந்தப் புதிய சட்ட அட்டவணையைக்கூட! இந்த உலகின் சலிப்பான மரணத்தின் போதகர்களும், சிறைக் கண்காணிப்பாளர்களும் இதனைத் தொங்கவிட்டனர். ஏனெனில் அது அடிமைத் தனத்தை வற்புறுத்தும் ஒரு சடங்கும்கூட.

அவர்கள் மோசமாகக் கற்றார்கள், சிறந்தவற்றைக் கற்கவே இல்லை. அவர்கள் அனைத்தையும் மிகமுன்பாகவும், மிகவேக மாகவும் கற்றார்கள்: அவர்கள் மோசமாகத் தின்றார்கள் – அப்படித்தான் பெற்றார்கள் அந்த வயிற்றுவலியை.

ஏனெனில் அவர்களது உள்ளுயிர் வயிற்றுவலி: அது மரணத்துடன் ஆலோசிக்கிறது! ஏனெனில் உண்மையில், எனது சகோதரர்களே, உள்ளுயிர் என்பது ஒரு வயிறு!

வாழ்வு மகிழ்ச்சியின் ஒரு ஊற்று: ஆனால் யாரிடம் இருந்து துன்பத்தின் தந்தையான வலிக்கும் வயிறு பேசுகிறதோ, அவனுக்கு அனைத்துக் கிணறும் நஞ்சூட்டப்பட்டுள்ளது.

அறிந்துகொள்வது – அது, சிங்க – மனம் படைத்தோருக்கு மகிழ்ச்சி! ஆனால் எவன் சலிப்பு வளர்த்தானோ, அவனை விருப்பப்படுவார்கள், அவன் அனைத்து அலையினுக்கும் ஒரு விளையாட்டு.

அனைத்து நோஞ்சலான மனிதர்களுக்கும் அதுவே இயற்கை; அவர்கள் வழியில் தங்களைத் தொலைத்துவிடுகிறார்கள். கடைசியில் அவர்களது சலிப்பு கேட்கிறது: 'எப்படி இருந்தாலும் நாங்கள் ஏன் அதை எடுத்துக்கொண்டோம்? அது அக்கறையின்மையல்லவா!'

'எதுவும் தகைமையானது அல்ல! நீ விரும்பாதிருக்கக் கடவது!' எனப் போதிக்கப்படும்போது: அது அவர்கள் காதுகளுக்கு இனிமையாக ஒலிக்கிறது. இது, எவ்வாறாயினும் அடிமைத்தனத்தை வலியுறுத்தும் ஒரு சடங்கு.

ஓ, எனது சகோதரர்களே, வழியில் சலிப்புற்றவர்கள் அனைவருக்கும் ஒரு புத்தம் புதிய வீசியடிக்கும் காற்றுபோல் வருகிறான் ஜரதுஷ்ட்ரா: அவன் இன்னும் நிறைய மூக்குகளைத் தும்மச் செய்வான்!

எனது சுதந்திர சுவாசம், சுவரின் ஊடாகச் சிறைகளுக்குள் சிறையிடப்பட்ட உள்ளுயிர்களிடம் வீசுகிறது.

விருப்பப்படுதல் விடுதலை அளிக்கிறது: ஏனெனில் விருப்பப்படுதலே படைத்தல். இவ்வாறு நான் கற்பிக்கிறேன். மற்றும் படைப்பதற்காக மட்டுமே நீ கற்க வேண்டும்!

மேலும், முதலில் நீ எப்படிக் கற்றுக்கொள்வது, எப்படி நன்றாகக் கற்பது என்பதைக்கூட என்னிடம் கற்றுக்கொள்ள வேண்டும் – கேட்பதற்குக் காதுகள் உள்ளவன்; கேட்கட்டும்!

## 17

அங்கே நிற்கிறது படகு – ஒருவேளை மகத்தான வெறுமைக்கான வழியும் அங்குதான் உள்ளதோ. ஆனால் இந்த 'ஒருவேளை'யில் இறங்க யார் விருப்பப்படுகிறார்கள்?

உங்களில் யாரும் இந்த 'மரணப்படகில்' கால் வைக்க விரும்பவில்லை! பிறகெப்படி நீங்கள் உலகை சலிக்கப் போகிறீர்கள்.

உலகை சலித்தவர்! நீங்கள் இன்னும் பூமியைக்கூட விட்டுப் பிரிந்துவிடவில்லை! நீங்கள் இன்னும் பூமிக்காகப்

பேராசையுடன், பூமி மீதான உங்களது சொந்தச் சலிப்பின்மீது இன்னும் காதலோடு இருப்பதை எப்போதும் பார்க்கிறேன்.

உனது உதடு வீணாகக் கீழே தொங்குவதில்லை – ஒரு சிறிய பூமிசார்ந்த ஆசை அதில் இன்னமும் உட்கார்ந்திருக் கிறது! உனது கண்ணில் மனித வாழ்வுக்குரிய மறக்க இயலாத குதூகலத்தின் சிறுமேகம் நீந்தவில்லையா?

பூமியில் அற்புதமான பல கண்டுபிடிப்புகள் உள்ளன, சில உபயோகமானவை, சில இனியவை: அவைகளுக்காக வாவது பூமி நேசிக்கப்பட வேண்டும்.

நிறைய விஷயங்கள் நன்கு வடிவமைக்கப்பட்டுள்ளன, பெண்களின் மார்பகங்களைப்போல; உபயோகமாகவும், அதே சமயத்தில் இனியதாகவும்.

ஆனால் உலகைச் சலித்துவிட்ட மனிதர்களே! உங்களுக்குப் பிரம்பால் ஒரு அடி தர வேண்டும். உங்கள் கால்கள் மீண்டும் பிரம்படிகளால் சுறுசுறுப்பாக்கப்பட வேண்டும்!

ஏனெனில்: பூமி பார்த்துச் சலிப்படையும்படியான நோயாளியாகவோ அல்லது நைந்து போன இழிஞனாகவோ இல்லாவிட்டால், நீ ஒரு ஒளிவுமறைவுடைய சோம்பேறி, ஒயிலானவன், பதுங்கித் திரியும் காமப்பூனை. மீண்டும் நீ மகிழ்ச்சியாக ஓடாவிட்டால், அழிந்துபோய்விடுவாய்.

ஒருவன், குணமடைய முடியாதவனுக்கு மருத்துவனாகக் கூடாது: இவ்வாறு ஜரதுஷ்ட்ரா கற்பிக்கிறான்: எனவே நீ அழிந்துபோவாய்.

ஆனால் புதிய செய்யுளை இயற்றுவதைவிட, ஒரு முடிவைச் செய்ய அதிகத் துணிவு வேண்டும்: அனைத்து மருத்துவர் களுக்கும், கவிஞர்களுக்கும் அது தெரியும்.

## 18

ஓ, எனது சகோதரர்களே, சலிப்பினாலும் சோம்பலாலும் வடிவமைக்கப்பட்ட புதிய சட்ட அட்டவணைகள் உள்ளன, நோகாத சோம்பல்: அவை ஒரே மாதிரி பேசினாலும் வெவ் வேறு மாதிரி கேட்கப்பட விரும்புபவை.

பார் இந்தச் சோர்வுற்ற மனிதனை! அவனுடைய இலக் கிலிருந்து ஒரு விரற்கடை தூரத்தில்தான் இருக்கிறான், ஆனால் அவனது சலிப்பினால் அதை ஏற்க மறுத்துப் புழுதியில் கிடக்கிறான்: இந்த வல்லமையான மனிதன்!

அவன் பாதையை, பூமியை, இலக்கை, அவனையேகூட சலிப்பில் அங்கலாய்க்கிறான்; மற்றொரு அடி எடுத்து வைக்க மறுக்கிறான்: இந்த வல்லமையான மனிதன்!

இப்போது சூரியன் அவன்மேல் தகிக்கிறது, நாய்கள் அவனது வியர்வையை நக்குகின்றன: ஆனால், அவன் சலிப்பில் கிடக்கிறான், மேலும், சோர்வை விரும்பித் தேர்ந்தெடுக்கிறான்.

தனது இலக்கிலிருந்து ஒரு விரற்கடை தூரத்தில் கிடந்து சோர்வுறுபவனை இந்தக் கதாநாயகனை அவனது சொர்க்கத் திற்குள் அவன் தலைமயிரைப் பிடித்திழுக்க வேண்டும் –

எங்கு கிடக்கிறானோ அங்கேயே அவனை விட்டுவிடுவது சிறந்தது, எனவே ஆறுதலளிக்கும் உறக்கம், ஒரு குளிரான முணுமுணுக்கும் மழை போல வர இயலும்:

தானாக விழிக்கும்வரை அவனைக் கிடக்கவிடு, அவனது சொந்த இசைவோடு, அனைத்துச் சலிப்பையும், சலிப்பு அவன் மூலமாக எதைச் சொல்லித் தந்ததோ அதையும் கைவிடும்வரை,

நாய்களையும் அந்தச் சோம்பலான நழுவிவிடுபவர்களை யும், மொய்க்கும் புழுக்களையும் – ஒவ்வொரு கதாநாயகனின் வியர்வையிலும் விருந்துண்ணும், வளர்க்கப்பட்ட மொய்க்கும் புழுக்களனைத்தையும் – அவனிடமிருந்து பயமுறுத்தி விரட்டுங் கள், எனது சகோதரர்களே.

## 19

என்னைச் சுற்றி வட்டங்களையும், புனித எல்லைகளையும் அமைக்கிறேன்; சிலரே, வெகுசிலரே என்னோடு உயர்ந்த, வெகுவுயர்ந்த மலைகளில் ஏறுகிறார்கள்: நான் புனிதமான, வெகு புனிதமான மலைகளில், ஒரு மலைத் தொகுதியைக் கட்டுகிறேன்.

ஆனால், எங்கெல்லாம் என்னோடு ஏற இயலுமோ, எனது சகோதரர்களே, உங்களோடு ஒட்டுண்ணிகள் எதுவும் ஏறிவிடாதபடி பார்த்துக்கொள்ளுங்கள்.

ஒட்டுண்ணி – அது ஒரு பூச்சி, ஊர்கிற, குழைவான பூச்சி. அது உங்களது நோயுற்ற, காயம்பட்ட இடங்களில் கொழுத்து வளர விரும்புகிறது.

மேலும் மலையேறும் ஆத்மாக்களின் சலிப்பான இடங் களைக் கண்டுபிடிப்பது அதனுடைய கலை: உனது துயரத்தி லும், மனச் சோர்விலும் அதனுடைய அருவருக்கத்தக்க கூட்டை உனது மிருதுவான பெருந்தன்மையில் கட்டுகிறது.

எங்கு வலுவான மனிதன் வலுவற்றுப் போகிறானோ, எங்கு உயர் பண்புடைய மனிதன் மிகவும் நளினமாக உள்ளானோ, அங்கு அதன் அருவருக்கத்தக்க கூட்டைக் கட்டுகிறது: அங்கு மகத்தான மனிதனின் சிறுபுண்ணுள்ள இடங்களில் ஒட்டுண்ணி வாழ்கிறது.

எது உயர்ந்த வகை உயிரினம், எது தாழ்ந்த வகை? ஒட்டுண்ணி தாழ்ந்த வகையானது; ஆனால், எவன் உயர்ந்த வகையானவனோ, அவன் மிக அதிகமான ஒட்டுண்ணிகளை வளர்க்கிறான்.

மிக நீண்ட ஏணிக்குச் சொந்தமான, மிக ஆழத்திற்குக் கீழிறங்ககூடிய ஆத்மாவில்; எவ்வாறு அதிகமான ஒட்டுண்ணி கள் உட்காராமல் இருக்கும்?

எதனால் தனக்குள்ளேயே நீண்ட தூரம் ஓடவும், அலைய வும், திரியவும் இயலுமோ, அது விஸ்தாரமான ஆத்மா; குதூகலத்தால் வாய்ப்பினுள் தன்னையே வீசியெறிவது, அது மிக அத்தியாவசியமான ஆத்மா –

இருக்கிற ஆத்மா, ஆவதினுள் புகுகிறது; உடைமைகொண் டுள்ள அந்த ஆத்மா ஆர்வத்திலும், ஏக்கத்திலும் பங்குபெற விருப்பமுள்ளதாக இருக்கிறது –

தன்னிலிருந்து பறந்து செல்லும் ஆத்மா, தன்னை மிக அகன்ற வட்டத்தில் தானாக மீட்கும் வாய்ப்பைப் பெறும்; மிக விவேகமான ஆத்மா, அதனிடம் முட்டாள்தனம் மிக இனிமையாகப் பேசும்.

தன்னையே மிக அதிகமாக நேசிக்கும் ஆத்மா – அதில் அனைத்தின் நீரோட்டமும், எதிர்நீரோட்டமும், வடிதலும் பொங்குதலும் உள்ளன – ஓ, மிக உயர்ந்த ஆத்மா, ஏன் மிக மோசமான ஒட்டுண்ணிகளை வைத்திருக்கக்கூடாது.

## 20

ஓ, எனது சகோதரர்களே, நான் என்ன கொடூரமானவனா? ஆனால் எது விழுகின்றதோ அது தள்ளப்படவும் வேண்டும் என்று நான் சொல்கிறேன்:

இன்றைய அனைத்தும் – அது விழுகிறது, அது சிதைகிறது: யாரால் அதற்கு ஆதரவளிக்க இயலும்? ஆனால் நான் – அதை யும்கூடத் தள்ள விரும்புகிறேன்!

திடீர் வீழ்ச்சியான ஆழங்களுக்குப் பாறைகளை உருட்டும் மகிழ்ச்சி தெரியுமா உனக்கு? இன்றைய இந்த மனிதர்கள்: அவர்கள் எவ்வாறு எனது ஆழங்களில் விழுகிறார்கள் என்று வெறுமனே பார்!

நல்ல விளையாட்டு வீரர்களுக்கு நான் ஒரு பீடிகை, ஓ, எனது சகோதரர்களே, ஒரு உதாரணம்! எனது உதாரணத்தைப் பின்பற்றுங்கள்!

மேலும், நீ பறக்கக் கற்றுத்தராத அவனுக்கு – வேகமாக விழுவதற்குக் கற்றுக்கொடு!

## 21

நான் வீரர்களை நேசிக்கிறேன்; ஆனால் ஒரு வாள்வீரனாக இருப்பது மட்டும் போதாது. யாருக்கு எதிராக வாள்வீரனாக இருப்பது என்றும் ஒருவனுக்கு அவசியம் தெரிந்திருக்க வேண்டும்!

ஒருவன் தன்னைக் கட்டுப்படுத்திக் கொள்வதிலும், கடந்து செல்வதிலும்தான் அதிக வீரம் உள்ளது: ஒரு தகுதியான எதிரிக்காகத் தன்னையே விட்டுவைப்பதற்காக!

உனக்கு நீ வெறுக்கும் எதிரிகள் இருக்க வேண்டும். ஆனால் அருவருக்கும் எதிரிகளல்ல: உனது எதிரியிடம் பெருமைகொள்ள வேண்டும்; இவ்வாறு முன்பு ஒரு காலத்தில் நான் கற்பித்தேன்.

ஓ, எனது நண்பர்களே, ஒரு தகுந்த எதிரிக்காக உங்களை நீங்கள் விட்டுவைக்க வேண்டும்: அதனால் நிறைய விஷயங்களைக் கடந்துசெல்ல வேண்டும்.

குறிப்பாகச் சமுதாயத்தைப் பற்றியும், மக்களைப் பற்றியும், உனது காதுகளில் இரைச்சல் செய்யும் நிறைய கும்பல்களை நீ கடந்துசெல்ல வேண்டும்.

குறிப்பாக அவர்களுடைய ஆதரவானவை, எதிரானவை பற்றியதில் உனது கண்களைத் தெளிவாக வைத்துக்கொள்! அதிக சரி, அதிக தவறு அதிலுள்ளது: யாரெல்லாம் பார்க்கிறார்களோ, அவர்களெல்லாம் கோபம் கொள்கிறார்கள்.

உள்ளே பார்க்க, உள்ளே எடைபோட – இதில் அது ஒரே விஷயத்திற்கு வருகிறது: எனவே வனத்தினுள் சென்று, உனது வாளை உறங்கக் கிடத்து!

உனது வழிகளில் செல்! மேலும் சமுதாயத்தையும், மக்களையும் அவர்கள் வழியில் செல்ல விடு! – இருண்ட வழிகள், அதுபற்றி சந்தேகத்துக்கு அப்பால் ஒரு நம்பிக்கைகூடச் சுடர்விடவில்லை.

எங்கு இன்னும் மின்னுவது அனைத்தும் – கடைக்காரரின் தங்கமோ! அங்கு கடைக்காரர் ஆளட்டும், மன்னர்களின் காலம் கடந்துவிட்டது: எது இன்று மக்களென்று தன்னை அழைத்துக்கொள்கிறதோ, அதற்கு மன்னர்கள் தேவையில்லை.

இந்த மக்கள் எப்படிக் கடைக்காரர்கள்போலத் தாங்களே நடந்துகொள்கிறார்கள் என்று பார்: அனைத்து வகையானதின் கூட்டித்தள்ளலில் இருந்தும், மிகச் சிறிய நன்மையைக்கூடப் பொறுக்கிக் கொள்கிறார்கள்.

அவர்கள் ஒருத்தருக்காக ஒருத்தர் காத்துக் கிடக்கிறார்கள், ஒருவரின் விஷயத்தில் மற்றவர் இச்சகம் பேசுகிறார்கள். அதை அவர்கள் 'நல்ல அண்டைவீட்டுத்தனம்' என்று அழைக்கிறார்கள். ஓ, ஆசிர்வதிக்கப்பட்டவர்களே, மக்களில் ஒருத்தன் 'நான் ஆக விரும்புகிறேன் – மக்களின் எஜமானாக ஆக விரும்புகிறேன்' என்று சொல்லி வெகுகாலம் ஆகிவிட்டது.

எனது சகோதரர்களே: சிறந்தது ஆட்சி செய்யும், சிறந்தது ஆட்சி செய்ய விரும்புகிறது! எங்கு அது வேறு மாதிரி கற்றுத் தரப்பட்டதோ, அங்கு – சிறந்தது பற்றாக்குறையாக உள்ளது.

## 22

ஒருக்கால், அவர்களுக்கு – சும்மாவே ரொட்டி கிடைத்தால். அந்தோ – அவர்கள் எதற்காகக் கதறுவார்கள்! அவர்களுடைய பராமரிப்புக்கு – அது அவர்களது சரியான பொழுதுபோக்கு; வாழ்வு அவர்களுக்குக் கடினமானதாக இருக்கும்!

அவர்கள் இரையெடுக்கும் விலங்குகள்; அவர்களுடைய 'வேலையில்'கூட – அவர்களுடைய சம்பாதித்தலில்கூட கொள்ளையடித்தல் உள்ளது – ஏமாற்றுதல் உள்ளது! எனவே வாழ்க்கை அவர்களுக்குக் கடினமானதாக இருக்கும்!

இவ்வாறு அவர்கள் அருமையான இரையெடுக்கும் விலங்குகளாக ஆவார்கள், அமர்த்தலான, புத்திசாலித்தனமான, பெருமளவில் மனிதனைப் போன்ற இரையெடுக்கும் விலங்குகள்.

மனிதன் ஏற்கனவே விலங்குகளின் நற்குணங்கள் அனைத்தையும் கொள்ளையடித்துவிட்டான்: அதனால் விலங்குகளிலேயே மனிதனுக்குத்தான் வாழ்வு கடினமானதாக உள்ளது.

பறவைகள் மாத்திரமே அவனுக்கு அப்பால் உள்ளன. ஒருக்கால், மனிதன் பறக்கக் கற்றுக்கொண்டுவிட்டால் அந்தோ! என்ன உயரத்திற்கு – அவனது பேராசை பறக்கும்.

## 23

இப்படித்தான் ஆணையும், பெண்ணையும் வைத்துக்கொள்வேன். ஒன்று போருக்குத் தகுந்ததாக, மற்றது குழந்தைகள் பெறத் தகுந்ததாக. ஆனால் இருவரும் தலையாலும், காலாலும் நடனமாடத் தகுந்தவர்களாக.

ஒருமுறையாவது நாம் நடனமாடாத நாள், நாம் இழந்த நாளாக இருக்கட்டும்! தன்னுடன் சிரிப்பை அழைத்துவராத விவேகம், நமக்குப் பொய்யாக இருக்கட்டும்.

## 24

உனது திருமண ஒப்பந்தம்: பார், அது ஒரு மோசமான ஒப்பந்தமல்ல! நீ வெகுசீக்கிரம் தீர்மானித்துவிட்டாய்; அதிலிருந்து தொடர்கிறது – திருமண முறிவு.

இன்னும் திருமணத்தில் வளைந்து கொடுப்பதையும் பொய் சொல்வதையும்விட திருமண முறிவு பரவாயில்லை! ஒரு பெண் என்னிடம் சொன்னாள்: ‘உண்மை, நான் திருமணத்தை முறித்தேன், ஆனால் முதலில் எனது திருமணம் – என்னை முறித்துவிட்டது!’

மோசமாக ஜோடி சேர்க்கப்பட்டவர்களே, மிகவும் பழிதீர்ப்பவர்களாக இருப்பதைக் கண்டேன். அவர்கள் தனியாக இல்லை என்பதால் அனைவரையும் துன்புற வைக்கின்றனர்.

அந்தக் காரணத்தினால் நேர்மையானவர்கள்: ‘நாங்கள் ஒருவரை ஒருவர் நேசிக்கிறோம்: நாங்கள் நேசத்தோடு இருக்குமாறு பார்த்துக்கொள்வோம்! அல்லாவிடில் எங்களது வாக்குறுதி தவறாகும்?’ என்று ஒருவருக்கு ஒருவர் சொல்லிக்கொள்ள வேண்டும்.

‘எங்களைக் காலக்கெடுவுள்ள, சிறிய திருமணத்திற்கு அனுமதியுங்கள், நாங்கள் பெரிய திருமணத்திற்கு உகந்தவர்களா

என்று பார்க்க! மற்றொருவருடன் இருப்பது எப்போதுமே ஒரு பெரிய விஷயம்.'

இவ்வாறு நான் அனைத்து நேர்மையான மக்களுக்கும் ஆலோசனை வழங்குகிறேன்; நான் வேறுமாதிரி ஆலோசனை தந்து, வேறுமாதிரி பேசினால், அதிமனிதன் மீதும், இன்னும் வரப்போகும் அனைத்தின் மீதுமான எனது நேசம் என்னவாக இருக்கும்!

முன்னால் மட்டுமல்ல, மேலாகவும் உங்களையே பிரச்சாரம் செய்ய திருமணத்தின் தோட்டம் உங்களுக்கு உதவி புரியட்டும், ஓ, எனது சகோதரர்களே!

## 25

யார் பழைய தொடக்கம் குறித்து விவேகமாகிறானோ, பார், அவன் கடைசியில் வருங்காலத்தின் புதிய ஊற்றுகளையும், புதிய தொடக்கத்தையும் நாடுவான்.

ஓ, எனது சகோதரர்களே, புதிய பரிவாரம் எழுந்து, புதிய ஊற்றுகள் விரைந்திறங்கி, புதிய ஆழங்களுக்குப் பாய வெகு நாட்களாகாது.

ஏனெனில் அநேகக் கிணறுகளை மூடி, நிறைய தாகத்தை ஏற்படுத்துகிற நிலநடுக்கம், உள்ளார்ந்த சக்திகளையும், ரகசிய விஷயங்களையும் வெளிச்சத்திற்குக் கொண்டு வருகிறது.

நிலநடுக்கம் புதிய ஊற்றுகளை வெளிக்காட்டுகிறது. புராதன சமுதாயங்களின் நிலநடுக்கத்தில் புதிய ஊற்றுகள் வெடித்துக் கிளம்புகின்றன.

மற்றும் 'தாகமாகவுள்ள அநேகருக்கும், இங்கே ஒரு கிணறு, ஏங்கியிருக்கும் அனைவருக்கும் ஒரு இதயம், அநேகக் கருவிகளுக்கு ஒரு விருப்பம்' எனக் கதறுகிற ஒருவனைச் சுற்றிக் குழுமுகிறது ஒரு சமுதாயம். அதாவது: அநேகப் பரிசோதனையாளர்கள்.

யாரால் கட்டளையிட இயலும், யாரால் பணிய இயலும் – அது இங்கே பரிசோதிக்கப்படுகிறது! அந்தோ, எத்தகைய நீட்டிக்கப்பட்ட தேடல் மற்றும் வெற்றியடைதல், தோற்றுப் போதல் மற்றும் கதறல் மற்றும் புதிய பரிசோதனை!

மனித சமுதாயம்; அது ஒரு பரிசோதனை, இப்படி நான் கற்பிக்கிறேன் – ஒரு நீண்ட தேடல்: எவ்வாறாயினும், ஒரு புதிய படைத்தலைவனை, அது நாடுகிறது.

ஒரு பரிசோதனை, ஓ, எனது சகோதரர்களே! ஒப்பந்த மல்ல! சிதறடியுங்கள் மிருதுவான இதயம் கொண்டவர்களுடைய, பாதிப்பாதி இதயம் கொண்டவர்களுடைய வெளிப்பாடுகளைச் சிதறடியுங்கள்!

## 26

ஓ, எனது சகோதரர்களே! மொத்த மனித இனத்தின் வருங் காலமும், அபாயமும் யாரிடம் இருக்கிறது? அது நல்லவர் களிடமும், நியாயமானவர்களிடமும் அல்லவா? –

'எங்களுக்கு ஏற்கனவே எது நல்லது, நியாயமானது என்று தெரியும், நாங்கள் அதை வைத்திருக்கக்கூடச் செய்கிறோம்; இன்னும் அதற்காகத் தேடிக்கொண்டு இருப்பவர்களுக்குத்தான் துன்பம்!' எனச் சொல்லுகிறவர்களிடம், இதயத்தில் உணர்பவர் களிடம்!

நயவஞ்சகர்கள் என்ன தீங்கு செய்தாலும், நல்லவர்கள் செய்யும் தீங்கே! மிகத் தீங்களிக்கும் தீங்கு!

மற்றும் உலகத்தின் அவதூறு பேசுபவர்கள் என்ன தீங்கு செய்தாலும், நல்லவர்கள் செய்யும் தீங்கே! மிகத் தீமையான தீங்கு!

ஓ, எனது சகோதரர்களே, நல்லவர்கள் மற்றும் நியாய மானவர்களின் இதயத்தினுள் பார்த்த யாரோவொருத்தன் எப்போதோ சொன்னான்: 'அவர்கள்தான் ஆசாரக் கள்ளர்கள்.' ஆனால், அவன் புரிந்துகொள்ளப்படவில்லை.

நல்லவர்களாலும் நியாயமானவர்களாலும் அவனைப் புரிந்துகொள்ள முடியவில்லை. அவர்களுடைய உள்ளுயிர், அவர்களது நல்ல மனசாட்சியில் சிறைப்பட்டிருக்கிறது. நல்லவர் களின் மடத்தனம் ஆழங்காண இயலாத அளவுக்குப் புத்திசாலித் தனமானது.

ஆனால், அதுவே உண்மை, நல்லவர்கள் ஆசாரக் கள்ளர் களாகத்தான் இருக்க வேண்டும் – அவர்களுக்கு வேறு வழி இல்லை.

தன்னுடைய நற்குணத்தைத் தானே வடிவமைத்துக் கொள் பவனை, நல்லவர்கள் சிலுவையில் அறைந்தாக வேண்டும்! அதுவே உண்மை!

ஆனால், இரண்டாவது மனிதன் அவர்களது தேசத்தைக் கண்டுபிடித்த, தேசத்தையும், இதயத்தையும் மேலும் நல்லவர்

கள், நியாயமானவர்களின் மண்ணையும் கண்டுபிடித்தவன்; 'அவர்கள் மிகவும் வெறுப்பது யாரை?' எனக் கேட்டது அவன்தானா?

அவர்கள் படைப்பாளியை மிகவும் வெறுக்கிறார்கள்: சட்ட அட்டவணைகளையும், பழைய மதிப்பீடுகளையும் உடைப்பவனை – அவர்கள் சட்டத்தை உடைப்பவன் என்று அழைக்கிறார்கள்.

ஏனெனில் நல்லவர்களால் படைக்க இயலாது: அவர்கள் எப்போதும் முடிவின் ஆரம்பம்:

புதிய சட்ட – அட்டவணைகள் மீது, புதிய மதிப்பீடுகளை எழுதுபவனைச் சிலுவையில் அறைகிறார்கள், அவர்களின் வருங்காலத்தை அவர்களுக்கே பலியிடுகிறார்கள், அவர்கள் மொத்த மனித வருங்காலத்தையும் சிலுவையில் அறைந்து கொல்கிறார்கள்.

நல்லவர்கள் எப்போதும் முடிவின் ஆரம்பமாக இருக்கிறார்கள்.

## 27

ஓ, எனது சகோதரர்களே, நீங்கள் இந்தப் பேச்சையும் புரிந்து கொண்டீர்களா? ஒருகாலத்தில் 'இறுதியான மனிதனை'ப் பற்றி நான் என்ன சொன்னேன் என்பதை?

மொத்த மனித இனத்தினுடைய வருங்காலத்தின் மகத்தான அபாயம் யாரிடம் உள்ளது? அது நல்லவர்கள் மற்றும் நியாயமானவர்களிடம் அல்லவா?

சிதறடி, நல்லவர்களையும், நியாயமானவர்களையும் சிதறடி! ஓ, எனது சகோதரர்களே, இதையும் கூடப் புரிந்து கொண்டீர்களா?

## 28

நீங்கள் என்னிடம் இருந்து பறந்து செல்கிறீர்களா? நீங்கள் பயந்து விட்டீர்களா? இப்படியெல்லாம் சொல்வதில் நடுங்கி விட்டீர்களா?

ஓ, எனது சகோதரர்களே, நல்லவர்களைச் சிதறடி, நல்லவர்களின் சட்ட – அட்டவணைகளைச் சிதறடி என்று நான் தெரிவித்த பிறகு, அதற்குப் பிறகே நான் மனித இனத்தை அதன் கரை காணாக் கடல் பரப்பில் கப்பலேற்றினேன்.

இப்போதுதான் அந்த மகத்தான திகில், மகத்தான வாய்ப்பு, மகத்தான நோய்ப்பாடு, மகத்தான அருவருப்பு, மகத்தான கடல்நோய் அதற்கு வந்தது.

நல்லவர்கள் உங்களுக்குத் தவறான கரைகளையும், தவறான பாதுகாப்புகளையும் கற்பித்தனர்: நீங்கள் நல்லவர்களின் பொய்யில் பிறந்திருக்கிறீர்கள், நல்லவர்களின் பொய்யில் வைக்கப்பட்டிருக்கிறீர்கள். நல்லவர்கள் மூலமாக அனைத்தும் கலைக்கப்பட்டு அதனுடைய வேர்வரை முறுக்கப்பட்டுள்ளது.

ஆனால் 'மனிதனின்' தேசத்தைக் கண்டுபிடித்தவன் எவனோ, அவனே 'மனித வருங்காலத்தின்' தேசத்தைக் கண்டு பிடித்தான். இப்போது நீங்கள் கடல் பயணிகளாக, வீரமான, பொறுமையான கடல்பயணிகளாக ஆகலாம்!

நல்லதருணத்தில் நேராக நில்லுங்கள், ஓ, எனது சகோதரர் களே, நேராக நிற்கக் கற்றுக்கொள்ளுங்கள்! கடல் கொந்தளிக் கிறது: அநேகம் பேர் உங்கள் உதவியுடன் மீண்டும் தங்களை நேராக்கிக்கொள்ள விரும்புகிறார்கள்.

கடல் கொந்தளிப்பாக உள்ளது: அனைத்தும் கடலில் உள்ளது. நல்லது! வாருங்கள், பழைய கடலோடி இதயங்களே!

தந்தையர் தேசத்தைப் பற்றியென்ன? நமது சுக்கான் அப்பால் செலுத்த விரும்புகிறது, எங்கே நமது குழந்தைகளின் தேசமுள்ளதோ அங்கு! வெளியே, தூரத்தில், நமது மகத்தான ஏக்கம் கடலைவிடக் கொந்தளிப்பாக, சூறாவளியாக வீசுகிறது.

## 29

'ஏன் இவ்வளவு கடினமாக இருக்கிறாய்?' ஒருசமயம் வைரத் திடம் நிலக்கரி கேட்டது; 'நாம் நெருங்கிய உறவு அல்லவா?'

ஏன் அவ்வளவு மெத்தென்று இருக்கிறீர்கள்? ஓ, எனது சகோதரர்களே இவ்வாறு உங்களை நான் கேட்கிறேன்: நீங்கள் எனது சகோதரர்கள் அல்லவா?

ஏன் அவ்வளவு மெத்தென்று எதிர்ப்பற்று விட்டுக்கொடுக் கிறீர்கள்? ஏன் உங்களது இதயத்தில் இவ்வளவு மறுப்பும், மறுதலிப்பும் உள்ளது? உங்களது பார்வைகளில் வெகு சிறிய விதியே காணப்படுகிறது.

மேலும் நீங்கள் விதிகளாக இல்லாவிட்டால், நீங்கள் மனமிளகாது இருந்தால்: நீங்கள் எப்படி என்னோடு சேர்ந்து வென்றெடுப்பீர்கள்?

மேலும் உங்களது கடினத்தன்மை ஒளி வீசாமல், துண்டு துண்டாக வெட்டப்படாமல் இருந்தால்: எவ்வாறு ஒருநாள் என்னோடு சேர்ந்து படைப்பீர்கள்?

ஏனெனில் படைப்பாளிகள், கடுமையானவர்கள். உங்களது கைகளைப் பொற்காலத்தின் மீது அழுத்துவது, மெழுகின்மேல் அழுத்துவது போல் பேரின்பமாகத் தெரியவேண்டும்.

பொற்காலத்தின் விருப்பத்தின்மீது எழுதுவது உலோகத் தின்மீது எழுதுவதைப் போன்றது, உலோகத்தைவிடக் கடின மானது, உலோகத்தைவிட உத்தமமானது, மிக உத்தமமான வர்கள் மட்டுமே கச்சிதமாகக் கடினமானவர்கள்.

இந்தப் புதிய சட்ட – அட்டவணையை உங்கள் மீது நான் வைக்கிறேன்; ஓ, எனது சகோதரர்களே, கடினமடையுங்கள்.

## 30

ஓ, எனது மனமே! எனது முக்கியமானவனே, எனது தேவையே, தேவையைத் துரத்துபவனே! அனைத்து அற்ப வெற்றிகளி லிருந்தும் என்னைக் கெடாது காப்பாற்று!

ஓ, எனது ஆத்மாவின் மாறாத நியதியையே நான் ஊழென்று அழைக்கிறேன்! என் – உள்! என் – மேல்! ஒரு மகத் தான ஊழிற்காக என்னைக் கெடாது காப்பாற்று, விட்டுவை.

மேலும், உனது கடைசி மகத்துவமே எனது விருப்பம், உனது கடைசிக்காகச் சேமித்துவை – நீ உனது வெற்றியில் வசப்பட்டுப் போகாமல் இருக்க! யார்தான் தனது சொந்த வெற்றியில் மயங்கி விழாதிருந்தான்.

ஏ, யாருடைய கண் இந்தப் போதை தரும் அந்திஒளியில் மங்கிப் போகவில்லை – ஏ, யாருடைய பாதங்கள் தடுமாறாம லிருந்து, எப்படி நிற்பது என்பதை வெற்றியில் மறந்து போகாதிருந்தது.

நான் ஒருநாள் அந்த மகத்தான உச்சிவேளையில் தயாராகப் பழுத்து: தயாராகவும், பழுத்தும் ஒளிரும் ஒரு உலோகக்கனிமம் போல், மின்னலால் கனமடைந்த மேகம்போல், உப்புகிற பால்மடி போல் –

எனக்காகவும், எனது மிக ரகசியமான விருப்பத்திற்காக வும் தயாராக: தனது அம்புக்காக ஆவலுடனுள்ள ஒரு வில், தனது நட்சத்திரத்துக்காகத் தயாராக இருக்கும் ஒரு அம்பு.

அதன் மகத்தான உச்சிவேளையில் தயாராகப் பழுத்திருக்கிற, சூரிய அம்புகளால் பேரின்பத்தோடு ஒளிர்கிற, ஊடுருவித் துளைக்கிற, நிர்மூலமாக்குகிற, ஒரு நட்சத்திரம்.

ஒரு சூரியன் மற்றும் வசப்படுத்த இயலாத சூரியவிருப்பம், வெற்றியில் நிர்மூலமாக்கப்படுவதற்குத் தயாராக இருத்தல்!

ஓ, விருப்பமே, எனது அவசியமானதே, அத்தியாவசியமானதே, தேவையைத் துரத்துபவனே! ஒரு மகத்தான வெற்றிக்காக என்னை விட்டுவை!

ஜரதுஷ்ட்ரா இவ்வாறு கூறினான்.

## நோய் நீங்கி நலம் பெறுகின்றவன்

ஜரதுஷ்ட்ரா, தனது குகைக்குத் திரும்பிய சில நாட்களிலேயே, ஒரு காலைவேளையில் தனது படுக்கையிலிருந்து ஒரு பைத்தியக்காரனைப் போலத் துள்ளியெழுந்து பயங்கரமான குரலில் கதறினான். வேறுயாரோ ஒருவன் படுக்கையில் படுத்திருப்பது போலவும், அதிலிருந்து எழுந்திருக்கவே மாட்டான் என்பது போலவும் இருந்தது அவன் நிலை. ஜரதுஷ்ட்ராவின் குரலொலியில், அவனது மிருகங்கள் திகிலடைந்து அவனிடம் வந்தன, ஜரதுஷ்ட்ராவின் குகைக்கு அக்கம் பக்கத்தில் உள்ள குகைகள், ஒளிவிடங்களிலிருந்து உயிரினங்கள் அனைத்தும் பறந்தும், சிறகடித்தும், நகர்ந்தும், குதித்தும் அவற்றுக்குத் தரப்பட்ட பாதங்களுக்கும், சிறகுகளுக்கும் ஏற்ப வெளியேறின. ஜரதுஷ்ட்ரா இந்த வார்த்தைகளைப் பேசினான்:

எழு, எல்லையற்ற எண்ணமே, எனது ஆழங்களிலிருந்து எழு! நானே உனது சேவலும், விடியலும். உறங்கும் புழுவே: எழு! எழு! எனது குரல் உன்னை விரைவில் வெற்றிக் குரலொலியோடு எழுப்பும்!

உனது காதுகளின் தளைகளைத் தளர்த்து: கவனி! நான் உன்னைக் கேட்பதற்கு விரும்புவதால்! எழு! எழு! கல்லறைகளும்கூடக் கவனித்துக் கேட்கும் அளவுக்கு இடியோசை இங்கு உள்ளது.

உனது கண்களில் இருந்து உறக்கத்தையும், எல்லா மங்கிய தன்மையையும், குருட்டுத் தன்மையையும் துடைத்தெறி! உனது கண்களாலும் என்னைக் கேள்: பிறவிக் குருடர்களுக்குக் கூட எனது குரல் ஒரு மருந்து:

மேலும், ஒருமுறை விழித்துவிட்டால் நீ என்றும் விழித்தே இருப்பாய் – மீண்டும் உறக்கத்திற்குத் திரும்பிப் போங்கள்! என்று கேட்டுக்கொள்வதற்காகக் கொள்ளுப் பாட்டிகளை உறக்கத்திலிருந்து எழுப்புவது, எனது வழியல்ல!

நீ நகர்கிறாயா, சோம்பல் முறித்துக்கொள்கிறாயா, ஆர்ப் பாட்டம் செய்கிறாயா? எழு! எழு! நீ ஆர்ப்பாட்டம் செய்ய மாட்டாய். நீ என்னிடம் பேசுவாய்! கடவுளற்றவனான ஜரதுஷ்ட்ரா உன்னை அழைக்கிறான்!

நான், ஜரதுஷ்ட்ரா, வாழ்க்கையை ஆதரிப்பவன், துன்பப் படுதலை ஆதரிப்பவன், ஒரு குழுவை ஆதரிப்பவன் – நான் அழைக்கிறேன்; எனது எல்லையற்ற எண்ணமே!

ஆ! நீ வருகிறாய்! – நீ வருவதை நான் கேட்கிறேன்! எனது படுபாதாளம் பேசுகிறது, நான் எனது இறுதியான ஆழத்தை ஒளியாக மாற்றிவிட்டேன்!

ஆ, இங்கே வா! உனது கைகளைக் கொடு – ஹ! வேண்டாம்! ஹா, ஹா! அருவருப்பு, அருவருப்பு, அருவருப்பு – என்ன கஷ்டம்:

## 2

ஜரதுஷ்ட்ரா இந்த வார்த்தைகளைப் பேசி முடிப்பதற்குள், ஒரு இறந்த மனிதனைப் போல் விழுந்து, இறந்த மனிதனைப் போலவே வெகு நேரம் கிடந்தான். ஆனால் மீண்டும் தன்வசம் வந்தபோது, அவன் வெளிறி, நடுங்கியவாறு படுத்தே கிடந்தான். வெகுநேரம் அவன் எதையும் அருந்தவோ அல்லது உண்ணவோ செய்யவில்லை. இந்த நிலமை ஒரு வாரம் நீடித்தது; அவனது விலங்குகள் பகலும், இரவும் அவனைவிட்டு விலகவில்லை, கழுகு அவனுக்கு உணவு கொண்டுவரப் பறந்ததைத்தவிர. அது சேகரித்துக் கொண்டுவந்ததையெல்லாம் ஜரதுஷ்ட்ராவின் படுக்கை மேலே வைத்தது: ஜரதுஷ்ட்ரா கடைசியில், மஞ்சள் மற்றும் சிவப்புத் தீங்கனிகள், திராட்சைகள், ரோஜாநிற ஆப்பிள்கள், இனிய மணம் தரும் மூலிகைகள், மற்றும் பைன் கூம்புகளோடு கிடந்தான். கழுகு சிரமத்துடன் ஆட்டிடையனிட மிருந்து கொண்டுவந்த இரண்டு செம்மறியாட்டுக் குட்டிகள் அவனது பாதங்களுக்குக் கீழே கிடத்தப்பட்டிருந்தன.

கடைசியில், ஏழு நாட்களுக்குப் பிறகு, ஜரதுஷ்ட்ரா அவனது படுக்கையிலிருந்து எழுந்து, ஒரு ரோஜாநிற ஆப்பிளைக் கையில் எடுத்தான். அதை முகர்ந்தபோது அதன் வாசனை

இனியதாக இருக்கக் கண்டான். பிறகு அவனது விலங்குகளும் அவனுடன் பேசுவதற்கான நேரம் வந்துவிட்டதாக நினைத்தன.

அவை கனிந்த கண்களோடு கூறின: 'ஓ, ஜரதுஷ்ட்ரா, நீ இப்படியே ஏழு நாட்கள் கிடந்துவிட்டாய்: இப்போது உனது கால்களை ஊன்றி மீண்டும் நீ நிற்கமாட்டாயா?

'உனது குகையிலிருந்து வெளியே அடியெடுத்து வை: உலகம் ஒரு தோட்டத்தைப்போல் உனக்காகக் காத்திருக்கிறது, கனத்த நறுமணத்தோடு வேயப்பட்டுள்ள காற்று உனக்காக ஏங்கி இருக்கிறது; மேலும், அனைத்து ஓடைகளும் உனக்குப் பின்னால் ஓடிவர விரும்புகின்றன.

'அனைத்து விஷயங்களும் உனக்காக ஏங்கியிருக்கின்றன, நீ ஏழு நாட்கள் தனித்து இருந்துவிட்டாய் – உனது குகையிலிருந்து வெளியே அடியெடுத்து வை! அனைத்தும் உனது மருத்துவர்களாக விரும்புகின்றன!

'ஒருக்கால், ஒரு புதிய அறிவு உன்னிடம் வந்திருக்கலாம், ஒரு கசப்பான, கடுமையான அறிவு? புளிப்புப்பொருள் சேர்த்துப் பிசையப்பட்ட மாவுபோலக் கிடந்தாய், உனது ஆத்மா பொங்கியெழுந்து, அதன் விளிம்பைத்தாண்டி வழிந்து விட்டது?'

ஜரதுஷ்ட்ரா பதிலளித்தான்: 'ஓ எனது விலங்குகளே, பேசிக் கொண்டே இருங்கள், நான் கவனித்துக் கேட்கிறேன்! உங்களது பேச்சு அப்படியான புத்தூக்கம்: எங்கே பேச்சுள்ளதோ அங்கே உலகம் எனக்கு ஒரு தோட்டம்போல். அந்தச் சொற்களும், இசையின் சப்தங்களும் எவ்வளவு இனியதாக உள்ளன: சொற்களும், இசையும் சாசுவதமாகப் பிரிக்கப்பட்ட விஷயங்களின் பாலம் போன்ற வானவில் அல்லவா?

'ஒவ்வொரு ஆத்மாவும் அதனளவிலான ஒரு உலகம்; ஆக, ஒவ்வொரு ஆத்மாவிற்கும், ஒவ்வொரு அடுத்த ஆத்மாவும் ஒரு மறு உலகம்.

'ஒரேமாதிரி இருப்பவர்களிடம்தான் தோற்றம் மிக அழகாகப் பொய் சொல்கிறது; ஆக, மிகச் சிறிய இடைவெளிதான் பாலமிட மிகக் கடினமானது.

'ஆக எனக்கு – என்னிடமிருந்து எப்படி ஒரு வெளிப்புறம் இருக்க இயலும்? வெளிப்புறம் என்பது கிடையாது! ஆனால், நாம் இசை கேட்கும்போது அதை மறந்து விடுகிறோம்; நாம் மறப்பது, அது எவ்வளவு இனியது!

'பொருட்களுக்குப் பெயர்களும், இசையின் ஒலிகளும் தரப்படவில்லையா, அவற்றிடம் மனிதன் புத்தூக்கம் பெறட்டு

மென? பேச்சு என்பது ஒரு அருமையான ஏமாற்று, மனிதன் அதை வைத்துக்கொண்டு அனைத்து விஷயங்களின் மீதும் நடனமாடுகிறான்.

'அனைத்துப் பேச்சும், இசையின் அனைத்துப் பொய்மையும் எவ்வளவு இனிதானவை! நமது நேசம் பல வண்ண வானவில்கள் மீது இசையுடன்தான் நடனமாடுகிறது.'

விலங்குகள் கூறின: 'ஓ ஜரதுஷ்ட்ரா, அனைத்து விஷயங்களும் அவைகளாக நடனமாடுகின்றன, நாம் நினைப்பது போல்: அவை வந்து, கைகொடுத்து, சிரித்துச் செல்கின்றன – மீண்டும் வருகின்றன.

'அனைத்தும் செல்கின்றன, அனைத்தும் மீண்டும் வருகின்றன; எப்போதைக்குமாகச் சுழல்கிறது இருத்தலின் சக்கரம். அனைத்தும் இறக்கின்றன, அனைத்தும் புதிதாக மலர்கின்றன; இருத்தலின் வருடம் ஓடிக்கொண்டேயிருக்கிறது.

'அனைத்தும் உடைகின்றன, அனைத்தும் புதிதாக இணைக்கப்படுகின்றன; இருத்தலின் அதே வீடு தன்னை எப்போதைக்குமாகக் கட்டிக்கொள்கிறது, அனைத்தும் விடைபெறுகின்றன, அனைத்தும் மீண்டும் சந்திக்கின்றன; இருத்தலின் வளையம் எப்போதைக்கும் தனக்கு உண்மையாகவுள்ளது.

'இருத்தல் ஒவ்வொரு தருணத்திலும் ஆரம்பிக்கிறது. அங்கேயுள்ள பந்து ஒவ்வொரு 'இங்கே'யிலும் சுற்றி உருள்கிறது. மையம் எல்லா இடத்திலுமுள்ளது, சாசுவதத்தின் பாதை திருகலானது.'

'ஓ கோமாளிகளே, பேரல் ஆர்கன்களே!' ஜரதுஷ்ட்ரா பதிலளித்து, மீண்டும் புன்னகைத்தான், 'ஏழு நாட்களுக்குள் நிறைவேற்றப்பட வேண்டியது என்னவென்று உங்களுக்கு எவ்வளவு நன்றாகத் தெரிகிறது:

'அந்த பயங்கர மிருகம் எனது தொண்டைக்குள் புகுந்து எப்படி என்னை மூச்சடைத்தது! ஆனால் நான் அதன் தலையைக் கடித்து வெளியே துப்பிவிட்டேன்.

'மேலும் நீ – ஏற்கனவே அதைப்பற்றித் தெருவில் பாடுவதற்கான ஆர்மோனியப் பாடலை இயற்றிவிட்டாய்? நான், இப்போது இந்தக் கடித்துத் துப்பலால் மேலும் களைப்புற்று, எனது சுய மீட்பினால் நோயுற்று இங்கே கிடக்கிறேன்.

'நீங்கள் அவை அனைத்தையும் உற்றுப் பார்த்தீர்கள், ஓ, எனது விலங்குகளே, நீங்களும்கூடக் கொடூரமானவர்களா? எனது மகத்தான வலியை வேடிக்கை பார்ப்பவர்களாக

இருக்க விருப்பப்படுகிறீர்களா, மனிதர்கள் செய்வது போல்? ஏனெனில் மனிதன்தான் மிகக் கொடூரமான விலங்கு.

'பூமியிலுள்ள எதைக் காட்டிலும், அவன் துன்பியல் நாடகங்களையும், காளைச் சண்டைகளையும், சிலுவையேற்றங் களையும் துய்த்து மகிழ்கிறான்; நரகத்தை அவனுக்காக அவன் சிருஷ்டித்தபோது, பூமியில் அதுதான் அவனது சொர்க்கம்.

'மகத்தான மனிதன் கத்தும்போது, சிறிய மனிதன் நேராக ஓடி வருகிறான்; அவனது நாக்கு காமமிகுதியால் வாய்க்கு வெளியே தொங்குகிறது. அவன், எவ்வாறாயினும், அதை அவனது 'கழிவிரக்கம்' என்று அழைத்துக் கொள்கிறான்.

'அந்தச் சிறிய மனிதன், குறிப்பாகக் கவிஞன் – எவ்வளவு தீவிரத்துடன் வார்த்தைகளால் வாழ்க்கையைக் குற்றம் சாட்டு கிறான் என்பதைப் பார். ஆனால் அனைத்துக் குற்றச்சாட்டு களிலும் உள்ள மகிழ்ச்சியைக் காணத் தவறாதே!

'இவ்வாறான வாழ்வின் குற்றச்சாட்டுக்காரர்களை: வாழ்வு அதன் ஒரு நொடி நேரப்பார்வையில் விஞ்சி வந்துவிடுகிறது, 'நீ என்னை நேசிக்கிறாயா?' அது வெட்கங்கெட்டுக் கேட்கிறது; 'இன்னும் சற்றுக் காத்திரு, உனக்கான நேரம் எனக்கின்னும் வரவில்லை.'

'மனிதனுக்கு அவனே மிகக் கொடூரமான விலங்கு. அனைவரோடு 'பாவிகள்,' 'சிலுவை சுமப்பவர்கள்', 'பரிகாரம் தேடுபவர்கள்' என்று தங்களை அழைத்துக் கொள்பவர்களும் இந்தப் புகாரிலும் குற்றச்சாட்டிலும் உள்ள உணர்வுரீதியான மகிழ்ச்சிக்கு அப்பால் பார்ப்பதில்லை.

'அத்துடன் நானுமேகூட – மனிதனைக் குற்றம் சாட்டுபவ னாக ஆக்குவதற்கு விரும்புகிறேனா? ஓ, எனது விலங்குகளே, இதை மட்டுமே நான் கற்றேன், மனிதனிலுள்ள மிகக் கேடானது அவனிலுள்ள மிக அருமையானதற்கு அத்தியாவசியமாக உள்ளது.

'அவனில் மிகக் கேடாக உள்ளதனைத்துமே அவனது அருமையான வலிமை, மிக உயர்ந்த படைப்பாளிக்குக் கடின மான பாறை. அதாவது மேலும் மனிதன் இன்னும் நன்றாகவும், கேடானவனாகவும் வளர வேண்டும்:

'மனிதன் கேடானவன் என்றறிய; அதாவது எந்தச் சித்திர வதைக் கம்பத்திலும் கட்டப்படாமலிருக்க – இதுவரையில் வேறு யாரும் கதறியிராத வகையில் நான் கதறினேன்: "அந்தோ!

அவனுடைய மிகக் கேடானது மிகச்சிறியதாக உள்ளதே! அந்தோ, அவனது அருமையானதும் மிகச் சிறியதாக உள்ளதே!"

'மனிதனுள் மிகவும் அருவருப்பாக உள்ளது – அது எனது மூச்சை அடைத்தது, எனது தொண்டைக்குள் நுழைந்தது: மேலும் தீர்க்கதரிசிகள் முன்னுணர்ந்து கூறினர்: 'அவை அனைத்தும் ஒன்றே, எதுவும் தக்கதல்ல, அறிவு மூச்சடைக்கும்.'

'ஒரு நீண்ட அந்திவேளை என் முன் நொண்டுகிறது, ஒரு மரணச் சலிப்பான, மரணத்தால் போதையேற்றப்பட்ட சோகம் கொட்டாவியோடு பேசுகிறது;

"நீ யாரைப்பற்றிச் சலிப்புற்று இருக்கிறாயோ, அந்தச் சிறிய மனிதன், சாசுவதமாகத் திரும்பத் திரும்ப வருபவன்" – இவ்வாறு எனது சோகம் கொட்டாவி விட்டபடி, தூங்க இயலாமல் கால்களை இழுத்துக்கொண்டிருந்தது.

'மனித பூமி எனக்கொரு குகையாக ஆனது, அதனுடைய உட்புறம் குடையப்பட்டு, வாழுமனைத்தும் எனக்கு ஒரு மனிதச் சிதைவாக, எலும்புகளாக, வார்ப்பிடுகிற இறந்தகால மாக ஆனது.

'எனது பெருமூச்சுகள் அனைத்து மனிதர்களின் கல்லறை களின் மேலும் அமர்ந்துள்ளன, இனி அவற்றால் எழுந்திருக்க இயலாது; இரவு பகலாக எனது பெருமூச்சுகளும், கேள்விகளும் கரகரத்தன, மூச்சடைத்தன, நெரித்தன, புலம்பின:

"அந்தோ, மனிதன் முடிவின்றித் திரும்பத் திரும்ப வருகிறான்! சிறிய மனிதன் திரும்பத் திரும்ப வருகிறான்!"

'நான் அவர்கள் இருவரையும் நிர்வாணமாகப் பார்த்திருக் கிறேன், மிகப் பெரிய மனிதனையும் மிகச் சிறிய மனிதனையும்: அனைத்தும் ஒரே மாதிரி இருந்தன இருவருக்கும். அனைத்து மகத்தானவர்களும்கூட மிக மனிதத் தன்மையுடன்!

'மகத்தானவர்கள் அனைவரும் மிகச் சிறியதாக இருந்தனர்! – அதுவே மனிதன் மீதான எனது அருவருப்பு! சிறிய மனித னுக்குக்கூட சாசுவதமான திரும்ப வருதல்கள்! அதுவே அனைத்து இருத்தல்கள் மீதுமான எனது அருவருப்பு.

'ஏ, அருவருப்பு! அருவருப்பு! அருவருப்பு' இவ்வாறு பேசினான் ஜரதுஷ்ட்ரா, பெருமூச்சுவிட்டு நடுங்கினான், ஏனெனில் அவன் அவனது நோயை நினைத்துக் கொண்டான். ஆனால், அவனது விலங்குகள் அவனைப் பேசவிடவில்லை.

'இதற்கு மேலும் பேசாதே நோயிலிருந்து நலம் பெறுப வனே!, – அவனது விலங்குகள் அவனுக்குப் பதிலளித்தன,

‘எங்கே உலகம் உனக்காக ஒரு தோட்டத்தைப் போலக் காத்திருக்கிறதோ, அங்கே செல்.

‘ரோஜாக்களிடம், தேனீக்களிடம், புறாக்கூட்டத்திடம் செல்! குறிப்பாகப் பாடல் பறவைகளிடம் செல், நீ அவைகளிடமிருந்து, பாடக் கற்றுக்கொள்ள ஏதுவாக!

‘நோயிலிருந்து நலம் பெறுபவர்கள் பாட வேண்டும், ஆரோக்கியமாக உள்ளவர்கள் பேசட்டும். ஆரோக்கியமான மனிதர்கள்கூடப் பாட விரும்பும்போது, நோயிலிருந்து நலம் பெறுபவர்களைவிட வேறு பாடல்களையே அவர்கள் விரும்புவார்கள்’.

‘ஓ கோமாளிகளே, ஆர்கன் இசைக்கருவிகளே, அமைதியாக இருங்கள்!’ என்று பதிலளித்து, ஜரதுஷ்ட்ரா அவனது விலங்குகளைப் பார்த்துச் சிரித்தான். ‘என்னவொரு இன்பநலத்தை இந்த ஏழு நாட்களில் எனக்காக நான் வகுத்துக்கொண்டேன் என்று உங்களுக்கு நன்றாகத் தெரியும்!

‘நான் மீண்டும் பாடுவதற்காகவா – அந்தச் சுகத்தையும், இந்த நலம் பெறுதலையும் எனக்காக நான் கண்டுபிடித்தேன்: நீங்கள் அதிலிருந்து இசைப் பெட்டியுடன் தெருவில் பாடப் படும் ஒரு பாடலை இயற்ற விரும்புகிறீர்களா?’

‘மேலே பேசாதே’ அவனது விலங்குகள் மீண்டும் ஒரு முறை பதிலளித்தன: ‘அதைவிட உனக்காக ஒரு யாழைத் தயாரித்துக் கொள், நோயிலிருந்து நலம் பெறுபவனே, ஒரு புதிய யாழ்!

‘ஓ, ஜரதுஷ்ட்ரா! புதிய யாழ்கள் தேவைப்படுகின்றன, உனது புதிய பாடல்களுக்கு.

‘பாடு, குமிழியிட்டுப் பொங்கு, ஓ, ஜரதுஷ்ட்ரா, புதிய பாடல்களால் உனது ஆத்மாவைக் குணப்படுத்து, இவ்வாறாக உனது மகத்தான ஊழினை, உன்னால் பொறுத்துக்கொள்ள இயலும். இதுவரை எந்தவொரு மனிதனுக்கும் இப்படியான ஊழ் இருந்ததில்லை!

‘ஓ, ஜரதுஷ்ட்ரா, நீ யார் எதுவாக ஆகவேண்டும் என்று உனது விலங்குகளுக்கே நன்றாகத் தெரியும். சாசுவதமான மறுவரவின் ஆசிரியன் நீ, அதுவே இப்போது உனது ஊழ்!

‘இந்தக் கோட்பாட்டைச் சொல்லித்தரும் முதல் ஆளாக நீ இருக்க வேண்டும் என்பதால் – உனது இந்த மகத்தான ஊழ், உனது மகத்தான அபாயமாகவும், நோயாகவும் எப்படி இல்லாமலிருக்கும்!

‘நீ என்ன கற்றுத் தருகிறாயென்று எங்களுக்குத் தெரியும்: அனைத்து விஷயங்களும் சாசுவதமாக மறுவரவு செய்கின்றன, அதனுடன் நாமும் ஏற்கனவே எண்ணற்றமுறை வாழ்ந்தோம் மற்றும் நம்முடன் அனைத்து விஷயங்களும் வாழ்ந்தன.

‘நீ ஒரு பொருத்தமான மகத்தான வருடம் உள்ளதாகக் கற்றுத்தருகிறாய், ஒரு வருடத்தின் மகத்தான அரக்க வடிவம்: இந்த வருடம் ஒரு மணல் நாழிகை வட்டில் போல் திரும்பத் திரும்பத் தன்னையே திருப்பிக்கொண்டிருக்கும், அது திரும்பத் திரும்பக் கீழிறங்கும், மீண்டும் மீண்டும் காலியாகும்.

‘எனவே இந்த வருடங்கள் அனைத்தும் மகத்தான விஷயங் களிலும் மிகச் சிறிய விஷயங்களிலும் ஒன்றுபோலுள்ளன. எனவே ஒவ்வொரு மகத்தான வருடத்திலும், மகத்தான விஷயங்களிலும், மிகச் சிறிய விஷயங்களிலும் நம்மை நாமே ஒத்திருக்கிறோம்.

‘மேலும் இப்போது நீ இறக்க வேண்டும் என்றால், ஓ, ஜரதுஷ்ட்ரா: கவனி, நீ உன்னிடம் என்ன சொல்லிக்கொள் வாய் என்று எங்களுக்கும்கூடத் தெரியும் – ஆனால், உனது விலங்குகள் உன்னை இதற்குள் சாக வேண்டாம் என்று கேட்டுக் கொள்கின்றன!

‘ஆனால் மகிழ்ச்சிக்காக மூச்சிரைத்தபடி. ஒரு மகத்தான சுமையும், அழுத்தமும் உன்னிடம் இருந்து எடுக்கப்பட்டு விடுவதால், மனிதர்களில் பொறுமையானவனே! நடுக்கமற்று – நீ சொல்வாய்,

“இப்பொழுது நான் இறக்கிறேன், சிதைகிறேன், ஒரு நொடியில் நான் ஒன்றுமற்றதாவேன்,” என்பாய். ஆத்மாக்கள் உடல்களைப் போல் மரணமடையக் கூடியவை.

“ஆனால் எதில் நான் சிக்கிக்கொண்டுள்ளேனோ அந்தக் காரணங்களின் சிக்கல் வாய்ந்த தொகுதிகள் மீண்டும் வரும் – அது என்னை மீண்டும் உருவாக்கும்! சாசுவதமான மறுவர வின் இந்தக் காரணங்களுக்கு நானும் ஒரு பங்காளி.

“நான் திரும்ப வருவேன், இந்தச் சூரியனுடன், இந்தப் பூமியுடன், இந்தக் கழுகுடன், இந்தச் சர்ப்பத்துடன் – ஆனால் ஒரு புதிய வாழ்விற்கோ அல்லது ஒரு மேலான வாழ்விற்கோ அல்லது ஒரு அதுபோன்ற வாழ்விற்கோ அல்ல:

“நான் சாசுவதமாகத் திரும்புவேன், இந்த அதேபோன்ற, அதேயான வாழ்விற்கு, மகத்தான விஷயங்கள் மற்றும் மிகச் சிறிய விஷயங்களில், அனைத்து விஷயங்களின் சாசுவதமான மறுவரவினை மீண்டும் ஒரு முறை கற்றுத்தர.

“பூமி மற்றும் மனிதனின் மகத்தான உச்சிவேளையின் போதனையை, மீண்டும் ஒருமுறை பேச, மனிதனுக்கு அதிமனிதனைப் பற்றி மீண்டும் சொல்ல.

“நான் எனது போதனையைப் பேசினேன், நான் எனது போதனையைச் சிதறடித்தேன்: இவ்வாறு எனது சாசுவதமான ஊழ் அதைக்கொள்ளும், தீர்க்கதரிசியைப் போல் நான் அழிவேன்!

“கீழே போகிறவன் தன்னைத்தானே ஆசிர்வதித்துக் கொள்ளும் நேரம் இப்போது வந்துவிட்டது. இவ்வாறு முடிகிறது ஜரதுஷ்ட்ராவின் ‘கீழ் செல்லல்.”

இந்த வார்த்தைகளைச் சொன்ன பிறகு விலங்குகள் அமைதியாயின, ஜரதுஷ்ட்ரா தங்களிடம் ஏதாவது பேசுவான் என்று எதிர்பார்த்தன: ஆனால், ஜரதுஷ்ட்ரா அவை அமைதியானதைக் கவனிக்கவில்லை. அதற்கு மாறாக, அவன் மூடிய கண்களுடன் தூங்காவிட்டாலும்கூட அமைதியாக, தூங்குபவனைப் போலக் கிடந்தான்: ஏனெனில் தனது ஆத்மாவிடம் பேசிக்கொண்டிருந்தான். கழுகும், சர்ப்பமும் அவன் அவ்வாறாக அமைதியாக உள்ளதை அறிந்தவுடன், அவனைச் சுற்றியுள்ள மகத்தான அமைதிக்கு மதிப்பளித்துப் பின்வாங்கின.

## மகத்தான ஏக்கம் குறித்து

ஓ, எனது ஆத்மாவே நான் உனக்கு ‘இன்று,’ ‘ஒருகாலத்தில்,’ ‘முன்னாள்’ என்றெல்லாம் சொல்லக் கற்றுத் தந்தேன். மேலும் ஒவ்வொரு இங்கு, அங்கு மற்றும் அதோ அங்கே மீதும் உனது நடனத்தை ஆடக் கற்றுத் தந்தேன்.

ஓ, எனது ஆத்மாவே, நான் உன்னை அனைத்து மூலைகளில் இருந்தும் காப்பாற்றினேன். தூசியையும், சிலந்திகளையும், அந்தி ஒளியையும் உன்னிடம் இருந்து பெருக்கித் தள்ளினேன்.

ஓ, எனது ஆத்மாவே, சிறிய வெட்கத்தையும் சிறிய நற்குணத்தையும் உன்னிடம் இருந்து கழுவித் தள்ளினேன், சூரியனின் கண்களுக்கு முன்னால் நிர்வாணமாக நிற்க உன்னை இணங்க வைத்தேன்.

‘உள்ளுயிர்’ என்று அழைக்கப்படும் புயலால், நான் உனது அலை எழுப்பும் கடலின் குறுக்கே ஊதுகிறேன்: நான் அனைத்து மேகங்களையும் ஊதித் தள்ளுகிறேன். நான் ‘பாவம்’ என்று அழைக்கப்பட்ட கொலைகாரப் பறவையைக்கூடக் கொன்றேன்.

ஓ, எனது ஆத்மாவே, புயலைப் போல் 'இல்லை' எனச் சொல்லவும், திறந்த வானம் ஆம் எனச் சொல்வது போல் 'ஆம்' எனச் சொல்லவும் நான் உனக்கு உரிமை தருகிறேன்: இப்போது ஒளி போல் அமைதியாக நீ நிற்கிறாய், மறுக்கும் புயல்களை நுழைந்து கடக்கிறாய்.

ஓ, எனது ஆத்மாவே உருவாக்கப்பட்ட விஷயங்களின்மீதும், உருவாக்கப்படாத விஷயங்களின்மீதும் சுதந்திரத்தை உனக்குத் திரும்பத் தந்தேன். மேலும், வரப்போகிற விஷயங்களின் மகிழ்ச்சியை உன்னைப் போல் யாரறிவார்?

ஓ, எனது ஆத்மாவே, புழுவின் பற்கடிப்பைப் போலல்லாத, மகத்தான கண்டனத்தை, எங்கே மிகவும் இழிவுபடுத்தப்படுகிறதோ அங்கே மிகவும் நேசிக்கிற, அன்பான கண்டனத்தை நான் உனக்குக் கற்றுத் தந்தேன்.

ஓ, எனது ஆத்மாவே, நான் உனக்கு இணங்கவைக்கக் கற்றுத் தந்தேன், கூறுகளை உன்னிடம் வருவதற்கு இணங்க வைக்க: தனது உயரத்திற்குக்கூட கடலை எழும்ப இணங்க வைக்கும் சூரியனைப் போல்.

ஓ, எனது ஆத்மாவே, நான் அனைத்துப் பணிவையும், மண்டியிடுதலையும், கெஞ்சுந்தன்மையையும் உன்னிடமிருந்து எடுத்துவிட்டேன், நானே உனக்கு அக்கறையைத் துரத்துபவனென்றும், ஊழ் என்றும் பெயரிடுகிறேன்.

ஓ, எனது ஆத்மாவே, நான் உனக்குப் புதிய பெயர்களையும், புதிய பல வண்ணப் பொம்மைகளையும் தந்தேன், நான் உன்னை 'ஊழ்,' 'சூழ்ந்து கொள்ளல்களின் சூழ்ந்துகொள்ளல்,' 'காலத்தின் தொப்புள் கொடி,' 'நிறையமைதியான மணி' என்றெல்லாம் அழைத்தேன்.

ஓ, எனது ஆத்மாவே, நான் உனது மண்ணிற்கு அருந்துவதற்கான அனைத்து விவேகத்தையும் அளித்தேன். அனைத்துப் புதிய மதுவையும் நினைவில்கொள்ள இயலாத அளவுக்குப் புராதனமான, வலுவான விவேகத்தின் அனைத்து மதுவையும் அளித்தேன்.

ஓ, எனது ஆத்மாவே, நான் அனைத்துச் சூரியனையும், அனைத்து இரவையும், அனைத்து மௌனத்தையும், அனைத்து ஏக்கத்தையும் உன் மேல் ஊற்றினேன் – பிறகு நீ ஒரு கொடி போல் எனக்காக வளர்ந்தாய்.

ஓ, எனது ஆத்மாவே, நீ இப்போது மகா அபரிமிதமாக, கனமானதாக, உப்புகிற மடிகளுடன் ஒரு திராட்சைக் கொடி

யாக, நெருக்கமான, தங்கப் பழுப்பு மதுவுக்கான – திராட்சை களுடன் நிற்கிறாய்.

உனது மகிழ்ச்சியால் அழுத்தப்பட்டு, சுமையால் இறக்கப் பட்டு, அபரிமிதத்தால் எதிர்பார்ப்போடு, இருந்தும் உனது எதிர்பார்ப்பினால் நாணிக்கோணி நிற்கிறாய்.

ஓ, எனது ஆத்மாவே, நான் உனக்கு அனைத்தையும் தந்துவிட்டேன், உன்னால் எனது கைகள் வெறுமையாயின. மேலும் இப்போது நீ புன்சிரிப்போடு, முழுக்கத் துயரார்ந்த நிலையில்: 'நம்மில் யார் நன்றிக்கடன் பட்டிருக்கிறோம்?'என்று என்னிடம் கேட்கிறாய்.

'கொடுப்பவன் வாங்குபவனுக்கு நன்றிக்கடன் பட்டிருக்க வில்லையா வாங்கிக் கொண்டதற்காக? கொடுப்பது ஒரு அத்தியாவசியம் அல்லவா? எடுத்துக்கொள்வது பரிவு அல்லவா?'

ஓ, எனது ஆத்மாவே, உனது துயரத்தின் புன்சிரிப்பை நான் புரிந்துகொள்கிறேன்: உனது அபரிமிதம் தானாக இப்போது தனது ஏங்கும் கைகளை நீட்டுகிறது!

உனது முழுமை கொந்தளிக்கும் கடல்களுக்கு மேலாகப் பார்க்கிறது, தேடுகிறது, காத்திருக்கிறது; உனது கண்களில் புன்சிரிக்கிற சொர்க்கத்திலிருந்து, உனது மிகுதியான முழுமைக் கான ஏக்கம் உற்று நோக்குகிறது!

மேலும் உண்மையில், ஓ, எனது ஆத்மாவே! உனது புன்சிரிப்பைக் கவனித்துவிட்டு யாரால் கண்ணீரில் கரையா திருக்க இயலும்? உனது புன்சிரிப்பின் மிகுதியான அன்புச் செயலால், தேவதைகளே கண்ணீரில் கரைகிறார்கள்.

உனது அன்புச்செயலும், மிகுதியான – அன்புச்செயலும் புகார் சொல்லவோ, அழவோ விரும்பவில்லை: இருந்தும், உனது புன்சிரிப்பு கண்ணீருக்காக ஏங்குகிறது. ஓ, எனது ஆத்மாவே, உனது நடுங்கும் வாய் தேம்பியழுவதற்காக ஏங்குகிறது.

'அனைத்து அழுகைகளும் ஒரு புகார் அல்லவா? அனைத்துப் புகார்களும் ஒரு குற்றச்சாட்டு அல்லவா?' இவ்வாறு நீ உன்னிடம் பேசிக்கொள்கிறாய். அதனால் ஓ, எனது ஆத்மாவே, உனது துயரத்தை மேலும் கொட்டுவதற்குப் பதிலாகப் புன்சிரி.

திராட்சைத் தோட்டக்காரன்மீதும், திராட்சை அறுக்கும் கத்தி மீதுமான திராட்சையின் அத்தனை விருப்பத்தோடும்! உனது முழுமையில் பொங்கும் கண்ணீராய், உனது துயரத்தை முன்னே ஊற்றிவிடு.

ஆனால் நீ அழாவிட்டாலோ அல்லது உனது சிவந்த துயரத்தை, உனது அழுகையின் மூலம் லேசாக்காவிட்டாலோ, நீ பாடித்தான் ஆகவேண்டும், ஓ, எனது ஆத்மாவே! நான் எனக்குள்ளே புன்சிரிக்கிறேன்.

அனைத்துக் கடல்களும் உனது ஏக்கத்தைக் கேட்பதற்காக அமைதியாகும்வரை ஒரு வீசியடிக்கிற பாடலுடன் பாடுவதற்கு, யார் இதை முன்கூட்டிச் சொன்னது.

அதுவரை, அமைதியான, ஏங்குகிற கடல்கள்மீது, படகுகள் சறுக்குகின்றன, எதனுடைய தங்கத்தைச் சுற்றி நல்ல, கெட்ட, அற்புதமான அனைத்து விஷயங்களும் சுற்றிப் பாய்கிறதோ, அந்தத் தங்க அற்புதம்.

மேலும் அநேக மகத்தான மற்றும் சிறிய விலங்குகளும் மற்றும் ஊதாப் பாதைகளின்மீது கனமற்ற, அற்புதமான பாதங்களோடு ஓடக்கூடிய அனைத்தும்கூட,

தங்க அற்புதத்தின் வழியில், சுதந்திரமான விருப்பத்தின் படகுக்கும், அதன் எஜமானிடம்: அவன் எவ்வாறாயினும், திராட்சைத் தோட்டக்காரன், தனது வைரம் பதித்த திராட்சை அறுக்கும் கத்தியுடன் காத்திருப்பவன்.

உங்களது மகத்தான மீட்பன், ஓ, எனது ஆத்மாவே, பெயரற்ற ஒருவன், அவனுக்கான பெயரை வருங்காலத்தின் பாடல்கள் மட்டுமே கண்டுபிடிக்கும்! மேலும் உண்மையில், உனது சுவாசம் வருங்காலத்தின் பாடல்களால் ஏற்கனவே மணக்கிறது,

ஏற்கனவே நீ ஒளிர்கிறாய், கனாக் காண்கிறாய். அனைத்து ஆழமான, எதிரொலிக்கும் ஆறுதலின் கிணறுகளிலும், ஏற்கனவே நீ தாகத்தோடு அருந்துகிறாய். ஏற்கனவே உனது துயரம், வருங்காலத்தினுடைய பாடல்களின் பேரின்பத்தோடு ஓய்வெடுக்கிறது!

ஓ, எனது ஆத்மாவே, இப்போது நான் உனக்கு அனைத்தையும் அளித்து விட்டேன், நான் கடைசியாக அளிக்க வேண்டியதைக்கூட. மேலும், எனது கைகள் உன்மூலம் வெறுமையாகிவிட்டன – நான் உன்னைப் பாடக் கோரினேன், அதுதான் நான் அளிக்க வேண்டிய கடைசி விஷயம்!

நான் உன்னைப் பாடக் கூறியதால், இப்போது சொல், நம் இருவரில் இப்போது யார் – நன்றிக்கடன் பட்டிருக்கிறோம்? ஆனால், அதைவிடச் சிறந்தது எனக்காகப் பாடுவது. பாடு, ஓ, எனது ஆத்மாவே! என்னை நன்றி செலுத்த விடு!

ஜரதுஷ்ட்ரா இவ்வாறு கூறினான்.

## இரண்டாவது நடனப் பாடல்

### 1

அண்மையில் நான் உன் கண்களுக்குள் உற்றுப் பார்த்தேன், ஓ, வாழ்வே; உனது இரவின் கண்களில் தங்கம் மினுமினுக்கக் கண்டேன் – மகிழ்ச்சியில் எனது இதயம் அசையாமல் நின்றது:

இருண்ட தீவுகளில் ஒரு தங்கப் படகு, ஒரு முழுகுகிற, பொங்குகிற, மீண்டும் எழுகிற தங்கம் சிதறுகிற படகு மினுமினுக்கக் கண்டேன்.

எனது பாதங்களில், எனது நடனமாடும் பைத்தியப் பாதங்களில், நீ ஒரு நொடிநேரப் பார்வையை – ஒரு சிரிக்கிற, கேள்வி கேட்கிற, உருகுகிற, சுண்டுகிற நொடிநேரப் பார்வையை வீசினாய்.

உனது நடனத்திற்கான தாளக் கட்டைகளை, இரண்டே முறைதான் உனது சிறிய கைகளில் எடுக்கிறாய். எனது பாதங்கள், ஏற்கனவே ஒரு பைத்திய நடனத்தில் சுண்டிக்கொண்டிருக்கின்றன.

எனது கால்பெருவிரல்கள் நீ சொல்லப் போவதைக் கவனித்தன: நடனமாடுபவன், தனது கால்பெருவிரல்களில் தனது காதுகளை அணிந்து கொண்டிருப்பதால் எனது குதிகால்கள் தானாக உயர்ந்தன.

நான் உனது பக்கம் துள்ளிக் குதித்தேன், பிறகு எனது துள்ளிக் குதித்தலால் நீ பின்பக்கமாகத் திரும்பிப் பறந்தாய்: எனது பக்கம் உனது பறத்தலின் நாவுகளும், பறக்கும் தலைமுடியும் சீறலோடு வந்தன!

உன்னிடமிருந்தும், உனது சர்ப்பங்களிடம் இருந்தும், நான் பின்வாங்கினேன்: பிறகு கண்கள் முழுக்க ஆசையுடன் உடனே நீ பாதித் திரும்பி நின்றாய்!

உனது கபடமான புன்சிரிப்புடன் நீ எனக்குக் கபடமான வழிகளைக் கற்றுத் தருகிறாய், கபட வழிகள் மீது எனது பாதங்கள் கபடத்தைக் கற்றுக் கொள்கின்றன.

நீ எனக்கு அருகில் இருக்கும்போது நான் உன்னிடம் பயப்படுகிறேன், நீ தூரத்தில் இருக்கும்போது உன்னை நான் நேசிக்கிறேன்; உனது பறத்தல் என்னை மயக்குகிறது, உனது தேடல் என்னைப் பத்திரப்படுத்துகிறது; நான் துன்புறுகிறேன்,

ஆனால், உனக்காக நான் எதைத்தான் மகிழ்ச்சியோடு தாங்கிக் கொள்ள மாட்டேன்!

உனக்கு யாருடைய குளிர்ந்ததன்மை தீ மூட்டுகிறதோ, யாருடைய வெறுப்பு மயக்குகிறதோ, யாருடைய கேலி – தூண்டுகிறதோ:

மகத்தான பெண்ணே நம்மைப் பிணைக்கிற, நம்மைச் சுற்றிக்கொள்கிற, நம்மை மயக்குகிற, நம்மைத் தேடுகிற, நம்மைக் கண்டுபிடிக்கிற யார்தான் உன்னை வெறுக்கமாட்டார்கள், கள்ளமற்ற, பொறுமையற்ற, காற்றுபோல் விரைவான, குழந்தை போன்ற கண்களையுடைய பாவியே! யார்தான் உன்னை நேசிக்கமாட்டார்கள்!

இப்போது என்னை எங்கு இட்டுச் செல்கிறாய், கட்டுப் பாடற்ற இணையே? மீண்டும் என்னைக் கைவிட்டாய், இனிமையான, நன்றிகெட்ட சாகசப் பெண்ணே!

நான் உன்னைப் பின்பற்றி நடனமாடுகிறேன், உனது மெல்லிய சுவடுகள் சுழன்றாலும், நான் உன்னைத் தொடர் கிறேன், நீ எங்கே இருக்கிறாய்? உனது கைகளை எனக்குக் கொடு! அல்லது ஒரு விரலையாவது கொடு!

இங்கே குகைகளும், அடர்வனங்களும் உள்ளன: நாம் வழி தவறிவிடலாம்: நில்! அசையாது நில்! ஆந்தைகளும், வௌவால்களும் இடம் பெயர்வதை நீ பார்க்கவில்லையா?

நீ என்னை முட்டாளாக்குகிறாயா? வௌவால்களே! ஆந்தைகளே! நாங்கள் எங்கே இருக்கிறோம்? இவ்வாறாகக் குரைக்கவும், ஊளையிடவும் நாய்களிடம் கற்றுக்கொண்டாயா?

உனது சிறிய வெள்ளைப் பற்களை என்னிடம் இனிமையாகக் காட்டுகிறாய். உனது சுருண்ட பிடரி மயிர்களின் அடியிலிருந்து, உனது அவக்கேடான விழிகள் என்னை வெறிக்கின்றன!

இப்போது எனக்குப் பக்கத்தில்! விரைவான, அவக்கேடான அலைந்து திரிகிறாய்! இப்போது துள்ளியெழு! குறுக்காக! துள்ளிக் குதித்தலில் நானே மேலே போய்விட்டேன்!

ஓ, நான் படுத்துக் கிடப்பதைப் பார், நாடோடித் துணையே, பரிவிற்காக யாசிக்கிறேன்! ஒரு இனிய துரத்தலில் – உன்னைத் தொடர ஏங்குகிறேன்.

மலர் நிறைந்த புதர்களூடே காதலின் துரத்தல், அசைவற்று மங்கலாக! அல்லது ஏரிக்கருகில், எங்கே தங்கமீன்கள் நடன மாடுகின்றனவோ, நீந்துகின்றனவோ அங்கே.

இப்போது நீ களைப்பாக இருக்கிறாயா? அதோ இருக்கிறது செம்மறியாடும், மாலைவேளையும்: நாம் நமது தேடலை முடிப்போம்: ஆடு மேய்ப்பன் அவனது புல்லாங்குழலை வாசிக்கும்போது, நாம் உறங்குவது இனிமையல்லவா?

நீ அவ்வளவு அதிகமாகக் களைப்புற்று இருக்கிறாயா? நான் உன்னை அங்கே அழைத்துச் செல்கிறேன், வெறுமனே உனது கைகளைத் தாழ்த்து, நீ தாகமாக இருந்தால் – நான் எதையாவது வைத்திருக்க வேண்டும், ஆனால் நீ அதை அருந்த விரும்பமாட்டாய்!

ஓ, இந்தச் சபிக்கப்பட்ட, விரைவான, குழைவான பாம்பே, பிடிகொடுக்காத மோகினிப் பிசாசே! எங்கே நீ சென்றாய்? ஆனால் எனது முகத்தில் இரண்டு இடங்களில், உனது கைகளாலான கறைகள் அரிப்பதை உணர்கிறேன்!

நான் உண்மையில் உனது மேய்ப்பனாக இருப்பதில் சலித்துப் போயிருக்கிறேன், எப்போதும் செம்மறியாடு போலப் பணிவாக இருக்கிறாய்! மோகினிப் பிசாசே, நான் இதுவரை உனக்காகப் பாடி இருந்தால், இப்போது நீ எனக்காக – கிறீச்சிடு!

எனது சாட்டையின் தாளத்திற்கு நீ கிறீச்சிடுவாய், துள்ளு நடை போடுவாய்! எனது சாட்டையை மறந்துவிட்டேனா? – நான் மறக்கவில்லை!

## 2

பிறகு வாழ்வு எனக்கு இவ்வாறு பதிலளித்தது – அவளது கனிவான காதுகளை மூடிக்கொண்டு:

'ஓ, ஜரதுஷ்டரா! உனது சாட்டையை அவ்வளவு பயங்கரமாக விளாசாதே! உனக்கு நிச்சயமாகத் தெரியும். சப்தம் எண்ணத்தைக் கொல்கிறது – இப்போது அவ்வாறான இனிய எண்ணங்கள் எனக்கு வருகின்றன.

'நாம் இருவருமே ஒருபோதும் எதையும் சரியாகச் செய்யாதவர்கள், ஒருபோதும் மோசம் புரியாதவர்கள். நல்லது மற்றும் தீயதிற்கு அப்பால், நாம் நமது தீவையும், நமது பசும் புல்தரைகளையும் கண்டுபிடித்தோம் – நாம் இருவரும் தனித்துள்ளோம்! எனவே நாம் இருவரும், ஒருவரை மற்றவர் நேசித்தே தீர வேண்டும்!

'நாம் ஒருவரை மற்றவர் இதயபூர்வமாக நேசிக்காவிட்டாலும், மனிதர்கள் ஒருவரை மற்றவர் இதயத்திலிருந்து நேசிக்காவிட்டால், வெறுக்க வேண்டுமா என்ன?

'நான் உன்னை நேசிக்கிறேன், அவ்வப்போது உன்னை நன்றாகவே நேசிக்கிறேன், அது எனக்குத் தெரியும். காரணம்

என்னவென்றால், உனது விவேகத்தில் நான் பொறாமை கொள்கிறேன். ஓ, இந்தக் கிறுக்குக் கிழட்டு மடையன், விவேகம்!

'ஒருவேளை உனது விவேகம் ஒருநாள் உன்னைவிட்டு ஓடிவிடும் என்றால், அந்தோ! பிறகு எனது காதலும்கூட விரைவாக உன்னைவிட்டு ஓடிவிடும்.'

அதன்பிறகு, வாழ்வு சிந்தனையோடு அவளுக்குப் பின்னாலும், அவளைச் சுற்றியும் கூர்ந்து பார்த்துவிட்டுக் கனிவாகச் சொன்னது: 'ஓ, ஜரதுஷ்ட்ரா, நீ எனக்குப் போதுமான அளவு நேர்மையாக இல்லை!

'நீ சொல்லும் அளவுக்கு நீ என்னை நேசிக்கவில்லை: நீ என்னை விட்டு விரைவில் பிரிய நினைத்திருக்கிறாய் என்பது எனக்குத் தெரியும்.

'அங்கு ஒரு பழைய, கனத்த, ஓங்கி ஒலிக்கும் மணியுள்ளது. அது உனது குகைவரை ஒலிக்கிறது.

'நடுநிசியில் இந்த மணியானது நேரத்தை அடிப்பதைக் கேட்கும்போது, நீ ஒன்றிலிருந்து பன்னிரண்டுக்குள் நினைக்கிறாய் –

'ஓ, ஜரதுஷ்ட்ரா, எனக்கு அது தெரியும், நீ சீக்கிரம் என்னைவிட்டுப் போக நினைக்கிறாய்!'

'ஆம்', நான் தயக்கத்துடன் பதிலளித்தேன், 'ஆனால் உனக்கும் அது தெரியும் ...' அவளது சிடுக்கான, மஞ்சளான, அலங்கோலமான குழற்கற்றைக்கு இடையில் நான் அவள் காதில் சொன்னேன்.

'உனக்குத் தெரியுமா அது, ஓ, ஜரதுஷ்ட்ரா? ஒருத்தருக்கும் அது தெரியாது.'

நாங்கள் ஒருவரை ஒருவர் கூர்ந்து பார்த்த பிறகு, வெளியே குளிர்ந்த மாலைவேளை பரவிய அந்தப் பசும்புல் தரையைப் பார்த்தோம், சேர்ந்து அழுதோம். ஆனால் பிறகு எனது அனைத்து விவேகமும் எப்போதும் என்னிடம் இருந்ததைவிட வாழ்வு எனக்கு அன்பானதாக இருந்தது.

ஜரதுஷ்ட்ரா இவ்வாறு கூறினான்.

## 3

ஒன்று!
ஓ, மனிதனே! கவனி!
இரண்டு!
ஆழ்ந்த நடுநிசியின் குரலுடைய உள்ளடக்கம் எது?

மூன்று !

'நான் எனது உறக்கத்தை உறங்கினேன்,

நான்கு !

'மேலும், இப்போது கனவின் இறுதியில் விழித்துள்ளேன்:

ஐந்து !

'உலகம் ஆழமானது,

ஆறு !

'நாளால் புரிந்துகொள்ள இயல்வதைவிடவும் ஆழமானது,

ஏழு !

'அதன் இன்னல் ஆழமானது,

எட்டு !

'மகிழ்ச்சி – இதயத்தின் கடுந்துயரைவிட ஆழமானது:

ஒன்பது !

'இன்னல் சொல்கிறது: மங்கிவிடு! போ!

பத்து !

'ஆனால் அனைத்து மகிழ்ச்சியும் சாசுவதம் வேண்டுகிறது –

பதினொன்று !

' – ஆழமான, ஆழமான, ஆழமான சாசுவதத்தை!

பன்னிரண்டு !

## ஏழு முத்திரைகள்

### (அல்லது; ஆம் மற்றும் ஆமென் பற்றிய பாடல்)

### 1

நான் ஒரு தீர்க்கதரிசியாக இருந்து, இரண்டு கடல்களுக்கிடையில் உள்ள உயர்ந்த கரைமேடுகளில் திரிந்துகொண்டிருக்கிற தீர்க்கதரிசன உள்ளுயிரால் நிரம்பியிருந்தால்,

இறந்தகாலத்திற்கும், வருங்காலத்திற்கும் இடையில் புழுக்கமான தாழ்நிலங்களுக்கும், வாழவோ சாகவோ இயலாத சலிப்பான அனைத்திற்கும் எதிரியான ஒரு கனத்த மேகத்தைப் போல் அலைந்தால்

தனது கறுத்த முலைகளில் மின்னலுக்கும், மீட்கிற ஒளிக் கற்றைகளுக்கும் தயாராகவும், 'ஆம்' என உறுதி செய்கிற,

‘ஆம்’ எனச் சிரிக்கிற மின்னல்களால் கருவுற்று, தீர்க்கதரிசன மின்னல் வீச்சுகளுக்குத் தயாராக இருந்தால்.

ஆனால், அவ்வாறு கருவுற்றிருப்பவன் ஆசிர்வதிக்கப் பட்டவன்! உண்மையில், வருங்காலத்தின் ஒளியைத் தூண்டி விட நினைக்கிறவன், ஒரு கனத்த புயலைப் போல் நீண்டு மலைகள்மீது இருக்க வேண்டும்!

ஓ, நான் எப்படி சாசுவதத்திற்கும், மோதிரங்களின் மோதிர மான திருமண மோதிரம் எனும் மறுவரவின் மோதிரத்திற் கும் – வேட்கை கொள்ளாமல் இருப்பது!

நான் நேசிக்கிற இந்தப் பெண்ணாக இல்லாவிட்டால். யார் மூலம் குழந்தைகளைப் பெற விரும்பினேனோ, அந்தப் பெண்ணை நான் இதுவரை பார்க்கவில்லை: நான் உன்னை நேசிக்கிறேன், ஓ, சாசுவதமே!

காரணம் நான் உன்னை நேசிக்கிறேன், ஓ, சாசுவதமே!

## 2

எனது கோபம் எப்போதாவது கல்லறைகளை உடைத்துத் திறந்தால், எல்லைக் கற்களை நகர்த்தினால், பழைய சிதறடிக்கப் பட்ட சட்ட – அட்டவணைகளை ஆழ்ந்த பாழ் வெளிகளுக்குள் உருட்டினால்:

எப்போதாவது எனது கேலி, வார்ப்பிடப்பட்ட வார்த்தை களை ஊதி வெளித்தள்ளினால், ஒருக்கால் நான் சிலுவைச் சிலந்திகளுக்கு ஒரு துடைப்பமாகவும், பழைய கல்லறைகளுக்கு ஒரு கனமான காற்றாகவும் வந்தால்:

உலகை ஆசிர்வதிக்கிற, உலகை நேசிக்கிற, உலகின் பழைய பழித்துரைப்பவர்களின் நினைவு மண்டபங்களுக்குப் பக்கத்தில், எப்போதாவது பழைய கடவுள்கள் புதைக்கப்பட்ட இடத்தில் அமர்ந்து கொண்டாடிக் கொண்டிருந்தால்:

சொர்க்கம் மாத்திரம் அதன் சிதறடிக்கப்பட்ட கூரைகள் வழியாகத் தூய கண்களோடு பார்த்துக்கொண்டிருக்குமானால் நான் திருக்கோயில்களையும், பழைய கடவுள்களின் கல்லறை களையும்கூட விரும்புவேன்; நான் புல்லைப் போலவும், சிவப்புப் பாப்பிச் செடிகளைப் போலவும் சிதறடிக்கப்பட்ட திருக்கோயில்கள் மீது அமர விரும்புகிறேன்.

ஓ, நான் எப்படி சாசுவதத்திற்கும், மோதிரங்களின் மோதிரமான திருமண மோதிரம் எனும் மறுவரவின் மோதிரத் திற்கு – வேட்கை கொள்ளாமல் இருப்பது!

நான் நேசிக்கிற இந்தப் பெண்ணாக இல்லாவிட்டால், யார் மூலம் குழந்தைகளைப் பெற விரும்பினேனோ, அந்தப் பெண்ணை இதுவரை பார்த்துவிடவில்லை: காரணம், நான் உன்னை நேசிக்கிறேன், ஓ, சாசுவதமே!

காரணம், நான் உன்னை நேசிக்கிறேன், ஓ, சாசுவதமே!

## 3

எப்போதாவது படைப்பூக்கச் சுவாசத்தினுடைய ஒரு சுவாசம் என்னிடம் வந்திருந்தால், குருட்டு வாய்ப்பைக்கூட நட்சத்திரச் சுற்றுகளில் நடனமாட வலியுறுத்துகிற நட்சத்திர சுவாசம்.

படைக்கிற மின்னலின் சிரிப்போடு எப்போதாவது நான் சிரித்திருந்தால், ஒப்பந்தத்தின் இடி நடுங்கியவாறு, ஆனால் பணிவாகத் தொடரும்.

எப்போதாவது கடவுள்களுடன் அவர்களது மேஜையில் சொக்கட்டான் ஆடியிருந்தால், அதனால் பூமி நடுங்கி வெடித்துத் திறந்து, நெருப்பின் ஓடைகள் முன்னால் சீறிப் பாய்ந்திருக்கும்:

ஏனெனில், பூமி கடவுள்களின் மேஜை, படைப்பூக்கத்தின் புதிய வார்த்தைகளாலும் கடவுள்களின் சொக்கட்டான் எறிதல்களாலும் அது நடுங்குகிறது:

ஓ, நான் எப்படி சாசுவதத்திற்கும், மோதிரங்களின் மோதிரமான திருமண மோதிரத்திற்கும் – மறுவரவின் மோதிரம் – வேட்கை கொள்ளாமல் இருப்பது!

நான் நேசிக்கிற இந்தப் பெண்ணாக இல்லாவிட்டால். யார் மூலம் குழந்தைகளைப் பெற வேண்டினேனோ அந்தப் பெண்ணை இதுவரை நான் பார்த்துவிடவில்லை: காரணம், நான் உன்னை நேசிக்கிறேன் ஓ, சாசுவதமே!

காரணம், நான் உன்னை நேசிக்கிறேன் ஓ, சாசுவதமே!

## 4

எப்போதாவது நான் அந்த நுரைக்கிற சுவையூட்டுகிற பொருட்களைக் கலக்கும் பாத்திரத்திலிருந்து, எதில் அனைத்து விஷயங்களும் சேர்க்கப்பட்டுள்ளதோ, அதிலிருந்து ஒரு முழு மிடறு அருந்தியிருந்தால்;

எப்போதாவது மிகத் தூரத்தில் உள்ளதை மிகக் கிட்டத்தில் உள்ளதுடன், எனது கைகள் இணைத்திருந்தால், மேலும் உள்ளுயிருக்கு நெருப்பையும், துயரத்திற்கு மகிழ்ச்சியையும், கொடுமையானதற்கு அன்பானதையும் இணைத்திருந்தால்;

அனைத்தையும் பாத்திரத்தில் ஒன்றோடொன்று நன்கு கலக்குமாறு செய்கிற, அந்த மீட்கிற உப்பின் ஒரு துகளாக நான் எப்போதாவது இருந்திருந்தால்;

ஏனெனில், நல்லதைத் தீயதோடு இணைக்கும் ஒரு உப்பு உள்ளது; மேலும் மிகத் தீயதும்கூட ஒரு சுவையூட்டும் பொருளாக, ஒரு கடைசியான கூடுதல் நுரைப்பாக:

ஓ, நான் எப்படி சாசுவதத்திற்கும், மோதிரங்களின் மோதிரமான திருமண மோதிரத்திற்கும் – மறுவரவின் மோதிரம் – வேட்கை கொள்ளாமல் இருப்பது!

நான் நேசிக்கிற இந்தப் பெண்ணாக இல்லாவிட்டால். யார் மூலம் குழந்தைகளைப் பெற விரும்பினேனோ அந்தப் பெண்ணை இதுவரை பார்த்துவிடவில்லை: காரணம், நான் உன்னை நேசிக்கிறேன், ஓ, சாசுவதமே!

காரணம், நான் உன்னை நேசிக்கிறேன் ஓ, சாசுவதமே!

## 5

நான் கடலையும், கடல்போன்று இருப்பதையுமெல்லாம் நேசித்தால், என்னுடன் கோபத்தோடு முரண்படுகிறபோது மிகவும் நேசிக்கிறேன்.

பயணங்களை, இதுவரை கண்டுபிடிக்காதவற்றுக்குச் செலுத்துகிற, அந்தத் தேடலின் மகிழ்ச்சி என்னுள் இருந்தால், ஒரு கடலோடியின் மகிழ்ச்சி எனது மகிழ்ச்சிக்குள் இருந்தால்:

‘கரை காணாமல் போய்விட்டது – இப்போது கடைசித் தளையும் என்னிடமிருந்து விழுந்துவிட்டது’ என்று எப்போதாவது எனது மகிழ்ச்சிக் கொண்டாட்டம் கத்தியிருந்தால்;

‘எல்லைகளற்றது என்னைச் சுற்றிக் கர்ஜிக்கிறது, தொலைவில் வெளியே ஒளிர்கிறது, வெளியும் காலமும், இங்கே வா! பழைய இதயமே!’

ஓ, நான் எப்படி சாசுவதத்திற்கும், மோதிரங்களின் மோதிரமான திருமண மோதிரத்திற்கும் – மறுவரவின் மோதிரம் – வேட்கை கொள்ளாமல் இருப்பது!

நான் நேசிக்கிற இந்தப் பெண்ணாக இல்லாவிட்டால். யார் மூலம் குழந்தைகளைப் பெற விரும்பினேனோ அந்தப் பெண்ணை இதுவரை நான் பார்த்துவிடவில்லை: காரணம், நான் உன்னை நேசிக்கிறேன் ஓ, சாசுவதமே!

காரணம், நான் உன்னை நேசிக்கிறேன் ஓ, சாசுவதமே!

## 6

எனது நற்குணம், ஒரு நடனமாடுபவனின் நற்குணமாக இருந்தால்! நான் அடிக்கடி தங்கமான மரகதப் பெருமகிழ்ச்சியில், இரண்டு கால்களாலும் தாவினால்;

எனது கொடுமை ஒரு சிரிக்கும் கொடுமையாக ரோஜாக் கொடிப் பந்தல்களுடன், மல்லிகைப் புதர் வேலிகளுடன் வீட்டில் இருந்தால்;

ஏனெனில், சிரிப்பில் அனைத்துத் தீயதும் உள்ளது, ஆனால் தனது சொந்த மகிழ்ச்சியில் உறைந்திருப்பது புனிதமடைந் துள்ளது:

அது எனது முதலும் முடிவுமாக இருந்தால், கனமாக உள்ளது அனைத்தும் லேசாகும், ஒவ்வொரு உடலும் ஒரு நடனக்காரன், அனைத்து உள்ளுயிரும் ஒரு பறவை. உண்மை யில், அதுவே எனது முதலும் முடிவும்!

ஓ, நான் எப்படி சாசுவதத்திற்கும், மோதிரங்களின் மோதிர மான திருமண மோதிரத்திற்கும் – மறுவரவின் மோதிரம் – வேட்கை கொள்ளாமல் இருப்பது!

நான் நேசிக்கிற இந்தப் பெண்ணாக இல்லாவிட்டால். யார் மூலம் குழந்தைகளைப் பெற விரும்பினேனோ அந்தப் பெண்ணை இதுவரை நான் பார்த்துவிடவில்லை: காரணம், நான் உன்னை நேசிக்கிறேன் ஓ, சாசுவதமே!

காரணம், நான் உன்னை நேசிக்கிறேன், ஓ, சாசுவதமே!

## 7

எப்போதாவது நான் எனக்கு மேலாக ஒரு அசைவற்ற வானத்தை விரித்து, எனது சொந்தச் சிறகுகளோடு எனது சொந்த வானில் பறந்தால்:

ஒருக்கால், விளையாடும்போது, நான் ஆழ்ந்த ஒளிரும் தூரங்களுக்கு நீந்தி, எனது விடுதலைக்கு ஒரு பறவையின் விவேகம் வந்தால்;

ஆனால் இவ்வாறு பேசுகிறது பறவை விவேகம்: 'பார், அங்கே மேலே என்பது இல்லை, கீழேயும் இல்லை! உன்னையே வேகமாகச் செலுத்து வெளியேயும், பின்னாலும், கனமற்ற பறவையே! பாடு! மேலும் பேசாதே!

'அனைத்து வார்த்தைகளும் கனமானவர்களுக்கானது அல்லவா? லேசானவர்களிடம் அனைத்து வார்த்தைகளும் பொய் சொல்வதில்லையா? பாடு! இன்னும் பேசாதே.

ஓ, நான் எப்படி சாசுவதத்திற்கும், மோதிரங்களின் மோதிர மான திருமண மோதிரத்திற்கும் – மறுவரவின் மோதிரம் – வேட்கை கொள்ளாமல் இருப்பது!

நான் நேசிக்கிற இந்தப் பெண்ணாக இல்லாவிட்டால். யார் மூலம் குழந்தைகளைப் பெற விரும்பினேனோ அந்தப் பெண்ணை இதுவரை நான் பார்த்துவிடவில்லை: காரணம், நான் உன்னை நேசிக்கிறேன் ஓ, சாசுவதமே!

காரணம், நான் உன்னை நேசிக்கிறேன், ஓ, சாசுவதமே!

# பாகம் நான்கு

## தேன் படையல்

மாதங்களும், வருடங்களும் ஜரதுஷ்ட்ராவின் ஆத்மாவைக் கடந்து சென்றன, அவன் அதைக் கவனத்தில் கொள்ளவில்லை; அவனது முடி நரைத்துப் போனது. ஒருநாள், தனது குகைக்கு வெளியே ஒரு கல்லின்மீது அமர்ந்து, அமைதியாக வெளியே உற்றுப் பார்த்துக்கொண்டிருந்தபோது – அவனது மனப்பாங்கு கடலைப் பற்றியதாகவும், பயங்கரமான பாதாளங்களைப் பற்றியதாகவும் இருந்தது – அவனது விலங்குகள் சிந்தனையோடு அவனைச் சுற்றி வந்தன, கடைசியில் அவனுக்கு முன்பாகத் தங்களை இருத்திக் கொண்ட பின் அவை கேட்டன:

'ஓ, ஜரதுஷ்ட்ரா, ஒருக்கால் நீ உனது மகிழ்ச்சியைத் தேடிக்கொண்டிருக்கிறாயா?' –'மகிழ்ச்சியையா எந்தக் கணக்கில்?' என்றவன் பதிலாகச் சொன்னான்: 'நான் நீண்டகாலமாகவே மகிழ்ச்சியை விரும்புவதில்லை, எனது பணியைத்தான் விரும்புகிறேன்.' 'ஓ, ஜரதுஷ்ட்ரா' என்ற விலங்குகள் பிறகு, 'அநேக நல்ல விஷயங்களுள்ள ஒருவனைப் போல் நீ அதைச் சொல்கிறாய். மகிழ்ச்சியின் வான் நீல ஏரியொன்றில் நீ இப்போது கிடக்கவில்லையா?' என்றன. 'கோமாளிகளே' என்ற ஜரதுஷ்ட்ரா சிரித்துக் கொண்டே, 'எவ்வளவு அருமையாக நீங்கள் அந்த உவமையைத் தேர்ந்தெடுத்தீர்கள்! ஆனால், எனது மகிழ்ச்சியானது ஒரு திரவஅலை போலல்லாது கனமானது என்பதும் உங்களுக்குத் தெரியும்: அது என்னை அழுத்துகிறது, அது என்னைவிட்டுப் போகாமல், உருக்கி வார்க்கப்பட்ட தார்போலச் செயலாற்றுகிறது' என்றான்.

பிறகு, அவனது விலங்குகள் சிந்தனையோடு மீண்டும் அவனைச் சுற்றி வந்தன, மீண்டும் ஒருமுறை அவனுக்கு முன்பாகத் தங்களை இருத்திக்கொண்டன, 'ஓ, ஜரதுஷ்ட்ரா, அதனால்தான் உனது தலைமுடி வெளுப்பாக, மெழுகு போலிருந்தாலும் நீ எப்போதும் இல்லாத அளவிற்குக் கறுப்பாகவும், கூடுதல் பழுப்பாகவும் ஆகிக்கொண்டிருக்கிறாயா? நீ உனது தாரில் அமர்ந்திருக்கிறாய்!' என்றன. ஜரதுஷ்ட்ரா சிரித்தபடி சொன்னான்: 'நீங்கள் என்ன சொல்கிறீர்கள், எனது விலங்குகளே?' உண்மையில், நான் தார்பற்றிப் பேசியபோது பொய்யாகப் பேசினேன். எனக்கு என்ன நேர்கிறதோ, அது கனியும் எல்லாப் பழங்களுக்கும் நேரும். எனது ரத்தத்தை அடர்த்தியாகவும், எனது ஆத்மாவை அமைதியாகவும் ஆக்குவது, எனது நாளங்களில் உள்ள தேன்.' விலங்குகள் அவனை நெருங்கின. 'அது அப்படியே இருக்கட்டும், ஓ, ஜரதுஷ்ட்ரா, ஆனால் நீ ஒரு உயர்ந்த மலையில் ஏறுவதற்கு விரும்பமாட்டாயா? காற்று தெளிவாக உள்ளது, மேலும் இன்று வேறெப்போதையும்விட உலகை அதிகமாகப் பார்க்க இயலும்' என்றன. 'ஆம், எனது விலங்குகளே' என்ற ஜரதுஷ்ட்ரா பதிலளித்தான்: 'உங்கள் ஆலோசனை மெச்சக்கூடியது, எனது சொந்த மனச்சார்பை ஒத்தது. இன்று நான் ஒரு உயர்ந்த மலையில் ஏறுவேன்! ஆனால் அங்கே மஞ்சள் வெள்ளையாகப் பனிபோல் குளிர்ந்த தங்கத் தேன்கூட்டில், தேன் தயாராகக் கைக்குக் கிடைக்குமாறு பார்த்துக்கொள்ளுங்கள், ஏனெனில், நான் தேன் படையல் செய்ய எண்ணுகிறேன்.'

ஆனால், ஜரதுஷ்ட்ரா மலையின் உச்சத்தை அடைந்தவுடன் கூடவே வந்த விலங்குகளை வீட்டிற்கு அனுப்பியிருந்தான், இப்போது அவன் தனித்திருக்கக் கண்டான்: பிறகு, அவன் முழுமனதோடு தன்னைச் சுற்றிலும் பார்த்து, இவ்வாறு பேசினான்:

நான் படையல்களைப்பற்றி, தேன் படையல்களைப்பற்றிப் பேசியது, வெறும் ஒரு தந்திர உபாயம், உண்மையிலொரு உபயோகமான மூடப்பழக்கம்! துறவிகளின் குகைக்கு முன்பாகவும், துறவிகளின் செல்லப்பிராணிகளுக்கு முன்பாகவும் பேசுவதைவிட, இங்கே உயரத்தில் நான் சுதந்திரமாகப் பேச இயலும்.

படையல் – எதனை? எனக்குத் தரப்பட்டதை நான் வீணில் செலவு செய்பவன், நான் ஆயிரம் கைகளோடுள்ள ஒரு ஊதாரி: அதை நான் எப்படி ஒரு படையலென்று அழைப்பது!

மேலும், தேனை விரும்பியபோது, நான் தீனியையும், இனிப்புக்கூழையும், தேனின் கோந்தையும்தான் விரும்பினேன். நடுங்கும் கரடிகளும், வித்தியாசமான, சிடுசிடுப்பான, கொடுமை யான பறவைகளும்கூட அதற்குப் பேராசை கொள்ளும்:

வேட்டைக்காரர்களுக்கும், செம்படவர்களுக்கும் தேவைப் படுகிறமாதிரி, அருமையான தீனி. ஏனென்றால் வன வேட்டைக் காரர்கள் அனைவருக்கும் உலகம் ஒரு இருண்ட விலங்குவனம் போலவும், இன்ப மைதானம் போலவும் இருக்கையில், எனக்கு ஆழங்காண இயலாத வளமான கடல் போலிருக்க வேண்டும்.

கடவுள்கள்கூட ஏங்கி மீன் பிடிப்பவர்களாகவும், வலை வீசுபவர்களாகவும் ஆகிற பலவண்ண மீன்களும், நண்டுகளும் நிறைந்த கடல்: பெரிய, சிறிய விசித்திரமான விஷயங்களில் உலகம் எவ்வளவு வளமானது!

குறிப்பாக மனிதஉலகம், மனிதக்கடல்: இப்போது நான் எனது தங்கத் தூண்டிலை அதில் போட்டுச் சொல்லிச் செல்கிறேன்: திறந்துகொள்! மனிதப் படுகுழியே!

திறந்து உனது மீன்களையும், மினுமினுக்கும் நண்டுகளை யும் எனக்கு வீசு! எனது அருமையான தீனியாக, இன்று மிக விசித்திரமான மனிதமீனை நான் உண்பேன்.

எனது மகிழ்ச்சியையே தூர வீசுவேன்; சூரிய உதயத்திற் கும், உச்சி வேளைக்கும், அஸ்தமனத்திற்கும் இடையில் அநேக மனிதமீன்கள் எனது மகிழ்ச்சியை நோக்கி உதைக்கவும், இழுக்கவும் கற்றுக்கொள்ளாதிருக்கிறதா எனப் பார்க்க,

படுபாதாள நீரின் ஆழத்திலுள்ள பலவண்ண மீன்களி லிருந்து மனித மீனவர்களில் மிகக் கொடூரமானவர்கள்வரை, மறைந்துள்ள எனது கூர்மையான கொக்கிகளைக் கடித்து, எனது உயரத்திற்கு வரவேண்டும்.

ஏனெனில் நான், ஆரம்பத்திலிருந்தே எனது இதயத்திலிருந்து இழுத்த, என் பக்கம் இழுத்த, என் உயரத்திற்கு இழுத்த, இழுப்பவன், உயர்த்துகிறவன், பழக்குபவன் மற்றும் நன்கு பணிமுடிப்பவன். 'என்னவாக உள்ளாயோ அதாக ஆகு!'; வீணில் அல்லாமல்: என ஒரு காலத்தில் தனக்குத் தானே அறிவித்துக்கொண்டவன்.

இவ்வாறு மனிதர்கள் இப்போது என்னிடம் உயரே வரலாம்: ஏனெனில், எனது கீழிறங்கலுக்கான நேரத்தினுடைய அறிகுறிகளுக்காக நான் இன்னும் காத்திருக்கிறேன்: நான் கட்டாயம் போக வேண்டியதுபோல், மனிதர்களிடையே, நானின்னும் கீழே போகாததால்,

நான் இங்கு காத்திருக்கிறேன். உயர்ந்த மலைகள்மீது இகழ்ச்சி மிகுந்து, சூழ்ச்சியோடு பொறுமையற்றுமல்ல, பொறுமை யோடுமல்ல, எதிர்மாறாகப் பொறுமையைக் கற்றதைக்கூட மறந்தவனாக, ஏனெனில் அவ்வாறானவன் இன்னும் பொறு மையில் துன்புறுவதில்லை.

எனது ஊழ் எனக்கு நேரம் அளித்திருப்பதால், அது என்னை மறந்துவிட்டதா? அல்லது ஒரு மகத்தான பாறைக்குப் பின்னால் நிழலில் அமர்ந்து பூச்சிகளைப் பிடித்துக்கொண்டிருக் கிறதா?

உண்மையில் என்னை வேட்டையாடாமல், பாழாக்காமல் இருப்பதற்கும், கோமாளித்தனங்களுக்கும், குறும்புக்கும் எனக்கு நேரம் அளித்திருப்பதற்கும், நான் எனது சாசுவதமான ஊழிற்கு நன்றிக்கடன் பட்டிருக்கிறேன்: எனவேதான் இன்று இந்த உயர்ந்த மலையில் ஏறினேன், மீன் பிடிப்பதற்காக.

எப்போதாவது, எந்த ஒரு மனிதனாவது உயர்ந்த மலையில் மீன் பிடித்திருக்கிறானா? மேலும் நான் விரும்புவதும், செய்வதும் முட்டாள்தனமானது என்றால், அங்கே கீழே காத்திருந்து, பெருமிதமாக, பச்சையாக, வெளிறிப் பழுப்பாகிப் போவதை விட அதைச் செய்வது மேல்.

காத்திருப்பதனால் சீற்றத்தின் பகட்டான ஊளையிடும் புயலாக, மலைகளிலிருந்து ஒரு புனிதமான, ஊளையிடும் வெள்ளமாக, சமவெளிகளுக்குள் பொறுமையற்று, 'கவனித்துக் கேளுங்கள், அல்லது நான் கடவுளின் கசையால் உங்களை விளாசி விடுவேன்' எனக் கதறுகிறவனாக –

அதற்காக நான் அப்படியான சீற்றம் மிகுந்த மனிதர்கள் மீது கோபம் கொண்டுள்ளேன் என்பதல்ல! அவர்கள் ஒரு சிரிப்புக்குப் போதுமானவர்கள்! அவர்கள் எவ்வளவு பொறுமை யற்று இருக்க வேண்டும், இந்த மகத்தான டமாரமடிக்கும் மேளங்கள். இன்று ஒரு குரலைக் கண்டுபிடிக்க வேண்டும் அல்லது எப்போதும் இயலாது!

ஆனால் நானும் எனது ஊழும் – இன்றுடன் பேசுவ தில்லை, நாங்கள் 'எப்போதுமல்ல'விடமும் பேசுவதில்லை. எங்களிடம் பொறுமையுள்ளது, காலமுள்ளது, காலத்துக்குக் கூடுதலாகவும் உள்ளது. ஏனெனில் அது ஒரு நாள் வந்துதீர வேண்டும், கடந்து போய்விடாது?

எது ஒருநாள் வந்துதீரும் கடந்து போய்விடாது? நமது மகத்தான சாம்ராஜ்ஜியம், நமது மகத்தான, மனிதனின் தொலைதூர சாம்ராஜ்ஜியம், மனிதனின் ஆயிரம் வருட சாம்ராஜ்ஜியம்.

எவ்வளவு தொலைதூரமாக இருக்கும் அந்தத் 'தொலை தூரம்'? எனக்கு என்ன கவலை? ஆனால் நான் அதில் நிச்சயத் திற்குச் சற்றும் குறைவாகயில்லை – நான் இந்த அடித்தளத்தின் மீது, இரண்டு கால்களையும் ஊன்றிப் பாதுகாப்பாக நிற்கிறேன்.

இந்த சாசுவதமான அடித்தளத்தின்மீது, கடினமான, ஆதிகாலத்துப் பாறைமீது, இந்த மிக உயர்ந்த, மிகக் கடினமான ஆதிகாலத்து மலை, எதனிடம் அனைத்துக் காற்றுகளும், புயலின் பிரிக்கும் இடத்திற்கு வருவதுபோல், எங்கே, எந்த இடத்திலிருந்து, எந்த இடத்திற்கு என்று கேட்டவாறு வருகிறதோ அதனிடம்.

இங்கே சிரி, சிரி எனது பிரகாசமான, முழுமையான கொடுமையே! உயர்ந்த மலைகளிலிருந்து, உனது மினுமினுக்கும் கேலிச் சிரிப்பை வீசியெறி, அருமையான மனித மீனே, எனக்கான உனது மினுமினுக்கும் தீனியோடு சிரி.

அனைத்துக் கடலிலும் எனக்குச் சொந்தமானது என்ன உண்டோ – அனைத்து விஷயங்களிலும், என்னுடையதும், எனக்கானதும் என்ன உண்டோ – எனக்காக அதைத் தேடு, இங்கே என்னிடம் அதைக் கொடு: நான் அதற்காகக் காத்திருக் கிறேன், அனைத்து மீன் பிடிப்பவர்களிலும் மிகக் கொடுமை யானவன்.

விலகு, விலகு எனது கொக்கியே! உள்ளே, கீழே எனது மகிழ்ச்சிக்கான தீனி! உனது மிகவும் இனிக்கும் தேன்துளியைச் சொட்டவிடு, எனது இதயத்தின் தேன்! எனது கொக்கியே, அனைத்துக் கறுப்பு இன்னல்களின் வயிற்றுக்குள்ளும் கடி.

கூர்ந்து வெளியே பார், கூர்ந்து வெளியே பார், எனது கண்ணே! என்னைச் சுற்றிலும் கடல்களென்ன, உதிக்கும் மனித உருவங்களென்ன! எனக்கு மேல் – எத்தகைய ரோஜாநிற அசைவின்மை! எத்தகைய மேகமற்ற அமைதி!

## கடுந்துன்பத்தின் கதறல்

அடுத்த நாள் ஜரதுஷ்ட்ரா, தனது குகைக்கு முன்பாக இருக்கும் கல்லில் உட்கார்ந்துகொண்டிருந்தான். அப்போது விலங்குகள் வெளியேயுள்ள உலகத்தில், புதிய உணவைக் கொண்டு வருவதில் அலைந்துகொண்டிருந்தன – புதிய தேனை யும்கூட: ஏனெனில், ஜரதுஷ்ட்ரா கடைசிச் சொட்டு வரையில் பழைய தேனை உட்கொண்டும், செலவழித்துமிருந்தான்.

அவன் கையில் ஒரு குச்சியுடன் அமர்ந்து கொண்டு, தரையில் தெரியும் தனது உருவத்தை வரைந்தபடி யோசித்துக் கொண் டிருந்தபோது (உண்மையில்!) தன்னைப் பற்றியோ, தனது நிழலைப் பற்றியோ அல்ல, சட்டென்று துணுக்குற்றுப் பின் வாங்கினான். ஏனெனில், அவனுடையதற்குப் பக்கத்தில் அவன் மற்றொரு நிழலைப் பார்த்தான். எழுந்து சுற்றிலும் பார்த்தபோது, அந்தத் தீர்க்கதரிசி அங்கே நின்றிருந்தான். ஒரு காலத்தில் யார் இவனுடைய மேஜையில் உணவுண்டானோ, அருந்தி னானோ அவன், அந்த மகத்தான சலிப்பின் தீர்க்கதரிசி. 'அது அனைத்தும் ஒன்றே, எதுவும் தக்கதல்ல, உலகம் அர்த்த மற்றது, அறிவு மூச்சடைப்பது' என்றவன். ஆனால், அவனது முகம் இடைக்காலத்தில் மாறியிருந்தது, மேலும் ஜரதுஷ்ட்ரா தீர்க்கதரிசியின் கண்களுக்குள் பார்த்தபிறகு, அவனது இதயம் தூண்டப்பட்டது, நிறைய தீய தீர்க்கதரிசனங்களும், சாம்பல் நிற மின்னல் திடீரொளிகளும் அவனது முகத்தின் குறுக்கே கடந்து சென்றன!

தீர்க்கதரிசி, ஜரதுஷ்ட்ராவின் ஆத்மாவில் என்ன நிகழ்ந்து கொண்டிருக்கிறது என்பதை உணர்ந்து, முகத்தைத் தனது கைகளால் துடைத்துக்கொண்டான். முகத்தைத் துடைத்துத் தள்ள விரும்புபவன்போல்; ஜரதுஷ்ட்ராவும் அதையே செய்தான். இருவரும் அமைதியடைந்து தன்னிலைக்கு வந்து ஒருவரை ஒருவர் அங்கீகரிப்பதன் சின்னமாகக் கைகளைக் குலுக்கிக் கொண்டனர்.

ஜரதுஷ்ட்ரா சொன்னான்: 'உங்களுக்கு நல்வரவு; மகத் தான சலிப்பின் தீர்க்கதரிசியே, நீங்கள் ஒரு காலத்தில் எனது மேஜையில் விருந்தினராக அமர்ந்தது வீணாகவில்லை. இன்றும் கூட உண்டு அருந்துங்கள், ஒரு உற்சாகம் மிகுந்த கிழட்டு மனிதன், உங்களோடு மேஜையில் அமர்ந்திருப்பதற்கு மன்னியுங் கள்!' 'உற்சாகம் நிரம்பிய கிழட்டு மனிதனா?' தீர்க்கதரிசி தனது தலையை அசைத்தபடி பதிலுக்குக் கேட்டான்: 'ஆனால் நீ யாராக இருந்தாலும் யாராக ஆவதற்கு விரும்பினாலும், ஓ, ஜரதுஷ்ட்ரா இங்கே அதற்கு நேரம் கொஞ்சமே உள்ளது – இன்னும் சிறிது நேரத்திற்குப் பிறகு உனது படகு இனியும் வறண்டதில் உட்கார்ந்திருக்காது!' ஜரதுஷ்ட்ரா சிரித்தபடி கேட் டான்: 'அப்போது நான் வறண்டதிலா அமர்ந்திருக்கிறேன்?' தீர்க்கதரிசி பதிலளித்தான்: 'உனது மலையைச் சுற்றி அலைகள் உயர்ந்துயர்ந்து வருகின்றன; பெருந்துன்பத்தின் அலைகள்: அவை சீக்கிரம் உனது படகையும்கூடத் தூக்கும், உன்னையும் வெளியே தூக்கிச் செல்லும்.' அதிலிருந்து ஜரதுஷ்ட்ரா அமைதியானான், அதிசயித்தான். 'இன்னும் உனக்கு எதுவும் கேட்கவில்லையா?'

என்ற தீர்க்கதரிசி தொடர்ந்தான்: 'ஓடுவதன், உறுமுவதன் சப்தம் ஆழங்களில் இருந்து எழவில்லையா?' ஜரதுஷ்ட்ரா மீண்டும் அமைதியாகிக் கவனித்தான்: பிறகு அவன் ஒரு நீண்ட, நீட்டிக்கப்பட்ட கதறலைக் கேட்டான், அதைப் படுபாதாளங்கள் ஒன்றிலிருந்து மற்றதற்குத் தூக்கி எறிந்துகொண்டிருந்தன, ஏனெனில் அவற்றில் எவையும் அதை வைத்திருக்க விரும்பவில்லை, அது மிகத் தீயதாக ஒலித்தது.

ஜரதுஷ்ட்ரா கடைசியில் சொன்னான்: 'தீயதை உபதேசிப்பவனே, அது ஒரு கடுந்துன்பத்தின் கதறல், ஒரு மனிதக் கதறல். ஒருவேளை அது ஒரு கறுப்புக்கடலில் இருந்து வருவதாக இருக்கலாம். ஆனால், எது மனிதமாக உள்ளதோ அது எனக்குக் கடுந்துன்பத்தைத் தருகிறது, எனக்காக முன்பதிவு செய்து வைக்கப்பட்டுள்ள இறுதியான பாவம் – எப்படி அது அழைக்கப்படுகிறது என்று ஒருவேளை உனக்குத் தெரியலாம்?'

'கழிவிரக்கம்!' தளும்பும் இதயத்துடன் பதிலளித்த தீர்க்கதரிசி, இரு கைகளையும் உயரத் தூக்கினான் – 'ஓ, ஜரதுஷ்ட்ரா, நான் உனது இறுதிப் பாவத்திற்காக உன்னை மயக்க வந்தேன்!'

இந்த வார்த்தைகளைப் பேசி முடிப்பதற்குள் கதறல் மீண்டும் ஒலித்தது, முன்பைவிட அதிகமாக நீட்டிக்கப்பட்டதாகவும், கடுந்துன்பமளிப்பதாகவும் வெகு அருகாமையிலும் ஒலித்தது. 'உனக்குக் கேட்கிறதா? ஓ, ஜரதுஷ்ட்ரா உனக்குக் கேட்கிறதா? அந்தக் கதறல் உனக்கானது, அது உன்னை அழைக்கிறது: வா, வா, வா, இதுதான் நேரம், இதுவே கடைசி நேரம்!'

இதிலிருந்து ஜரதுஷ்ட்ரா அமைதியானான், குழப்பமடைந்தான், உள்ளார்ந்து அசைக்கப்பட்டிருந்தான். கடைசியில், முடிவெடுக்காத ஒருவனைப் போலக் கேட்டான்: 'யாரது என்னை அழைப்பது?'

தீர்க்கதரிசி ஆத்திரத்தோடு பதிலளித்தான், 'அது யாரென்று உனக்குத் தெரியும்' ஏன் உன்னை ஒளித்துக்கொள்கிறாய்? உனக்காகக் கதறுவது உயர் மனிதன்!'

'உயர் மனிதனா?' ஜரதுஷ்ட்ரா திகிலடைந்து தாக்கப்பட்டுக் கதறினான், 'அவனுக்கு என்ன வேண்டும்? அவனுக்கு என்ன வேண்டும்? உயர் மனிதனா! அவனுக்கு இங்கு என்ன வேண்டும்?' – அவனது உடல் வியர்வையில் மூழ்கியது.

தீர்க்கதரிசி, ஜரதுஷ்ட்ராவின் பதற்றத்திற்கு மறுமொழி தரவில்லை. ஆனால் ஆழங்களை உன்னிப்பாகக் கேட்டான். நீண்ட நேரத்திற்கு அங்கே அமைதியாக இருந்தபிறகு, அவன்

தனது பார்வையைத் திருப்பி, ஜரதுஷ்ட்ரா நின்று கொண்டிருப் பதையும், நடுங்கிக்கொண்டிருப்பதையும் கண்டான்.

ஒரு இகழ்ச்சி மிகுந்த குரலில் ஆரம்பித்தான்: 'ஓ, ஜரதுஷ்ட்ரா மகிழ்ச்சியால் கிறுகிறுத்துப்போன ஒருவனைப் போல் நீ அங்கு நிற்கவில்லையா: என் மேலே விழாமல் இருக்க வேண்டுமென்றால் நீ நடனமாட வேண்டும்!

'ஆனால், என் முன்னால் நீ நடனமாடினாலும், உனது அனைத்து உபாயங்களிலும் ஈடுபட்டாலும்கூட: 'மகிழ்ச்சியான கடைசி மனிதன் இங்கே நடனமாடுகிறான்!' என்று யாரும் சொல்லமாட்டார்கள்.

'அவனைத் தேடும் எவனொருவனும் இங்கே இந்த உயரங்களுக்கு வருகை தருவான், வீணாக: அவன் குகைகளைக் காண்பான், நிச்சயமாக, காட்டுக் குகைகளையும், ஒளிக்கப் பட்டவர்களின் ஒளிவிடங்களையும் காண்பான். ஆனால், மகிழ்ச்சியின் சுரங்கங்களையும், பொக்கிஷ வீடுகளையும், மகிழ்ச்சியின் தங்கநாளங்களையும் அல்ல.

'மகிழ்ச்சி – அப்படியான புதைக்கப்பட்ட மனிதர்களிடமும், துறவிகளிடமும் மனிதன் எப்படி மகிழ்ச்சியைக் காண இயலும்! நான் இறுதியான மகிழ்ச்சியைப் பேரின்பத் தீவுகளுக்கும், தொலைதூரத்தில் மறக்கப்பட்ட கடல்களுக்கும் இடையில் தான் தேட வேண்டுமா?

'ஆனால், அது அனைத்தும் ஒன்றே, எதுவும் தக்கதல்ல, தேடுதல் என்பது உபயோகமற்றது. மேலும், அங்கே பேரின்பத் தீவுகள் எதுவும் இனியும் இல்லை!'

இவ்வாறு தீர்க்கதரிசி பெருமூச்சு விட்டான். அவனது கடைசிப் பெருமூச்சுடன் ஜரதுஷ்ட்ரா மீண்டும் ஊக்கம் மிகுந்து நிச்சயத்தோடு காணப்பட்டான், ஒரு ஆழ்ந்த பெரும் பிளவிலிருந்து ஒளிக்குள் எழுந்து வரும் ஒருவனைப்போல், 'இல்லை! இல்லை! மூன்று முறை இல்லை!' என்று அவன் வலிமையோடு கத்தினான். மேலும், அவன் தனது மீசையை முறுக்கி, 'எனக்கு நன்றாகத் தெரியும்! அங்கு இன்னும் பேரின்பத் தீவுகள் உள்ளன! அப்படியான விஷயங்களைப் பற்றிப் பேசாதே, பெருமூச்சுவிடும் சாக்குத் துணியே!

'அப்படியான விஷயங்களைப்பற்றித் தெரிவிப்பதை நிறுத்து, காலை மழைமேகமே! ஏற்கனவே நான் உனது பேரிடரால் ஈரமாக நின்றுகொண்டிருக்கவில்லையா, ஒரு நாயைப்போல் முட்ட நனைந்து கிடக்கிறேன்?

'இப்போது என்னை நான் உதறிக்கொண்டு, உன்னிடமிருந்து ஓடி விடுவேன், எனவே மீண்டும் நான் காய்ந்துவிடக்கூடும், நீ அதில் ஆச்சரியப்பட்டுவிடக் கூடாது! நீ என்னை இணக்க மற்றவன் என எண்ணுகிறாயா? ஆனால், இது எனது மன்றம்.

'உனது உயர்மனிதனை நான் கடைசியாகக் காடுகளில் தேடுவேன். அவனது கதறல் அங்கிருந்துதான் வந்தது, ஒருக்கால், ஒரு தீய விலங்கினால் அவன் தாக்கப்பட்டிருக்கலாம்.

'அவன் எனது ஆட்சிப்பரப்பில் உள்ளான். இங்கே அவன் தீங்கிழைக்க வரமாட்டான்! உண்மையில், நிறைய தீய விலங்குகள் என்பொருட்டு உள்ளன.'

இந்த வார்த்தைகளோடு ஜரதுஷ்ட்ரா செல்வதற்காகத் திரும்பினான். அப்போது, அந்தத் தீர்க்கதரிசி சொன்னான்: 'ஓ, ஜரதுஷ்ட்ரா, நீ ஒரு பொறுக்கி!

'எனக்கது தெரியும், என்னிடமிருந்து நீ தொலைந்தொழியப் பார்க்கிறாய்! காட்டிற்குள் ஓடிச்சென்று தீய விலங்கை நீ ஒளிந்திருந்து தாக்கக்கூடும்!

'ஆனால், அது என்ன நல்லதை உனக்குச் செய்யும்? மாலையில் நீ என்னைத் திரும்பப் பெறுவாய்; நான் உனது சொந்தக் குகையில் உட்காருவேன் பொறுமையாகவும், கனமாகவும் ஒரு மரக்கட்டைபோல் – மேலும், உனக்காகக் காத்திருப்பேன்!'

புறப்பட்டபடியே ஜரதுஷ்ட்ரா பின்னால் திரும்பிக் கத்தினான்: 'அப்படியே இருக்கட்டும்! எனது குகையில் எனக்குச் சொந்தமானதெல்லாம் உனக்கும் சொந்தம் – எனது விருந்தாளியே!

'அங்கு நீ தேனைக் கண்டால், மிகவும் நல்லது! வெறுமனே அதை நக்கு, உறுமும் கரடியே, உனது ஆத்மாவை இனிப்பாக்கிக் கொள்! ஏனெனில், மாலையில் நாம் இருவருமே நல்ல மனநிலையில் இருக்க வேண்டும்.

'நல்ல மனநிலையில் இந்த நாள் முடிந்தது என்ற மகிழ்ச்சியில்! எனது பாடல்களுக்கு நீயே உன்னளவில் நடனமாடலாம், எனது நடனமாடும் கரடியாக.

'நீ அதை நம்பவில்லை? நீ உனது தலையை அசைத்துக் கொள்கிறாய்? மிகவும் நல்லது! தொடர்ந்து செல், கிழட்டுக் கரடியே! ஆனால் நானும்கூட – ஒரு தீர்க்கதரிசிதான்!'

ஜரதுஷ்ட்ரா இவ்வாறு கூறினான்.

# மன்னர்களுடனான உரையாடல்

## 1

ஜரதுஷ்ட்ரா தனது மலைகளின் ஊடாகவும் காடுகளின் ஊடாகவும் ஒரு மணி நேரம்கூடச் சென்றிருக்கமாட்டான், திடீரென்று ஒரு வித்தியாசமான ஊர்வலத்தைப் பார்த்தான். அவன் கீழிறங்கிக்கொண்டிருந்த அதே பாதையில் இரண்டு மன்னர்கள் வந்துகொண்டிருந்தார்கள், கிரீடங்களாலும், செங்கொக்குப் போலப் பளபளப்பான சிவப்புத் தோளணிப் பட்டிகளாலும் அலங்கரிக்கப் பட்டிருந்தனர். சுமையேற்றப்பட்ட ஒரு கழுதையைத் தங்களுக்கு முன்னால் ஓட்டியபடி வந்து கொண்டிருந்தார்கள். 'இந்த மன்னர்களுக்கு எனது ராஜ்ஜியத்தில் என்ன வேண்டும்?' என்று ஆச்சரியத்துடன் தனது இதயத்திடம் கேட்ட ஜரதுஷ்ட்ரா, உடனடியாக ஒரு புதரின் பின்னால் தன்னை மறைத்துக் கொண்டான். ஆனால் மன்னர்கள் அவனுக்கு நேராக வந்தவுடன் அவன் தன்னிடமே பேசிக் கொள்ளும் ஒருவனைப் போலப் பாதி உரத்து, 'விநோதம்! விநோதம்' எனக்கு இது புரியவில்லை! நான் இரண்டு மன்னர் களைப் பார்க்கிறேன் – ஆனால் ஒரே ஒரு கழுதையை!' என்றான்.

அந்த இரண்டு மன்னர்களும் நின்றார்கள், சிரித்தார்கள், குரல் வந்த இடத்தை உற்று நோக்கினார்கள், பிறகு ஒருவர் முகத்தை ஒருவர் பார்த்துக்கொண்டார்கள். 'சந்தேகமில்லை இப்படிப்பட்ட விஷயங்களை மனிதர்கள் வீடுகளில்கூட யோசிக் கிறார்கள், ஆனால் அவற்றைச் சொல்வதில்லை' என்றான் வலதுபுறம் இருந்த மன்னன்.

இடதுபுறம் இருந்த மன்னன் தனது தோள்களைக் குலுக்கிப் பதிலளித்தான். 'அது அநேகமாக ஆடு மேய்க்கிறவனாகவோ அல்லது மரங்களிடையேயும் பாறைகளிடையேயும் நீண்ட காலம் வாழ்ந்துவிட்ட ஒரு துறவியாகவோ இருக்க வேண்டும். ஏனெனில் துணையில்லாமல் இருப்பதுகூட நல்ல நடத்தை முறைகளை ஊழலாக்கும்.'

மற்ற அரசன் சீற்றத்தோடும், கசப்பாகவும் பதிலளித்தான்: 'நாம் பிறகு வேறெதைத் தவிர்க்கிறோம். "நல்ல நடத்தைமுறை கள்?", நமது "நல்ல சேர்க்கைகள்?" இவற்றையல்லவா!

'நமது முலாம்பூசிய, வர்ணமடிக்கப்பட்ட, பொய்யான கும்பலுடன் வாழ்வதைவிட உண்மையில் துறவிகளோடும், ஆடு மேய்ப்பவர்களோடும் வாழ்வது சிறந்தது. அது அதனை நல்ல சேர்க்கை என்று அழைத்துக்கொண்டாலும்கூட.

'அது தன்னையே உயரிய பண்பு என்று அழைத்துக்கொண்டாலும்கூட, அங்கே அனைத்தும் பொய்யானது, சிதைந்துகெட்டது, அனைத்துக்கும் மேலாக ரத்தம். பழைய தீய நோய்களுக்கும் மோசமான நடுக்கங்களுக்கும் நன்றி.

'இன்று ஒரு உழவனே அருமையான அன்பான மனிதன். பண்பு நயங்கெட்ட, வஞ்சகமான, பிடிவாதமுடைய, துன்பத்தைத் தாங்குகிற உழவன்: அதுவே இன்று மிக மெச்சத்தகுந்த வகை என நினைக்கிறேன்.

'உழவனே இன்று மிக அருமையான மனிதன்; உழவே தலையானதாக இருக்கவேண்டும்! ஆனால் நம்முடைய சாம்ராஜ்ஜியம் கும்பலினுடையது – அதனுள்ளே இழுக்கப்பட இனியும் நான் விரும்பவில்லை, எவ்வாறாயினும், கும்பல் என்றால் – தாறுமாறான குவியல்.

'கும்பலின் – தாறுமாறான குவியல்: அதில் அனைத்தும், புனிதனும், பொறுக்கியும், நன்மகனும், யூதனும் மற்றும் நோவாவின் தோணியிலிருந்து வெளியேறிய ஒவ்வொரு விலங்கும் அனைத்துடனும் கலந்து கிடக்கிறது.

'நல்ல நடத்தைமுறைகள்! நம்மில் அனைத்தும் தவறானது, அழுகியது. யாருக்கும் மரியாதையுடன் இருப்பதெப்படி என்று இனி தெரியாது: நாம் கச்சிதமாக இதிலிருந்துதான் ஓடுகிறோம். அவர்கள் தேன்வாயுடையவர்கள், விடாப்பிடியான நாய்கள். அவர்கள் குருத்தோலைகளுக்கு முலாம் பூசுகிறார்கள்.

'இந்த அருவருப்பே எனக்கு மூச்சடைக்க வைக்கிறது, மன்னர்களான நாமே பொய்யாக ஆகி, பழைய பாட்டனார்களின் மஞ்சள் ஆடம்பரத்தில் பகட்டாக உடுத்திப் பொய்க்கோலம் பூண்டு, மடத்தனமானவர்களாக, தந்திரமானவர்களாக ஆனோம். அதிகாரத்தோடு இன்று வணிகஞ் செய்யும் அனைவருக்குமான காட்சிப் பொருட்களானோம்!

'அவர்களில் நாம் முதலல்ல – இருந்தும் நாம் அவ்வாறாக பாவனை செய்யவேண்டும்: கடைசியில் நாம் இந்த மோசடியில் களைத்து, அருவருத்துப் போனோம்.

'இப்போது நாம் கும்பலைத் தவிர்க்கிறோம். இந்த அனைத்து ஆரவாரப் பேச்சாளர்கள், கிறுக்குகிற நீலப்புட்டிகள், கடைக்காரர்களின் முடை நாற்றம், உயரார்வம் உள்ளவர்களின் போராட்டங்கள், கெட்ட மூச்சு: கும்பலுடன் வாழ்வது,

'சை, இந்தக் கும்பலில் முதல்ஆளாக இருப்பதாக பாவனை செய்வது அருவருப்பு, ஒரே அருவருப்பு! மன்னர்கள், நாம் இனி என்ன பொருட்டாவோம்!'

இடது புறமிருந்த மன்னன் சொன்னான்: 'உனது பழைய நோய் உன்னைத் தாக்குகிறது, அருவருப்பு உன்னைத் தாக்குகிறது, எனது வறிய சகோதரனே, ஆனால் நம்மை யாராவது ஒட்டுக் கேட்டுவிடுவார்கள் தெரியுமில்லையா.'

இதுவரை, இந்தப் பேச்சுகளுக்குத் தனது கண்களையும், காதுகளையும் திறந்து வைத்திருந்த ஜரதுஷ்ட்ரா, தனது ஒளிவிடத்தில் இருந்து எழுந்தான், மன்னர்களை நோக்கி நடந்தவாறு கூறினான்:

'ஓ, மன்னர்களே, உங்களை ஒட்டுக் கேட்டவன், ஒட்டுக் கேட்க விரும்புபவன், ஜரதுஷ்ட்ரா என்று அழைக்கப்படுபவன்.

'நான்தான் ஜரதுஷ்ட்ரா, "மன்னர்களுக்கு இனி என்ன முக்கியத்துவம்!" என்று ஒரு சமயம் கேட்டவன். என்னை மன்னியுங்கள், ஆனால் நீங்கள் ஒருவருக்கொருவர், 'மன்னர்கள் நாம் இனி என்ன பொருட்டாவோம்' என்றபோது நான் மகிழ்ந்தேன்.

'இது எனது சாம்ராஜ்ஜியம், எனது ஆட்சி: எனது சாம்ராஜ்ஜியத்தில் நீங்கள் எதைத் தேடிக்கொண்டிருக்க இயலும்? ஆனால், ஒருவேளை நீங்கள் வரும்வழியில் நான் தேடிக்கொண்டிருப்பதைக் கண்டிருப்பீர்கள் – உயர் மனிதனை.'

மன்னர்கள் இதைக் கேட்டதும் தமது மார்புகளைத் தட்டிக்கொண்டு, ஒரே குரலில் சொன்னார்கள் 'நாம் அங்கீகரிக்கப்பட்டுவிட்டோம்!

'சொற்களின் வாளால் எங்களது இதயத்தின் அடர்ந்த இருளினூடாகப் பிளந்தாய். எங்களது துன்பத்தைக் கண்டு பிடித்துவிட்டாய், கவனி! நாங்கள் உயர் மனிதனைக் காண்பதற்காகத்தான் போய்க்கொண்டிருக்கிறோம்.

'நாங்கள் மன்னர்களாக இருந்தாலும்; எங்களைவிட உயர்வானவனான மனிதனுக்காக இந்தக் கழுதையை எடுத்துச் செல்கிறோம். ஏனெனில், மிக உயர்ந்த மனிதனே, பூமியின் உயர்ந்த தலைவனாவான்.

'பூமியில் வலிமை மிகுந்தவர்கள் முதல் மனிதர்களாக இல்லாததைவிட, மிகப்பெரிய துரதிர்ஷ்டம் மனித ஊழில் வேறேதும் இல்லை. பிறகு அனைத்தும் பாசாங்கானதாகி உருத்திரிந்து கொடிய மிருகமாகும்.

'அவர்கள் கடைசி மனிதர்களாக இருந்து, மனிதனாக இருப்பதைவிடக் கூடுதலாக விலங்காக இருந்தாலும், கும்பலின் மதிப்பு மேலும், மேலும் உயர்கிறது. கடைசியில் கும்பலின் நற்குணம் சொல்கிறது: 'நான் மட்டுமே நற்குணம்!' என்று.'

'நான் எதனைக் கேட்கிறேன்?' ஜரதுஷ்ட்ரா பதிலளித்தான்: 'மன்னர்களிடம் என்ன விவேகம்! நான் மயக்கப்பட்டேன், உண்மையில், அதைப் பற்றி ஒரு பாடல் எழுதும் உந்துதல் ஏற்கனவே எனக்குள்ளது.

'அது அனைவரின் காதுக்குமான பாடலாக அமையா விட்டாலும்கூட, நான் வெகுமுன்பே நீண்ட காதுகளுக்காகச் சலுகையளிப்பதை மறந்துவிட்டேன். மிக நல்லது! வா!

(ஆனால் இங்கே ஒரு அதிசயம் நேர்ந்தது, கழுதையும் பேசக் கற்றுக்கொண்டது: அது தெளிவாகவும், கெடுநோக்கோடும் சொன்னது: 'ஹி – ஹா'.)

'ஒரு காலத்தில் – அது கி. பி. ஒன்று என்று நினைக்கிறேன்

சிபில், மது இல்லாமலே போதையில் இவ்வாறு பேசினான்:

'விஷயங்கள் எவ்வளவு மோசமாகப் போகின்றன!

சிதைவு! சிதைவு! உலகம் ஒருபோதும் இவ்வளவு கீழிறங்கியதில்லை!

ரோம் இப்போது ஒரு பரத்தை, பரத்தையர் விடுதியும்கூட,

ரோமினுடைய சீசர் ஒரு மிருகம், மேலும் கடவுளேகூட ஒரு யூதன்!'

## 2

மன்னர்கள், ஜரதுஷ்ட்ராவின் இந்த வார்த்தைகளால் மகிழ்ந் தனர். வலதுபுறம் இருந்த மன்னன் சொன்னான்: 'ஓ, ஜரதுஷ்ட்ரா, நாங்கள் வெளியே வந்ததும் உன்னைச் சந்தித்ததும் எவ்வளவு நல்லது!

'ஏனெனில், உனது எதிரிகள் உனது உருவத்தை, அவர் களது கண்ணாடியில் காட்டினார்கள், அதில் நீ ஒரு சாத்தானின் முகச்சுளிப்புடனும், கேலியான சிரிப்புடனும் உற்றுநோக்கினாய். நாங்கள் உன்பொருட்டுப் பயந்திருந்தோம்.

'ஆனால் அதனாலென்ன?' மீண்டும் மீண்டும் நீ எங்கள் காதுகளையும், இதயங்களையும் உனது பேச்சுகளால் கொட்டி னாய். பிறகு கடைசியில் நாங்கள் சொன்னோம்: அவன் தோற்றம் எப்படி இருந்தாலென்ன!

'நாம் அவன் பேசிக் கேட்க வேண்டும், 'புதிய போர்களுக் கான ஒரு வழியாக அமைதியை ஒரு நீண்ட அமைதியைவிடக் குறுகிய அமைதியை நேசிக்க வேண்டும்' என்று கற்றுத் தருபவனை.

'எது நல்லது? வீரமாக இருப்பது நல்லது, அனைத்துக் காரணத்தையும் உள்ளீடற்றதாக ஆக்குவது ஒரு நல்ல போர்.'

எவனொருத்தனும் இப்படியான போர் போன்ற வார்த்தை களைப் பேசியதில்லை.

'ஓ, ஜரதுஷ்ட்ரா, அவ்வாறான வார்த்தைகளில், எங்களது தந்தையரின் ரத்தம் எங்களது உடல்களில் கலங்கியது; பழைய மதுப் பீப்பாய்களிடம், ஒரு ஊற்று பேசியதைப் போலிருந்தது அது.

'எங்களது தந்தையரின் வாட்கள் சிவப்புப் புள்ளியிட்ட சர்ப்பங்களைப்போல் மோதிக் கொண்டபோதும் அவர்கள் வாழ்வை நேசித்தார்கள்: அமைதியின் அனைத்துச் சூரியன் களும் மெல்லியது, மங்கலானது என்று அவர்கள் எண்ணினார் கள். நீண்ட அமைதி அவர்களை வெட்கமுறச் செய்தது.

'பிரபையுடைய வாட்களைச் சுவரில் பார்த்தபோது எமது தந்தையர் எப்படிப் பெருமூச்சு விட்டனர்! அவற்றைப் போலவே, அவர்களும் போருக்காகத் தாகங் கொண்டிருந்தார் கள். ஒரு வாள் ரத்தம் குடிக்க விரும்புகிறது, அதன் விருப்பத் தோடு தீப்பொறி பறத்த விரும்புகிறது.'

இவ்வாறாக, மன்னர்கள் தங்களது தந்தையரின் மகிழ்ச்சியைப் பற்றிப் பேசிக்கொண்டும், பிதற்றிக்கொண்டும் இருந்தபோது, அவர்களுடைய ஆர்வத்தைக் கேலி செய்ய வேண்டுமென்ற பெரிய விருப்பத்தினால் ஜரதுஷ்ட்ரா விஞ்சப் பட்டான்: ஏனெனில், தன் முன்னால் மிக அமைதியான மன்னர்களை வயதான, சுத்திகரிக்கப்பட்ட முகங்களுடன் அவன் பார்த்தான். ஆனால், அவன் தன்னைக் கட்டுப்படுத்திக் கொண்டான். 'மிகவும் நல்லது' என்றவன், 'ஜரதுஷ்ட்ராவின் குகைக்கான வழி அதோ அங்குள்ளது; இந்த நாள் ஒரு நீண்ட மாலை வேளையைக் கொண்டிருக்கும்! ஆனால், இப்போது துயரத்தின் ஒரு கதறல் உங்களிடமிருந்து அவசரமாக என்னை அழைக்கிறது.

'மன்னர்கள் எனது குகையில் அமர்ந்தபடி காத்திருந்தால், அது பெருமைப்படுத்தப்படும்: ஆனால், நிச்சயமாக, நீங்கள் நெடுநேரம் காத்திருக்க நேரும்!

'ஆனால் உண்மையில்! அதனால் என்ன மன்னர் மன்றங் களைவிட வேறெங்கே ஒருவன் காத்திருக்கக் கற்றுக்கொள்ள இயலும்? மேலும், மொத்த நற்குணமும் இன்னும் மன்னர்களுக் காக மீதமிருக்கிறது – அது காத்திருக்க இயல்வதாக இருப்பது! என்று அழைக்கப்படுகிறதில்லையா.'

ஜரதுஷ்ட்ரா இவ்வாறு கூறினான்.

## அட்டை

ஜரதுஷ்ட்ரா சிந்தனையோடு உள்ளார்ந்து காடுகளின் ஊடேயும், சதுப்பான நிலங்களின் ஊடேயும் தொலைவாகச் சென்றான். ஆனால், சிரமமான விஷயங்களைச் சிந்திப்பவர்களுக்கு ஏற்படுவதுபோல் வழியில் எதேச்சையாக ஒரு மனிதனை மிதித்துக்கொண்டான். உடனே, வலியின் ஒரு கத்தலும், இரண்டு வசவுகளும், இருபது சுடுசொற்களும் அவன் முகத்தின்மீது ஒரேயடியாகப் பீச்சப்பட்டன: எனவே பயந்துபோன அவன், தனது தடியை உயர்த்தித் தான் மிதித்த மனிதனை அடிக்கப் போனான். ஆனால், உடனே தன்னுணர்விற்குத் திரும்பினான். அவனது இதயம் இப்போது அவன் செய்த தவறில் சிரித்தது.

'என்னை மன்னியுங்கள்' என்றான் மிதிக்கப்பட்ட மனிதனிடம். ஆத்திரத்தோடு எழுந்து பிறகு மீண்டும் அமர்ந்துகொண்டிருந்தவனிடம், 'என்னை மன்னியுங்கள், முதலாவதாக ஒரு நீதிக்கதையைக் கேட்டுக் கொள்ளுங்கள்.

'அலைந்து திரியும் ஒருவன் தொலைவான விஷயங்கள் பற்றிய கனவில் உள்நோக்கமற்று, ஒரு நாயின்மீது தடுமாறுகிறான். தனித்த சாலையொன்றில், சூரிய ஒளியில் படுத்துக் கிடக்கும் ஒரு நாய் அது:

'அவர்கள் இருவரும் மரணத்திற்குப் பயந்து ஒருவர் மேல் ஒருவர் கொடிய விரோதிகளைப் போலப் பாய்ந்தார்கள்: நம்மிடையே நடந்ததும் இதுதான்.

'இருந்தும்! இருந்தும் – அவர்கள் ஒருவரை ஒருவர் தழுவிக் கொள்ள கொஞ்சம்தான் தேவையாயிருந்தது, இந்த நாயும் இந்தத் தனித்தவனும்! ஏனெனில் அவர்கள் இருவருமே – தனித்தவர்கள்!' என்றான்.

இன்னும் கோபத்தோடிருந்த மிதிபட்ட மனிதன் சொன்னான்: 'நீ யாராக இருந்தாலும் எனக்கு மிகவும் நெருங்கி வந்துவிட்டாய், உனது பாதங்களால் மாத்திரமல்ல, உனது நீதிக்கதையினாலும்!

'பார், நானென்ன நாயா?' – என்றபடியே அந்த இடத்தில் உட்கார்ந்திருந்த மனிதன் எழுந்து உடைகளற்ற புஜத்தைச் சேற்றிலிருந்து எடுத்தான். ஏற்கனவே அவன் சேற்று விளையாட்டிற்காகக் காத்திருப்பவனைப் போல் மறைக்கப்பட்டு அடையாளம் தெரியாமல் தரையில் நீட்டிக் கிடந்திருந்தான்.

'நீ என்ன செய்துகொண்டிருக்கிறாய்!' ஜரதுஷ்ட்ரா அதிர்ச்சியில் கத்தினான், ஏனெனில் அவனது உடைகளற்ற

புஜத்திலிருந்து ரத்தம் நிறைய வழிந்துகொண்டிருந்தது. 'உனக்கு என்ன நேர்ந்தது, ஒரு கொடிய விலங்கு உன்னைக் கடித்து விட்டதா, மகிழ்ச்சியற்ற மனிதனே?'

ரத்தமொழுக்கும் மனிதன் எரிச்சலோடு சிரித்தான். மேலும் சினமுற்று, 'அதுபற்றி உனக்கென்ன!' என்றவன், 'நான் இங்கே எனது வீட்டில் எனது ஆட்சியில் உள்ளேன். கேள்வி கேட்க விரும்புபவன் எவனாக இருந்தாலும் கேட்டுக் கொள்ளட்டும்: ஆனால், நான் ஒரு மரமண்டைக்குப் பதில் சொல்ல மாட்டேன்!' என்று சொல்லிப் புறப்பட ஆயத்தமானான்.

'நீ சொன்னது தவறு' என்று பரிவோடு சொன்ன ஜரதுஷ்ட்ரா, வேகமாக அவனைப் பிடித்து, 'தவறு நீ இங்கே உனது சொந்த வீட்டில் இல்லை, எனது ராஜ்ஜியத்தில் இருக்கிறாய் இங்கே வந்து யாரும் காயப்படுத்திக்கொள்ள விடமாட்டேன்.

'ஆனால், நீ எப்படி விரும்புகிறாயோ அப்படி என்னை அழை – நான் என்னவாக இருக்க வேண்டுமோ அதுவாக இருக்கிறேன். நான் என்னை ஜரதுஷ்ட்ரா என்று அழைத்துக் கொள்கிறேன்.

'நல்லது! அதோ தூரத்தில் ஜரதுஷ்ட்ராவின் குகைக்கான வழியுள்ளது: அது தொலைவல்ல – நீ எனது வீட்டில் உனது காயங்களை ஆற்றிக்கொள்ளமாட்டாயா?

'இந்த வாழ்வில், விஷயங்கள் உனக்கு மோசமாகப் போய் விட்டன, மகிழ்ச்சியற்ற மனிதனே, முதலில் ஒரு விலங்கு உன்னைக் கடித்தது, பிறகு – ஒரு மனிதன் உன்னை மிதித்து விட்டான்!' என்றான்.

ஆனால், மிதிக்கப்பட்ட மனிதன் ஜரதுஷ்ட்ரா என்கிற பெயரைக் கேட்டவுடன் மாறினான். 'எனக்கு என்ன நேர்ந்தது!' என்று அவன் கதறினான். 'யார் இந்த மனிதன், வேறு யார் என்மேல் அக்கறை கொள்வது? ஜரதுஷ்ட்ராவைத் தவிர, ரத்தத்தால் உயிர் வாழும் விலங்கான, அட்டையைத் தவிர?

'ஒட்டுண்ணிக்காவே இந்தச் சேற்றுக்குப் பக்கத்தில் ஒரு மீனவனைப் போலப் படுத்துக் கிடந்தேன், ஏற்கனவே எனது நீண்ட கைகள் பத்துமுறை கடிக்கப்பட்டு விட்டன; இப்போது ஒரு அழகான ஒட்டுண்ணி எனது ரத்தத்திற்காகக் கடிக்கிறது, ஜரதுஷ்ட்ராவே கடிக்கிறான்!

'ஓ, மகிழ்ச்சி! ஓ, அற்புதம்! இந்த நாள் போற்றப்படட்டும், என்னை இந்தச் சேற்றுக்குக் கவர்ந்திழுத்த இந்நாள்! இன்றும் உயிரோடுள்ளது போற்றப்படட்டும், உயிரோட்டமுள்ள அருமை

யான குருதியுறிஞ்சும் கருவி போற்றப்படட்டும், மனசாட்சியின் மகத்தான அட்டையான ஜரதுஷ்ட்ரா, போற்றப்படட்டும்!'

இவ்வாறாகப் பேசினான் மிதிபட்ட மனிதன்; ஜரதுஷ்ட்ரா இந்தச் சொற்களிலும் அவற்றின் அருமையான, மரியாதையான போக்கிலும் மகிழ்ந்தான். 'யார் நீ?' என்று கேட்டுக்கொண்டே குலுக்குவதற்குக் கையை நீட்டினான். 'நம்மிடையே விளக்கவும் விளங்கிக் கொள்ளவும் நிறைய விஷயங்கள் உள்ளன. ஆனால் ஏற்கனவே, இது பிரகாசமாக, அகன்ற பகல்ஒளி போல் எனக்குத் தோன்றுகிறது'.

'நான்தான் உள்ளுயிரின் மனசாட்சிக்குக் கட்டுப்பட்ட மனிதன்' என்றான் மற்றவன். 'உள்ளுயிரின் விஷயங்களில் என்னைவிடவும் திடமாகவும், கண்டிப்பாகவும், கூடுதல் தீவிரத் துடனும் இருப்பவர் மிக அரிது, நான் எவனிடம் இருந்து இதைக் கற்றேனோ அவனைத் தவிர – ஜரதுஷ்ட்ராவைத் தவிர'.

'அனைத்தையும் அரைகுறையாக அறிவதைவிட, எதையும் அறிந்துகொள்ளாமல் இருப்பது சிறந்தது. அடுத்தவர்களின் அங்கீகாரத்துடன் விவேகியாக இருப்பதைவிட, தன்னுடைய சொந்தக் கணக்கில் ஒருவன் முட்டாளாக இருப்பது நல்லது! – நான் விஷயங்களின் வேருக்குச் செல்கிறேன்.

'அது மகத்தானதாகவோ அல்லது சிறியதாகவோ இருப்பது ஒரு பொருட்டல்ல. அது சேறோ அல்லது ஆகாயமோ? ஒரு கையகல நிழல் போதும் எனக்கு: அது திடமான தரையாக இருக்கும் பட்சத்தில்.

'ஒரு கையகலத் தரை: ஒருவன் அதில் நிற்க இயலும், உண்மையான மனசாட்சிக்குக் கட்டுப்பட்ட அறிவில் மகத் தானது, சிறியது என்று எதுவுமில்லை.'

'ஒருவேளை நீ அட்டைகளைப்பற்றிய நிபுணனா?' என்று ஜரதுஷ்ட்ரா கேட்டான். 'மேலும் நீ அட்டையை அதன் இறுதியான வேர்கள்வரை ஆராய்ந்தாயா, மனசாட்சிக்குக் கட்டுப்பட்ட மனிதனே?'

'ஓ, ஜரதுஷ்ட்ரா' பதிலளித்தான் மிதிக்கப்பட்ட மனிதன்: 'அது ஒரு பிரம்மாண்டமான வேலை, நான் எப்படி அதை ஏற்றுக்கொள்வது!

'ஆனால், நான் எதில் வல்லவனும் நிபுணனும் என்றால், அட்டையின் மூளையில் – அதுவே எனது உலகம்.

'அதுவும்கூட ஒரு உலகம்! ஆனால் என்னை மன்னித்து விடு, எனது கர்வம் இங்கே பேசுகிறது. ஏனெனில் இங்கே

எனக்குச் சமமானவர்கள் இல்லை, எனவேதான் நான் “இங்கே நான் எனது வீட்டில் உள்ளேன்” என்று சொன்னேன்.

‘நான் எவ்வளவு நாளாக இந்த ஒரு விஷயத்தை, அட்டையின் மூளையை ஆராய்ந்தேன். ஆகவே அந்த வழுக்குகிற உண்மை, என்னிடம் இருந்து இனியும் வழுக்கிவிடக் கூடாது! இங்கே உள்ளது எனது சாம்ராஜ்ஜியம்!

‘அதன்பொருட்டு நான் மற்ற அனைத்தையும் ஒதுக்கித் தள்ளினேன், அதன்பொருட்டு, நான் மற்ற அனைத்திற்கும் விருப்புவெறுப்பற்றவன் ஆனேன்; எனது அறிவின் அருகிலேயே சாய்ந்திருக்கிறது, எனது கறுத்த அறிவின்மை.

‘எனது உள்ளுயிரின் மனசாட்சி எனக்கு ஒன்று தெரிவதையும், அதைத் தவிர ஒன்றையும் தெரியாததையுமே என்னிடம் கோருகிறது: அனைத்து அரை – குறை அறிவுஜீவிகளாலும், அனைத்து ஆவியாகிற, படர்கிற கற்பனாவாதிகளாலும் அருவருப்படைந்துள்ளேன்.

‘எங்கே எனது நேர்மை தவறுகிறதோ, அங்கே குருடாகிறேன், குருடாக இருக்க விரும்புகிறேன். ஆனால், எங்கே அறிய விரும்புகிறேனோ, அங்கே நேர்மையாக இருக்கவும் விரும்புகிறேன். அதாவது, தீவிரமாக, திடமாக, கண்டிப்போடு, இரக்கமற்று, மனமிளகாது.

‘ஏனெனில் நீ, ஓ, ஜரதுஷ்ட்ரா, ஒரு காலத்தில் சொன்னாய்: “உள்ளுயிரே வாழ்வு, அது வாழ்வுக்குள் தன்னால் வெட்டிப்புகுவது” என்று. அது உனது கற்பித்தலுக்கு என்னைக் கவர்ந்திழுத்தது, அது என்னை வழிநடத்தியது. உண்மையில், எனது சொந்த ரத்தத்தில் எனது அறிவைப் பெருக்கிக்கொண்டேன்!’

ஜரதுஷ்ட்ரா குறுக்கிட்டான்: மனசாட்சியின் மனிதனின் உடையற்ற புஜத்திலிருந்து ரத்தம் தொடர்ந்து கொட்டிக்கொண்டிருந்தது. பத்து அட்டைகள் அங்கே கடித்துக்கொண்டிருந்தன.

‘ஓ, விசித்திரமான மனிதனே, இந்தச் சான்று எனக்கு எவ்வளவோ சொல்கிறது, ஏனெனில் உன்னைப்பற்றி எனக்குச் சொல்கிறது! அவை அனைத்தையும் உனது திடமான காதுகளுக்குள் ஊற்றுவதற்கு ஒருவேளை என்னால் இயலாது!

‘மிகவும் நல்லது! நாம் இப்போது பிரிவோம்! ஆனால் நான் உன்னை மீண்டும் சந்திக்க விரும்புவேன். அதோ அங்கே உள்ளது எனது குகைக்கு இட்டுச் செல்லும் வழி. இன்றிரவு நீ அங்கே எனது வரவேற்பிற்குரிய விருந்தினனாக இரு!

‘மேலும் உன்மீது மிதித்ததற்காக உனது உடலுக்கு நான் பரிகாரம் செய்ய வேண்டும்: நான் அதைப்பற்றி யோசிக்கிறேன்.

ஆனால், இப்போது துயரத்தின் கதறலொன்று என்னை அவசரமாக உன்னிடமிருந்து வெளியே அழைக்கிறது.'

ஜரதுஷ்ட்ரா இவ்வாறு கூறினான்.

## சூனியக்காரன்

ஜரதுஷ்ட்ரா மூலை திரும்பி ஒரு பாறையைச் சுற்றிய வுடன், அவன் செல்லும் அதேவழியில், தொலைவாக அல்ல, அவனுக்குக் கீழே, ஒரு மனிதன் வெறி பிடித்தவனைப் போலக் கைகளை வீசியபடி வயிறு தரையில் படும்படியாக விழுந்ததைப் பார்த்து, 'நிறுத்து!' என்றான் ஜரதுஷ்ட்ரா. பிறகு தனது இதயத்திடம் சொல்லிக்கொண்டான்: 'அதோ அவன்தான் உயர் மனிதனாக இருக்க வேண்டும், துயரத்தின் அந்தத் தீய கதறல் அவனிடம் இருந்து தான் வந்தது. அவனுக்கு உதவ முடியுமா என்று பார்க்கிறேன்.' ஆனால், தரையில் அந்த மனிதன் கிடக்கும் இடத்திற்கு ஓடிச்சென்று பார்த்தபோது, நடுங்கிக் கொண்டிருக்கிற, வெறித்த விழிகளோடுள்ள ஒரு வயதான மனிதனைப் பார்த்தான். ஜரதுஷ்ட்ரா அவனை எழுப்பி நிறுத்து வதற்கு எவ்வளவோ முயன்றாலும், அது வீணானது. அந்த அதிர்ஷ்ட மற்ற மனிதன் அங்கே தன்னுடன் யாரோவொருத்தன் இருப்பதைக் கவனிக்கவில்லை. அதற்கு நேர்மாறாக அவன் பரிதாபமான அசைவுகளோடு, தொடர்ந்து தன்னைச் சுற்றிப் பார்த்துக்கொண்டிருந்தான். அனைத்து உலகங்களாலும் விலக்கப்பட்ட, தனிமைப்படுத்தப்பட்ட ஒருத்தனைப் போல். அதன் பயனாக இறுதியில், அநேக நடுக்கங்களுக்கும், படபடப்பு களுக்கும் தனது உடலைப் பலமுறை வளைத்து நெளித்துத் திருகிக்கொண்ட பிறகு, இவ்வாறு ஓலமிட ஆரம்பித்தான்:

யார் இன்னும் என்மேல் அக்கறை கொள்வது,

யார் இன்னும் என்னை நேசிப்பது?

சூடான கைகளை எனக்கு அளியுங்கள்!

நிலக்கரியைச் சூடு செய்பவர்களை இதயத்திற்கு அளியுங்கள்!

கழுகு போல் விரிந்து, நடுங்குகிற,

பாதங்கள் சூடுபடுத்தப்படும் பாதி இறந்த மனிதனைப் போல் –

உலுக்கப்பட்டு, அந்தோ! அறியாத காய்ச்சல்களால்

உறைபனி அம்புகளால் நடுக்கத்தோடு
எனது எண்ணமே, உன்னால் பின்தொடரப்பட்டு
சொல்ல இயலாத, திரையிடப்பட்ட, பயங்கரமான ஒன்றே!
மேகங்களுக்குப் பின்னாலுள்ள வேட்டைக்காரனே!
உனது மின்னல் அம்பினால் கீழே வீழ்த்தப்பட்டு,
இவ்வாறு கிடக்கிறேன் நான் – இருளில் இருந்து என்னை
வெறித்துப் பார்க்கும் கேலியான கண்
ஒவ்வொரு சாசுவதமான வதையாலும்
என்னையே வளைத்து முறுக்கிக்கொண்டு, துன்புறுத்திக் கொண்டு,
உன்னால் தாக்கப்பட்டு
கொடூர வேட்டைக்காரனே
அறியப்படாதவனே – கடவுளே!
நன்றாகத் தாக்கு!
மீண்டும் தாக்கு!
கொட்டு, கொட்டு, இந்த இதயத்தைச் சிதறடி!
இந்த மழுங்கலான அம்புகளால்?
இந்த வதைக்கு என்ன அர்த்தம்
நீ ஏன் கீழே பார்க்கிறாய்
மனித வலியில் சலிப்புற்று
கெடுநோக்கோடு, புனிதமான மின்னல்வெட்டும் கண்களோடு?
நீ கொல்ல மாட்டாயா,
வெறும் வதை, வதைதானா?
ஏன் – என்னை வதைக்கிறாய்,
கெடுநோக்கான, அறிந்திராத கடவுளே?
ஹா, ஹா, நீ அருகில் திருடுகிறாயா?
அவ்வாறான நடுநிசி நேரத்தில்
உனக்கு என்ன வேண்டும்? பேசு!
நீ என்னை ஒடுக்குகிறாய், கட்டாயப்படுத்துகிறாய் –
ஹா, இன்னும் நெருக்கமாக!

வெளியே! வெளியே!
நான் சுவாசிப்பதைக் கேட்கிறாய் நீ,
எனது இதயத்தை ஒட்டுக் கேட்கிறாய்,
பொறாமையான கடவுளே,
இருந்தும், எதன் மேல் பொறாமை?
வெளியே! வெளியே! ஏன் ஏணி?
நீ எனது இதயத்திற்குள்
ஏறிவிடுவாயா?
எனது மிக ரகசியமான
எண்ணங்களுக்குள்?
வெட்கங்கெட்ட, அறிந்திராத – திருடனே!
திருடுவதால் உனக்கு என்ன கிடைத்துவிடும்?
கவனிப்பதால் உனக்கு என்ன கிடைத்துவிடும்?
சித்ரவதையால் உனக்கு என்ன கிடைத்துவிடும்?
சித்ரவதைக்காரனே?
நீ – தூக்கிலிடுகிற – கடவுள்!
அல்லது நான், ஒரு நாய்போல்
உன் முன் உருளட்டுமா?
சரணடைதல், பெருமகிழ்ச்சியோடு பிதற்றுதல்,
வாலாட்டம் – உனக்கு என் அன்பு?
வீணில்! மீண்டும் தாக்கு
மிகக் கொடூரமான கத்தி! அல்ல,
நாய் அல்ல – நான் உனது விளையாட்டு மட்டுமே,
மிகக் கொடூரமான வேட்டைக்காரனே!
உனது மிகப் பெருமையான கைதி
மேகங்களுக்குப் பின்னால் உள்ள கொள்ளைக்காரனே!
கடைசிமுறையாக, பேசு!

என்னிடமிருந்து என்ன வேண்டும் உனக்கு, ஒளிந்திருந்து தாக்குபவனே?

மின்னலால் திரையிடப்பட்டுள்ள கடவுளே! அறிந்திராத ஒருத்தனே! பேசு,

என்ன வேண்டும் உனக்கு, அறிந்திராத – கடவுளே?
என்ன? மீட்புப் பணமா?
எவ்வளவு மீட்புப் பணம்?
அதிகமாகக் கேள் – இவ்வாறு பேசுகிறது எனது பெருமை!

மேலும் சுருக்கமாகச் சொல் – இவ்வாறு பேசுகிறது எனது மற்ற பெருமை!

ஹா ஹா!
நான் – உனக்கு நான் வேண்டுமா?
நான் – என்னுடைய அனைத்துமா? . . .
ஹா ஹா!
மேலும் என்னை வதைக்கிறாய், நீயொரு முட்டாள்,
நீ எனது பெருமையை மிதக்கச் செய்கிறாய்?

எனக்கு நேசத்தை வழங்கு – யார் என் மேல் இன்னும் அக்கறை கொள்வது?

யார் என்னை இன்னும் நேசிப்பது? – சூடான கைகளைக் கொடு!

இதயத்திற்கு, நிலக்கரியைச் சூடு செய்பவர்களைக் கொடு!
மிகத் தனித்தவனை எனக்குக் கொடு,
யாருடைய பனி, அந்தோ! ஏழு மடங்கு பனி
விரோதிகளுக்காக ஏங்கக் கற்றுத் தருகிறது
விரோதிகளுக்காகவே
சலுகை அளி! ஆம் என்னிடம் சரணடை,
கொடூரமான விரோதியே –
உன்னையளி!
அவன் சென்றுவிட்டான்!
அவன் அவனாகவே பறந்துவிட்டான்,
எனது கடைசி, ஒற்றைத் துணைவன்
எனது மகத்தான விரோதி,
எனது அறிந்திராத
எனது தூக்கிலிடுகிற கொலையாளி – கடவுள்!
இல்லை! திரும்பிவா,
உனது அனைத்து வதைகளோடும்!

ஓ, திரும்பி வா
அனைத்துத் தனித்தவர்களிலும் கடைசியானவனிடம்!
எனது கண்ணீர்களின் அனைத்து நீரோட்டங்களும்
தங்களுடைய செல்வழியில் உன்னிடம் ஓடிவருகின்றன!
மேலும் எனது இதயத்தின் கடைசிப் பிழம்பு –
அது உன்னை நோக்கி எரிகிறது!
ஓ, திரும்பி வா,

எனது அறிந்திராத கடவுளே! எனது வலியே! எனது கடைசி மகிழ்ச்சியே!

## 2

இந்தக் கட்டத்தில், ஜரதுஷ்ட்ராவால் தன்னை மேலும் கட்டுப் படுத்திக் கொள்ள இயலவில்லை, அவன் தனது தடியை எடுத்து பலத்தை எல்லாம் திரட்டி விசையோடு ஓலமிடும் மனிதனைத் தாக்கினான். 'நிறுத்து!' கோபமான சிரிப்போடு அவனைப் பார்த்துக் கத்தினான். 'நிறுத்து நடிகனே! புனைந்துகட்டுபவனே! இதயபூர்வமான பொய்யனே! எனக்கு உன்னை நன்றாகத் தெரியும்!

'உனக்காக நான் உனது பாதங்களைச் சூடுபடுத்துவேன், தீய சூனியக்காரனே, உன் போன்றவர்களுக்காக விஷயங்களை எப்படிச் சூடுபடுத்த வேண்டுமென்று எனக்கு நன்றாகத் தெரியும்!'

'விட்டு விலகு' என்ற அந்த வயதான மனிதன், தரையி லிருந்து துள்ளி எழுந்து, 'என்னை இனியும் அடிக்காதே, ஓ, ஜரதுஷ்ட்ரா! நான் கேளிக்கைக்காகச் செய்தேன்!' என்றான்.

'அப்படியான விஷயங்கள் எனது கலையின் ஒரு பகுதி: உனக்கு நான் இந்தக் காட்சியை அளித்தபோது, உன்னையே அதற்குச் சான்றாக்க விரும்பினேன்! நீ உண்மையில் என்னூ டாக நன்றாகப் பார்த்தாய்.

'ஆனால் நீயும்கூட, உன்னைப் பற்றிய சிறு சான்றைக்கூட எனக்குத் தரவில்லை. விவேகமான ஜரதுஷ்ட்ராவே! நீ கடின மானவன். நீ உனது உண்மைகளால் கடுமையாகத் தாக்குகிறாய். உனது கைத்தடி என்னிடமிருந்து கட்டாயமாகப் பிடுங்கியது – இந்த உண்மையையே!'

'அளவுக்குமீறிப் புகழாதே' என்று பதிலளித்த ஜரதுஷ்ட்ரா, இன்னும் கொந்தளிப்போடும் கடுநோக்கோடும் சொன்னான்:

'இதயபூர்வமான நடிகனே! நீ பொய்யானவன்: நீ ஏன் உண்மை பற்றிப் பேசுகிறாய்.

'மயில்களின் மயிலே, பகட்டின் கடலே, எனக்கு முன்னால் நீ எதை நடித்தாய் தீய சூனியக்காரனே, நீ அப்படி ஓலமிடும் போது நான் யாரில் நம்பிக்கை கொள்ள வேண்டும்?'

'உள்ளுயிரின் பரிகாரம் தேடுபவனில்' என்ற வயதான மனிதன்; 'நான் நடித்தது அவனையே: நீ, நீயேதான், ஒரு காலத்தில் இந்த வெளிப்பாட்டைக் கண்டுபிடித்தாய் –கவிஞனும், சூனியக்காரனும் கடைசியில் தமது உள்ளுயிரைத் தமக்கு எதிராகவே திருப்பிக் கொள்பவர்கள், தமது மோசமான அறிவினாலும் மோசமான மனசாட்சியினாலும் உறைந்து போகிற நிலைகெட்ட மனிதர்கள்.

'மேலும் அதை ஒத்துக்கொள்ள, ஓ, ஜரதுஷ்ட்ரா, எனது பொய்யின் ஊடாக, தந்திரத்தின் ஊடாக நீ பார்ப்பதற்கு! நீண்ட நேரம் எடுத்துக்கொண்டாகிவிட்டது, எனது தலையை உனது கைகளில் தூக்கியபோது, எனது துயரத்தை நீ நம்பினாய்.

"அவன் மிகச் சிறிதே நேசிக்கப்பட்டிருக்கிறான். மிகச் சிறிதே நேசிக்கப்பட்டிருக்கிறான்!" என்று நீ ஓலமிட்டதைக் கேட்டேன், அந்தவரைக்கும் உன்னை ஏமாற்றிவிட்டதாக எனது நயவஞ்சகம் எனக்குள் மகிழ்ந்தது.

'நீ என்னைவிட நுட்பமான மனிதர்களை ஏமாற்றியிருக்கக் கூடும்' என்று சொன்னான் ஜரதுஷ்ட்ரா. 'நான் ஏமாற்றுபவர் களிடம் எச்சரிக்கையாக இருப்பதில்லை. நான் எச்சரிக்கையற்று இருக்கவேண்டும், அதன்படி எனது விதி அதைக் கொள்ளட்டும்.

'நீ எவ்வாறாயினும் ஏமாற்றியே ஆகவேண்டும்: அதுவரை உன்னை எனக்குத் தெரியும், நீ எப்பொழுதும் பலபொருள் வருமாறு – இரண்டு, மூன்று, நான்கு, ஐந்து அர்த்தங்கள் வருமாறுதான் இருக்க வேண்டும். மேலும் நீ இப்போது ஒத்துக்கொண்டது, என்னைப் பொறுத்தமட்டில் உண்மைக்கு அருகிலுமில்லை, பொய்க்கு அருகிலுமில்லை.

'புனைவுக் காட்சியாளனே, உன்னால் வேறெப்படிச் செய்ய இயலும் உனது மருத்துவனிடம் நிர்வாணமாக நின்றால்கூட, நீ உனது வியாதியை மறைத்து விடுவாய்.

'இவ்வாறு நீ உனது பொய்யை என்முன் மறைத்தாய். "நான் அதைக் கேளிக்கையாகச் செய்தேன்" என்று சொன்ன போது, அதில் அக்கறைகூட இருந்தது, நீ உள்ளுயிரின் பரிகாரம் தேடுகிற மாதிரியான ஏதோவொன்று!

'நான் உன்னை நன்றாகவே கண்டுகொண்டேன்: நீ ஒவ்வொருவரையும் மயக்குகிற திறன் கொண்டவனாக ஆனாய். ஆனால் உனக்கு எதிராகச் சொல்லிக் கொள்ள உனக்குப் பொய்யும், வஞ்சகமும் இல்லாமல்போனது – நீ உன்னை மயக்குகிற திறனை இழந்துவிட்டாய்!

'நீ அருவருப்பையே, உனது ஒரே உண்மையாக அறுவடை செய்தாய். உன்னில் எந்த வார்த்தையும் உண்மையில்லை இனியும், ஆனால் உனது வாய் உண்மையானது, அதாவது உனது வாயில் ஒட்டிக்கொண்டுள்ள அருவருப்பு?'

'ஆனால் நீ யார்?' இந்தக் கட்டத்தில் தாக்கப்பட்ட குரலோடு கேட்டான்: 'யார் இன்று வாழும் மகத்தான மனிதனான என்னிடம் இப்படிப் பேசத் துணிவது?' – ஒரு பச்சை மின்னல் வெட்டு, அவனது கண்களில் இருந்து ஜரதுஷ்ட்ரா மேல் பாய்ந்தது, ஆனால் உடனேயே அவன் மாறி, சோகமாகச் சொன்னான்:

'ஓ, ஜரதுஷ்ட்ரா, நான் அதில் களைத்துப்போய்விட்டேன், எனது கலைகள் எனக்கு அருவருப்பூட்டுகின்றன, நான் மகத்தானவனல்ல, பிறகு ஏன் பாவனை செய்ய வேண்டும்! ஆனால், நான் மகத்துவத்தைத் தேடுகிறேன் என்பது உனக்கு நன்றாகவே தெரியும்.

'ஒரு மகத்தான மனிதனாகக் காட்சியளிக்க விரும்பினேன், நான் அநேகரை நம்பவும் வைத்தேன்: ஆனால் இந்தப் பொய், எனது சக்திக்கு மீறியது, நான் அதன்கீழ் தகர்ந்துவிட்டேன்.

'ஓ, ஜரதுஷ்ட்ரா, என்னைப் பற்றிய அனைத்தும் ஒரு பொய்: ஆனால் நான் தகர்ந்துகொண்டிருப்பது – உண்மை!'

'அது உன்னை மரியாதைப்படுத்துகிறது' என்று சொன்ன ஜரதுஷ்ட்ரா, தனது கண்களைத் தாழ்த்தியபடி சொன்னான்: 'மகத்துவத்தைத் தேடியது உனக்கு மரியாதை தருகிறது, ஆனால் அது உன்னை ஏமாற்றுகிறது, நீ மகத்தானவனல்ல.

'தீய கிழட்டுச் சூனியக்காரனே, நீ உன்னிடமே களைப்பாகி, "நான் மகத்தானவனல்ல" என்று அறிவித்தாயே, இதுவே உன்னிடம் நான் மதிக்கும் மிக நேர்மையான, சிறப்பான ஒன்று.

'நான் உன்னை உள்ளுயிரின் பரிகாரம் தேடுபவன் என்று மரியாதைப் படுத்துகிறேன்: கடந்து செல்லும் நேரமே என்றாலும் நீ அப்போது – உண்மையாக இருந்தாய்.

'ஆனால் சொல், எனது காடுகளிலும், மலைமுகடுகளிலும் நீ எதைத் தேடுகிறாய்? உன்னை எனது வழியில் போட்டுக்

கொண்டபோது என்ன சான்று என்னிடமிருந்து உனக்கு வேண்டியிருந்தது?

'எதை என்னில் சோதிக்கிறாய்?'

ஜரதுஷ்ட்ரா இவ்வாறு கூறும்போது, அவனது கண்கள் மின்னின, முதிய சூனியக்காரன் சற்றுநேரம் அமைதியாக இருந்தான். பிறகு சொன்னான்: 'நான் உன்னைச் சோதித்தேனா? நான் – தேட மட்டுமே செய்தேன்.

'ஓ, ஜரதுஷ்ட்ரா, நான் ஒரு உண்மையான மனிதனைத் தேடுகிறேன், ஒரு சரியான, சுலபமான மனிதனை, உண்மை யோடும், அனைத்து நேர்மையோடுமுள்ள ஒரு மனிதனை, விவேகத்தின் கொள்கலத்தை, அறிவின் துறவியை, ஒரு மகத்தான மனிதனைத் தேடுகிறேன்!

'ஓ, ஜரதுஷ்ட்ரா, உனக்குத் தெரியாதா? நான் ஜரதுஷ்ட் ராவைத் தேடுகிறேன்.'

இந்தக் கட்டத்தில், ஒரு நீண்ட அமைதி இருவருக்கிடை யிலும் எழுந்தது. எவ்வாறாயினும், ஜரதுஷ்ட்ரா உள்ளார்ந்து போனான், எனவே அவன் கண்களை மூடிக்கொண்டான். பிறகு, அவனது நண்பனிடம் திரும்பினான். அந்த சூனியக்கார னின் கைகளைப் பற்றிக்கொண்டு, அதிக அடக்கத்தோடும், கபடத்தோடும் சொன்னான்:

'மிக நல்லது! ஜரதுஷ்ட்ராவின் குகைக்கு இட்டுச் செல்லும் வழி அதோ அங்கே உள்ளது, யாரை நீ தேடுகிறாயோ அவன் அங்கே கிடைக்கலாம்.

'மேலும் எனது விலங்குகளின் ஆலோசனையைக் கேள், எனது கழுகும் எனது சர்ப்பமும்: அவர்கள் உன் தேடலில் உதவுவார்கள், ஆனால் எனது குகை பெரியது.

நான்கூட – ஒருபோதும் மகத்தான மனிதனைப் பார்த்த தில்லை, மிகவும் நுட்பமானவர்களின் கண்கள் மகத்தானதாக உள்ளதற்கு இன்று கொடூரமாகத் தெரிகிறது, இது கும்பலின் ராஜ்ஜியம்.

'தங்களை நீட்டிக்கொண்டு, தங்களையே ஊதிப்பெருக்கிக் கொண்ட நிறைய நபர்களை நான் கண்டேன், 'அதோ, ஒரு மகத்தான மனிதன்!' என்று மக்கள் கத்தியதைக் கேட்டேன். ஆனால் எல்லாத் துருத்திகளும் இருந்தும் என்ன பயன்! காற்று கடைசியில் அவர்களிடம் இருந்து தப்பித்துவிடுகிறது.

'தன்னையே' வெகுவாக ஊதி பெருக்கிக்கொள்ளும் தவளை, கடைசியில் வெடித்து விடுகிறது; காற்று தப்பிக்கிறது.

பெருத்திருக்கும் ஒரு காற்றுப்பையின் வயிற்றில் சுரண்டுவதை நான் அருமையான விளையாட்டு என்பேன். கேட்டீர்களா, தோழர்களே!

'இன்று' கும்பலுக்குச் சொந்தமானது: யாருக்கு இன்னும் எது மகத்தானது, எது சிறியது என்று தெரியும்! யார் வெற்றி கரமாக அங்கே மகத்தானதைத் தேட முடியும்! ஒரு முட்டா ளால் மட்டுமே முடியும்; ஒரு முட்டாளே வெல்ல முடியும்.

'நீ மகத்தான மனிதர்களைத் தேடுகிறாயா, விசித்திர மூடனே? யார் உனக்குக் கற்றுத்தந்தது? இன்றா அதற்கான நேரம்? ஓ, தீயதைத் தேடுபவனே, ஏன் – என்னை மயக்குகிறாய்?'

ஜரதுஷ்ட்ரா இவ்வாறு கூறினான், மனஅமைதியுடன் சிரித்துக்கொண்டு, தனது வழியில் தொடர்ந்தான்.

## சேவையிலிருந்து ஓய்வு

சூனியக்காரனிடம் இருந்து தன்னை விடுவித்துக் கொண்ட சற்றுநேரத்தில், தான் செல்லும் பாதையில் யாரோ ஒருத்தன் அமர்ந்துகொண்டிருப்பதை மீண்டும் பார்த்தான்: உயர்ந்த, கறுத்து வெளிறிய, அருவருப்பான தோற்றமுடைய முகத்துடனிருந்த இந்த மனிதன் பெரிதும் எரிச்சலூட்டினான். ஜரதுஷ்ட்ரா தன் இதயத்திடம் சொல்லிக் கொண்டான்: 'அந்தோ, அங்கே அமர்ந்திருக்கிறது, பொய்க்கோலம் பூண்ட வலி, அவன் பூசாரி வகையைப் போலிருக்கிறான். எனது ராஜ்ஜியத்தில் இவர்களுக்கு என்ன வேண்டும்?

'இப்போதுதான் ஒரு சூனியக்காரனிடம் இருந்து தப்பித்தேன், இன்னொரு மாயாஜாலக்காரன் எனது பாதையில் குறுக்கிட வேண்டுமா, என்ன!

'கைகளால் ஜாலம் செய்யும் யாரோ மாயாவி, கடவுள் கிருபையால் அற்புதங்களை நிகழ்த்தும் யாரோவொரு துயருற்றவன், யாரோ நறுநெய்யாட்டப்பட்ட உலகை அவதூறு செய்பவன்: சாத்தான் அவனை எடுத்துக் கொள்ளட்டும்!

'ஆனால் சாத்தான் ஒருபோதும் சரியான இடத்தில் இருப்பதில்லை, அவன் எப்போதும் காலம் தாழ்த்தியே வருகிறான், அந்தக் குழப்பமடைந்த குள்ளன், கோணக்காலன்!'

இவ்வாறு ஜரதுஷ்ட்ரா தனது இதயத்தில் பொறுமை யற்றுச் சபித்துவிட்டு, வெறுப்பான பார்வையோடு அந்தக்

கறுத்த மனிதனிடமிருந்து எப்படி நழுவிச் செல்வது என்று யோசித்தான்: ஆனால், அது வேறுவிதமாக நடந்தது. அதே தருணத்தில் உட்கார்ந்திருந்த மனிதனும் இவனைப் பார்த்து விட்டுத் துள்ளி எழுந்து ஜரதுஷ்ட்ராவை நோக்கிச் சென்றான், எதிர்பாராத மகிழ்ச்சி கவிந்த ஒருத்தனைப் போல்,

'பயணியே, நீ யாராக இருந்தாலும், வழிதவறிப் போன ஒருவனுக்கு, ஒரு தேடுவோனுக்கு, இங்கே சுலபமாகத் தீங்கிழைக்கப் படக்கூடிய ஒரு கிழவனுக்கு உதவு!' என்றான்.

'எனக்கு இங்குள்ள உலகம் விசித்திரமாகவும், ஒதுக்கமாகவும் உள்ளது. நான் வனவிலங்குகளின் ஊளையைக் கேட்கிறேன்; எனக்கு யார் பாதுகாப்பு அளித்திருக்க இயலுமோ அவனே இப்போது உயிரோடு இல்லை.

'நான் கடமை பேணும், கடைசி ஆளைத் தேடி வந்தேன், அவர் ஒரு புனிதரும் துறவியும்கூட. தனது காட்டில் தனியாக உள்ளவர், அனைத்து உலகமும் அறிந்தவொன்றை இன்னும் அறியாதவர்.'

'அனைத்து உலகிற்கும் இன்று என்ன தெரியும்?' என்ற ஜரதுஷ்ட்ரா, 'ஒருவேளை அனைத்து உலகமும் ஒரு காலத்தில் நம்பியிருந்த அந்தப் பழைய கடவுள் இன்னும் உயிரோடில்லை என்பதா?' என்று கேட்டான்.

'அதேதான்' எனப் பதிலளித்தான் சோகமாகக் கிழவன். 'அந்தப் பழைய கடவுளுக்கு, அவரின் கடைசி நேரம்வரை, நான் சேவை செய்தேன்.

'எஜமானன் இல்லாததால் இப்போது நான் சேவையிலிருந்து ஓய்வு பெற்றுவிட்டேன். நான் இன்னும் விடுதலை ஆகவில்லை, நினைவுகளில் அல்லாது ஒரு மணி நேரம்கூட மகிழ்ச்சியாக இல்லை.

'அதனால்தான், ஒரு பழைய போப் போல், ஒரு தேவாலயத் தந்தை போல் ஒரு திருவிழாவை மீண்டும் கொண்டாடலா மென்று நான் இந்த மலைகள்மீது ஏறினேன். நான்தான் கடைசி போப்! தெரியுமா! – கடமை உணர்வுகள் மற்றும் தூய சேவைகளின் ஒரு திருவிழாவைக் கொண்டாடலாமென்று இந்த மலைகள் மீது ஏறினேன்.

'ஆனால் இப்போது அவரே இறந்துவிட்டார், மனிதர் களிலேயே மிகவும் சமயப் பற்றுள்ளவர், தனது முணுமுணுப்பு களாலும், தன்னுடைய பாடல்களாலும் கடவுளைத் தொடர்ச்சி யாகப் போற்றிவந்த, காட்டில் வசித்த அந்தத் தூயவர்.

'நான் அவரது குடிசையைக் கண்டுபிடித்தபோது, அவர் அங்கு இல்லை, ஆனால் அங்கு இரண்டு நரிகள், அவரது மரணத்திற்காக ஊளையிட்டுக் கொண்டிருந்ததைக் கண்டேன். ஏனெனில், மிருகங்கள் அனைத்தும் அவரை நேசித்தன. பிறகு நான் வேகமாக வெளியேறினேன்.

'நான் இந்த மலைகளுக்குள்ளும், காட்டுக்குள்ளும் வந்தது வீண்தானா? பிறகு எனது இதயம் வேறொருத்தனைத் தேட முடிவு செய்தது, கடவுளை நம்பாத, அனைவரிலும் மிகக் கடமை உணர்வுள்ளவனான – ஜரதுஷ்ட்ராவைத் தேட!'

இவ்வாறு பேசிய கிழவன் தன்முன்னால் நின்றிருந்தவனை, துளைக்கும் கண்களோடு கூர்ந்து நோக்கினான்: ஜரதுஷ்ட்ரா அந்த வயதான போப்பின் கைகளைத் தன்கைகளில் எடுத்துக் கொண்டு போற்றுதலோடு அதைப் பார்த்த பிறகு சொன்னான்:

'வணக்கத்திற்குரிய மனிதனே, என்னவொரு நீண்ட, அழகான கைகள்! இது எப்போதும் ஆசிர்வாதங்களையே விநியோகித்த ஒருவனது கைகள். ஆனால், இப்போது நீ தேடுபவனை, அது இறுகப்பற்றிக் கொண்டுள்ளது. நான், ஜரதுஷ்ட்ரா.

'அது நான்தான், ஜரதுஷ்ட்ரா: 'என்னைவிடக் கடவுளற்றவன் யார், நான் அவனது கற்பித்தலில் மகிழ்வேன்' என்று சொல்கிற அதே ஜரதுஷ்ட்ரா.'

இவ்வாறு பேசிய ஜரதுஷ்ட்ரா தனது பார்வையினால் அந்த வயதான போப்பின் எண்ணங்களையும், உட்கிடக்கைகளையும் துளைத்தான். கடைசியாக இரண்டாமவன் ஆரம்பித்தான்:

'யார் அவனை மிகவும் நேசித்து உடைமையாக வைத்திருந்தானோ, அவனை மிகவும் இழந்ததும் அவனே:

'நம்மிருவரில் இப்போது அதிகம் கடவுளற்றவன் நானே அல்லவா? ஆனால் அதில் யார் அதிக மகிழ்ச்சியடைவார்கள்!'

'நீ கடைசிவரை அவனுக்குச் சேவை செய்தாயா?' ஜரதுஷ்ட்ரா யோசனையுடன் கேட்டான். ஒரு ஆழ்ந்த மௌனத்திற்குப் பிறகு கேட்டான்: 'அவன் எப்படி இறந்தான் என்று உனக்குத் தெரியுமா? கழிவிரக்கம் அவனை மூச்சடைத்துக் கொன்றது என்று அவர்கள் சொல்வது உண்மையா?

'மனிதன் எப்படிச் சிலுவையில் தொங்கினான் என்பதைப் பார்த்து அதைத் தாங்க இயலாமல், மனிதன்மீதான அந்தக் காதல் அவனது நரகமாகி, கடைசியில் அவனது மரணமாகவும் ஆனதா?'

வயதான போப் பதிலளிக்கவில்லை, ஆனால் வெட்கத் தோடு வெளியே தூரத்தில் பார்த்தான். ஒரு நோவுற்ற துயருற்ற முகபாவத்தோடு.

நீண்ட சிந்தனைக்குப் பிறகு ஜரதுஷ்ட்ரா சொன்னான்: 'அவன் போகட்டும்!' அப்படிச் சொன்னபோது நேராகக் கிழவனின் கண்களில் கூர்ந்து நோக்கிக்கொண்டிருந்தான்.

'அவன் போகட்டும், அவன் கதை முடிந்துவிட்டது. மேலும் இந்த இறந்த கடவுள்மீது நீ நல்லதையே பேசுவது உன்னை மரியாதைப்படுத்தினாலும், எனக்குத் தெரிந்தது போலவே உனக்கும் அவன் யாரென்று தெரியும்: மேலும் அவன் விநோத வழிகளைத் தொடர்ந்தானென்றும் தெரியும்.'

'நமக்குள்ளே' என்று சொன்ன வயதான போப், உற்சாக மாகி 'அல்லது, நான் இப்படிச் சொல்லலாமா, மூன்று கண்களின் கீழிருந்து சொல்வதெனில் (ஏனெனில் அவனது ஒரு கண் குருடு) புனித விஷயங்களில் நான் ஜரதுஷ்ட்ராவை விட கூடுதலாக ஒளிபெற்றவன் – அப்படியேகூட இருக்கலாம்.

'எனது அன்பு நீண்ட வருடங்கள் அவனுக்குச் சேவை செய்தது. எனது விருப்பம் அவனது அனைத்து விருப்பத்திற்கும் பணிந்தது. ஒரு நல்ல பணியாளன் அனைத்தையும் அறிவான், அவனது எஜமானன் அவனிடம் இருந்து மறைக்கும் அநேக விஷயங்களைக்கூட.

'அவன் ரகசியங்கள் நிறைந்த, மறைக்கப்பட்ட கடவுள், உண்மையில், ரகசியமானதாக, நேராக அல்லாத வழிகளில் அவனுக்கு ஒரு மகன்கூட இருந்தான். அவன் மீதான நம்பிக்கை யின் வாசலில் நிற்கிறது சோரத்தனம்.

'யாரெல்லாம் அவனை நேசத்தின் கடவுள் என்று அழைக் கிறார்களோ, அவர்களே போதுமான அளவு நேசத்தைப்பற்றி உயர்வாக நினைப்பதில்லை. இந்தக் கடவுள் நீதிபதியாகவும் இருக்க விரும்பவில்லையா? ஆனால் நேசிப்பவன் பரிசு மற்றும் தண்டனைக்கு அப்பால் நேசிக்கிறான்.

'இந்தக் கீழை நாடுகளிலிருந்து வந்த கடவுள் இளமையாக இருந்தபோது, கடினமானவனாக, பழிதீர்ப்பு நிறைந்தவனாகத் தானாக ஒரு நரகத்தை எழுப்பினான், தனது விருப்பத்திற்கு உகந்தவர்களுக்காக.

'ஆனால் நீண்ட காலத்தில் அவன் கிழவனாக, மிருதுவாக, கனிந்த, அன்பானவனாக, தந்தையைப் போலிருப்பதைவிட பாட்டனாரைப் போலவும், தள்ளாடும் ஒரு வயதான பாட்டியைப் போலவும் ஆனான்.

'பிறகு அவன் வாடிவதங்கி, அவனது அடுப்பங்கரையை ஒட்டிய வெதுவெதுப்பான மூலையில், தனது பலமற்ற கால்களைச் சொறிந்துகொண்டு, உலகச் சலிப்போடு, விருப்பத்தின் மீது சலிப்போடு அமர்ந்தான். ஒருநாள் அவனது மிகையான கழிவிரக்கத்தால் மூச்சடைத்துப்போனான்.'

ஜரதுஷ்ட்ரா இந்தக் கட்டத்தில் குறுக்கிட்டான்: 'வயதான போப்பே, அதை உனது சொந்தக் கண்களால் பார்த்தாயா? அது கச்சிதமாக அதுபோலவே நிகழ்ந்திருக்கலாம்: அதுபோலவும் மேலும் வேறு மாதிரிகூட. கடவுள்கள் இறக்கும்போது, அவர்கள் எப்போதும் அநேக வகையாக மரணமடைகிறார்கள்.

'நல்லது! ஒரு வழியிலோ அல்லது மற்றதிலோ, ஒரு வழியிலும், மற்றதிலும் – அவன் போய்விட்டான்! அவன் எனது காதுகள் மற்றும் கண்களின் சுவையைத் தாக்கினான். நான் அவனைப்பற்றி மோசமாகப் பேசமாட்டேன்.

'நான் தெளிவான பார்வையும், நேர்மையான பேச்சுமுடைய அனைத்தையும் நேசிக்கிறேன். ஆனால் அவன் – நீ அதைத் தெரிந்துகொள்ள வேண்டும், வயதான பூசகனே, உன் போன்றது எதுவோ அவனிடம் இருந்தது, பூசனையான ஏதோவொன்று – தெளிவற்றவனாக இருந்தான்.

அவன் எளிதில் விளங்கிக்கொள்ள முடியாதவனும்கூட. நாம் அவனது அர்த்தத்தைத் தவறாகப் புரிந்துகொண்டோமெனச் சீற்றத்தில் செருமுகிற அவன், நம்மிடம் எவ்வளவு கோபமுற்றான்.

'நமது காதுகள் பழிக்கப்பட வேண்டுமென்றால், அவன் பேசுவதைச் சரியாகக் கேட்க இயலாத காதுகளை, அவன் ஏன் நமக்குத் தரவேண்டும்? மேலும் நமது காதுகளில் அழுக்கு இருந்தால், அதை யார் அங்கு வைத்தது?

'அவன் நிறைய தோல்விகளைக் கண்டான், தனது நுட்பத்தைக் கற்காத அந்தக் குயவன்: ஆனால் அவை தவறாக வந்தன என்பதற்காக அந்தப் பானைகள்மீது, அவனது படைப்புகள்மீது கோபம் கொண்டான் – அது நல்ல ரசனைக்கு எதிரான பாவம்:

'கடமை உணர்ச்சியில்கூட நல்ல ரசனையுள்ளது: அது கடைசியாகச் சொன்னது: அப்படியானதொரு கடவுளிடமிருந்து விலகு! கடவுளில்லாமல் இருப்பதே மேலானது, தனது சொந்தக் கணக்கில் ஒரு விதியை உருவாக்குவதே மேலானது, ஒரு முட்டாளாக இருப்பது மேலானது, தானே கடவுளாக இருப்பது மேலானது!'

இந்தக் கட்டத்தில் வயதான போப் தனது காதுகளைச் சொறிந்துகொண்டு சொன்னான்: 'ஓ, ஜரதுஷ்ட்ரா, நீ நம்பிக் கொண்டிருப்பதைவிடக் கூடுதலாகக் கடமையுணர்வு உள்ளவன், அப்படியான ஒரு அவநம்பிக்கையில்! உன்னுள் ஏதோ ஒரு கடவுள் உன்னை கடவுளற்றதற்கு மாற்றியுள்ளது.

'உன்னை இனியும் கடவுளை நம்பவிடாமல் வைத்திருப்பது, உனது கடமையுணர்ச்சியே அல்லவா? உனது பெருகும் நேர்மை, நல்லது மற்றும் தீயதற்கு அப்பாலும் உன்னைக் கொண்டு செல்லும்.

'ஏனெனில் பார், எது உனக்கென முன்னொதுக்கப்பட்டுள் ளது? சாசுவதத்தினால் ஆசிர்வதிக்கப்படுவதற்கு விதிக்கப்பட் டுள்ள கண்களும், கையும், வாயும் உனக்கு உள்ளன. ஒருவன் கையால் மட்டுமே ஆசிர்வதிப்பதில்லை.

'உனது அண்டை அசலில், அதிகம் கடவுளற்றவன் நீயாகவே இருந்தாலும், நீண்ட ஆசிவழங்கலிலிருந்து வரும் நல்வாழ்வு மற்றும் புனிதத் தன்மையின் மறைவான நாற்றத்தை நான் முகர்கிறேன்: அது என்னை மகிழ்ச்சியாலும், துயரத்தாலும் நிறைக்கிறது.

'ஓ, ஜரதுஷ்ட்ரா, ஒரே ஒரு இரவு மட்டும் உனது விருந்தாளியாக இருக்கிறேன்! உலகில் வேறெங்கும் இப்போது நான் மகிழ்ச்சியாக இருக்கமாட்டேன்!'

'ஆமென்! அப்படியே ஆகட்டும்!' ஜரதுஷ்ட்ரா மகத்தான ஆச்சரியத்தோடு சொன்னான். 'அதோ அங்கே இட்டுச் செல்கிறது வழி, அங்கே உள்ளது ஜரதுஷ்ட்ராவின் குகை.

'நானேகூட உன்னை மகிழ்ச்சியாக அங்கே வழி நடத்துவேன், வணக்கத்திற்குரிய மனிதனே, ஏனெனில் கடமையுணர்வுள்ள அனைவரையும் நான் நேசிக்கிறேன். ஆனால், இப்போது துயரத் தின் கதறலொன்று என்னை அவசரமாக உன்னிடமிருந்து அழைக்கிறது.

'நான் எனது அரசாட்சிக்குள் தீங்கிழைக்க வருவதற்கு ஒருத்தரையும் விடமாட்டேன்; எனது குகை, ஒரு அருமையான புகலிடம். அனைத்திற்கும் மேலாக, நான் ஒவ்வொரு துயருறும் நபரையும், மீண்டும் திடமான நிலத்தின்மீது, திடமான கால்களோடு நிறுத்த விரும்புகிறேன்.

'எவ்வாறாயினும், உனது தோள்களில் இருந்து உனது துயரார்ந்த நிலையை யார் தூக்க இயலும்? நான் அதற்கு மிகவும் பலஹீனமானவன். உண்மையில், யாராவது ஒருவன் உனது கடவுளை உனக்காக மீண்டும் விழிக்க வைப்பதற்குமுன், வெகுநேரம் நாம் காத்திருக்க வேண்டும்.

'இந்தக் கிழட்டுக் கடவுள் இப்போது இல்லை: அவன் முற்றிலும் இறந்து விட்டான்.'

ஜரதுஷ்ட்ரா இவ்வாறு கூறினான்.

## மிக அசிங்கமான மனிதன்

மீண்டும் ஜரதுஷ்ட்ராவின் பாதங்கள் காடுகள் மலைகளின் ஊடாக ஓடின, அவனது கண்கள் தேடிக்கொண்டேயிருந்தன, ஆனால் அவை பார்க்க விரும்பியது, அந்த மகத்தான துன்பப்படுபவனை, துயரில் கதறுபவனை, அவனை எங்கும் பார்க்க இயலவில்லை. வழியில் சென்றபோதெல்லாம் தனது இதயத்தில் மகிழ்ந்தான், நன்றியால் நிரம்பியிருந்தான். 'எத்தகைய நல்ல விஷயங்களை இந்த நாள் எனக்குத் தந்திருக்கிறது, அவ்வளவு மோசமான ஆரம்பத்திற்குப் பதிலீடாக! எத்தகைய விநோதமான உரையாடல்களை நான் நேரில் கேட்டறிந்தேன்!' என்றான்.

'இப்போது நான் அவர்களின் வார்த்தைகளை நீண்ட நேரம் சோளத்தைப்போல் மென்றுகொண்டிருப்பேன்; எனது பற்கள் அவற்றைச் சிறிதாக அரைத்து நசுக்கும்; எனது ஆத்மாவிற்குள் அவை பால்போல் ஓடும்வரை!'

ஆனால், பாதை மீண்டும் ஒரு பாறையைச் சுற்றியவுடன், ஒரேயடியாகக் காட்சி மாறியது. ஜரதுஷ்ட்ரா மரணத்தின் ஒரு ராஜ்ஜியத்திற்குள் அடியெடுத்து வைத்தான். இங்கே கறுப்பும் சிவப்புமான மலைக்கூம்புகள் மேல்நோக்கித் துருத்திக் கொண்டிருந்தன: புல்லில்லை, மரமில்லை, பறவைகளின் கதறலில்லை. ஏனெனில், அது இரையெடுக்கும் விலங்குகளெல்லாம் தவிர்க்கிற ஒரு சமவெளி; ஒருவகையான அழகற்ற, மொத்தையான, பச்சைநிறச் சர்ப்பத்தைத்தவிர, அதுவும்கூட அதற்கு வயதான போது, சாவதற்காக இங்கே வந்தது. இரையெடுக்கும் விலங்குகள்கூடத் தவிர்க்கிற சமவெளி, மேய்ப்பர்கள் இந்தச் சமவெளியைச் 'சர்ப்பத்தின் மரணம்' என்றனர்.

ஜரதுஷ்ட்ரா, இருண்ட பழைய நினைவுகளில் தோய்ந்து போனான். ஏனெனில், அவனுக்கு ஏற்கனவே இந்தச் சமவெளியில் நின்றிருந்ததைப்போலத் தோன்றியது. மேலும், அநேக கனமான விஷயங்கள் அவனது மனத்தை ஆக்கிரமித்திருந்தன. அதனால் அவன் மெதுவாகச் சென்று, மேலும் மிக மெதுவாகச் சென்று, கடைசியில் நின்றான். அவன் தனது கண்களைத்

திறந்தபோது, வழியில் ஏதோவொன்று அமர்ந்திருந்தது. மனிதனைப்போல் உருவம்கொண்ட, இருந்தும் மனிதனைப் போலல்லாத, சொல்லவியலாத ஏதோவொன்று. சட்டென்று இப்படி ஒரு உருவத்தைப் பார்க்க நேர்ந்ததால் ஜரதுஷ்ட்ரா வெட்கமுற்றான்: அவன் அதீதமாக நாணிப்போய், தனது பார்வையைத் திருப்பி, இந்தத் தீய இடத்திலிருந்து போவதற்கு யத்தனித்தான். அந்த ஆளற்ற காட்டுப் பகுதியில் ஏதோ எதிரொலித்தது: தண்ணீர் நிறுத்தப்பட்ட குழாய்களில், இரவு நேரத்தில் ஏற்படுவது போன்ற களகளவென்ற உராய்வொலி தரையிலிருந்து வந்தது, கடைசியில் ஒரு மனிதக் குரலும், அதனிடம் இருந்து கிளம்பி இவ்வாறாக ஒலித்தது:

*'ஜரதுஷ்ட்ரா, ஜரதுஷ்ட்ரா! எனது புதிரைப் படி! பேசு, பேசு! சாட்சியின் மீதான பழிவாங்கல் எது?*

*'உன்னை நான் திரும்பக் கவர்ந்திழுக்கிறேன், இங்கே உள்ளது சறுக்குப் பனி! கவனித்துக் கொள், உனது கர்வம் தனது கால்களை முறித்துக்கொள்ளாமல் கவனித்துக் கொள்!*

*'நீயாக உன்னை விவேகி என்று நினைத்துக்கொள்கிறாய், கர்வம் மிக்க ஜரதுஷ்ட்ராவே! எனவே புதிரைப் படி, நான் என்கிற புதிர்! கடுமையான குறடே! சொல் நான் யாரென்று?'*

ஆனால் இந்த வார்த்தைகளைக் கேட்டவுடன், ஜரதுஷ்ட்ராவுடைய ஆத்மாவிற்கு என்ன நேர்ந்தது என்று நினைக்கிறீர்கள்? கழிவிரக்கம் அவனை ஆட்கொண்டது: அநேக விறகுவெட்டிகளை நீண்ட காலம் தாங்கிய ஒரு ஓக் மரத்தைப்போலக் கனமாக, திடீரென்று, அதை வீழ்த்த விரும்பியவர்களே திகிலடையும் வகையில் ஒரேயடியாக வீழ்ந்து போனான். ஆனால் தரையிலிருந்து ஒருவாறாக எழுந்தான், அவனது முகபாவம் கடுமையாகியிருந்தது.

'எனக்கு உன்னை நன்றாகத் தெரியும்.' செருக்குமிகுந்த குரலில், அவன் சொன்னான்: 'நீதான் கடவுளின் கொலைகாரன்! என்னைப் போகவிடு.

'உன்னைப் பார்த்தவனை உன்னால் தாங்கிக்கொள்ள இயலாது – இமைக்காமல், ஊடுருவி ஊடுருவிப் பார்த்தவனை, மிக அசிங்கமான மனிதனே! நீ இந்தச் சாட்சியைப் பழிதீர்த்தாய்!'

இவ்வாறு பேசி ஜரதுஷ்ட்ரா கிளம்ப எத்தனம் செய்தான். ஆனால், அந்த வர்ணிக்க இயலாத ஜந்து, அவனது உடையின் ஓரத்தைப் பற்றியது, பேசுவதற்காகக் களகளவென்று துழாவியது, 'இரு!' என்று கடைசியாகச் சொன்னது யார்?

‘இரு, போகாதே! உன்னைத் தரையில் வீழ்த்திய கோடரியை நானே வடிவமைத்தேன்; ஓ, ஜரதுஷ்ட்ரா, நீ மீண்டும் நிற்பதற்கு, உனக்கு வாழ்த்துக்கள்!

‘நீ அதை வடிவமைத்தாய், எனக்கு அது நன்றாகத் தெரியும், கடவுளைக் கொன்றவன் எப்படி உணர்கிறானென் பதை – எப்படி உணர்கிறான் கடவுளின் கொலைகாரன், இரு! என் பக்கத்தில் உட்கார்; காரணமற்றல்ல.

‘யாரிடம் நான் போக விரும்புவேன் உன்னிடம் அல்லாமல்? இரு, கீழே உட்கார்! ஆனால், என்னைப் பார்க்காதே! இவ்வாறு மரியாதைப்படுத்து, எனது அசிங்கத்தை!

‘அவர்கள் என்னை வாட்டுகிறார்கள்: நீயே எனது கடைசிப் புகல். அவர்களுடைய வெறுப்போடல்ல, அவர்களு டைய பணியாட்களோடல்ல – ஓ அப்படியான வாட்டுதலை நான் கேலி செய்வேன், நான் அதனால் பெருமை கொள்வேன், மகிழ்ச்சி அடைவேன்!

‘இங்கேயிருந்து நன்றாக வாட்டப்பட்டவர்களிடம் அல்லவா அனைத்து வெற்றியும்? மேலும் வாட்டக் கற்றுக்கொள்பவன், சுலபமாகத் தொடரக் கற்றுக் கொள்கிறான் – ஏனெனில் அவன் ஏற்கனவே மற்றவர்களின் குதிகால்களில் இருக்கிறான். ஆனால் அது அவர்களது கழிவிரக்கம்.

‘மேலும் அவர்களின் கழிவிரக்கத்திலிருந்துதான் நான் பறந்து வந்தேன், உன்னிடம் பறந்து வந்தேன். ஓ, ஜரதுஷ்ட்ரா, எனது கடைசிப் புகலே, எனக்குப் பாதுகாப்புக் கொடு; நீதான், என்னை வடிவமைக்கக்கூடிய ஒரேயொருவன்:

‘அவனைக் கொன்றவன் எப்படி உணர்வான் என்பதைக் கண்டுபிடித்தாய், இரு! மேலும், நீ போவதாயிருந்தால், பொறுமை யற்ற மனிதனே, நான் வந்த வழியில் போகாதே, அந்த வழி மோசமானது.

‘நான் மொழியை மிக நீண்ட நேரம் அடித்துச் சிதைத்தி னால் என்னிடம் கோபமாக இருக்கிறாயா? உனக்கு நான் உபதேசம் செய்ததாலா? ஆனால் தெரியுமா: மிக அசிங்கமான மனிதன், அது நான்தான்.

‘மிகப்பெரிய, கனமான பாதங்கள் உள்ளவனான நான் எங்கு சென்றேனோ, அங்கு வழி மோசமாக இருந்தது. நான் மரணத்தின், தகர்ப்பின் அனைத்துச் சாலைகளின் வழியாகவும் நடக்கிறேன்.

‘ஆனால் நீ அமைதியாக என்னைக் கடந்து சென்றாய், முகம் சிவந்திருந்தாய், நான் அதை நன்றாகப் பார்த்தேன்: அதிலிருந்துதான் நீ ஜரதுஷ்ட்ரா என்பதை அறிந்தேன்.

‘வேறொருத்தனாக இருந்தால் எனக்குப் பிச்சையையும் அவனது கழிவிரக்கத்தையும் பார்வையிலும், பேச்சிலும் வீசி யிருப்பான். ஆனால் அதன் பொருட்டு – நான் பிச்சைக்காரன் ஆவதற்குப் போதுமானவனல்ல, நீ அதைக் கண்டுபிடித்து விட்டாய் –

‘ஏனெனில் நான் மிகச் செல்வந்தன், பெரிய விஷயங்களில், பயப்படத்தக்க விஷயங்களில், மிக அசிங்கமான விஷயங்களில், வர்ணிக்க முடியாத விஷயங்களில் செல்வந்தன்! ஓ, ஜரதுஷ்ட்ரா, உனது வெட்கம் என்னைப் பெருமைப்படுத்தியது!

‘நான் கழிவிரக்கப்படுபவர்களின் விடாக்கண்டனான கும்பலிலிருந்து சிரமத்துடன் தப்பித்தேன், ‘கழிவிரக்கம் விடாப் பிடியானது’ என்று சொல்லித்தரும் ஒரே ஒருத்தனை – உன்னை – கண்டுபிடித்துவிடலாமென, ஓ, ஜரதுஷ்ட்ரா!

‘ – அது ஒரு கடவுளின் கழிவிரக்கமாக இருந்தாலும், மனிதக் கழிவிரக்கமாக இருந்தாலும்: கழிவிரக்கம் தன்னடக்கத்திற்கு எதிரானது, உதவியோடு ஓடிவரும் நற்குணத்தைவிட, உதவ விருப்பமற்ற தன்மை மிகச் சிறந்ததாக இருக்கும்.

‘அந்தக் கழிவிரக்கம், சிறு மனிதர்களால் நற்குணம் என்றே அழைக்கப்படுகிறது – மகத்தான அதிர்ஷ்டமின்மை, மகத்தான அசிங்கத்தன்மை, மகத்தான தோல்வி ஆகியவற்றின் மேல் அவர்கள் மரியாதையற்று உள்ளனர்.

‘நான் இதற்கெல்லாம் அப்பால் பார்க்கிறேன், ஆட்டு மந்தைகளின் திரளான பின்புறங்களைத் தாண்டி ஒரு நாய் பார்ப்பதுபோல். அவை சிறிய, நல்ல – அர்த்தமுள்ள, நன்கு – கம்பளியிடப்பட்ட நிறமற்ற மனிதர்கள்.

‘காலியான குளங்களை ஒரு கொக்கு கண்டனத்துடன் பார்ப்பதுபோல், தலையைப் பின்னால் வீசி: அப்படியே நான் நிறமற்ற சிறிய அலைகளையும், விருப்பங்களையும், ஆத்மாக் களின் திரளையும் பார்க்கிறேன்.

‘இந்தச் சின்ன மனிதர்கள் மிக நீண்ட காலம் சரியாக அனுமதிக்கப்பட்டு விட்டார்கள்: இவ்வாறாகக் கடைசியில் அவர்களுக்கு அதிகாரம்கூட அனுமதிக்கப்பட்டது. இப்போது அவர்கள் கற்பிக்கிறார்கள்: “சின்ன மனிதர்கள் நல்லதென்று அழைப்பதே நல்லது.”

‘மேலும், ‘உண்மை’ என்பது அவர்களிடமிருந்தே துள்ளி வந்த ஆசிரியன் இன்று உபதேசிப்பதுதான். அந்த வித்தியாச மான துறவி, சிறிய மனிதர்களின் வழக்குரைஞன், “நான்தான் உண்மை” என்று தனக்குத்தானே சான்றிதழ் தந்து கொண்டவன்.

‘இந்தத் தன்னடக்கமற்ற மனிதன் சின்ன மனிதர்களின் சேவல் கொண்டைகளை நீண்ட காலமாகப் பெருமையில் சிலிர்த்தெழச் செய்துகொண்டிருந்தவன் –‘நான்தான் உண்மை’ என்று சொல்லித்தந்தபோது, ஒரு பெரிய தவறைச் சொல்லித் தந்தான்.

‘ஒரு தன்னடக்கமற்ற மனிதன் எப்போதாவது இவ்வளவு பணிவாகப் பதிலளிக்கப்பட்டிருக்கிறானா? ஆனால் நீ ஜரதுஷ்ட்ரா, அவனைக் கடந்து சொன்னாய், “இல்லை! இல்லை! மூன்றுமுறை இல்லை!”

‘நீ அவனது தவறுக்கு எதிராக எச்சரித்தாய், அப்படிச் செய்வதில் முதல் ஆளாக. கழிவிரக்கத்திற்கு எதிராக எச்சரித்தது – வேறு யாரும் அல்ல, நீயும் உன் வகையினரும்தான்.

‘நீ அந்த மகத்தான துன்புறுபவனின் வெட்கத்திற்காக வெட்கப்பட்டாய், உண்மையில் “கழிவிரக்கத்தில் இருந்து ஒரு மகத்தான மேகம் திரள்கிறது, மனித இனமே ஜாக்கிரதை!” என்று சொன்னபோது,

“அனைத்துப் படைப்பாளிகளும், கடினமானவர்களும், அனைத்து மகத்தான நேசமும், கழிவிரக்கத்திற்கு அப்பாலானது” என்று நீ கற்பிக்கும்போது, ஓ, ஜரதுஷ்ட்ரா, தட்பவெப்ப சகுனங்களில் நீ எவ்வளவு கற்றவனாகத் தெரிகிறாய் எனக்கு!

‘நீயே – உனது கழிவிரக்கத்திற்கு எதிராக உன்னையே எச்சரித்துக் கொள்கிறாய்! ஏனெனில் அநேக துன்புறுபவர்கள், சந்தேகிப்பவர்கள், மனமுடைந்தவர்கள், மூழ்குகிறவர்கள், உறைந்துகொண்டிருக்கிற மனிதர்கள் – என்று அநேகம் பேர் உன்னிடம் வர தங்களின் வழியில் வந்துகொண்டிருப்பதால்,

‘நான் எனக்கு எதிராகவும் உன்னை எச்சரிக்கிறேன். நீ எனது சிறந்ததைப் படித்துவிட்டாய், எனது மோசமான புதிரைப் படித்துவிட்டாய். என்னையே நான் என்ன செய்தேன், உன்னை வீழ்த்தும் கோடரியைத் தெரியும் எனக்கு.

‘ஆனால் அவன் – மரணமடைய வேண்டும். அவன் அனைத்தையும் பார்க்கிற கண்களோடு பார்த்தான். அவன் மனிதனின் ஆழங்களையும், படுபாதாளங்களையும் பார்த்தான். அனைத்து மனிதர்களின் மறைவான வெட்கக்கேட்டையும், அசிங்கங்களையும் பார்த்தான்.

‘அவனது கழிவிரக்கம் எந்த வெட்கமும் அறியாதது: அவன் எனது மிக அழுக்கான மூலைகளுக்கெல்லாம் ஊர்ந்தான்: இந்த மிக ஆர்வமுள்ள, மிகக் கூடுதல் – விடாப்பிடியான, கூடுதல் அன்பான கடவுள் இறக்க வேண்டும்.

'அவன் எப்போதும் என்னைப் பார்த்தான்: நான் அப்படியான சாட்சியைப் பழிவாங்கவோ அல்லது தற்கொலை செய்துகொள்ளவோ தீர்மானித்தேன்.

'அனைத்தையும் பார்த்த கடவுள், மனிதனைக்கூட: இந்தக் கடவுள் இறக்க வேண்டும்! அப்படியான சாட்சியொன்று உயிரோடு இருப்பதை மனிதனால் தாங்கிக்கொள்ள இயலாது.'

இவ்வாறு பேசினான் மிக அசிங்கமான மனிதன். ஜரதுஷ்ட்ரா, எழுந்து போவதற்குத் தயாரானான்: ஏனெனில், அவன் தனது முதுகெலும்புவரைக்கும் சில்லிட்டுப் போயிருந்தான்.

'வர்ணிக்க இயலாத ஜந்துவே' அவன் சொன்னான்: 'உனது பாதைக்கு எதிராக என்னை எச்சரித்தாய், அதற்கான நன்றியாக, நான் என்னுடையதைப் பரிந்துரைக்கிறேன், அதோ அங்கே கிடக்கிறது ஜரதுஷ்ட்ராவின் குகை.

'எனது குகை பெரியது, ஆழமானது, நிறைய மூலைகளைக் கொண்டுள்ளது; அங்கு மிகவும் மறைக்கப்பட்ட மனிதனும்கூட, அவனது மறைவிடத்தைக் காண்பான். அதற்கு அருகிலேயே உள்ளது ஊர்கிற, சடசடக்கிற, குதிக்கிற விலங்குக்கான ரகசியமான, வழுக்குகிற ஒரு நூறு வழிகள்.

'உன்னை வெளியே ஒதுக்கியவனை நீ ஒதுக்கு, நீ மனிதர்கள் மற்றும் மனிதர்களின் கழிவிரக்கத்தோடு வாழ விரும்பவில்லையா? மிக நல்லது, நான் செய்வது போலச் செய். இவ்வாறு என்னிடமிருந்து கற்றுக்கொள்வாய், செய்பவனே கற்றுக்கொள்கிறான்.

'அனைத்திற்கு முன்பாகவும், அனைத்திற்கு மேலாகவும் எனது விலங்குகளுடன் பேசு! மிகப் பெருமையான விலங்கும், மிக வேகமான விலங்கும் – அவர்களே நம்மிருவருக்குமான சரியான ஆலோசகர்களாக இருக்கக்கூடும்!'

இவ்வாறு பேசி ஜரதுஷ்ட்ரா, அவனது வழியில் சென்றான். முன்பைவிட இன்னும் அதிக யோசனையோடும், இன்னும் மெதுவாகவும்; ஏனெனில் அவனிடம் அவனே நிறைய விஷயங்களைக் கேட்டுக்கொண்டதால், என்ன பதில் சொல்வது என்று சுலபமாகத் தெரியவில்லை.

மனிதன் எவ்வளவு ஏழ்மையானவன் (தனது மனதுக்குள் நினைத்துக் கொண்டான்), எவ்வளவு அசிங்கமானவன், எவ்வளவு கரகரக்கிறவன், எவ்வளவு ரகசிய வெட்கக்கேடு நிரம்பியவன்!

அவர்கள் சொல்கிறார்கள், மனிதன் தன்னைத்தானே நேசிப்பதாக, ஓ, இந்தச் சுயநேசம் எவ்வளவு மகத்தானதாக

இருக்கவேண்டும்! எவ்வளவு கண்டனம் அதற்கு எதிராக இருக்கவேண்டும்!

இந்த மனிதனும்கூடத் தன்னை நேசித்துக்கொண்டான், தன்னை வெறுத்துக்கொண்டது போலவே – அவன் எனக்கு ஒரு மகத்தான நேசனாகவும், ஒரு மகத்தான வெறுப்பாளனாக வும் தெரிகிறான்.

அவ்வளவு ஆழமாகத் தன்னை வெறுத்த ஒருத்தனை, நான் இன்னும் பார்க்கவில்லை: அதுவே அதிகம். அந்தோ, அவன்தான் நான் கேட்ட கதறலுக்குரிய உயர்மனிதனா?

நான் மகத்தான வெறுப்பாளர்களை நேசிக்கிறேன், மனிதன்தான் விஞ்சப்பட வேண்டிய ஏதோவொன்று.

## தன்னார்வப் பிச்சைக்காரன்

ஜரதுஷ்ட்ரா அசிங்கமான மனிதனைவிட்டு விலகிய பிறகு குளிராகவும், தனிமையாகவும் உணர்ந்தான்: ஏனெனில், அவனது எலும்புகள்கூடக் குளிர்ந்து போகும் அளவிற்கு நிறைய குளிரையும், தனிமையையும் உள்வாங்கியிருந்தான். ஆனால் சரிவான பள்ளத்தாக்குகளையும், பசுமையான வழித் தடங்களையும் கடந்து வனப் பாறைகளின் வழிகள் ஊடாகவும், ஒரு பொறுமையற்ற ஓடை ஏற்படுத்தியிருந்த படுகை ஊடாக வும் அவன் மலைமேல் ஏறினான். பிறகு, திடுமென ஒரேயடி யாக அவன் வெதுவெதுப்படைந்து மேலும் உற்சாகமானான்.

‘எனக்கு என்ன நேர்ந்தது?’ அவன் தன்னைத் தானே கேட்டுக்கொண்டான். ‘வெதுவெதுப்பான, உயிர்வாழ்கிற ஏதோ வொன்று எனக்குப் புத்துணர்வு ஊட்டுகிறது, அது அருகில்தான் இருக்க வேண்டும்.

‘ஏற்கனவே நான் தனிமையில் உள்ளேன். முன்பின் அறியாத தோழர்களும், சகோதரர்களும் என்னைச் சுற்றி வட்டமிடுகிறார்கள், அவர்களுடைய வெதுவெதுப்பான மூச்சு எனது ஆத்மாவைத் தொடுகிறது.

ஆனால், அவன் தன்னை உற்று நோக்கி, தனது தனிமையை ஆசுவாசப் படுத்துபவர்களைத் தேடியபோது, ஒரு சிறு மலைப்பாதையின்மீது பசுக்கள் ஒன்றாக நின்றுகொண்டிருந்தன: அவற்றின் அருகாமையும், வாசமும் அவனது இதயத்திற்கு வெதுவெதுப் பூட்டியிருந்தது.

இந்தப் பசுக்கள், ஒரு பேச்சாளனைக் கவனமாகக் கேட்பது போலிருந்தன, வருபவனுக்கு ஒரு கவனமும் செலுத்தவில்லை. அவற்றை நெருங்கியபோது, அவைகளுக்கு நடுவிலிருந்து ஒரு மனிதக் குரலை ஜரதுஷ்ட்ராவால் தெளிவாகக் கேட்க முடிந்தது. மேலும், வெளிப்படையாக அவையனைத்தும் தங்கள் தலைகளைப் பேச்சாளனை நோக்கித் திருப்பியிருந்தன.

பிறகு ஜரதுஷ்ட்ரா மலைமேட்டின் மீது துள்ளி ஏறி விலங்குகளை விலக்கினான். ஏனெனில், இங்கு யாரோ ஒருத்தன் விபத்தில் சிக்கியிருப்பான் அதற்குப் பசுக்களின் பரிதாப உணர்வு மருந்தாக இயலாது என்று பயந்தான். ஆனால் இதில் அவனுக்கு ஏமாற்றமே; ஏனெனில் அங்கே தரையில் ஒரு மனிதன் உட்கார்ந்திருந்தான், அவனால் ஆபத் தொன்றும் ஏற்படாது என்று விலங்குகளை நம்ப வைப்பதாகத் தோன்றினான். ஒரு அமைதியான மனிதன், ஒரு சடங்குக் காரன், அவனுடைய கண்களிலிருந்தே நல்லதனம் உபதேசித் தது. 'என்ன தேடுகிறாய் நீ இங்கே?' என்று ஆச்சரியத்தில் கத்தினான் ஜரதுஷ்ட்ரா.

'நான் இங்கே என்ன தேடுகிறேன்?' அவன் பதிலளித்தான்: நீ தேடுகிறதைத்தான், அமைதியைத் தகர்ப்பவனே! பூமியில் மகிழ்ச்சியைத் தேடுகிறேன்.

அதுபற்றி நான் இந்தப் பசுக்களிடம் இருந்து கற்றுக்கொள்ள இயலும். ஏனென்றால் நான் ஏற்கனவே காலையில் பாதிநேரம் அவைகளிடம் பேசிவிட்டேன், அவை எனக்குப் பதில் சொல்ல இருந்தன, நீ ஏன் அவற்றைத் தொந்தரவு செய்தாய்?

'நாம் பசுக்கள் போல் ஆகவில்லை என்றால், நம்மால் சொர்க்க சாம்ராஜ்ஜியத்திற்குள் நுழைய இயலாது. ஏனெனில், நாம் அவற்றிடம் இருந்து கற்கவேண்டியது ஒன்றுள்ளது; அசைபோடுதல்.

'உண்மையில், ஒருக்கால் ஒரு மனிதன் உலகிலுள்ள அனைத்தையும் கற்று: அசைபோடுவதை மாத்திரம் கற்காவிட் டால், அதனால் அவனுக்கு என்ன பிரயோஜனம்! அவனுடைய இன்னலிலிருந்து அவனால் விடுபட இயலாது.

'அவனது மகத்தான பேரிடர், எவ்வாறாயினும், அது இன்று அருவருப்பு என்று அழைக்கப்படுகிறது. இன்று தனது இதயத்திலும் வாயிலும் கண்களிலும் அருவருப்பை நிரப்பாத வன் எவன் இருக்கிறான்? நீகூட! நீகூட! இந்தப் பசுக்களிடம் அன்பு காட்டு!'

இவ்வாறு பேசினான் மலைச் சடங்குக்காரன். பிறகு தனது பார்வையை ஜரதுஷ்ட்ரா பக்கம் திருப்பினான், அது

வரை அந்தப் பார்வை அன்போடு பசுக்களின்மேல் இருந்தது: அப்போது, அவன் மாறினான், 'யாரது, நான் பேசிக் கொண் டிருப்பது யாரிடம்?' அவன் கத்தியவாறு திடுக்கிட்டுத் தரையி லிருந்து துள்ளி எழுந்தான்.

'இதுதான் அருவருப்பற்ற மனிதன், இது ஜரதுஷ்ட்ராவே தான், மகத்தான அருவருப்பை விஞ்சியவன், இதுவே அவன் கண், இதுவே அவன் வாய், இதுவே ஜரதுஷ்ட்ராவினுடைய இதயம்!'

அவன் இவ்வாறு பேசியபிறகு, யாருடன் பேசிக்கொண் டிருந்தானோ, அவனுடைய கைகளைப் பொங்கிவழியும் கண்களோடு முத்தமிட்டான். எதிர்பாராத பரிசோ, நகையோ சொர்க்கத்திலிருந்து தன்னிடம் விழுந்தவனைப் போல் நடந்து கொண்டான், பார்த்துக்கொண்டிருந்த பசுக்கள் அதிசயமடைந்தன.

'என்னைப்பற்றிப் பேசாதே, விநோதமான, தோழமையான மனிதனே!' ஜரதுஷ்ட்ரா, தனது அன்பைக் கட்டுப்படுத்திக் கொண்டு சொன்னான்: 'முதலில் உன்னைப்பற்றி என்னிடம் சொல்! முன்னொரு காலத்தில், மகத்தான செல்வங்களைத் தூக்கியெறிந்த தன்னார்வப் பிச்சைக்காரன்: நீயல்லவா?

'தனது செல்வங்களையும், செல்வந்தர்களையும் பார்த்துக் கூசியவன். ஏழ்மையானவர்களிடம் விரைந்து, தன்னிடம் மிகையாக உள்ளதையும், தனது இதயத்தையும் தருவதற்குச் சென்றவன்? அவர்கள் அவனை வரவேற்கவில்லையே.'

'அவர்கள் என்னை வரவேற்கவில்லை', என்று சொன்ன தன்னார்வப் பிச்சைக்காரன், 'அது உனக்குத் தெரியுமா? எனவேதான் கடைசியில் நான் விலங்குகளிடமும், இந்தப் பசுக்களிடமும் வந்தேன்' என்றான்.

'பிறகு நீ கற்றுக்கொண்டாய்' ஜரதுஷ்ட்ரா பேசிக்கொண்டி ருந்தவனை இடைமறித்தான்: 'நன்றாக எடுத்துக்கொள்வதை விட, நன்றாகக் கொடுப்பது எவ்வளவு கடினமானது, நன்றாகக் கொடுப்பது ஒரு கலை. அன்பின் இறுதியான, மிக நுட்பமான தலையாய கலை!'

'குறிப்பாக இந்த நாட்களில்' தன்னார்வப் பிச்சைக்காரன் பதிலளித்தான்: 'ஏனெனில், இன்று கீழானது அனைத்தும் புரட்சிகரமாக, தனிஒதுக்கமாக அதன் சொந்தவகையில் இறுமாப் போடு உள்ளது – அதாவது, கும்பலின் வகையில்.

'ஏனெனில் நேரம் வந்துவிட்டது, உனக்குத் தெரியுமே, கும்பலுடைய அடிமைகளின் மகத்தான, தீய, நீட்டிக்கப்பட்ட, மெதுவான புரட்சி; அது வளர்கிறது, மேலும் வளர்கிறது.

'இப்போது அனைத்துத் தாராளகுணமும், சிறு தருதல்களும் கீழானவர்களைத் தூண்டுகின்றன. மேலும் கூடுதலாகச் செல்வமுடையவர்கள் தங்களது ஜாக்கிரதையில் இருக்கட்டும்!

'பெரிய வயிறுடைய புட்டிகளின், மிகக் குறுகிய கழுத்து வழியாகச் சொட்டுவது போலச் சொட்ட விடுபவர்கள் யாராக இருந்தாலும், மக்கள் அவ்வாறான புட்டிகளின் கழுத்துக்களை இன்று முறிக்க விரும்புகிறார்கள்.

'வெறி மிகுந்த பேராசை, கசப்பான பொறாமை, புளித்துப் போன பழிவாங்கும் இயல்பு, கும்பலின் பெருமை: இவை அனைத்தும் தங்களை எனது முகத்தின்மேல் எறிந்தன. ஏழைகள் ஆசிர்வதிக்கப்பட்டவர்கள் என்பது இனியும் உண்மையல்ல. சொர்க்க சாம்ராஜ்ஜியம், பசுக்களிடம்தான் உள்ளது.'

'அது ஏன் செல்வந்தர்களிடமில்லை' என்று ஜரதுஷ்ட்ரா கேட்டான், அவனைத் தூண்டிவிட்டான், அமைதியின் மனிதனைப் பழக்கத்தோடு முகர்ந்துகொண்டிருந்த பசுக்களைத் தடுத்தபடி.

'என்னை ஏன் தூண்டுகிறாய்?' பின்னவன் பதிலளித்தான்: 'உனக்கு அது என்னைவிட நன்றாகத் தெரியுமே. எது என்னை மிக ஏழ்மையானவர்களிடம் விரட்டியது, ஓ, ஜரதுஷ்ட்ரா? நமது பெரிய செல்வந்தர்களிடமான அருவருப்பு அல்லவா அது?

' – செல்வத்தினால் தண்டிக்கப்பட்டவர்களிடம் அருவருப்பு, அனைத்து வகையான கூட்டித்தள்ளிய குப்பைகளிலிருந்தும் பயன்களைப் பொறுக்குகிற, குளிர்ந்த கண்களுடனான வெட்கங்கெட்ட எண்ணங்கள், இந்தச் சொர்க்கம்வரை நாறுகிற கும்பலின்மீதான அருவருப்பு.

'இந்த முலாம் பூசப்பட்ட, தாழ்மையான கும்பல், யாருடைய தகப்பன்கள் ஜேப்படிக்காரர்களாக அல்லது பிணம் தின்னும் பறவைகளாக அல்லது புகார்களோடுள்ள குப்பைப் பொறுக்கிகளாக, வெறி மிகுந்த, மறதி நிறைந்த மனைவிகளாக – ஏனெனில், அவர்கள் அனைவருக்கும் வேசிகளுக்கும் அதிக வித்தியாசம் இல்லை –

'மேலே கும்பல்! கீழே கும்பல்! 'பணக்காரர்கள்', 'ஏழைகள்' எல்லாம் இன்று யார்? நான் இந்த வித்தியாசத்தை மறந்தேன் – பிறகு நான் வெளியே பறந்தேன், வெகு வெளியேயும் மிகத் தொலைவாகவும், இந்தப் பசுக்களிடம் வரும்வரை.'

இவ்வாறு பேசினான், அமைதியின் மனிதன். அவன் பேசும்போது செருமினான், வியர்த்தான்: எனவே பசுக்கள்

மீண்டும் ஆச்சரியப்பட்டன. ஜரதுஷ்ட்ரா, அவன் அவ்வளவு காத்திரமாகப் பேசிக்கொண்டிருந்த நேரமெல்லாம் ஒரு புன்னகையோடு அவனது முகத்தைப் பார்த்துக்கொண்டிருந் தான். பிறகு அமைதியாகத் தனது தலையை அசைத்தான்.

'நீ அவ்வாறான காத்திரமான வார்த்தைகளை உபயோகிக் கும்போது, உனக்கே நீ வன்செயல் செய்துகொள்கிறாய், மலைச் சடங்குக்காரனே, உனது வாயோ அல்லது கண்களோ அவ்வாறான காட்டத்திற்காகச் செய்யப்பட்டதல்ல.

'உனது வயிறும்கூட, நான் நினைப்பதுபோல்: அனைத்துச் சீற்றமான வெறுக்கிற, மிதமிஞ்சி நுரைக்கிறவற்றை எதிர்க்கிறது. உனது வயிறு மிருதுவான விஷயங்களை வேண்டுகிறது, நீ கசாப்புக்காரன் அல்ல.

'நேர்மாறாக, நீ எனக்குத் தாவரங்களுடைய, மூலிகை களுடைய மனிதனாகத் தோன்றுகிறாய்: ஒருக்கால் நீ சோளத்தை அரைப்பாய், ஆனால் நீ நிச்சயமாக, சிற்றின்பங்களில் விருப்பம் கொள்ளாதவன், தேனை விரும்புபவன்.'

'நீ என்னை நன்றாகக் கண்டுகொண்டாய்' என்று பதிலளித் தான் ஒளிபெற்ற இதயத்துடன் தன்னார்வப் பிச்சைக்காரன். 'நான் தேனை விரும்புகிறேன், நான் சோளத்தை அரைப்பேன், ஏனெனில் எது நல்ல சுவையுடனுள்ளது, அருமையான மணத்தைத் தருகிறது என்று நான் தேடுகிறேன்;

'எது நீண்டநேரம் எடுத்துக் கொள்ளுமோ, அருமையான சோம்பேறிகளுக்கும், மந்தமானவர்களுக்கும், எது ஒரு நாளின் வேலையை, ஒரு நாளின் சுவைத்தலை எடுத்துக்கொள்ளுமோ அதையும்கூட.

'நிச்சயமாக்கிக்கொள்ள, இந்தப் பசுக்கள் அதில் அபார மான தேர்ச்சியைப் பெற்றுவிட்டன. அவை மெல்லுவதையும், சூரிய ஒளியில் கிடப்பதையும் கண்டுபிடித்தன. அவை இதயத்தை உப்பலாக்குகிற, அனைத்துக் கனமான எண்ணங்களில் இருந்தும் விலகி நிற்கின்றன.'

'மிகவும் நல்லது!' ஜரதுஷ்ட்ரா சொன்னான்: 'நீ எனது விலங்குகளையும் கூடக் காண்பாய், எனது கழுகையும் எனது சர்ப்பத்தையும் – அவை போன்றவை உலகில் இன்று இல்லை.

'பார், அதோ அங்கே முன்னே செல்கிறது, எனது குகைக் கான வழி: இன்றிரவு அதன் விருந்தினனாக இரு. மேலும் நான் வீடு திரும்பும்வரை எனது விலங்குகளிடம் விலங்குகளின் மகிழ்ச்சிபற்றிப் பேசு.

‘ஏனெனில், இப்போது துயரத்தின் ஒரு குரல் என்னை அவசரமாக உன்னிடம் இருந்து அழைக்கிறது. எனது குகையில் புதிய தேன்கூட உனக்குக் கிடைக்கும், அதன் கூட்டில் பனி போல் குளிர்ந்த தங்கமான தேன்: அதைச் சாப்பிடு!

‘விநோதமான, தோழமையான மனிதனே! இப்போது உனக்குக் கடினமாக இருந்தாலும்கூட, நேரடியாக உனது பசுக்களிடமிருந்து விடைபெறு. அவை உனது அன்புமிகுந்த நண்பர்கள், ஆசான்கள்!’

‘நான் விரும்பும், கூடுதலாக விரும்பும் ஒன்றைத் தவிர’ தன்னார்வப் பிச்சைக்காரன் பதிலளித்தான்: ‘நீயே நல்லவன், ஒரு பசுவைவிடச் சிறந்தவன், ஓ, ஜரதுஷ்ட்ரா!’

‘போ, போ! அவக்கேடான புகழ்ச்சிக்காரனே!’ ஜரதுஷ்ட்ரா குறும்பாகக் கத்தினான்: ‘அப்படியான வாழ்த்தாலும், புகழ்ச்சி யின் தேனாலும் என்னை ஏன் கெடுக்கிறாய்?’

‘போ, என்னிடம் இருந்து போய்விடு!’ என்று மீண்டும் கத்தியவாறு, அவனது தடியை அந்த அன்பான பிச்சைக்காரன் பக்கம் சுழற்றினான். அவனோ லாகவமாக ஓடிப்போனான்.

## *நிழல்*

தன்னார்வப் பிச்சைக்காரன் ஓடி மறைந்து, ஜரதுஷ்ட்ரா மீண்டும் தனித்தாகி வெகு நேரமாகவில்லை, அதற்குள் அவனுக்குப் பின்னால் அவனை அழைக்கும் குரலொன்று கேட்டது: ‘நில்! ஜரதுஷ்ட்ரா! காத்திரு! இது நான்தான், ஓ, ஜரதுஷ்ட்ரா, நான்தான், உனது நிழல்!’ ஆனால் ஜரதுஷ்ட்ரா காத்திருக்கவில்லை. ஏனெனில், சட்டென்று அவனது மலை களில் ஏற்பட்டிருக்கும் கூட்டத்தையும், ஜனத்திரளையும் பற்றிய ஒரு துர்க்குணத்தால் ஆட்கொள்ளப்பட்டான். ‘எங்கே பறந்தது எனது தனிமை!’ என்றான் அவன்.

‘உண்மையில், என்னால் தாங்கிக்கொள்ள முடியவில்லை. இந்த மலைகள் மொய்க்கப்படுகின்றன. எனது ராஜ்ஜியம் இனியும் இந்த உலகினுடையதல்ல, எனக்குப் புதிய மலைகள் வேண்டும்.

‘எனது நிழல் என்னை அழைத்ததா? எந்தக் கணக்கில் எனது நிழல்! அது என் பின்னோடட்டும்! நான் – அதனிட மிருந்து விலகியோடுவேன்!’

இவ்வாறு, தனது இதயத்திடம் பேசிவிட்டு ஓடிப்போனான். ஆனால், அவனுக்குப் பின்னே இருந்தவன் அவனைத் தொடர்ந் தான். எனவே அதிலிருந்து ஒருவர்பின் ஒருவராக மூன்று ஓட்டக்காரர்கள், அதாவது முன் கோடியில் தன்னார்வப் பிச்சைக்காரன், பிறகு ஜரதுஷ்ட்ரா, மூன்றாவதாகப் பின்கோடி யில் அவனது நிழல், அவ்வாறாக அவர்கள் சற்றுநேரம் ஓடுவதற் குள், ஜரதுஷ்ட்ராவுக்குத் தனது மடமைபற்றிச் சுயநினைவு வந்து, ஒரேயடியாகத் தனது நகைச் சுவையையும், அருவருப்பை யும் உதறினான்.

'மிகவும் நகைப்பிற்குரிய விஷயங்கள் வயதான துறவிகளான, தூயவர்களான நம்மிடையே எப்போதும் நடக்கிறதல்லவா?' என்றான் அவன்.

'உண்மையில், எனது மடமை மலைபோல் உயர்ந்து வளர்ந்தது! இப்போது நான் அறிவற்ற ஆறு பழைய கால்கள் ஒன்றன்பின் ஒன்றாக ஒலி எழுப்புவதைக் கேட்கிறேன்!

'ஆனால், ஜரதுஷ்ட்ரா நிஜமாக ஒரு நிழலிடம் பயங் கொள்ள இயலுமா? எவ்வாறிருந்தாலும், அதற்கு என்னைவிட நீண்ட கால்கள் உள்ளதாக நினைக்கிறேன்.'

ஜரதுஷ்ட்ரா இவ்வாறு பேசி, வயிறு குலுங்கச் சிரித்தான். நின்றான், உடனடியாகத் திரும்பினான் – அப்படிச் செய்ததனால், அவனைத் தொடர்ந்த நிழலை ஏறத்தாழத் தரையில் தள்ளினான். பின்னவன் மிக நெருக்கமாகத் தனது குதிகால்களில் தொடர்ந்து கொண்டிருந்தான், மிகத் தளர்ந்திருந்தான். ஜரதுஷ்ட்ரா தனது கண்களால் அவனைக் கூர்ந்து பார்த்தபோது, ஒரு பேயைப் பார்த்ததுபோலச் சட்டென்று திகிலடைந்தான். மிக மெல்லிய தாக 'கறுப்பாக' உள்ளீடற்றுச் சக்தியிழந்தவனாகத் தோன்றினான், அவனைத் தொடர்பவன்.

'யார் நீ?' ஜரதுஷ்ட்ரா கோபத்தோடு கேட்டான்: 'நீ இங்கு என்ன செய்து கொண்டிருக்கிறாய்? ஏன் உன்னை, எனது நிழல் என்று அழைத்துக்கொள்கிறாய்? எனக்கு உன்னைப் பிடிக்கவில்லை.'

'என்னை மன்னித்துவிடு!' நிழல் பதிலளித்தது: 'அது நான்தான்; உனக்கு என்னைப் பிடிக்கவில்லையென்றால், ஓ, ஜரதுஷ்ட்ரா! மிகவும் நல்லது, அதில் உன்னையும் உனது ரசனையையும் போற்றுகிறேன்.

'நான் அலைந்து திரிபவன், உனது குதிகால்களில் ஏற்கனவே நெடுந்தூரம் நடந்துவிட்டவன்: எப்போதும் ஒரு இலக்கோ அல்லது வீடோ அற்று போய்க்கொண்டிருப்பவன்: உண்மையில்,

ஏறத்தாழ நானே அலைந்துதிரியும் சாசுவத யூதன், நான் சாசுவத மானவனோ, யூதனோ அல்ல என்பதைத்தவிர.

என்ன? நான் எப்போதும் போய்க்கொண்டிருக்க வேண்டுமா? ஒவ்வொரு காற்றாலும் சுழற்றப்பட்டு, அமைதியற்று, முன்செலுத்தப்பட்டு? ஓ, பூமியே, நீ மிகவும் உருண்டையாக ஆகிவிட்டாய்!

'நான் ஒவ்வொரு நிலப்பரப்பின் மீதும் அமர்ந்தேன், களைத்த தூசியைப்போல் ஜன்னல் சட்டங்களின் மீதும், கண்ணாடிகளின் மீதும் உறங்கிப் போனேன். அனைத்தும் என்னிடம் இருந்து எடுத்துச் செல்கின்றன, எதுவும் தருவதில்லை. நான் இளைத்துப் போனேன் – ஏறத்தாழ ஒரு நிழலைப் போலிருக்கிறேன்.

'ஆனால், நான் உன்னிடம் பறந்து வந்திருக்கிறேன், உன்னை நீண்ட தொலைவு தொடர்ந்திருக்கிறேன், ஓ, ஜரதுஷ்ட்ரா, உன்னிடமிருந்து என்னை மறைத்துக் கொண்டிருந்தும், நானே உனது சிறந்த நிழலாக இருந்திருக்கிறேன்: எங்கு நீ அமர்ந்தாயோ, அங்கு நானும் அமர்ந்திருக்கிறேன்.

'உன்னுடன் மிகத் தொலைவான, மிகக் குளிர்ந்த இடங்களுக்குப் பயணம் செய்திருக்கிறேன். பனியின்மீதும், பனிக்காலக் கூரைகள்மீதும் நடக்கிற ஒரு பேயைப்போல் மிகத் தொலைவானவற்றிலும், மோசமானவற்றிலும், விலக்கப்பட்டவற்றிலும் அனைத்திலும் உன்னோடு சிரமப்பட்டிருக்கிறேன்: மேலும் என்னுள் உள்ளவை அனைத்தும் நற்பண்புகளாக இருந்தால், அது எந்தத் தடையுத்தரவுக்கும் நான் பயப்படாததால்தான்.

'உன்னோடு சேர்ந்து எனது இதயம் மரியாதை செய்த அனைத்தையும் உடைத்தேன், சிலைகளைப் பெயர்த்துக் கடாசினேன், மிக அபாயகரமான விருப்பங்களைப் பெற்றேன் – உண்மையில், ஒருபோது அனைத்துக் குற்றச் செயல்களுக்கும் அப்பால் சென்றேன்.

'வார்த்தைகளிலும், மதிப்பீடுகளிலும், மகத்தான பெயர்களிலுமிருந்த நம்பிக்கையை உன்னோடு சேர்ந்து மறக்கக் கற்றேன். சாத்தான் தனது தோலைக் கழற்றும்போது, அதன் பெயரும்கூடக் கழன்று விழுவதில்லையா? ஏனெனில் அதுவும் கூட ஒரு தோலே அல்லவா, சாத்தானேகூட ஒருக்கால் – ஒரு தோல்தான்.

'எதுவும் உண்மையில்லை, அனைத்தும் அனுமதிக்கப்படுகிறது – இவ்வாறு நானெனக்குச் சொல்லிக்கொண்டேன். இதயத்தாலும், தலையாலும் மிகக் குளிர்ந்த நீருக்குள் புகுந்தேன்.

அந்தோ, எத்தனை தடவை நிர்வாணமாக நின்றிருக்கிறேன், ஒரு சிவப்பு நண்டுபோல்!

'அந்தோ! எனது அத்தனை நல்லதனமும், வெட்கமும், நல்லதன் மேல் எனது நம்பிக்கையும் எங்கே பறந்தன! அந்தோ, ஒருகாலத்தில் என்வசமிருந்த எனது ஏமாற்றுகிற கள்ளமின்மை எங்கே போனது? நல்லவர்களின் கள்ளமின்மையும், தூய பொய்களும் எங்கே போயின.

'உண்மையில், உண்மையை அதன் பாதங்களுக்கு நெருக்கமாக அடிக்கடித் தொடர்ந்தேன்: பிறகு அது எனது முகத்தில் உதைத்தது, சிலநேரம் நான் பொய் சொல்ல நினைத்தேன், பிறகே அதை அடித்தேன் – உண்மையை.

'எனக்கு நிறைய விஷயங்கள் தெளிவாகிவிட்டன, இப்போது அதனிடம் நான் அக்கறை கொள்வதில்லை. நான் நேசிக்கும் எதுவும் இன்னும் உயிர் வாழவில்லை – நான் எப்படி இன்னும் என்னை நேசிப்பது?

"வாழ்வது என்றால் நான் விரும்புவதுபோல் வாழ்வது அல்லது வாழாமலேயே போவது" – அதுவே நான் வேண்டுவது, அதுவே மிகத் தூய்மையான மனிதன் வேண்டுவது. ஆனால் அந்தோ! எப்படி நான் இன்னும் வைத்திருப்பேன் – ஒரு விருப்பத்தை?

'எனக்கு இன்னும் ஒரு இலக்கு உள்ளதா? எனது பாய்மரம் விரைய ஒரு துறைமுகம் உள்ளதா?

'ஒரு நல்ல காற்று? எங்கே செல்கிறோம் என்று தெரிந்த ஒருத்தனுக்கே, எந்தக் காற்று தனக்கு உதவுகிற நல்ல காற்று என்று தெரியும்.

'எனக்கு எது மீதம் விடப்பட்டுள்ளது? களைத்துத் திமிரான: ஒரு ஓய்வற்ற இதயம்; திடமற்ற இறகுகள்: ஒரு உடைந்த முதுகெலும்பு.

'எனது இல்லத்திற்கான இந்தத் தேடல்: ஓ, ஜரதுஷ்ட்ரா, உனக்குத் தெரியுமா இந்தத் தேடலே எனது துன்பம், அது என்னை விழுங்குகிறது.

'எங்கே உள்ளது – எனது இல்லம்? நான் கேட்கிறேன், தேடுகிறேன். அதற்காக நாடினேன், நான் அதைக் கண்டுபிடிக்கவில்லை, ஓ, சாசுவதமாக எங்குமுள்ளவனே, ஓ, சாசுவதமாக எங்குமில்லாதவனே, ஓ, சாசுவதப் பகட்டே!'

இவ்வாறு பேசியது நிழல். அதன் வார்த்தைகளில் ஜரதுஷ்ட்ராவின் முகம் தொங்கியது. 'நீயே எனது நிழல்!' என்று கடைசியில் அவன் துயரமாகச் சொன்னான்.

'உனது அபாயம் சிறியதல்ல, சுதந்திரமான உள்ளுயிரே, அலைந்து திரிபவனே! நீ ஒரு மோசமான பகலைப் பெற்றாய்: உனக்கு ஒரு மிகமோசமான மாலைவேளை வராமல் பார்த்துக் கொள்!

'கடைசியில் உன்னைப் போன்ற ஓய்வற்ற மனிதர்களுக்கு ஒரு சிறைகூட வரமாக இருக்கும். பிடிபட்ட குற்றவாளிகள் எப்படித் தூங்குவார்கள் என்று எப்போதாவது பார்த்திருக்கிறாயா? அவர்கள் அமைதியாகத் தூங்குகிறார்கள், அவர்களுடைய புதிய பாதுகாப்பை, அவர்கள் மகிழ்ச்சியாகக் கொண்டாடு கிறார்கள்.

'நீ கடைசியாக ஒரு குறுகிய நம்பிக்கையில் பிடிபடாதவாறு பார்த்துக்கொள். ஒரு கடுமையான, திடமான தோற்றமாயை யில்! அதிலிருந்து குறுகியது, திடமானது அனைத்தும் உன்னைக் கவர்ந்து, தூண்டி இழுக்கும்.

'நீ உனது இலக்கை இழந்துவிட்டாய்: அந்தோ நீ எப்படி அதைத் தாண்டிவந்து, அந்த இழப்பைக் கண்டு சிரிப்பாய்? உனது இலக்கைத் தொலைத்ததன் மூலம், உனது வழியையும் தொலைத்துவிட்டாய்.

'ஏழ்மையான பயணியே, அலைந்து திரிபவனே, களைத்த பட்டாம்பூச்சியே! உனக்கு இன்று மாலை ஒரு ஓய்விடமும், வளாகமும் வேண்டுமா? மேலே எனது குகைக்குப் போ!

'அதோ அங்கே முன்னே செல்கிறது, எனது குகைக்கான வழி. இப்போது நான் உன்னிடமிருந்து வேகமாக ஓடிவிடுவேன், ஏற்கனவே ஒரு நிழல் என்மேல் கிடப்பதுபோல் உள்ளது.

'நான் தனியாக ஓடுவேன், ஆகவே மீண்டும் என்னைச் சுற்றிப் பிரகாசம் வளரும். அதற்கு நான் நெடுந்தூரம் எனது கால்களில் மகிழ்ச்சியாக ஓடிக் கொண்டிருக்க வேண்டும். மாலை வேளையில், நாம் நடனமாடலாம்!'

ஜரதுஷ்ட்ரா இவ்வாறு கூறினான்.

## உச்சி வேளையில்

ஜரதுஷ்ட்ரா ஓடினான், ஓடினான், வேறு யாரையும் காணவில்லை. அவனையே மீண்டும் மீண்டும் கண்டான், உணர்ந்து மகிழ்ந்தான். தனது தனிமையை அனுபவித்தான், நல்ல விஷயங்களைப் பற்றி மணிக்கணக்கில் எண்ணினான்,

முடிவில் உச்சி நேரத்தின்போது, சூரியன் சரியாக ஜரதுஷ்ட்ரா வின் தலைக்குமீதாக நின்றபோது, அவன் ஒரு திராட்சைக் கொடியின் குறுக்குநெடுக்கான ஏராள அன்பினால் சுற்றித் தழுவப்பட்டு, அதனால் மறைக்கப்பட்ட கரணைகரணையான மரமொன்றைப் பார்த்தான். திராட்சைக் கொடியிலிருந்து ஏராளமான மஞ்சள் திராட்சைகள் அலைந்து திரிபவனுக்காகத் தொங்கிக்கொண்டிருந்தன. பிறகு, சிறுதாகத்தைத் தீர்த்துக் கொள்ளும் ஆர்வத்தை உணர்ந்தான். அவனே ஒரு திராட்சையைப் பிடுங்கவும் விரும்பினான்; ஆனால் அப்படிச் செய்ய அவன் தனது கைகளை நீட்டியபோது, இன்னும் மகத்தான தான வேறொன்றைச் செய்யும் ஆர்வத்தை உணர்ந்தான்: அதாவது, மரத்திற்கு அருகில் கச்சிதமான உச்சிவேளையில் படுத்துறங்க.

இதை ஜரதுஷ்ட்ரா செய்தான்: பல வண்ணப்புற்களின் அமைதியிலும், ரகசியத்திலும் படுத்தவுடன் தனது சிறுதாகத்தை மறந்து உறங்கிப்போனான். ஜரதுஷ்ட்ராவின் பேச்சில் உள்ள வாறு: ஒரு விஷயம் மற்றதைவிட அத்தியாவசியமானது, அவனது கண்கள் மட்டுமே திறந்திருந்தன – ஏனெனில், அவை மரத்தைப் பார்ப்பதிலும், அதிசயிப்பதிலும், திராட்சைக் கொடியின் நேசத்திலும் களைத்துப் போகவில்லை. உறக்கத்தில் விழும்போது, ஜரதுஷ்ட்ரா தனது இதயத்திடம் இவ்வாறு பேசினான்:

மென்மை! மென்மை! உலகம் இப்போது கச்சிதமாக ஆகிவிடவில்லையா? எனக்கு என்ன நேர்ந்தது?

பார்க்கமுடியாத ஒரு இனிய தென்றல், அமைதியான அலையற்ற கடல்மீது நடனமாடுகிற, மெல்லிய, இறகுபோல் மெல்லிய: இவ்வாறே உறக்கம் எனது கண்களின் மீது நடனமாடுகிறது.

எனது கண்களை அது மூடவில்லை, எனது ஆத்மாவை அது விழிப்போடு விட்டுச் செல்கிறது. உண்மையில் அது மெல்லியது! இறகுபோல் மெல்லியது.

அது என்னை இணங்கச் செய்கிறது, எப்படியென்று எனக்குத் தெரியாது: அது உட்புறமாக என்னைத் தொடுகிறது, ஒரு தடவும் கையோடு அது என்னைக் கட்டாயப்படுத்துகிறது. ஆம், அது என்னைக் கட்டாயப்படுத்துகிறது, எனது ஆத்மா தானாக வெளியே விரிவதற்காக:

எவ்வளவு நீண்டும், களைத்தும் போனது எனது ஆத்மா, எனது விநோத ஆத்மா! அதற்கு ஒரு ஏழாம்நாள் மாலைவேளை

வந்துவிட்டதா, இந்த உச்சிவேளையில்? அது நீண்ட காலமாக கனிந்த, நல்ல விஷயங்களுடன் மகிழ்ச்சியோடு அலைந்து திரிந்துவிட்டதா?

எனது விநோத ஆத்மா தன்னை விரித்துக்கொள்கிறது நீளமாக, நீளமாக – மேலும் நீளமாக! அது அசைவற்றுக் கிடக்கிறது. அது அநேக நல்ல விஷயங்களைச் சுவைத்துவிட்டது, இந்தத் தங்கமான சோகம் அதை அழுத்துகிறது, அது ஒரு கோணலான வாயை உண்டாக்குகிறது.

ஒரு கப்பல்போல் அது அசைவற்று விரிகுடாவில் நுழைந்து விட்டது. இப்போது அது பூமியின்மேல் சாய்கிறது, நீண்ட பயணங்களாலும், நிச்சயமற்ற கடல்களினாலும் அது களைப்புற் றுள்ளது. பூமி கூடுதலாக நம்பத்தகுந்தது அல்லவா?

அப்படியான ஒரு கப்பல் கரையில் கிடப்பதுபோல், கரைக்கு எதிராக அணைந்து ஒட்டி – அங்கே அது ஒரு சிலந்திக்கு தன் நூலைத் தரையிலிருந்து அதனிடம் நூற்க ஏதுவாக்குகிறது. வலிமையான கயிறுகள் இனித் தேவையில்லை.

அப்படியொரு கப்பல் அமைதியான விரிகுடாவில் ஓய்வெடுப்பதுபோல்; அவ்வாறு நான் மண்ணுக்கு நெருக்கமாக, நம்பிக்கைக்குரியவனாக, நம்புபவனாக; காத்திருக்கிறேன், அதனு டைய அருமையான நூல்களால் பிணைக்கப்பட்டிருக்கிறேன்.

ஓ, மகிழ்ச்சியே! ஓ, மகிழ்ச்சியே! நீ பாடுவாயா, ஓ, எனது ஆத்மாவே? நீ புற்களின்மீது படுத்திருக்கிறாய். ஆனால் இது எந்த ஒரு மேய்ப்பனும் தனது புல்லாங்குழலை வாசிக்காத ரகசியமான, சிறப்பு நிரம்பிய நேரம்.

கவனமாக இரு! சூடான உச்சிவேளை வயல்வெளிகளில் உறங்குகிறது. பாடாதே! மென்மை! உலகம் கச்சிதமாக உள்ளது.

பாடாதே, புல் பறவையே, ஓ எனது ஆத்மாவே! கிசுகிசுக்கக் கூடச் செய்யாதே, வெறுமனே பார் – மென்மையாக! வயதான உச்சிவேளை உறங்குகிறது, அது தனது வாயை அசைக்கிறது: அது சற்றுமுன் மகிழ்ச்சியின் ஒரு துளியை அருந்தியிருக்க வில்லையா.

– ஒரு புராதனமான தங்கமான மதுவினுடைய தங்க மகிழ்ச்சியின் பழுப்பு நிறத்துளியை: ஏதோவொன்று அதன் குறுக்காகப் பறக்கிறது, அதன் மகிழ்ச்சி சிரிக்கிறது. இவ்வாறே – ஒரு கடவுள் சிரிக்கிறார், மெதுவாக!

'மகிழ்ச்சி, மிகக் கொஞ்சமே மகிழ்ச்சியைச் சென்றடைகிறது!' இவ்வாறு ஒருபோது பேசிவிட்டு, என்னை நான் விவேகி என்று

நினைத்துக்கொண்டேன். ஆனால் அது ஒரு தகுதிக்கேடான பேச்சு: அதை இப்போது நான் அறிந்தேன். விவேகமான முட்டாள்கள் நன்றாகப் பேசுவார்கள்.

கச்சிதமாக, மிகச் சிறிய விஷயம், மென்மையான, மெல்லிய, பல்லியின் சலசலப்போடு, ஒரு சுவாசம், ஒரு தருணம், விழியின் ஒரு சிமிட்டல் – அருமையான மகிழ்ச்சியின் தரத்தை சிறியதே உண்டாக்குகிறது, மென்மையாக!

எனக்கு என்ன நேர்ந்துவிட்டது? காலம் பறந்து விலகிவிட்டதா? நான் விழுந்துவிடவில்லையா? நான் விழவில்லையா – சாசுவதத்தின் கிணற்றுக்குள்?

எனக்கு என்ன நேர்ந்துகொண்டிருக்கிறது? இன்னும்! அது என்னைக் கொட்டிக் கொண்டிருக்கிறதா – அந்தோ – இதயத்தில்? இதயத்தில்! ஓ, சிதறு, சிதறு இதயமே, அப்படியான மகிழ்ச்சிக்குப் பிறகு, அப்படியான கொட்டுதலுக்குப் பிறகு!

என்ன? உலகம் இப்போது கச்சிதமாகிவிடவில்லையா? உருண்டு, கனிந்து? ஓ, தங்கமான வட்ட வளையமே – எவ்விடம் அது பறந்தது? வெளியே, அதன்பின்! வெளியே!

மென்மை – (இந்தக் கட்டத்தில் ஜரதுஷ்ட்ரா தன்னை நீட்டிக் கிடத்தினான், மேலும், உறங்குவதாக எண்ணினான்.)

எழு! (அவன் தனக்குத்தானே சொல்லிக்கொண்டான்) எழு உறங்குபவனே! உச்சிவேளையில் உறங்குபவனே! மிகவும் நல்லது, இங்கே வா வயதான கால்களே! இது நேரம், நேரம் கடந்தது, உனக்கு இன்னும் அதிக தூரம் உள்ளது.

நீ உனக்கு நிறைவாக உறங்கிவிட்டாய், எவ்வளவு நீண்டு! சாசுவதத்தில் பாதி உறங்கிவிட்டாய்! மிகவும் நல்லது, இங்கே வா, எனது வயதான இதயமே! அப்படியான உறக்கத்திற்கு எவ்வளவு நேரத்திற்குப் பிறகு – உனது நிறைவை எழுப்புவாய்?

(ஆனால், பிறகு மீண்டும் அவன் உறங்கிப் போனான், அவனது ஆத்மா அவனோடு முரண்பட்டது, எதிர்த்தது. மேலும் மீண்டும் கீழே படுத்தது.) 'என்னைத் தனியேவிடு! மென்மை! உலகம் இப்போதுதான் கச்சிதமாக ஆகியிருக்கிறது இல்லையா? ஓ, உருண்ட ஒரு தங்கப் பந்தினைப் போலக் கச்சிதமாக!'

எழுந்திரு (ஜரதுஷ்ட்ரா சொன்னான்) சின்னத் திருடனே, சோம்பேறி எலும்புகளே! என்ன! இன்னும் புரள்கிறாய், கொட்டாவி விடுகிறாய், வெட்கப்படுகிறாய், ஆழமான கிணறுகளில் விழுகிறாயா?

அப்படியானால் நீ யார்? எனது ஆத்மாவே! (இந்தக் கட்டத்தில் கிளம்பினான். ஏனெனில், சூரியஒளியின் ஒரு கீற்று வானத்திலிருந்து கீழே, அவன் முகத்தை ஒரு பார்வை பார்த்தது.)

ஓ, எனக்கு மேலுள்ள வானமே (வெட்கப்பட்டு, நேராக அமர்ந்துகொண்டு அவன் சொன்னான்) நீ என்னைக் கண் காணிக்கிறாயா? நீ எனது விநோத ஆத்மாவைக் கவனித்துக் கேட்கிறாயா?

பூமி சார்ந்த விஷயங்கள் அனைத்தின்மேலும் விழுந்துள்ள இந்தத் தேன்துளியை எப்போது பருகுவாய் – எப்போது இந்த விநோத ஆத்மாவைப் பருகுவாய்.

– எப்போது, சாசுவதத்தின் கிணறே! அமைதியான, அச்சந்தருகிற உச்சிவேளையின் படுபாதாளமே! எப்போது எனது ஆத்மாவை உன்னிடம் திரும்ப அருந்துவாய்?

ஜரதுஷ்ட்ரா இவ்வாறு பேசினான். தனது படுக்கையிலிருந்து தானே எழுந்தான், மரத்திற்குப் பக்கத்திலிருந்து விநோத போதையிலிருந்து எழுவதுபோல்: பார், சூரியன் இன்னும் அவன் தலைக்கு நேர்மேலே நின்றுகொண்டிருக்கிறது. ஒருவன் அதிலிருந்து அறிந்துகொள்ள இயலும், அதாவது ஜரதுஷ்ட்ரா நெடுநேரம் உறங்கிக் கொண்டிருக்கவில்லை.

## வரவேற்பு

நீண்ட வீண்தேடுதலுக்கும், அலைச்சலுக்கும் பிறகு, பின்மதியத்தில் ஜரதுஷ்ட்ரா தனது குகைக்குத் திரும்பினான். ஆனால், அவன் அதற்கு எதிராக இருபதடி தூரத்தில்கூட இல்லை, பிறகு அவன் சற்றும் எதிர்பாராததொன்று நிகழ்ந்தது: அவன் மீண்டும் துயரத்தின் மகத்தான கதறலைக் கேட்டான். மேலும் ஆச்சரியப்படுத்துகிற விஷயம்! இந்தமுறை அது அவனது குகையிலிருந்தே வந்தது. அது ஒரு நீட்டிக்கப்பட்ட, பல்வேறான, விநோதக் கதறல். ஜரதுஷ்ட்ரா தொலைவில் இருந்து தெளிவாகக் கேட்கும்போது, அது ஒரே தொண்டையிலிருந்து வரும் கதறலைப்போலக் கேட்கக்கூடும்.

ஜரதுஷ்ட்ரா அவனது குகையை நோக்கித் துள்ளிச் சென்றான். பார்! அந்தக் கூட்டிசைக்குப் பிறகு, அவனுக்காக என்னவொரு பொதுக்காட்சி காத்திருந்தது! அன்று அவன் கடந்துசென்ற அனைவரும் ஒன்றாக அமர்ந்திருந்தனர்: வலது

புறம் இருந்த மன்னன், இடதுபுறம் இருந்த மன்னன், கிழட்டுச் சூனியக்காரன், போப், தன்னார்வப் பிச்சைக்காரன், நிழல், உள்ளுயிரின் மனசாட்சிக்குக் கட்டுப்பட்ட மனிதன், துயர் நிரம்பிய தீர்க்கதரிசி மற்றும் அந்தக் கழுதை. அசிங்கமான மனிதன், அவன் ஒரு கிரீடத்தைத் தலையில் வைத்துக் கொண்டு தன்னைச்சுற்றி இரண்டு பழுப்புக் கயிறுகளைச் சுற்றிக்கொண்டிருந்தான். எல்லா அசிங்கமானவர்களையும் போல் அருவருப்பாக, ஒப்பனை செய்துகொள்வதை அவன் விரும்பினான். ஆனால் இந்தத் துன்பமிகுந்த கூட்டிற்கு நடுவில் கழுகு கலவரப்படுத்தப்பட்டு இறகுமயிர் கலைந்து அமர்ந் திருந்தது. ஏனெனில் அது பதில் சொல்லும் என்று மிக அதிகமாக எதிர்பார்க்கப்பட்டது. ஆனால், அதன் கர்வம் அதனைப் பேசவிடவில்லை; விவேகமான சர்ப்பம், அதன் கழுத்தில் தொங்கிக்கொண்டிருந்தது.

இவை அத்தனையையும் ஜரதுஷ்ட்ரா மகத்தான ஆச்சரியத் துடன் கவனித்தான். அவன் தனது ஒவ்வொரு விருந்தாளியை யும், மெல்லிய ஆர்வத்துடன் பார்த்தான். அவர்களுடைய ஆத்மாவிலுள்ளதைப் படித்தான், புதுவகையாக வியப்படைந் தான். இடைநேரத்தில், விருந்தினர்கள் தங்களது இருக்கையி லிருந்து எழுந்திருந்து, ஜரதுஷ்ட்ரா பேசுவதற்காக மரியாதை யோடு காத்திருந்தனர். ஜரதுஷ்ட்ரா இவ்வாறு பேசினான்:

மனமுறிவுற்ற மனிதர்களே! விநோதமான மனிதர்களே! உங்களது துயரத்தின் கதறல்தானா நான் கேட்டது? இப்போது எனக்குத் தெரியக்கூடச் செய்கிறது, இன்று நான் வீணாகத் தேடிக்கொண்டிருந்த மனிதனை எங்கே தேடுவதென்று – உயர் மனிதனை.

– அவன் எனது குகையிலேயே அமர்ந்திருக்கிறான், உயர் மனிதன்! ஆனால் நான் ஏன் அதிசயப்படுகிறேன்! தேன் படை யல்களாலும், எனது மகிழ்ச்சியின் வஞ்சகப் பறவைக் குரல்களா லும், நானேயல்லவா அவனை என்னிடம் கவர்ந்திழுத்தேன்?

ஆனால், நீங்கள் சேர்ந்திருப்பதற்கு உகந்தவர்களல்ல என்று எனக்குத் தோன்றுகிறது, நீங்கள் ஒருவர் இதயத்தை மற்றவர் தொல்லைக்கு உள்ளாக்குகிறீர்கள், துயரத்தில் கதறு பவர்களே, நீங்கள் இங்கே அமர்ந்திருக்கும்போது? முதலில் வேறு யாராவதொருத்தர் வரவேண்டும்.

உங்களை மீண்டும் சிரிக்கவைக்க, மீண்டும் யாராவது ஒரு நல்ல விதூஷகனோ, ஒரு நடனக்காரனோ, தென்றலோ, பித்துக்குளியோ, ஏதாவதொரு பழைய மடையன் வரவேண்டும்: நீங்கள் என்ன நினைக்கிறீர்கள்?

ஆனால், மனமுறிவுற்ற மனிதர்களே, உங்களுக்கு முன்னால் இப்படிச் சின்ன வார்த்தைகளைப் பேசுவதற்காக என்னை மன்னியுங்கள். உண்மையில் இப்படியான விருந்தினர்களுக்கு உகந்ததாக அல்லாத வார்த்தைகள்! என்னுடைய இதயத்தை எது குழந்தைபோலக் குதியாட்டம் போட வைக்கிறது என்று நீங்கள் யூகிக்கமாட்டீர்கள்:

நீங்களேதான் அதைச் செய்வது, மேலும் உங்களைப் பார்ப்பதற்காக என்னை மன்னியுங்கள்! ஏனெனில், மனமுறிவுற்ற ஒருவனைக் கவனிக்கும் யாரும் வீரமடைவார்கள். ஒரு மனமுறிவுற்ற மனிதனை உற்சாகப்படுத்த – யாராக இருந்தாலும் அதற்குப் போதுமான அளவு வலிமையானவர்களாக எண்ணுகிறார்கள்.

எனக்கு இந்த வலிமையை நீங்கள் கொடுத்தீர்களா – ஒரு நல்லெண்ண விருந்தினர் பரிசாக, எனது உயர் மதிப்புக்குரிய விருந்தினர்களே! மிகவும் நல்லது, நான் என்னுடையது எதையாவது கொடுக்க முன்வந்தால், அதற்காகக் கோபம் கொள்ளாதீர்கள்.

இது எனது ராஜ்ஜியம், எனது அரசாட்சி: ஆனால் இன்று மாலையும், இன்றிரவும், எது என்னுடையதோ அது உங்களுடையதாகவும் இருக்கும், எனது விலங்குகள் உங்களுக்குச் சேவை செய்யும்: எனது குகை உங்களது ஓய்விடமாக இருக்கட்டும்!

எனது குடும்பத்திலும், எனது வீட்டிலும் யாரும் மனமுறிவு கொள்ள வேண்டாம், நான் எனது பேணுதலால் அனைவரையும் அவனது விலங்குகளிடமிருந்து காக்கிறேன். மேலும் அதுவே எனது முதல் காணிக்கை – பாதுகாப்பு!

இரண்டாவது, எனது சிறுவிரல். நீங்கள் அதைத் தின்ற பிறகு கை முழுவதையும் எடுத்துக்கொள்ளுங்கள், கூடுதலாக இதயத்தையும்! மிகவும் நல்லது! இந்த இடத்திற்கு எனது விருந்தினர்களே! நல்வரவு, நல்வரவு.

இவ்வாறு பேசிய ஜரதுஷ்ட்ரா நேசத்தோடும், குறும்போடும் சிரித்தான். இந்த வரவேற்பிற்குப் பிறகு, அவனது விருந்தினர்கள் மீண்டும் குனிந்து வணங்கி மிகுந்த மரியாதையுடன் அமைதி காத்தார்கள்; வலப்புறம் உள்ள மன்னன், அவர்களின் சார்பாகப் பதிலளித்தான்.

'எங்களுக்குக் கையையும், வரவேற்பையும் கொடுக்கவந்த முறையிலிருந்து, ஓ, ஜரதுஷ்ட்ரா, நாங்கள் உன்னை ஜரதுஷ்ட்ரா என்றா கொள்வது, எங்களுக்கு முன்னால் பணிவாக ஆனாய்: ஏறத்தாழ எங்களது மரியாதையைக் காயப்படுத்தினாய்.

ஆனால், யார் அவ்வளவு கர்வத்தோடு பணிந்திருக்க இயலும்? அது எங்களை உயர்த்துகிறது, அது எங்களது கண்களுக்கும், இதயத்திற்கும் புத்துணர்வு.

இந்த உலகை வெறுமனே பார்ப்பதற்காக, இந்த மலையை விட உயரமான மலைகளில் ஏறுகிறோம். ஏனெனில், நாம் அருங்காட்சிகளைப் காண்பவர்கள்போல் வந்தோம், சோகமான கண்களை எது பிரகாசமாக ஆக்குகிறது என்று பார்ப்பதற்கு வந்தோம்.

மேலும் நமது கடுந்துன்பத்தின் கதறல் அனைத்தும் ஏற்கனவே முடிந்துவிட்டது. ஏற்கனவே நமது இதயங்களும், புத்திகளும் திறக்கப்பட்டு மகிழ்ந்துள்ளன, நமது இதயங்கள் குதியாட்டம்போட வேறெதுவும் தேவையில்லை.

ஒரு பூரிப்படைந்த கட்டுரம் வாய்ந்த விருப்பத்தைவிட மகிழ்ச்சிமிக்கதாக வேறெதுவும் பூமியில் வளர்வதில்லை. ஓ, ஜரதுஷ்ட்ரா; அதுவே பூமியின் மிக அருமையான வளர்ச்சி. ஒரு முழு நிலக்காட்சியே அப்படியானதொரு மரத்தினால் புத்துணர்ச்சி பெறுகிறது.

தேவதாரு மரத்திற்கு, ஓ, ஜரதுஷ்ட்ரா, உன்னைப்போல் வளர்பவனை நான் அதற்கு ஒப்பீடு செய்கிறேனா: உயரமாக, அமைதியாக, கடினமாக, தனித்த, மிக அருமையான, மிக வழவழப்பான மரக்கட்டையுடன் சிறப்புவாய்ந்ததாக.

– கடைசியாக, எவ்வாறாயினும், வலிமையான, பச்சைக் கிளைகளுடன் அதன் அரசாட்சியை எட்டுகிறது. காற்றுகள், புயல்கள் மற்றும் உயரங்களில் என்னவெல்லாம் உள்ளனவோ, அதுபற்றியெல்லாம் வெளிப்படையான கேள்விகளைக் கேட்டுக்கொண்டு.

இன்னும் வெளிப்படையாகப் பதிலளித்துக்கொண்டு, ஒரு படைத்தலைவன், ஒரு வெற்றி பெற்றவன். ஓ, அப்படியான மரங்களைக் கவனிப்பதற்கு, யார்தான் உயர்ந்த மலைகளை ஏறமாட்டார்கள்?

இருண்ட மனிதன்கூட, மோசமாக வடிவமைக்கப்பட்டவர்கள்கூட, உனது மரத்தில் புத்துணர்வு பெறுகிறார்கள், ஓ, ஜரதுஷ்ட்ரா: உனது பார்வையினால் அமைதியற்ற மனிதன் கூடப் பாதுகாப்பாக உணர்ந்து, தனது இதயத்தைச் சரிப்படுத்திக் கொள்கிறான்.

மேலும் உண்மையில், அநேகக் கண்கள் உனது மலைக்கும், உனது மரத்திற்கும் உயர்ந்துள்ளன; ஒரு மகத்தான ஏக்கம் எழுந்துள்ளது, 'யாரது ஜரதுஷ்ட்ரா?' என்று கேட்பதற்கு அநேகர் கற்றுக்கொண்டுவிட்டனர்.

யாருடைய காதுகளுக்குள் உனது பாடலையும், உனது தேனையும் ஊற்றினாயோ: அந்த மறைக்கப்பட்ட மனிதர்களும், துறவிகளும், துறவற ஜோடிகளும் தங்களது இதயத்திடம் சொல்கிறார்கள்:

'இன்னும் ஜரதுஷ்ட்ரா வாழ்கிறானா? வாழ்வதில் எந்த அர்த்தமும் இனியில்லை, அது அனைத்தும் ஒன்றே, அனைத்தும் வீணில் உள்ளது: ஜரதுஷ்ட்ராவுடன் நாம் வாழ்வதைத் தவிர!'

தன்னைத்தானே நீண்டகாலம் பிரகடனப்படுத்திக் கொண்டவன் ஏன் வரவில்லை, தனிமை அவனைப் பேரார்வத்துடன் விழுங்கிவிட்டதா? அல்லது நாம் அவனிடம் செல்லவேண்டுமா? இவ்வாறு அநேகர் கேட்கிறார்கள்.

இப்போது, தனிமையே தன்னை வழங்கி உடைந்துகொள்கிறது. இனியும் இறந்தவர்களை வைத்திருக்க அதனால் இயலாது. புத்துயிர்த்தவர்கள் அனைத்து இடங்களிலும் காணப்படுகிறார்கள்.

இப்போது, அலைகள் உனது மலையைச்சுற்றி உயர்ந்துயர்ந்து வருகின்றன. ஓ, ஜரதுஷ்ட்ரா, உனது உயரம் எவ்வளவு உயரத்தில் இருந்தாலும், அநேகர் உன்னை வந்தடையவேண்டும். உனது படகு வறண்டதில் வெகுநேரம் அமர்ந்திருக்க இயலாது.

மேலும் மனமுறிவுற்ற மனிதர்களான நாங்கள் உனது குகைக்கு வந்திருக்கிறோம், நாங்கள் இப்போது மனமுறிவோடில்லை, சிறந்த மனிதர்கள் உன்னிடம் வந்துகொண்டிருக்கிறார்கள் என்பதற்கு, இது ஒரு அறிகுறியும், ஒரு சகுனமும் மட்டுமே;

ஏனெனில் உனக்கான வழியிலுள்ளது மனிதர்களிடையே உள்ள கடவுளின் கடைசி எச்சமிச்சம். அதாவது, மகத்தான ஏக்கத்தாலும், மகத்தான அருவருப்பாலும், மகத்தான தெவிட்டலாலும் வசப்படுத்தப்பட்ட அனைத்து மனிதர்களும்.

மீண்டும் நம்புவதற்காக அல்லாமல், வாழ விரும்பாத அனைவரும் – அவர்கள் உன்னிடமிருந்து கற்கிறார்கள், ஓ, ஜரதுஷ்ட்ரா, மகத்தான நம்பிக்கையே!'

இவ்வாறு பேசிய வலப்புறம் உள்ள மன்னன், ஜரதுஷ்ட்ராவின் கைகளை முத்தமிடுவதற்காகப் பற்றினான்; ஆனால் ஜரதுஷ்ட்ரா அவனது பிரமிப்பை எதிர்த்தான். திடுக்கிட்டு, அமைதியாக, தொலை தூரத்திற்குள் தப்பிப்பவனைப்போல் சட்டென்று பின்வாங்கினான். ஆனால் சிறிது நேரத்திற்குப் பிறகு, அவனது விருந்தினர்களோடு இருந்தான், அவர்களைத் தெளிவான கேள்வி கேட்கிற கண்களோடு பார்த்தான், பிறகு சொன்னான்:

‘எனது விருந்தினர்களே, உயர் மனிதர்களே, நான் உங்களிடம் தெளிவாகச் சாதாரண ஜெர்மானிய மொழியில் பேசுகிறேன். நான் இந்த மலைகளில் காத்திருந்தது உங்களுக்காக அல்ல.

(தெளிவான சாதாரண ஜெர்மானிய மொழியிலா? கடவுளே எங்களுக்கு உதவு! இந்தக் கட்டத்தில் தனக்குத்தானே சொல்லிக் கொண்டான், இடப்புறம் உள்ள அரசன்: ‘அவனுக்கு நல்ல ஜெர்மானிய மொழி தெரியாது என்பது தெளிவாகிறது. கிழக்கிலிருந்து வந்துள்ள இந்த விவேகமான மனிதனுக்கு!

‘ஆனால், “நடைநயங் கெட்ட ஜெர்மானிய மொழியில்” என்ற அர்த்தத்தில்தான் சொன்னான் என்றால் – மிகவும் நல்லது! இப்போதெல்லாம், அது மோசமான ரசனையல்ல.’)

நீங்கள் அனைவரும் உயர்மனிதர்களாக இருக்கலாம், (ஜரதுஷ்ட்ரா தொடர்ந்தான்): ஆனால் எனக்கு – நீங்கள் போதுமான அளவிற்கு உயர்ந்தவர்களோ, வலிமையானவர்களோ அல்ல.

எனக்கு, அதாவது, எனக்குள் உள்ள அமைதியான மனமிளகாததற்கு. ஆனால் அது எப்போதும் அமைதியாக இருக்காது. மேலும், நீங்கள் எனக்குச் சொந்தமானவர்கள் என்றாலும், எனது வலது புஜம் போலல்ல அது.

ஏனெனில், உங்களைப்போல் நோயுற்றவன், மெலிதான கால்களோடு நின்று கொண்டிருக்கிறவன், அனைத்திற்கும் மேலாக, அவன் விட்டுவிடப்பட விரும்புகிறான். அவனுக்கது தெரியுமா அல்லது தன்னிடமே அதை மறைக்க விரும்புகிறானா?

எனது புஜங்களையும், எனது கால்களையும், எவ்வாறாயினும், நான் விடுவதில்லை, நான் எனது போராளிகளை விடுவதில்லை: பிறகு எப்படி நீங்கள் எனது போர் நடவடிக்கைக்குப் பொருத்தமானவர்களாக ஆவீர்கள்.

உங்களுடைய ஒவ்வொரு வெற்றியையும் நான் இன்னும் கெடுக்கவேண்டும், மேலும் உங்களில் சிலர் எனது முரசின் பலமான ஒலியைக் கேட்டவுடனேயே சாதாரணமாக விட்டுக் கொடுத்து விடுவீர்கள்.

நீங்கள் போதுமான அளவு திடகாத்திரமானவர்களோ அல்லது எனக்காகப் போதுமானஅளவு நற்குடியில் பிறந்தவர்களோ அல்ல. என்னுடைய கற்பித்தலுக்காக தூய, வழவழப்பான கண்ணாடிகள் எனக்குத் தேவை; உங்களது மேற்புறத்தின் மீது, என்னுடைய சொந்தப் பிரதிபலிப்பே உருச்சிதைகிறது.

அநேக சுமைகள், அநேக ஞாபகங்கள் உங்களது தோள்களில் அழுந்துகின்றன; அநேக தீயகுள்ளர்கள் உங்களது மூலைகளில் நகர்கிறார்கள். மறைவான கும்பல் உங்கள் உள்ளேயேகூட உள்ளது.

நீங்கள் உயர்ந்தவர்களாக, உயர்வகையானவர்களாக இருந் தாலும், உங்களுள் உள்ள அநேகமும் கோணல்மாணலாகவும், தவறாகவும் சேர்ந்துள்ளன. உங்களை சுத்தியலால் தட்டி நேராக்கி எனக்கான உருவத்திற்குக் கொண்டுவர உலகில் ஒரு கொல்லனும் இல்லை.

நீங்கள் பாலங்கள் மட்டுமே, உங்களைவிட உயர்வான மனிதர்கள், உங்கள்மீது நடந்து கடக்கட்டும்! நீங்கள் படிகள்: எனவே உங்கள் மேலேறித் தனது உயரத்திற்கு செல்பவன்மீது கோபப்படாதீர்கள்!

அங்கே உங்களது விதையிலிருந்து ஒருநாள் எனக்காக ஒரு மெய்யான மகன், கச்சிதமான வாரிசு வரலாம்: ஆனால் அது மிகவும் முன்னால் உள்ளது. ஆகவே, எனது பாரம்பரியத் திற்கும், எனது பெயருக்கும் உடையவர்கள் நீங்கள் அல்ல.

இந்த மலைகளில் நான் காத்திருப்பது உங்களுக்காக அல்ல, நான் கடைசி முறையாகக் கீழே செல்வது உங்களோடு அல்ல, உயர் மனிதர்கள் ஏற்கனவே என்னிடம் வந்துகொண்டி ருப்பதற்கான அறிகுறியாகத்தான் நீங்கள் என்னிடம் வந்தீர்கள்.

நீங்கள் மகத்தான ஏக்கமும், மகத்தான அருவருப்பும், மகத்தான தெவிட்டல்களும் தங்களிடமுள்ள மனிதர்களல்ல, நீங்கள் அழைத்துக் கொண்டதுபோலக் கடவுளின் எச்சமிச்சங் களல்ல.

இல்லை! இல்லை! மும்முறை இல்லை! இந்த மலைகளில் நான் காத்திருப்பது மற்றவர்களுக்காக. அவர்களில்லாமல், இங்கிருந்து நான் எனது பாதங்களை உயர்த்தமாட்டேன்.

வலிமையான, உயர்ந்த, அதிக வெற்றியுள்ள, அதிகக் குதூகல முள்ள மனிதர்களுக்காக, உடலும், ஆத்மாவும் உறுதியாக அமையப்பெற்றவர்களுக்காக: சிரிக்கும் சிங்கங்கள் வரவேண்டும்!

ஓ, எனது விருந்தினர்களே, விநோதமான மனிதர்களே, நீங்கள் இன்னும் எனது குழந்தைகளைப்பற்றி எதுவும் கேள்விப் படவில்லையா? அவர்கள் வந்து கொண்டிருக்கிறார்கள் என்னிடம்?

எனது தோட்டங்களைப்பற்றி, பேரின்பத் தீவுகளைப்பற்றி, அழகான புதிய இனங்களைப்பற்றி என்னிடம் பேசுங்கள், நீங்கள் ஏன் அவைபற்றிப் பேசுவதில்லை?

இந்த விருந்தினர் பரிசை உமது நேசத்திடம் நான் யாசிக்கிறேன், எனது குழந்தைகளைப்பற்றி என்னிடம் பேசுங்கள், அவர்களிடம்தான் நான் வளமாக உள்ளேன், அவர்களுக்காக நான் ஏழ்மையடைகிறேன். எதை நான் தரவில்லை.

எதைத்தான் நான் தரமாட்டேன், இந்தவொன்றை என்வசம் வைத்திருக்க: இந்தக் குழந்தைகள், இந்த வாழும் தோட்டங்கள், எனது வாழ்வின் விருப்பத்தினுடைய இந்த மரங்கள், எனது மிக உயர்ந்த நம்பிக்கைகள்.

ஜரதுஷ்ட்ரா இவ்வாறு கூறினான். சட்டென்று இந்த உரையாடலை நிறுத்தினான். அவனது ஏக்கம் அவனை ஆட்கொண்டதாலும், அவனது இதயம் உணர்ச்சி வசப்பட்டதாலும் வாயையும், கண்களையும் மூடிக்கொண்டான். மேலும், அவனது விருந்தினர்களும்கூட கிலியூட்டப்பட்டு அமைதியாக நின்றனர், வயதான தீர்க்கதரிசி தனது கைகளாலும் உடலுறுப்புகளாலும் சைகைகள் காட்ட ஆரம்பித்ததைத் தவிர.

## கடைசி இரவுஉணவு

இந்தக் கட்டத்தில் தீர்க்கதரிசி ஜரதுஷ்ட்ராவையும், அவனது விருந்தினரின் வரவேற்பினையும் குறுக்கிட்டு, இழப்பதற்கு நேரமற்ற ஒருவனைப்போல், ஜரதுஷ்ட்ராவின் கைகளைப் பற்றிக்கொண்டு கதறினான்: 'ஆனால், ஜரதுஷ்ட்ரா!

'ஒரு விஷயம் மற்றதைவிட அத்தியாவசியமானது, அப்படி நீயே சொல்கிறாய்: மிகவும் நல்லது, ஒரு விஷயம் இப்போது எனக்கு மிகவும் அத்தியாவசியமானது, மற்ற அனைத்தைக் காட்டிலும்.

'செம்மையாக அறிந்து கூறப்படுமொரு சொல்: நீயொரு உணவிற்காக என்னை அழைக்கவில்லையா? இங்கே தொலைதூரம் பயணம் செய்தவர்கள் இருக்கிறார்கள், நீ சொற்பொழிவுகளால் எங்களை மோசடி செய்ய விரும்புகிறாயா?

'அதற்கு அப்புறம், உறைந்துபோதல், மூழ்கிப் போதல், அடைத்துப்போதல் மற்றும் மற்ற உடல் ரீதியான அபாயங்களைப்பற்றி நீங்கள் அனைவரும் மிக அதிகமாக எண்ணிக்கொண்டிருக்கிறீர்கள்: யாரொருவரும், எவ்வாறாயினும், எனது அபாயத்தைப் பற்றி எண்ணவில்லை. அதாவது, பட்டினி கிடப்பதை –'

*(இவ்வாறு பேசினான் தீர்க்கதரிசி: ஆனால் ஜரதுஷ்ட்ரா வின் விலங்குகள் இந்த வார்த்தைகளைக் கேட்டவுடன் திகிலில் ஓடிப்போயின. ஏனெனில், அன்றைய நாளில் அவர்கள் வீட்டிற்கு எடுத்து வந்தவை அனைத்தும், இந்த ஒரு தத்துவ ஞானிக்குத் திணிப் பதற்கே போதவில்லை.)*

'மேலும் தாகத்தில் இறந்துகொண்டிருக்கிறேன்' எனத் தீர்க்கதரிசி தொடர்ந்தான்: 'நான் இங்கே விவேகத்தின் சொற் பொழிவைப் போல், ஏராளமாக இடைவிடாது தண்ணீர் தெளிப்பதைப் பார்த்தாலும், எனக்கு – மது வேண்டும்!

'எல்லோரும் பிறவியிலேயே தண்ணீர் குடிப்பவர்களல்ல, ஜரதுஷ்ட்ரா போலக் களைத்த, விழுந்துகொண்டிருக்கிற மனிதர் களுக்குத் தண்ணீரால் எந்த உபயோகமுமில்லை, நாம் மது அருந்தியே தீரவேண்டும் – அதுமட்டுமே சட்டென்ற உடனடி நிவாரணத்தையும், திட்டமிடப்படாத ஆரோக்கியத் தையும் அளிக்கும்.'

இந்தச் சந்தர்ப்பத்தில், தீர்க்கதரிசி மது விரும்பியதால், இடப்புறமுள்ள மன்னன் எப்போதும் அமைதியாக இருப்பவன் பேசத் துவங்கினான்: 'எங்களுக்கு மது அளிக்கப்பட்டது' என்ற அவன், 'எனக்கும் எனது சகோதரன் வலப்புறமுள்ள மன்னனுக் கும் போதுமானஅளவு மது இருந்தது, ஒரு முழு கழுதைச் சுமையளவு மது, எனவே ரொட்டியைத் தவிர வேறொன்றும் குறைவில்லை' என்றான்.

ஜரதுஷ்ட்ரா சிரித்தபடி பதிலளித்தான்: 'குறிப்பாக ரொட்டிதான் துறவிகளிடம் இல்லாதது. ஆனால், மனிதன் ரொட்டியால் மட்டுமே உயிர்வாழ வேண்டுமென்பதில்லை, நல்ல வெள்ளாடுகளின் மாமிசத்திலும் உயிர்வாழலாம், அவை என்னிடம் இரண்டு உள்ளன.

'நாம் உடனடியாக இவற்றைக் கசாப்பு செய்து, உப்புக் காரமிட்டுத் தூய்மையாகச் சமைப்போம், அப்படித்தான் நான் அதை விரும்புவேன், மூலிகைகளுக்கும், பழங்களுக்கும் குறைவேதுமில்லை, இனிப்புத் தின்னிகளுக்கும், சாப்பாட்டுப் பிரியர்களுக்கும்கூடப் போதுமான அளவுக்கு உள்ளது. உடைக்கப்பட வேண்டிய கொட்டைகளும், புதிர்களும் குறை வற்று உள்ளன.

'இவ்வாறாக, நாம் சிறிது நேரத்தில் ஒரு அருமையான உணவில் பங்கேற்கலாம், ஆனால் யாரெல்லாம் உண்ண விரும்புகிறார்களோ அவர்களெல்லாம் உதவி ஒரு கை தர வேண்டும். மன்னர்கள்கூட, ஏனெனில் ஜரதுஷ்ட்ராவிடம் அரசன்கூடச் சமையல்காரனாக வேண்டும்.'

அனைவரும் இந்த ஆலோசனையை இதயபூர்வமாக ஏற்றுக்கொண்டார்கள், தன்னார்வப் பிச்சைக்காரன் கறியையும், மதுவையும், நறுஞ்சுவைப் பொருட்களையும் பார்த்து ஆச்சரியப் பட்டான்.

'ஜரதுஷ்ட்ரா, இந்தப் பெருந்தீனிக்காரன் சொல்வதைச் சற்றே கேள்.' அவன் நகைச்சுவையோடு சொன்னான்: 'இந்த வகையான உணவுகளில் பங்கேற்க ஒருத்தன் உயர்ந்த மலை களுக்கும், குகைகளுக்கும் வருவானா?

'நிச்சயமாக, அவன் ஒருசமயம் சொல்லித் தந்ததை நான் இப்போது புரிந்து கொள்கிறேன்: நடுத்தரமான வறுமை போற்றப்படட்டும்! மேலும், அவன் ஏன் பிச்சைக்காரர்களைத் தடைசெய்ய விரும்புகிறான்.'

'நல்ல உற்சாகத்தோடிரு' ஜரதுஷ்ட்ரா அவனுக்குப் பதிலளித் தான். 'என்னைப்போல் உனது சொந்த நடைமுறையில் ஒட்டிக்கொள்! போற்றத்தக்க மனிதனே, உனது சோளத்தை அரைத்துக்கொள், உனது தண்ணீரைக் குடி, உனது சொந்தச் சமையலைப் போற்று: அது உன்னை மகிழ்ச்சிப்படுத்தினால் மட்டும்!

'எனக்கு மட்டுமே நான் ஒரு சட்டம், நான் அனைவருக்கு மான சட்டமல்ல. ஆனால், எனக்குச் சொந்தமானவர்கள் வலிமையான எலும்புகளோடும், விரைவான பாதங்களோடும் இருக்கவேண்டும்.

'போரிலும், விருந்துண்பதிலும் மகிழ்ச்சியோடுள்ளவன் ஒரு விருந்திற்குத் தயாராக இருப்பதுபோல் மிகச் சிரமமான தற்குத் தயாராக ஆரோக்கியமாகவும், முழுமையாகவும் உள்ளவன், துக்கமனுஷ்டிக்கும் ஒருவனல்ல, கனவுகாணும் ஒருவனல்ல.

'சிறந்தது எனக்குச் சொந்தமானது, என்னுடையது: மேலுமது எங்களுக்குத் தரப்படவில்லையெனில் நாங்கள் அதை எடுத்துக்கொள்வோம். மிகச் சிறந்த உணவு, மிகத் தூய ஆகாயம், மிகக் கட்டுரம் வாய்ந்த எண்ணங்கள், மிக அழகான பெண்கள்!'

ஜரதுஷ்ட்ரா இவ்வாறு பேசினான். வலப்புறமுள்ள மன்னன் பதிலளித்தான்: 'விநோதம், இப்படிப்பட்ட புத்திசாலித்தனமான பேச்சுகளை ஒரு தத்துவஞானியின் வாயிலிருந்து ஒருவர் கேட்பதா?

'மேலும் உண்மையில், ஒரு தத்துவஞானி கழுதையாக அல்லாமல் புத்திசாலியாகவும், விவேகியாகவும் இருப்பதைக் காண்பது மிக அரிது.'

வலப்புறமுள்ள மன்னன் இவ்வாறு பேசினான், அதிசயித்தான்: கழுதை, இந்தப் பேச்சுக்குக் காழ்ப்போடு பதிலளித்தது: 'ஹி, ஹீ' இது, 'கடைசி இரவுஉணவு' என்று சரித்திரப் புத்தகங்களில் அழைக்கப்பட்ட, ஒரு நீண்ட உணவு வேளையின் ஆரம்பம்தான். அந்த உணவின்போது 'உயர் மனிதனை'த் தவிர வேறெதுவும் பேசப்படவில்லை.

## உயர் மனிதனைக் குறித்து

### 1

நான் மனிதர்களிடம் முதன்முறையாகச் சென்றபோது, துறவிகளின் மடமையை, மகத்தான மடமையைச் செய்தேன், நான் சந்தையில் நின்றேன்.

நான் அனைவரிடமும் பேசியபோது, யாரிடமும் நான் பேசவில்லை. மாலைவேளையில், கழைக் கூத்தாடிகளும், பிணங்களும் எனது துணைகளாக ஆனார்கள்; மேலும், நானே ஏறத்தாழ ஒரு பிணம் போன்றிருந்தேன்.

புதிய காலையுடன், ஒரு புதிய உண்மை என்னிடம் வந்தது: பிறகு நான் சொல்லக் கற்றுக் கொண்டேன், 'சந்தையும், கும்பலும், கும்பலின் குழப்பமும், கும்பலின் நீண்ட காதுகளும் எனக்கு என்னவாக இருக்கிறது!'

உயர் மனிதர்களே, இதை என்னிடமிருந்து கற்றுக் கொள்ளுங்கள்: சந்தையில் யாரும் உயர் மனிதனில் நம்பிக்கை கொள்வதில்லை. மேலும் நீங்கள் அங்கு பேச விரும்பினால், மிகவும் நல்லது, அவ்வாறே செய்யுங்கள்! ஆனால் கும்பல் திருதிருவென முழித்துவிட்டுச் சொல்லும்: 'நாம் அனைவரும் சமம்.'

'உயர் மனிதர்களே' – கும்பல் இவ்வாறே முழிக்கும் – 'உயர் மனிதர்கள் யாருமில்லை, நாம் அனைவரும் சமம், மனிதன் மனிதனே, கடவுளுக்கு முன்னால் – நாம் அனைவரும் சமம்!'

கடவுளுக்கு முன்னால்! ஆனால் இப்போது இந்தக் கடவுள் இறந்துவிட்டான். மேலும் நாம் கும்பலுக்குமுன் சமமாக இருக்க வேண்டாம், உயர் மனிதர்களே, சந்தையில் இருந்து புறப்பட்டுச் செல்லுங்கள்.

## 2

கடவுளுக்கு முன்னால்! ஆனால் இப்போது இந்தக் கடவுள் இறந்துவிட்டான்! உயர் மனிதர்களே, இந்தக் கடவுள்தான் உங்களுடைய மகத்தான அபாயம்.

அவன் சவக்குழிக்குள் கிடத்தப்பட்ட பிறகுதான், நீங்கள் புத்துயிர்க்கப்பட்டீர்கள், இப்போதுதான் மகத்தான உச்சிவேளை வந்துள்ளது, இப்போதுதான் உயர் மனிதன் – தலைவனாகவும், எஜமானனாகவும் ஆகியுள்ளான்!

இந்தக் கூற்றை நீங்கள் புரிந்துகொண்டீர்களா, ஓ, எனது சகோதரர்களே? நீங்கள் திகிலடைந்திருக்கிறீர்களா: உங்களுடைய இதயங்கள் தோற்கின்றனவா? இங்குள்ள பாதாளம் உங்களுக்காக ஏங்குகிறதா? இங்கே நரகத்தின் காவல்நாய் உங்களைப் பார்த்துக் குரைக்கிறதா?

மிகவும் நல்லது! இங்கே வாருங்கள், உயர் மனிதர்களே! இப்போது மட்டுமே மனித இனத்தின் வருங்கால மலைக்கு வலி எடுக்கிறது. கடவுள் இறந்துவிட்டான்: இப்போது நாம் ஆசைப்படுகிறோம் – அதிமனிதன் வாழட்டுமென.

## 3

ஜாக்கிரதையான மனிதர்கள் இன்று கேட்கிறார்கள்: 'மனிதனை இன்னும் எப்படிப் பேண முடியும்? மனிதனை எப்படி விஞ்சி மேம்பட முடியும்?' என்று கேட்கிற ஒரே ஆள், முதல் ஆள் ஜரதுஷ்ட்ரா.

அதிமனிதன், எனது இதயத்திற்கு நெருக்கமாக இருக்கிறான், அவனே எனது உயர் தலைவன், அவனே எனது ஒரே அக்கறை – மனிதனல்ல, மிக அருகில் உள்ளதல்ல, மிக ஏழ்மையானதல்ல, மிகத் துன்புறுவதல்ல, மிகச் சிறந்ததல்ல.

எனது சகோதரர்களே, மனிதனில் நான் நேசிக்கக்கூடியது அவன் குறுக்கே – செல்வதும், கீழே – செல்வதுமாக இருப்பதே. மேலும் உங்களில்கூட என்னை நேசிக்க வைப்பதும், நம்பிக்கை கொள்ள வைப்பதும் உள்ளது.

உயர் மனிதர்களே, நீங்கள் இகழ்ந்தீர்கள், உயர் மனிதர்களே அது என்னை நம்பிக்கைகொள்ள வைக்கிறது. ஏனெனில், மகத்தான இகழ்பவர்களே, மகத்தான போற்றுபவர்கள்.

நீங்கள் மனக்கசப்படைந்ததில் மரியாதைக்குரியது அநேகமுள்ளது. ஏனெனில் எப்படி ஒப்படைப்பது என்பதை அறியாததால், சில்லறையான செயலறிவைப் பெறவில்லை நீங்கள்.

ஏனெனில், இன்று சில்லறை மனிதர்கள் பிரபுக்களாகவும், எஜமானர்களாகவும் ஆகிவிட்டனர். பணிதல், மறுவார்த்தை யின்றி உடன்படுதல், செயலறிவு, தளராத ஊக்கம், சலுகை ஆகியவற்றையும் மேலும் சில்லறை நற்குணங்களின் நீண்ட வரிசையையும் அவர்கள் அனைவரும் உபதேசிக்கிறார்கள்.

எது பெண்மைத்தனமானது; அடிமைத்தனமானதிலிருந்து துளிர்ப்பது, குறிப்பாகக் கும்பலின் தாறுமாறான குவியலிலிருந்து துளிர்ப்பது: அது இப்போது மனித இனத்தின் ஒட்டுமொத்த ஊழிற்கும் எஜமானனாக விரும்புகிறது – ஓ, அருவருப்பு! அருவருப்பு! அருவருப்பு!

கேள்வி மேல் கேள்விகேட்டும் ஒருபோதும் அது களைப் படைவதில்லை. மனிதன் தன்னைத்தானே நீடித்துக்கொண்டு, ஒத்துக்கொள்ளும் விதமாகச் சிறப்பாகப் பேணிக்கொள்வது எவ்வாறு? இந்தக் கேள்வியுடன் அவர்களே நிகழ்காலத்தின் எஜமானர்கள்.

எனக்காக இந்த நிகழ்காலத்தின் எஜமானர்களை விஞ்சி வாருங்கள் – எனது சகோதரர்களே – இந்தச் சில்லறை மனிதர் களே அதிமனிதனின் மகத்தான அபாயம்!

விஞ்சி மேம்படுங்கள், உயர் மனிதர்களே, சில்லறை நற்குணங்களை, சில்லறைச் செயலறிவை, மண்ணையும் தானியத்தையும் பிரித்துப் பார்க்கும் தன்மையை எறும்பு மற்றும் மொய்த்திரளின் வெறுமையை, இரங்கத்தக்க இயலமைதியை, 'மகத்தான எண்ணினுடைய மகிழ்ச்சியை!'

ஒப்படைப்பதைவிட மனமுறிவுறுங்கள் மற்றும் உண்மை யில் உங்களுக்கு இன்று எப்படி வாழ்வது எனத் தெரியாததால் நான் உங்களை நேசிக்கிறேன், உயர் மனிதர்களே! ஏனெனில், இவ்வாறே நீங்கள் சிறந்து வாழ்வீர்கள்!

## 4

உங்கள் வசம் துணிவு உள்ளதா, ஓ, எனது சகோதரர்களே? நீங்கள் பருத்த இதயம்கொண்டவர்களா? சாட்சிகள் இருக்கும் போதுள்ள துணிவல்ல, ஆனால் துறவிகள் மற்றும் கழுகுகளின் துணிவு, எதைக் கடவுள்கூட இப்போதெல்லாம் கவனிப்ப தில்லையோ அந்தத் துணிவு.

நான் குளிர்ந்த உள்ளுயிருள்ள, கலப்பின விலங்குபோன்ற, குருடான அல்லது போதையூட்டப்பட்ட மனிதர்களைப் பருத்த இதயம் கொண்டவர்களென அழைக்கவில்லை: அவனுக்குப் பயத்தைத் தெரியும், ஆனால், பயத்திற்கு எஜமானனாகிறான்;

படுபாதாளங்களைப் பார்க்கிற, ஆனால் கர்வத்தோடு பார்க்கிற, இதயம் கொண்டவன்.

படுபாதாளத்தைப் பார்க்கிறவன், ஆனால், ஒரு கழுகின் கண்களோடு பார்க்கிறவன் – படுபாதாளத்தைக் கழுகின் நகங்களோடு பற்றுகிறவன்: அவன் வசம் துணிவு உள்ளது.

## 5

'மனிதன் தீயவன்' அது என்னை ஆசுவாசப்படுத்துவதற்காக அனைத்து விவேகமான மனிதர்களும் சொன்னது. ஏ, அது மட்டும் இன்று உண்மையாக இருந்தால்! ஏனெனில், தீயதே மனிதனின் சிறந்த வலிமை.

'மனிதன் இன்னும் சிறப்பாகவும், இன்னும் தீயதாகவும் வளர வேண்டும்' இவ்வாறு நான் கற்பிக்கிறேன், மிகத் தீயது அதிமனிதனின் மிகச் சிறந்ததற்கு வேண்டும்.

மனிதனின் பாவத்தைச் சுமந்து துன்புறுவது, சில்லறை மனிதர்களின் உபதேசிக்கு அது நல்லதாக இருக்கக்கூடும், மகத்தான பாவத்தில் அது எனது மகத்தான ஆறுதலென நான் மகிழ்ந்து கொண்டாடுகிறேன்.

ஆனால் இந்த விஷயங்கள் நீண்ட காதுகளுக்காகச் சொல்லப்பட்டவையல்ல. ஒவ்வொரு வார்த்தையும், ஒவ்வொரு வாய்க்கும் சொந்தமானதும் அல்ல. அவை நுட்பமான நெடுந் தொலைவுள்ள விஷயங்கள், ஆட்டின் குளம்புகள் அதைப் பற்றிவிட நினைக்கக்கூடாது.

## 6

உயர் மனிதர்களே, நீங்கள் தவறாகச் செய்ததை நான் சரி செய்ய வந்திருப்பதாக நினைக்கிறீர்களா?

அல்லது துன்புறுபவர்களே, உங்களுக்காக இன்னும் வசதியான படுக்கைகளை, இதன் மூலம் ஏற்படுத்துகிறே னென்று சொல்வதாக நினைக்கிறீர்களா? அல்லது ஓய்வற்ற, தவறுசெய்கிற, திரிகிற மனிதர்களான உங்களுக்குப் புதிய சுலபமான பாதத்தடங்களைக் காட்டுவதற்காகவென்றா?

அல்ல! அல்ல! மும்முறை அல்ல! உங்களைப்போன்ற சிறந்த, இன்னும் சிறந்த மனிதர்கள், மேலும்மேலும் அழிய வேண்டும் – ஏனெனில், வாழ்வு உங்களுக்குக் கடினமானதாக, இன்னும் கடினமானதாக இருக்கவேண்டும், இவ்வாறாக இருந்தால் மட்டுமே,

இவ்வாறாக மட்டுமே, எங்கே மின்னல் அவனைத் தாக்கிச் சிதறடிக்குமோ அந்த உயரத்திற்கு அவன் வளர இயலும்: மின்னலுக்குப் போதுமான அளவிலான உயரத்திற்கு!

எனது மனமும், ஏக்கமும் நீண்ட வெகு தொலைவிலுள்ள சில விஷயங்களிடம் செல்கிறது. உங்களது அநேக, சிறிய, சுருக்கமான துன்பங்களைப்பற்றி எனக்கென்ன?

நீங்கள் இன்னும் போதுமான அளவு துன்பப்படவில்லை! ஏனெனில் நீங்கள் உங்களிடமிருந்தே துன்பப்படுகிறீர்கள். நீங்கள் இன்னும் மனிதனிடமிருந்து துன்பப்படவில்லை. வேறு மாதிரி சொன்னீர்களானால், நீங்கள் பொய் சொல்கிறீர்கள்! நான் துன்புற்றதில் நீங்கள் யாரும் துன்புறவில்லை.

## 7

மின்னல் எந்தத் தீங்கும் செய்வதில்லை என்பது எனக்குப் போதுமானதாக இல்லை. நான் அதை வெளியே அழைத்துச் செல்ல விரும்பவில்லை: எனக்காக வேலைசெய்ய அது கற்றுக்கொள்ளும்.

எனது விவேகம் தன்னை நீண்டு சேகரித்துக்கொண்டது. அது ஒரு மேகத்தைப்போல் அசைவற்றும், இருண்டும் வளர் கிறது. ஒருநாள் மின்னலுக்குப் பிறப்பு தரப்போகிற விவேகம் அனைத்தும் அவ்வாறே செய்கிறது.

இந்த நிகழ்காலத்தின் மனிதர்களுக்கு நான் ஒளியாக இருக்க விரும்பவில்லை, அல்லது அவர்களால் ஒளி என்று அழைக்கப்படவும் விரும்பவில்லை. இந்த மனிதர்களைக் குருடாக்க விரும்புகிறேன்: எனது விவேகத்தின் மின்னல்! அவர்களது கண்களை அணைத்துவிடும்!

## 8

உனது சக்திக்கு அதிகமாக விருப்பப்படாதே. தங்களது சக்திக்குமீறி விருப்பப்படுகிறவர்களிடம் ஒரு தீய, தவறான தன்மை உள்ளது.

குறிப்பாக, அவர்கள் மகத்தான விஷயங்களுக்கு விருப்பப் படும்போது! ஏனெனில் அவர்கள் மகத்தான விஷயங்கள் மீதான அவநம்பிக்கையை எழுப்புகிறார்கள், இந்த அமரிக்கை யான புனைவுருவாக்கக்காரர்களும் நடிகர்களும்!

மாறுகண் கொண்ட, வெள்ளையடிக்கப்பட்ட பட்டழிந்த தன்மை, புத்திசாலித்தனமான வார்த்தைகளால் உடுத்தப்பட்டு,

நம்பவைக்கும் நற்குணங்களோடு, பளபளக்கும் தவறான செயல்களோடு, அவர்களே அவர்களிடம் தவறாக ஆகும்வரை.

அதனிடமிருந்து உங்களை நன்றாகக் காத்துக்கொள்ளுங்கள், உயர் மனிதர்களே, ஏனெனில் நேர்மையைவிட மதிப்பு வாய்ந்ததாகவும், அரியதாகவும் வேறெதையும் நான் எண்ணுவதில்லை.

இந்த நிகழ்காலம் கும்பலுக்குச் சொந்தமானது அல்லவா? கும்பல், எவ்வாறாயினும், எது மகத்தானது மற்றும் சிறியது என்று அறியாது. எது நேரானதோ, நேர்மையானதோ: அது அறியாமையாக வளைந்து, நெளிந்துள்ளது, அது எப்போதும் பொய் சொல்கிறது.

## 9

இன்று ஒரு ஆரோக்கியமான அவநம்பிக்கையைக் கொண்டிருங்கள், உயர் மனிதர்களே, பருத்த இதயமுடையவர்களே, திறந்த இதயங்கொண்ட மனிதர்களே. மேலும், உங்கள் காரணங்களை ரகசியமாக வைத்திருங்கள்! ஏனெனில், இந்த நிகழ்காலம் கும்பலுக்குச் சொந்தமானது.

ஒருகாலத்தில் கும்பல் காரணங்களில்லாமல் நம்பக் கற்றதை, யாரால் மேலே திருப்பிப் போட்டுவிட இயலும்?

சந்தையில் ஒருவன் ஜாடைக் குறிப்புகளால் இணங்க வைக்கிறான். ஆனால், காரணங்கள் கும்பலை அவநம்பிக்கை கொள்ளச்செய்கின்றன.

மேலும், உண்மை ஒருமுறை வென்றுவிட்டால், பிறகு ஆரோக்கியமான அவநம்பிக்கையோடு கேட்கலாம்: 'எந்த வலிய தவறு அதற்காகப் போரிட்டது?' என்று.

படித்தவர்களிடம் ஜாக்கிரதையாயிருங்கள். அவர்கள் உங்களை வெறுக்கிறார்கள்: ஏனெனில் அவர்கள் பயனற்றவர்கள்! குளிர்ந்த, வறண்டுபோன கண்கள் அவர்களிடமுள்ளது, அதன்முன் அனைத்துப் பறவைகளும், தங்களது இறகுகளை அவிழ்த்துப் போட்டுவிட்டுக் கிடக்கின்றன.

அவர்கள் பொய் சொல்வதில்லை என்று வீம்பு பேசுகிறார்கள்; ஆனால், பொய் சொல்லாதிருப்பது உண்மைமீதான பற்றினால் அல்ல, கவனமாக இரு!

அறிவோடு உள்ளதைவிட, காய்ச்சலில் இருந்து விடுதலை பெற்றுள்ளது தொலைவில் உள்ளது! நான் உறைந்துபோன

உள்ளுயிர்களை நம்புவதில்லை. பொய் சொல்ல இயலாத ஒருவனுக்கு உண்மை என்றால் என்னவென்று தெரியாது.

## 10

நீ உயரே எழ விரும்பினால், உனது சொந்தக் கால்களை உபயோகப்படுத்து! தூக்கப்படுவதை அனுமதிக்காதே, வேற்றாட்களின் தலைகளிலும், முதுகுகளிலும் உட்காராதே.

ஆனால், நீ குதிரை ஏறுவாயா? இப்போது நீ தாறுமாறாக, உனது இலக்கிற்குப் போய்க்கொண்டிருக்கிறாயா? மிகவும் நல்லது என் நண்பனே! ஆனால், உனது முடமான கால்களும், உன்னோடு உனது குதிரைமீது உட்கார்ந்திருக்கிறதே!

நீங்கள் உமது இலக்கை அடையும்போது, குதிரையிலிருந்து துள்ளிக் கச்சிதமாக உமது உயரத்திற்குக் குதிக்கும்போது, உயர் மனிதர்களே தடுமாறுவீர்களா!

## 11

படைப்பாளிகளே, உயர் மனிதர்களே! ஒருவர் தனது சொந்தக் குழந்தையைத்தான் கருத்தரிக்கிறார்.

எதையும் உன்மேல் திணிக்கவிடாதே, உன்னை இணங்க வைப்பதற்கு எதையும்விடாதே! ஆக, யார் உனது அண்டை வீட்டார்? ஒருக்கால் நீ உனது அண்டை வீட்டாருக்காகக் காரியங்களைச் செய்தால், அப்போதும்கூட நீ எதையும் படைப்பதில்லை.

இந்த ‘ஆக’வை மறந்துவிடு: உனது நற்குணமே ‘ஆக,’ ‘அதன் பொருட்டு,’ ‘ஏனெனில்’ ஆகியவற்றிடம் ஏதும் வைத்துக் கொள்வதை விரும்பவில்லை. நீ இந்தத் தவறான, சிறிய வார்த்தைகளுக்கு, உனது காதுகளைத் தடைசெய்துவிட வேண்டும்.

இந்த ‘ஒருவனின் அண்டை வீட்டாருக்காக’ என்பது சில்லறை மனிதர்களின் நற்குணம் மட்டுமே; அங்கே, ‘ஒத்த பண்பினர் என்றும், நல்லது செய்தால் நல்லது விளையும்’ என்றும் அவர்கள் சொல்கிறார்கள். அவர்களுக்கு உனது தன்னலத் தன்மையைக் கேட்பதற்கு உரிமையோ, வலுவோ கிடையாது.

இந்தச் செயலறிவையும், கர்ப்பத்தையும்பற்றிய முன்கருதுதல் உனது தன்னலத்தில் உள்ளது! இதுவரை யாரும் இன்னும்

பார்க்காத அந்தப் பழம்: அது பாதுகாக்கப்பட்டு, திருப்திப் படுத்தப்பட்டு, ஜீரணிக்கப்பட்டுவிடும். உனது முழுநேசத்தினால்.

எங்கே உனது முழுநேசமும் உள்ளதோ, உனது குழந்தை யிடம், அங்கும்கூட உனது முழுநற்குணமும் உள்ளது! உனது வேலையும், உனது விருப்பமுமே உனது 'அண்டை வீட்டார்': வேறு எந்தவகையான தவறான மதிப்பீடுகளும், உன்னை இணங்கச்செய்ய விடாதே!

## 12

படைப்பாளிகளே, உயர் மனிதர்களே! யாரெல்லாம் பிறப்பளிக்க வேண்டுமோ, அவர்கள் நோயுற்றிருக்கிறார்கள்; ஆனால், யாரெல்லாம் பிறப்பளித்துவிட்டார்களோ, அவர்கள் தூய்மை யற்று இருக்கிறார்கள்.

பெண்களைக் கேள்: ஒருவர் சந்தோஷத்திற்காகப் பிள்ளை பெறுவதில்லை. வலி பெட்டைக்கோழிகளையும், கவிஞர்களை யும் கொக்கரிக்க வைக்கிறது.

படைப்பாளிகளே, உங்களுக்குள் உள்ளதில் அநேகமும் தூய்மையற்றுள்ளன, ஏனெனில் நீங்கள் அன்னைகளாக இருக்க வேண்டியுள்ளது.

ஒரு புதிய குழந்தை: ஓ, எவ்வளவு புதிய குப்பையும் உலகில் நுழைந்துவிட்டது! ஓரமாகப் போ! மேலும், யாரெல்லாம் ஈன்றார்களோ, அவர்கள் தங்கள் ஆத்மாக்களைச் சுத்தமாகக் கழுவவேண்டும்!

## 13

உனது சக்திகளுக்குமீறி நற்குணத்தோடு இருக்காதே! சாத்திய மற்றது எதையும் உன்னிடமே கேட்காதே!

உனது தகப்பன்களுடைய நற்குணத்தின் படிகளில் தொடர்! உனது தகப்பன்களின் விருப்பம் உன்னோடு ஏறாவிட்டால், நீ எப்படி உயரங்களுக்கு ஏறுவாய்?

ஆனால், முதலாவதாகப் பிறக்க விரும்பும் ஒருவன், அவனே கடைசியாகப் பிறந்தவனாகவும் இல்லாதவாறு பார்த்துக்கொள்ள வேண்டும். மேலும், உன் தகப்பன்கள் ஒழுக்கக்கேடாக இருந்த விஷயங்களில் நீ புனிதனாக இருப்பதுபோலக் காண்பிக்கக் கூடாது!

யாருடைய தகப்பன்கள் தங்களது நேரத்தை, பெண்கள், காட்டமான மது, வறுக்கப்பட்ட பன்றி என்று செலவிட்டார்

களோ, அவர்கள் பிரம்மச்சரியத்தைத் தங்களிடம் கோரியிருந் தால் என்ன ஆகியிருக்கும்.

அது கயமையின் துணுக்காக ஆகியிருக்கும்! உண்மையில், நான் நினைக்கிறேன் அப்படியானவனுக்கு அது அதிகம். ஒன்று அல்லது இரண்டு, மூன்று பெண்களுக்குக் கணவனாக இருப்பது.

மேலுமவன் ஆசிரமங்களை நிறுவி, அதன் கதவின்மீது 'புனிதத்தன்மைக்குச் செல்லும் வழி' என்று எழுதினால்கூட நான் சொல்வேன்: அதனால் என்ன? அது மடமையின் மற்றொரு துணுக்கு!

அவன் தனக்கான புகலுக்கும், திருத்திக் கொள்ளுதலுக்கு மாக ஒரு வீட்டுக்கு அஸ்திவாரமிட்டாலும்: அது அவனுக்கு நிறைய நன்மையைப் பயக்கும்! ஆனால் எனக்கு அதில் நம்பிக்கை யில்லை. ஒருவன் எதைக் கொண்டு செல்கிறானோ அது அங்கு வளர்கிறது, உள்ளே உள்ள விலங்கையும் சேர்த்து. எனவே அநேகர் தனிமையிலிருந்து விலக்கப்பட வேண்டும்.

பாலைவனத்தின் புனிதர்களைக் காட்டிலும் அழுக்கானவை உலகில் இருந்ததுண்டா? அவர்களைச்சுற்றி சாத்தான் மட்டுமே கிடக்கவில்லை, பன்றிகளும்கூட.

## 14

பாய்ச்சல் தவறிய ஒரு புலியைப்போல்: இப்படித்தான் உங்களைப் பார்த்தேன் மருட்சியோடு, வெட்கப்பட்டு, அசிங்கமாக அடிக்கடி ஓரமாக நழுவும்போது, உயர் மனிதர்களே நீங்கள் வீசிய ஒரு வீச்சு தோற்றுவிட்டது.

ஆனால், அதனாலென்ன பகடை வீசுபவர்களே! நீங்கள் மனிதன் எப்படி விளையாட வேண்டுமோ, கேலிசெய்ய வேண்டுமோ, அதுபோல் விளையாடவோ, கேலி செய்யவோ கற்றுக்கொள்ளவில்லை.

மேலும், நீங்கள் முயற்சி செய்த மகத்தான விஷயங்கள் தோல்வியுற்றிருந்தால் – நீங்களே தோல்விகள் என்று அர்த்தமா குமா? மற்றும் நீங்களே தோல்விகளாக ஆனாலும், அதனால் – மனிதனே ஒரு தோல்வி என்று அர்த்தமாகுமா? மனிதனே தோல்வியென்றானால், நல்லது! முன்னேறு!

## 15

அதன் வகை எவ்வளவு உயர்வாக உள்ளதோ, அவ்வளவு குறை வாக ஒரு விஷயம் வெல்லும், இங்குள்ள உயர் மனிதர்களே, நீங்கள் அனைவருமே – தோல்விகளல்லவா?

நல்ல துணிவோடு இருங்கள், அதனாலென்ன! இன்னும் எவ்வளவோ சாத்தியமாக உள்ளது! உங்களைப் பார்த்துச் சிரிக்கக் கற்றுக்கொள்ளுங்கள், ஒரு மனிதன் எப்படிச் சிரிக்க வேண்டுமோ அப்படி!

மேலும், நீங்கள் தோல்வியுற்றுப் பாதி வென்றதில் அதிசயம் ஒன்றுமில்லை, பாதி உடைந்த மனிதர்களே! உம்முள் சிரமப் பட்டுப் போராடவில்லையா மனித இனத்தின் வருங்காலம்?

மனித இனத்தின் மிகத் தொலைவிலுள்ள தடங்காணாத ஆழமான கேள்விகள், மிகத் தொலைவில் உள்ள நட்சத்திரங் களுக்குச் சென்றெட்டுகிற ஆற்றல், அவனது கற்பித்தல்கள், அவனது பிறவி வலிமை: அவையனைத்தும், நன்றாக உமது பானையில் பொங்கவில்லையா?

அநேக பானைகள் சிதறிவிட்டதொன்றும் அதிசயமல்ல! உங்களையே பார்த்துச் சிரிக்கக் கற்றுக்கொள்ளுங்கள், உயர் மனிதர்களே, இன்னும் எவ்வளவு சாத்தியமாக உள்ளது!

மேலும் உண்மையில், ஏற்கனவே எவ்வளவு வெற்றி பெற்றுள்ளது! இந்தப் பூமி சிறிய கச்சிதமான விஷயங்களில் எவ்வளவு வளமானது, நன்றாக அமைக்கப்பட்ட விஷயங்களில்.

உயர் மனிதர்களே உங்களைச் சுற்றி உங்களுடைய இதயங் களை ஆற்றுகிற பொன்நிறமாய்ப் பழுத்த சிறிய கச்சிதமான விஷயங்களை அமைத்துக்கொள்ளுங்கள். கச்சிதமான விஷயங் கள் நம்பிக்கையைக் கற்பிக்கின்றன.

## 16

இங்கே பூமியில் எது மகத்தான சாபமாக இருந்தது? 'யார் சிரிக்கிறார்களோ அவர்களுக்கு இன்னல்!' என்று சொன்னவன் கூறியதல்லவா அது!

அவனே தன்னளவில் சிரிப்பதற்கான காரணம் எதையும் பூமியில் காணவில்லையா? அப்படியெனில், அவன் மோசமாகத் தேடியுள்ளான். ஒரு குழந்தைகூடக் காரணங்களைக் கண்டுபிடித்து விடும்.

அவன் – போதுமான அளவு நேசிக்கவில்லை: அவ்வா றில்லையெனில் அவனும்கூட நம்மை நேசித்திருப்பான்! ஆனால், அவன் வெறுத்தான், நம்மைப் பார்த்து இகழ்ச்சி செய்தான், அவன் நமக்கு ஓலத்தையும், பற்களை நெரிப்பதையும் உறுதி யளித்தான்.

பிறகு, எங்கு ஒருவன் நேசிக்கவில்லையோ, அங்கே உடனடியாகச் சபிக்க வேண்டுமா? அது – எனக்கு மோசமான

சுவையாகத் தெரிகிறது. ஆனால், அதைத்தான் அவன் செய்தான், இந்தச் சமாதானம் செய்துகொள்ளாத மனிதன், அவன் கும்பலில் இருந்து துள்ளினான்.

மேலும், அவனே போதுமான அளவு நேசிக்கவில்லை: அல்லாவிடில் தான் நேசிக்கப்படவில்லை என்று அவன் இவ்வளவு கோபமடைய மாட்டான். மகத்தான நேசம் நேசத்தை விரும்புவதில்லை – அது கூடுதலானதை விரும்புகிறது.

அவ்வாறான சமாதானம் செய்துகொள்ளாத மனிதர்கள் அனைவரையும் தவிர்த்துவிடுங்கள்! அவர்கள் ஒரு ஏழ்மை யான, நோய்மையான வகை, ஒரு கும்பலின் வகை. அவர்கள் இந்த வாழ்வை ஒரு நோய்மையான விருப்பத்தோடு பார்க் கிறார்கள், இந்தப் பூமிக்கு அவர்கள் ஒரு தீய கண்ணைக் கொண்டுள்ளனர்.

அவ்வாறான சமாதானம் செய்துகொள்ளாத மனிதர்கள் அனைவரையும் தவிர்த்துவிடுங்கள்! அவர்கள் கனமான பாதங் களையும், புழுக்கமான இதயங்களையும் கொண்டுள்ளனர் – அவர்களுக்கு எப்படி நடனமாடுவதென்று தெரியாது. பூமி எப்படி இவ்வாறான மனிதர்களுக்கு லேசானதாக இருக்கும்.

## 17

அனைத்து நல்ல விஷயங்களும், வளைந்துநெளிந்து தங்களது இலக்கை அணுகுகின்றன. பூனைகளைப்போல் தங்களது முதுகை வளைக்கின்றன, மகிழ்ச்சியை அணுகும்போது அவை உள்ளுக்குள் மகிழ்ச்சியோடு உறுமுகின்றன – அனைத்து நல்ல விஷயங்களும் சிரிக்கின்றன.

ஒருவன் தனது சொந்த வழியில் செல்கிறானா என்பதை அவனது காலடி காட்டிக் கொடுத்துவிடும். எனவே நான் நடப்பதைக் கவனியுங்கள். ஆனால் தனது இலக்கை அடையு மொருவனே நடனமாடுகிறான்.

மேலும் உண்மையில், நான் ஒரு சிலையாக ஆகிவிட வில்லை. நான் இங்கே விறைப்பாகக் குச்சிபோல, கல்லைப் போல ஒரு தூணாக நின்று கொண்டிருக்கவில்லை: நான் வேகமாக ஓடுவதை விரும்புகிறேன்.

மேலும், பூமியில் சதுப்பு நிலங்களும், தடித்த துயரங்களும் இருந்தாலும், லேசான கால்களை உடையவன், களிமண் சேற்றின் மீதுகூட ஓடுவான், துடைக்கப்பட்ட பனிமேல் ஆடுவது போல் நடனமாடுவான்.

உங்களது இதயங்களை உயரத் தூக்குங்கள் எனது சகோதரர்களே, உயர, இன்னும் உயர! மேலும், உங்களது கால்களை மறந்துவிடாதீர்கள், உங்களது கால்களைக்கூடத் தூக்குங்கள், அருமையான நடனக்காரர்களே: மேலும் இன்னும் சிறப்பாக உங்களது தலைகளால் நில்லுங்கள்!

## 18

சிரிப்பவனின் கிரீடம் இந்த மலர்க்கிரீடம்: நானேதான் இந்தக் கிரீடத்தைத் தலைமேல் வைத்துக்கொண்டேன், நானே எனது சிரிப்பைக் கட்டளைப் படுத்தினேன். இன்று அதற்குப் போதுமான அளவு வலிமையானவர்கள் யாரையும் நான் காணவில்லை.

ஜரதுஷ்ட்ரா நடனவான், ஜரதுஷ்ட்ரா ஒளி, பறப்பதற்கு ஆயத்தமாகித் தனது சிறகுகளால் அழைக்கிற சமிக்ஞையைச் செய்பவன். முன்னேற்பாடு செய்யப்பட்டு ஆயத்தமாக, பேரின்பத் தோடு, லேசான இதயத்துடன் அனைத்துப் பறவைகளையும் அழைக்கிறவன்.

ஜரதுஷ்ட்ரா தீர்க்கதரிசி, ஜரதுஷ்ட்ரா சிரிக்கும் தீர்க்கதரிசி. பொறுமையற்றவனோ, சமாதானம் செய்துகொள்ளாத மனிதனோ அல்ல, குதிப்பதையும், தப்பி ஓடுவதையும் விரும்புகிற மனிதன்; நானே இந்தக் கிரீடத்தை எனது தலைமேல் வைத்துக் கொண்டேன்.

## 19

உங்களது இதயங்களை உயர்த்துங்கள், எனது சகோதரர்களே, உயரமாக! இன்னும் உயரமாக! மேலும் உங்களது கால்களை மறந்துவிடாதீர்கள்! உங்களது கால்களைக்கூடத் தூக்கிக்கொள் ளுங்கள், அற்புதமான நடனவான்களே: மேலும், இன்னும் நல்லது! உங்களது தலைகளால் நில்லுங்கள்!

மகிழ்ச்சியில்கூட அதிர நடக்கும் விலங்குகள் உள்ளன, பிறவியிலேயே ஏடாகூடமான கால்களைக்கொண்ட விலங்கு கள் உள்ளன. அவை விநோத முயற்சிகளில் ஈடுபடுகின்றன – ஒரு யானை தனது தலையால் நிற்க முயற்சி செய்வதைப்போல்.

ஆனால், அதிர்ஷ்டமின்றி முட்டாள்தனத்தோடு இருப்பதைவிட, மகிழ்ச்சியோடு முட்டாள்தனமாக இருப்பதே மேல், நொண்டி நடப்பதைவிட ஏடாகூடமாக நடனமாடுவதே மேல். எனவே, என்னிடமிருந்து எனது விவேகத்தைக் கற்றுக் கொள், மோசமான விஷயத்திற்குக்கூட இரண்டு நல்ல பக்கங் கள் உள்ளன.

மோசமான விஷயத்திற்குக்கூட நல்ல நடனமாடும் கால்கள் உள்ளன. எனவே, கற்றுக்கொள்ளுங்கள், உயர் மனிதர்களே, உங்களது சரியான கால்களில் எப்படி நிற்பதென்று?

எனவே தொல்லைப்படுத்துதலின் எக்காள இசைப்பையும், கும்பலின் துயரமிகுதியையும் நினைவிலிருந்து அகற்று! ஓ, எனக்குத் தற்போது கும்பலின் விதூஷகர்கள் எவ்வளவு சோகமாகத் தெரிகிறார்கள்! இந்த நிகழ்காலம், எவ்வாறாயினும் கும்பலுக்குச் சொந்தமானது.

## 20

மலைக் குகைகளில் இருந்து வீசும் தென்றல்போல் இரு; அது தனது சொந்தக் குழலிசைக்கு ஏற்ப நடனமாடும், சமுத்திரங்கள் அதன் பாதச் சுவடுகளின்கீழ் நடுங்குகின்றன, தாவுகின்றன.

கழுதைகளுக்கு இறக்கைகளைத் தருகிற, பெண் சிங்கங் களிடம் பால் கறக்கிற அதற்கு, கும்பலுக்கும், நிகழ்காலத்தில் உள்ள அனைத்திற்கும், ஒரு புயல் காற்று போல வரும் கட்டுக் கடங்காத அந்த உள்ளுயிருக்குப் போற்றுதல்கள்.

வண்ணமலர் கொண்ட முட் செடிகளுக்கும், நுழைந்து ஆராயும் மூக்குகளுக்கும், உதிர்ந்த இலைகளுக்கும், களைச் செடிகளுக்கும் விரோதி அது: அந்தக் காட்டுத்தனமான, நல்ல, சுதந்திரமான, புயலான – உள்ளுயிருக்கு, தொல்லைகளின்மீதும், சதுப்பு நிலங்களின்மீதும், புல்வெளிகளில் நடனமாடுவதுபோல் நடனமாடுகிற அதற்கு அனைத்துப் போற்றுதல்களும்!

கும்பலின் பழக்கப்படுத்தப்படாத நாய்களையும், மோசமாக உருவாக்கப்பட்ட தெளிவற்ற நிலையின் அனைத்து வழித்தோன் றல்களையும் அது வெறுக்கிறது; சுதந்திரமான இந்த உள்ளுயிர் களின் உள்ளுயிருக்கு அனைத்துப் போற்றுதல்களும்! மங்கல் பார்வை கொண்ட கண்களிலும், புரையோடிய கண்களிலும் புழுதியை வீசுகிறது அந்தச் சிரிக்கும் புயற்காற்று.

உயர் மனிதர்களே, உங்களிடம் உள்ளதில் மோசமானது: உங்களில் ஒருத்தரும் ஒரு மனிதன் எப்படி நடனமாட வேண்டுமோ அப்படி நடனமாடக் கற்கவில்லை – உங்களுக்கு அப்பால் நடனமாட! நீங்கள் தோல்விகளாக இருந்தாலும், அதனா லென்ன!

இன்னும் எவ்வளவோ சாத்தியம்! எனவே உங்களுக்கும் அப்பால் சிரிக்கக் கற்றுக்கொள்ளுங்கள்! உங்களது இதயங்களை

உயர்த்துங்கள், அருமையான நடனவான்களே, உயரே! இன்னும் உயரே! மேலும், நன்றாகச் சிரிக்க மறக்காதீர்கள்!

இந்தச் சிரிப்பின் கிரீடம், இந்த ரோஜா மலர்க்கிரீடம்: எனது சகோதரர்களே, இந்தக் கிரீடத்தை உங்களிடம் வீசுகிறேன். நான் சிரிப்பைக் கட்டளைப்படுத்தி விட்டேன்: உயர் மனிதர் களே, கற்றுக்கொள்ளுங்கள் – சிரிப்பதற்கு!

## துயரத்தின் பாடல்

### 1

இந்தச் உரையை ஆற்றியபோது, ஜரதுஷ்ட்ரா தனது குகையின் வாசலருகில் நின்றுகொண்டிருந்தான்: கடைசி வார்த்தை களோடு, அவனுடைய விருந்தினர்களிடமிருந்து சிறிது நேரத் திற்குத் தப்பித்து திறந்த வெளிக்குச் சென்றான்.

'ஓ, என்னைச் சுற்றி உள்ள தூய வாசனைகளே' அவன் ஆச்சரியப்பட்டான்: 'ஓ, என்னைச் சுற்றியுள்ள பேரின்ப அமைதியே! ஆனால், எங்கே எனது விலங்குகள்? இங்கே வா, இங்கே வா, எனது கழுகே, எனது சர்ப்பமே!

'எனக்குச் சொல்லுங்கள் எனது விலங்குகளே: இந்த அனைத்து உயர் மனிதர்களும் – ஒருக்கால் அவர்கள் நன்றாக முகரவில்லையா? ஓ, என்னைச் சுற்றியுள்ள தூய வாசனை களே! உங்களை எவ்வளவு நேசிக்கிறேன் என்று இப்போதுதான் தெரிகிறது, இப்போதுதான் உணர்கிறேன் எனது விலங்குகளே.'

ஜரதுஷ்ட்ரா மீண்டும் சொன்னான்: 'நான் உங்களை நேசிக்கிறேன், எனது விலங்குகளே!' அவன் இந்த வார்த்தை களைச் சொன்னவுடன் கழுகும், சர்ப்பமும் அவனோடு ஒட்டிக் கொண்டன, மேலே நிமிர்ந்து அவனைப் பார்த்தன. இந்த மனநிலையோடு சற்றுநேரம் மூவரும் அமைதியாக நின்றிருந் தனர். மேலும், நன்றாக உறிஞ்சி நல்ல காற்றில் சேர்ந்து சுவாசித்தனர். ஏனெனில், இங்கே வெளியேயுள்ள காற்று உயர் மனிதர்களோடு உள்ளதைவிட நன்றாக உள்ளது.

### 2

ஜரதுஷ்ட்ரா குகையைவிட்டு வெளியேறிய உடனேயே, கிழட்டுச் சூனியக்காரன் எழுந்து, சுற்றிலும் தந்திரமாய்ப் பார்த்துவிட்டுச் சொன்னான்: 'அவன் சென்றுவிட்டான்!

மேலும் ஏற்கனவே, உயர் மனிதர்களே – அவன் செய்வது போல் உங்களை நான் இந்தப் போற்றலாலும், போலிப் புகழ்ச்சியினாலும் தூண்ட இயலுமென்றால். ஏற்கனவே எனது ஏமாற்று, சூனியத்தின் உள்ளுயிர், எனது துயரார்ந்த நிலையின் சாத்தான், என்னைத் தாக்குகிறது.

தனது இதயபூர்வமாகவே ஜரதுஷ்ட்ராவின் பகைவனாக உள்ளவனை: அவனை அதற்காக மன்னியுங்கள்! இப்போது அவன் உங்களுக்கு முன்பாக வித்தைகள் செய்துகாட்ட விரும்புகிறான், இப்போது அவனுடைய நேரம். நான் இந்தத் தீய உள்ளுயிருடன், வீணாக மல்யுத்தம் செய்கிறேன்.

உங்கள் அனைவருக்கும், உங்கள்மேல் வார்த்தைகளைப் பொழிந்து எந்தெந்த கொளரவத்தையெல்லாம் உண்டாக்கிக் கொள்கிறீர்களோ! உங்களை நீங்கள், 'சுதந்திரமான உள்ளுயிர் கள்' அல்லது 'உள்ளுயிரின் கழுவாய் தேடுபவர்கள்', 'விலங்கிடப் படாதவர்கள்' அல்லது 'மகத்தான விருப்பமுறுபவர்கள்' என்று எப்படியெல்லாம் அழைத்துக்கொண்டாலும்.

உங்கள் அனைவருக்காகவும், என்னைப்போல் மகத்தான அருவருப்பினால் துன்புறுகிறவர்களான, யாருக்காகப் பழைய கடவுள் இறந்ததோ, இன்னும் புதிய கடவுளெதுவும் தொட்டி லிலோ, அணையாடையிலோ கிடக்கவில்லையோ – உங்கள் அனைவருக்காகவும்தான் எனது தீய உள்ளுயிரும், படுசூனியத் தின் சாத்தானும் நன்றாகச் செயலாட்சியுடன் உள்ளன.

எனக்கு உங்களைத் தெரியும் உயர் மனிதர்களே, எனக்கு அவனையும் தெரியும் – என்னையும் மீறி நான் நேசிக்கும் இந்தச் சாத்தானையும் எனக்குத் தெரியும் – இந்த ஜரதுஷ்ட் ராவை: அவன் எனக்கு ஒரு தூயவனின் முகமூடி போல் அவ்வப்போது தோன்றுகிறான்.

எனது தீய உள்ளுயிரான துயரார்ந்த நிலையின் சாத்தான், இன்பம் பெறுகிற ஒரு விநோத, புதிய பொய்த்தோற்றம்போல் – ஜரதுஷ்ட்ராவை நான் நேசிக்கிறேன், எனது தீய உள்ளுயிரின் பொருட்டு, அவ்வாறே நான் அடிக்கடி நினைக்கிறேன்.

ஆனால், ஏற்கனவே அவன் என்னைத் தாக்குகிறான், என்னைக் கட்டாயப் படுத்துகிறான், இந்தத் துயரார்ந்த நிலையின் உள்ளுயிர், மாலை – அந்தி ஒளியின் சாத்தான்: மேலும் உண்மை யில், உயர் மனிதர்களே, அவனுக்கு ஒரு விருப்பமுள்ளது.

– வெறுமனே உங்கள் கண்களைத் திறவுங்கள்! – அவனுக்கு ஒரு விருப்பமுள்ளது, அம்மணமாக வர, ஆணாகவா அல்லது பெண்ணாகவா என்று இன்னும் எனக்குத் தெரியாது; ஆனால்

அவன் வருகிறான், அவன் என்னைக் கட்டாயப்படுத்துகிறான்! உங்களது புலன்களைத் திறவுங்கள்!

பகல் மங்குகிறது, இப்போது அனைத்து விஷயங்களுக்கும் மாலை வேளை வருகிறது, சிறந்த விஷயங்களுக்குக்கூட: இப்போது கவனியுங்கள், மேலும் பாருங்கள், உயர் மனிதர்களே, மாலை வேளையின் இந்தத் துயரார்ந்த உள்ளுயிர் – ஆணா அல்லது பெண்ணா, எந்தச் சாத்தான்.

இவ்வாறு பேசினான் கிழட்டுச் சூனியக்காரன், தந்திரமாகச் சுற்றிலும் பார்த்துவிட்டுத் தனது யாழை ஆவலுடன் எடுத்தான்.

## 3

காற்று தெளிவடையும்போது,
பனித் திவலையின் இதம்
பூமியின்மீது பொழியும்போது
பார்க்க இயலாத, கேட்கப்படாத –
ஏனெனில் பனித்திவலை என்கிற ஆசுவாசப்படுத்துபவன்
அனைத்து மென்மையான இன்ப நலங்களையும்போல்
மெல்லிய காலணிகளை அணிகிறான்:
பிறகு உனக்கு நினைவிருக்கிறதா, சூடான இதயமே,
தாகமூட்டப்பட்டு, வாட்டப்பட்டு, களைப்போடு
சொர்க்கக் கண்ணீருக்கும் பனித்திவலைப் பொழிவுகளுக்கும்,
ஒருபோது நீ எவ்வாறு தாகங்கொண்டிருந்தாய்

அப்போது மஞ்சளான புல்வெளிகளில்
நயவஞ்சக மாலைச்சூரிய ஒளி – பார்க்கிறது
இருண்ட மரங்களின் பின்னாலிருந்து உன்னிடம் ஓடிவந்தது
குருடாக்குகிற, கெடுநோக்குடைய, ஒளிர்கிற சூரிய ஒளிப் – பார்வைகள்?

●

'உண்மையை இறைஞ்சுபவன் நீ?'
– என்று அவர்கள் ஏளனம் செய்தார்கள் – 'அல்ல! வெறு

மொரு கவிஞன்!'

சூழ்ச்சியான, இரை தேடுகிற, ஊர்ந்து செல்கிற,

பொய் சொல்லியாக வேண்டியவொரு விலங்கு,

அறிந்து விருப்பத்தோடு பொய் சொல்லவேண்டும்:

இரைக்கான வேட்கையோடுள்ள

பலவண்ண – முகமூடி அணிந்த

தனக்கே ஒரு முகமூடியாக உள்ள

தனக்கே ஒரு இரையாக உள்ள –

அந்த – உண்மையை இறைஞ்சுபவன்?

அல்ல! வெறுமொரு முட்டாள்! வெறுமொரு கவிஞன்!

வெறுமனே பலவிதமாகப் பேசுகிற,

முட்டாள்களின் முகமூடிகளிலிருந்து கதறுகிற,

ஏமாற்று நிரம்பிய வார்த்தைப் பாலங்களை வீறாப்பாகச் சுற்றிவருகிற,

பல வண்ண மழைவில்கள்மீது

ஒரு பொய்யான சொர்க்கத்திற்கும்

ஒரு பொய்யான நரகத்திற்கும் இடையில்

உயரப் பறக்கிற, சுற்றி வட்டமிடுகிற –

வெறுமொரு மடையன்! வெறுமொரு கவிஞன்!

●

அந்த – உண்மையை இறைஞ்சுபவன்?

அசைவற்றதாக, விறைப்பாக, மெதுவாக, குளிர்ந்ததாக அல்லாத

ஒரு படிமமாக ஆகி

ஒரு கடவுளின் சிலையாக ஆகி

கோயில்களுக்கு முன்பாக அமைக்கப்படாத,

ஒரு கடவுளின் காவல்காரன்:

அல்ல! அப்படியான உண்மையின் சிலைகளுக்கு எதிரி,

கோயில்களுக்கு முன்பாக இருப்பதைவிட,

எந்த வனப்பகுதியிலும் வீட்டில் உள்ளதைப் போலுணர்கிற,

பூனையின் குதியாட்டம் நிரம்பிய
ஒவ்வொரு ஜன்னலின் ஊடாகவும்
லாகவமாக! ஒவ்வொரு வாய்ப்பினுள்ளும் பாய்கிற
ஒவ்வொரு வனத்தையும் முகர்கிற,
நீ ஓடிவிடக் கூடுமென்று
பேராசையான ஏக்கத்தோடு முகர்கிற,
பாவம் நிரம்பி – ஆரோக்கியமாக, கோமாளித்தனமாக மற்றும் அழகாக வனங்களில் பல வண்ணப் பொட்டுக்கள் நிரம்பிய இரையெடுக்கும் விலங்குகளோடு,
வேட்கை நிரம்பிய உதடுகளோடு ஓடு
மகிழ்ச்சியோடு இகழ்ந்து, மகழ்ச்சியோடு நரகத்தனமாக,
மகிழ்ச்சியோடு ரத்த – தாகத்தோடு
இரை தேடுகிற, ஊர்ந்து செல்கிற, பொய் பேசுகிற:

●

அல்லது கழுகு கூர்ந்து நோக்குவதுபோல
நீண்டு, படுபாதாளங்களுக்குள் நீண்டு,
அதன் படுபாதாளங்களுக்குள்: ஓ அவை எவ்வாறு கீழே வட்டமிடுகின்றன.
அடியிலே உள்ள,
எப்போதுமில்லாத ஆழ்ந்த ஆழங்களுக்கு!
பிறகு,
சட்டென்று, நேரான நோக்கோடு,
துடிக்கிற பறத்தல்,
அவை ஆடுகள் மேல் திடுமெனப் பாய்ந்திறங்கி,
தலைகீழாகக் கீழே,
ஆடுகளுக்கான வேட்கையோடு கொள்ளையிடுகிற
அனைத்து ஆட்டு ஆத்மாக்கள்மீதும் கோபத்தோடு,
ஆட்டுத்தனமான, ஆட்டுக் கண்ணுள்ள, சுருண்ட கம்பளியுள்ள
ஆட்டின் – செம்மறியாட்டின் வாஞ்சையோடு சாம்பல் நிறமுள்ள . . .

●

இவைபோலுள்ள அனைத்தின்மீதும் ஆக்ரோஷமான கோபத்துடன்!

இவ்வாறு

கழுகு போல், சிறுத்தை போல்

கவிஞனின் விருப்பங்கள்

ஆயிரம் முகமூடிகளுக்குக் கீழே உனது விருப்பங்கள்,

முட்டாளே! கவிஞனே!

●

நீ மனிதனைப் பார்த்தாய்.

கடவுளாக, செம்மறியாடாக:

மனிதனில் உள்ள கடவுளைக் கிழிக்க,

மனிதனில் உள்ள செம்மறியாட்டைக் கிழிப்பதுபோல்

மேலும் கிழிக்கும்போது சிரிப்பதற்காக –

●

அது, உனது ஆசிர்வதிக்கப்பட்டதன்மை!

ஒரு சிறுத்தையுடைய ஒரு கழுகினுடைய ஆசிர்வதிக்கப் பட்டதன்மை!

ஒரு கவிஞனுடைய ஒரு முட்டாளுடைய ஆசிர்வதிக்கப் பட்டதன்மை!

காற்று தெளிவடையும்போது

நிலவின் அரிவாள்

ஊதாச் சிவப்பு அந்தி ஒளியில் பொறாமையுடன்

பசுமையை அறுவடை செய்து செல்லும்போது:

பகலின் எதிரி

ஒவ்வொரு அடியிலும் ரகசியமாகத்

தொங்குகிற ரோஜாத் தோட்டங்களை

செதுக்கித் தள்ளி

அவை முழுகும்வரை

முழுகும்வரை, வெளிறி, இரவுக்குள்.

இப்படி ஒருபோது முழுகினேன் எனது

உண்மையின் தோற்ற மயக்கத்திலிருந்து,
எனது பகற்பொழுதின் ஏக்கங்களிலிருந்து,
பகலால் களைப்புற்று, ஒளியால் நோயுற்று,
கீழ்ப்புறம் மூழ்கினேன், மாலைவேளைக்கு, நிழல்களுக்கு
வாட்டப்பட்டு, தாகத்தோடு
ஒரு உண்மையோடு:
உனக்கு நினைவிருக்கிறதா, உனக்கு, சூடான இதயமே,
அப்போது எவ்வாறு தாகத்தோடு இருந்தாய்?
நான் அனைத்து உண்மைகளில் இருந்தும்
தடை செய்யப்பட்டிருப்பதால்
வெறுமொரு முட்டாள்!
வெறுமொரு கவிஞன்!

## விஞ்ஞானம் குறித்து

சூனியக்காரன் இவ்வாறு பாடினான்: அவனது நய வஞ்சகமான துயரார்ந்த நிலையினுடைய வளப்பத்தால், அங்கே இருந்தவர்கள் அனைவரும் கவனமற்று வலைக்குள் போகும் பறவைகள் போலப் போயினர். மனசாட்சிக்குக் கட்டுப்பட்ட உள்ளுயிரின் மனிதனைத் தவிர அனைவரும் பிடிபட்டனர்: அவன் சூனியக்காரனிடமிருந்து யாழைப் பிடுங்கிக் கதறினான்: 'காற்று, நல்ல காற்றை உள்ளேவிடு! ஜரதுஷ்ட்ராவை உள்ளே விடு! தீய கிழட்டுச் சூனியக்காரனே! நீ இந்தக் குகையைப் புழுக்கமாக்கி, நஞ்சாக்குகிறாய்.

'நீ, அறியாத விருப்பங்களுக்கும், கட்டுப்பாடற்றவற்றுக்கும் மயக்கி இழுக்கிறாய், பொய்யான, சூட்சுமமான மனிதனே. அதுவும் நீ அவ்வாறு சலசலக்கும் போது, உண்மைபற்றி அமளி செய்யும் போது!

'அப்படியான சூனியக்காரர்களிடம் பாதுகாப்பாக இல்லாத அனைத்துச் சுதந்திரமான ஆத்மாக்களுக்கும் இன்னல்! அவர்களது சுதந்திரம் பறிக்கப்பட்டுவிட்டது: துயரார்ந்த நிலையின் கிழட்டுச் சாத்தானே, நீ கற்பித்து சிறைகளுக்குள் கவர்ந்திழுக்கிறாய்!

'உனது புலம்பலிலிருந்து ஒரு மாயக்கவர்ச்சியான பறவையின் குரல் ஒலிக்கிறது. கற்பைப் போற்றுவதன் மூலமாகச் சிற்றின்பக்

களியாட்டத்திற்கு ரகசியமாகக் கவர்ந்திழுப்பவர்களைப் போன்றவன் நீ!'

இவ்வாறு பேசினான் மனசாட்சிக்குக் கட்டுப்பட்ட உள்ளுயிரின் மனிதன்; கிழட்டுச் சூனியக்காரன் தன்னைச் சுற்றிலும் பார்த்துக்கொண்டு, தனது வெற்றியில் மகிழ்ந்துகொண்டிருந்தான். அந்தக் கணக்கில் மனசாட்சிக்குக் கட்டுப்பட்ட உள்ளுயிரின் மனிதனால் ஏற்பட்ட மனக்கசப்பை விழுங்கினான். 'அமைதியாக இரு' ஒரு மிதமான குரலில் சொன்னான்: 'நல்ல பாடல்கள் நன்றாக எதிரொலிக்க விரும்புகின்றன, ஒரு நல்ல பாடலுக்குப் பிறகு ஒருவன் நீண்ட நேரம் அமைதியாக இருக்க வேண்டும்.

'அதுவே இந்த உயர் மனிதர்கள் அனைவரும் செய்வது, ஆனால் நீ, ஒருக்கால் எனது பாடலைக் கொஞ்சம்தான் புரிந்துகொண்டாயா? உன்னுள் மந்திரத்தின் உள்ளுயிர் 'கொஞ்சமே உள்ளது'.

மனசாட்சிக்குக் கட்டுப்பட்ட உள்ளுயிரின் மனிதன் பதிலளித்தான்: 'உன்னிடமிருந்து என்னைப் பிரிக்கும்போது, நீ என்னைப் புகழ்கிறாய். மிகவும் நல்லது! ஆனால் எதைப் பார்க்கிறேன் நான்? நீங்கள் அனைவரும் வேட்கை நிரம்பிய கண்களோடு அங்கே உட்கார்ந்திருக்கிறீர்கள்.

'சுதந்திர ஆத்மாக்களே, எங்கே பறந்தது உங்களது சுதந்திரம்! நீங்கள் ஏறத்தாழ துஷ்டப் பெண்கள் நிர்வாண நடனமாடுவதைப் பார்ப்பவர்களைப்போல் இருக்கிறீர்கள்: உங்களது ஆத்மாக்களே நடனமாடுகின்றன!

'சூனியத்தின் தீய உள்ளுயிர், உன்னுள் உள்ள வஞ்சகம் என்று சூனியக்காரன் அழைத்ததைவிட அதிமாக உங்களுக்குள் இருக்கவேண்டும். உயர் மனிதர்களே – நாம் நிச்சயமாக வித்தியாசமாக இருக்கவேண்டும்.

'மேலும், உண்மையில், ஜரதுஷ்ட்ரா தனது குகைக்கு வந்து சேருமுன், போதுமான அளவுக்கு நாம் ஒன்றாகச் சேர்ந்து பேசிவிட்டோம், யோசித்துவிட்டோம். நாம் வித்தியாசமானவர்கள்: என்று நான் தெரிந்துகொள்ளும் அளவுக்கு.

'இங்கேகூட நீயும், நானும். 'வித்தியாசமான விஷயங்களைத் தேடுகிறோம், ஏனெனில், நான் கூடுதல் பாதுகாப்பைத் தேடுகிறேன், அதனால்தான் நான் ஜரதுஷ்ட்ராவிடம் வந்தேன், ஏனெனில்,'

' – இன்று அனைத்தும் தள்ளாடும்போது, அனைத்து உலகமும் அதிரும்போது, அவன்தான் நிச்சயமான உயர்அரணும், விருப்பமும். ஆனால் நீங்கள், என்ன வகையான கவர்ச்சிப்

பார்வையைப் பார்த்துக்கொண்டிருந்தீர்கள் என்பதைப் பார்க்கும்போது, அநேகமாக மேலும் பாதுகாப்பின்மையை, அதிக பயங்கரத்தை, அதிக அபாயத்தை, அதிக நிலஅதிர்ச்சியை நீங்கள் தேடுவதுபோல் எனக்குத் தெரிகிறது.

'உங்களுக்கு ஒரு ஆசையிருக்கிறது, நான் நினைக்கிறேன் அநேகமாக, எனது யூகத்திற்காக என்னை மன்னித்துவிடுங்கள், உயர் மனிதர்களே,

'உங்களுக்கு மிக மோசமானவற்றுக்கான ஆசையுள்ளது. என்னை மிகவும் பயமுறுத்துகிற பயங்கரமான வாழ்வுக்கான, வனவிலங்குகளின் வாழ்வுக்கான, வனங்களுக்கான, குகைகளுக் கான, செங்குத்தான மலைகளுக்கான, சிக்கலான சுழன்று சுழன்று செல்லும் பாதைகளுக்கான ஆசை.

'மேலும், உங்களை அபாயத்திலிருந்து வழிநடத்திச் செல்பவர் களையல்ல, அனைத்து வழிகளிலிருந்தும் மாற்றி தவறாக வழிகாட்டுபவர்களையே உங்களுக்குப் பிடிக்கிறது. ஆனால் நீங்கள் நிஜமாக அந்த விருப்பங்களுக்கு இடங்கொடுத்தாலும், எனக்கு அவை சாத்தியமற்றவை என்றே தோன்றுகிறது.

'ஏனெனில் பயம் – மனிதனின் நிஜமான அடிப்படையான உணர்ச்சி: அனைத்தும் பயத்தால் விளக்கப்படுகிறது, தனிப் பண்புள்ள பாவமும், தனிப்பண்புள்ள நற்குணமும். எனது நற்குணம் பயத்திலிருந்தே வளர்கிறது, எது – விஞ்ஞானம் என அழைக்கப்படுகிறதோ அதுவும்.

'வனவிலங்குகள் மேலான பயத்தைப் பொறுத்தவரை – "உள்ளேயுள்ள விலங்கு," அது நீண்ட காலமாக மனிதனுள் ஊட்டி வளர்க்கப்பட்டுள்ளது, தனக்குள்ளே ஒளித்துவைக்கும், தன்னுள்ளே பயப்படும் விலங்குகளையும் சேர்த்து –

'இந்த நீட்டிக்கப்பட்ட, புராதன பயம் நெடுங்காலமான பின்பு உள்ளார்ந்ததாக, ஆன்மிகமாக, ஆய்ந்தறியும் அறிவாற்ற லாக வளர்ந்துள்ளது – இன்று, அது விஞ்ஞானம்: என்று அழைக்கப்படுவதாக எனக்குத் தோன்றுகிறது.'

இவ்வாறு பேசினான் மனசாட்சிக்குக் கட்டுப்பட்ட உள்ளுயிரின் மனிதன். ஆனால் ஜரதுஷ்ட்ரா, அப்போதுதான் குகைக்குள் நுழைந்து கடைசி உரையாடலைக் கேட்டுப் புரிந்துகொண்டு, ஒரு கையளவு ரோஜாக்களை அவன்மீது வீசி அவனது 'உண்மைகளுக்காக'ச் சிரித்தான். 'உண்மையில் நான் இப்போது என்ன கேட்டேன்?' எனக் கத்தினான். 'நான் நினைக்கிறேன், நீ ஒரு முட்டாள், நானேகூட உனது உண்மையைத் தலைகீழாக நிற்கச் செய்வேன்.

'ஏனெனில் பயம் – நம்மிடையே ஒரு விதிவிலக்கு, துணிவு, எவ்வாறாயினும் அறியாததில் குதூகலமும், சாகசமும் – முயற்சிக்கப்படாத துணிவே மனிதனின் முழு முன்வரலாறாகத் தோன்றுகிறது எனக்கு.

'வன விலங்குகளை, மிகத் துணிவான விலங்குகளை, அதன் அனைத்து நற்குணங்களையும் அவைகளிடம் இருந்து கொள்ளையடித்து: பிறகே அவன் – மனிதனானான்.

'இந்தத் துணிவு, நாளாவட்டத்தில் சூட்சுமமாக, ஆன்மிக மாக, அறிவுஜீவிதமாக வளர்கிற இந்த மனிதத் துணிவு, கழுகின் இறக்கைகள் மற்றும் சர்ப்பத்தின் விவேகம்: இது, நான் நினைக் கிறேன், இன்று இவ்வாறு அழைக்கப்படுவதாக –'

'ஜரதுஷ்ட்ரா', ஒன்றாக அமர்ந்திருப்பவர்கள் அனைவரும், ஒரே வாயிலிருந்து கத்துவதுபோலக் கத்தினார்கள், மகத்தான சிரிப்பின் முழக்கம்; மற்றும் ஒரு கனத்த மேகம் அவர்களிடம் இருந்து எழுந்ததுபோலிருந்தது. சூனியக்காரன்கூடச் சிரித்துப் பெருமையோடு பேசினான்: 'நல்லது! எனது தீய ஆத்மா புறப்பட்டுவிட்டது!

'நானேகூட அவனுக்கு எதிராக உன்னை எச்சரித்தேன். நான் அவனை ஒரு ஏமாற்றுக்காரன், ஏமாற்று மற்றும் பொய் களின் ஒரு உள்ளுயிர் என்றபோது.

'குறிப்பாக அவனை அவன் நிர்வாணமாகக் காட்டும் போது, ஆனால் எவ்வாறு அவனது பிதற்றல்களை நிறுத்துவேன்! நானா அவனையும், உலகையும் உருவாக்கினேன்?

'மிகவும் நல்லது! மீண்டும் நாம் நல்லவர்களாக, நல்ல உற்சாகம் உள்ளவர்களாக ஆவோம்! மேலும், ஜரதுஷ்ட்ரா மோசமான மனநிலையோடு காணப்பட்டாலும் – அவனை வெறுமனே பார்! அவன் என்னிடம் கோபமாக உள்ளான்:

'இரவு வருவதற்குமுன் அவன் மீண்டும் நேசிக்கவும், போற்றவும் கற்றுக்கொள்ள வேண்டும், அவ்வாறான மடமை களைச் செய்யாமல் அவன் நீண்டநாள் வாழ இயலாது.'

'அவன் – தனது விரோதிகளை நேசிக்கிறான்: நான் பார்த்த எவனொருவனையும்விட நன்றாக இந்தக் கலையை அவன் புரிந்துகொள்கிறான். ஆனால் அதற்காக அவன் பழிவாங்கு கிறான் – நண்பர்களை!'

இவ்வாறு பேசினான் கிழட்டுச் சூனியக்காரன். உயர் மனிதர்கள் அவனைப் பாராட்டினார்கள்; எனவே ஜரதுஷ்ட்ரா

சுற்றிலும்வந்து, குறும்போடும், நேசத்தோடும், அனைவரிடமும் தனது தவறை ஒப்புக்கொண்டு எதற்காகவோ மன்னிப்புக் கேட்கிறவனைப் போல் தனது நண்பர்களுடன் கைகுலுக்கினான். தனது குகையின் வாசலுக்கு அவன் வந்தபோது, வெளியே நல்ல காற்றுக்காகவும், அவனது விலங்குகளுக்குக்காகவும் விருப்பப்பட்டான், அவன் ஏறக்குறைய நழுவ இருந்தான்.

## பாலைவனத்தின் புதல்விகளுடன்

போகாதே, எங்களோடு தங்கு, அல்லாவிடில் அந்தப் பழைய மந்தமான இன்னல் மீண்டும் எங்களைத் தாக்கக்கூடும், (என்றான் தன்னைத்தானே ஜரதுஷ்ட்ராவின் நிழல் என்று அழைத்துக்கொண்ட நாடோடி).

அந்தக் கிழட்டுச் சூனியக்காரன் ஏற்கனவே அவனாலான மோசத்தைச் செய்துவிட்டான். பார், அந்த நல்ல, கடமை உணர்வுள்ள போப்பிற்கு ஏற்கனவே கண்களில் கண்ணீருள்ளது, மீண்டும் அவன் துயரக் கடலில் இறங்கிவிட்டான்.

அங்கேயுள்ள இந்த மன்னர்கள், இன்னும் நம்முன் ஒரு வீரமான முகத்தைக் காட்டுகிறார்கள்: ஏனெனில் அவர்கள் நம் எவரையும்விட இன்று அதைச் சிறப்பாகக் கற்றுள்ளார்கள். ஆனால், அவர்களிடம் சாட்சி ஏதும் இல்லாவிட்டால், நான் அவர்களிடம் பந்தயம்கூட வைக்கிறேன், அந்தக் கசப்பான வியாபாரம் – மேகங்களை மிதக்கவிடுகிற, ஈரமான துயரார்ந்த நிலையின், திரையிடப்பட்ட வானங்களின், திருடப்பட்ட சூரியன்களின், ஊளையிடும் கூதிர்காலத்துக் காற்றின், கசப்பான வியாபாரம். நமது இன்னலின் கதறல்களுடைய ஊளையிடுதல் களுடைய கசப்பான வியாபாரம் மீண்டும் ஆரம்பித்துவிடும்.

எங்களோடு தங்கு, ஓ, ஜரதுஷ்ட்ரா! இங்கு பேச விரும்பும் மறைந்துள்ள இடர் நிறையவுள்ளது. மிகுதியான சாயங்காலம், மிகுதியான மேகம், மிகுதியான ஈரமான காற்று!

நீ வலுவான மனிதனின் உணவோடும், ஊட்டமளிக்கும் உரைகளோடும் எங்களுக்கு உணவளித்தாய். இன்சுவையான, பேடியான உள்ளுயிர்களால் மீண்டும் தாக்கப்பட ஏதுவாக, எங்களை உணவிற்குப் பின்னான இனிப்பாக விட்டுச்செல்லாதே!

நீ மட்டுமே உன்னைச் சுற்றியுள்ள காற்றைக் கட்டுறுதி வாய்ந்ததாகவும், சுத்தமானதாகவும் ஆக்குகிறாய்! நான் உன்னிடம் உனது குகையில் இருப்பதைப் போன்ற தெளிந்த காற்றை, பூமியில் வேறெங்காவது கண்டிருக்கிறேனா?

நான் நிறைய பிரதேசங்களைப் பார்த்துவிட்டேன், எனது மூக்கு பல வகையான காற்றையும் முகர்ந்து மதிப்பிடக்கூடிய தாக ஆகிவிட்டது: ஆனால், உன்னிடம் எனது மூக்கு மகத்தான ருசியை ருசிக்கிறது.

அதைத் தவிர, அதைத் தவிர – ஓ, ஒரு பழைய நினைவை மன்னியுங்கள்! ஒருபோது பாலைவனத்தின் புதல்விகளோடு இணைந்து, நான் உருவாக்கிய இரவு உணவிற்குப் பிறகான ஒரு பாடலை மன்னியுங்கள் –

அவர்களோடும் அதே நல்ல, சுத்தமான, கீழ்த்திசைக் காற்று; மேக மூட்டத்திலிருந்து, ஈரமான, துயரார்ந்த நிலையின் பழைய ஐரோப்பாவிலிருந்து விலகி அங்கே மிகத்தொலைவில்!

அந்தக் காலங்களில் அவ்வாறான கீழ்த்திசைப் பெண் களையும், மற்ற சொர்க்கத்தின் நீலசாம்ராஜ்ஜியங்களையும் நான் பெரிதும் விரும்பினேன், அவற்றின்மேல் மேகங்களோ, எண்ணங்களோ தொங்கிக்கொண்டிருந்ததில்லை.

அவர்கள் நடனமாடாதபோது எவ்வளவு அழகாக அமர்ந்திருந்தார்கள் என்பதை நீ நம்பமாட்டாய். ஆழ்ந்து, ஆனால் எண்ணங்களற்று சிறு ரகசியங்கள்போல், அவிழ்க்கப் படாத புதிர்கள்போல், இரவு உணவிற்குப் பிறகான முந்திரி களைப்போல் –

விதவிதமாகவும், விநோதமாகவும்கூட! ஆனால் மேகங் களற்று: ஒருவன் வாசிக்கக்கூடிய புதிர்கள். அவ்வாறான பெண்களை மகிழ்விக்க, நான் இரவு உணவிற்குப் பிறகான ஒரு தோத்திரப்பாடலை வடிவமைத்தேன்.'

இவ்வாறு பேசினான் நாடோடி என்கிற நிழல்: யாரும் பதில் சொல்வதற்குள் கிழட்டுச் சூனியக்காரனிடமிருந்து யாழைப் பிடுங்கினான். தனது கால்களைப் பெருக்கல்போல் வைத்துக்கொண்டான், தன்னைச் சுற்றிலும் அமைதியாக ஆராய்ந்து பார்த்துக்கொண்டான் – வித்தியாசமான தேசங்களில், வித்தியாசமான காற்றை ருசிக்கிற ஒருத்தனைப்போல், காற்றை மூக்குவழியாக மெதுவாக இழுத்துக்கொண்டான். அதிலிருந்து ஒருவகையான உறுமலோடு பாட ஆரம்பித்தான்.

## 2

பாலைவனங்கள் வளர்கின்றன: பாலைவனங்களுக்கு இடமளிப்பவர்களுக்கு இன்னல்!

ஹா! பெருமிதத்தோடு!

பெருமிதத்தோடு மெய்யாகவே!

ஒரு நல்ல ஆரம்பம்

பெருமிதமான ஒரு ஆப்பிரிக்கவழியில்!

ஒரு சிங்கத்திற்கு

அல்லது நியாயமான கூக்குரலிடும் ஒரு மனிதக்குரங்குக்குத் தக்கதாக

– ஆனால் அது உனக்கு ஒன்றுமேயில்லை.

யாருடைய காலடியில் நான்,

முதல் முறையாக

பனைமரங்களின் கீழே ஒரு ஐரோப்பியனான

நான் அமர அனுமதிக்கப்பட்டேனோ

அந்தப் பாலைவன மங்கைகளே! செலா.

உண்மையில் விந்தையானது,

இங்கே நான் பாலைவனத்திற்கு அருகில்,

இப்போது அமர்ந்திருக்கிறேன்,

இருந்தும் பாலைவனத்திலிருந்து மிகத் தொலைவில்

எந்தவகையிலும் பாழாக்கப்படாமல்:

ஏனெனில் இந்த மிகச்சிறிய பாலைவனச் சோலையால்

விழுங்கப்பட்டிருக்கிறேன் நான்:

அது வெறுமனே

எல்லாச் சிறிய வாய்களையும்விட மிக இனிய நறுமண முடைய

அதன் மிக இனிய வாயை

கொட்டாவியோடு திறந்தது,

பிறகு நான் உள்ளே விழுந்தேன்

கீழே, நேராக

அருமையான மங்கைகளே! செலா

உங்களூடாக – உங்களுக்கிடையில்

அதன் விருந்தினர்களுக்காக விஷயங்களை

அவ்வளவு இனிமையாக்கியிருந்தால்

அந்தத் திமிங்கிலத்துக்கு எல்லா வணக்கமும் – நீ புரிந்து கொண்டாயா
எனது கற்றறிந்த மறைகுறிப்பை?
அவனது வயிற்றுக்கு எல்லா வணக்கமும்
ஒரு பாலைவனச் சோலையின் வயிற்றைப் போல்,
இதைப்போல் அது இருந்தால்: எது,
எவ்வாறாயினும், கேள்வியைக் கேட்கிறேன்.
– நான் ஐரோப்பாவிலிருந்து வருவதால்
– எந்தச் சிறிய கிழட்டுப் பெண்டாட்டியையும்விட ஐயுறவு மனப்பான்மையோடுள்ள ஐரோப்பாவை
கடவுள் மேம்படுத்தட்டும்!
ஆமென்!

இங்கே நான்
இந்தச் சிறிய பாலைவனச் சோலையில்
ஒரு பேரிச்சம் பழம் போல், இப்போது அமர்ந்திருக்கிறேன்
பழுப்பாக, இனிமையாக, தங்கமாக ஒழுகிக்கொண்டு
ஒரு இளம்பெண்ணின் வட்டவடிவ வாய்க்கான ஏக்கத்தோடு,
ஆனால், இளம்பெண்ணுடையதைப் போன்ற
பனிக்கட்டியாய்க் குளிர்ந்த, பனியாய் வெளுத்த, வெட்டுகிற
பற்களுக்கான கூடுதல் ஏக்கத்தோடு
ஏனெனில் இவையே
எல்லாச் சூடான பேரிச்சை இதயங்களையும் இச்சைக் குள்ளாக்குகிறது செலா
போல, அனைத்தும்
அந்த முன்பு சொல்லப்பட்ட தெற்கத்திப் பழம் போல
நான் இங்கு பொய் சொல்கிறேனா, சிறியதாக
பறக்கிற பூச்சிகளால்
முகரப்பட்டு சுற்றி விளையாடப்பட்டு,
இன்னும் சிறிய
கூடுதல் முட்டாள்தனத்தோடும் கூடுதல் பாவத்தோடும்
விழைவும், கருத்துச் சாயலும்,

உங்களால் முற்றுகை இடப்பட்டு,
அவநம்பிக்கையால் நிரம்பிய
அமைதியான பெண் பூனைக்குட்டிகளே
தூதூ, சுலேகா
சூரரிமாக்களால் உருண்டையாக, பேராவலுடன் விழுங்கப் படலாம் என
இரு வார்த்தைகளுக்குள் அதிக உணர்வுகள்;
(இந்தப் பேச்சுப் பாவத்திற்காக
கடவுள் என்னை மன்னிக்கட்டும்)
நான் இங்கே அமர்ந்து அருமையான காற்றை முகர்ந்து கொண்டிருக்கிறேன்
சொர்க்கத்தின் காற்று, உண்மையில் தங்கக் கீற்றுப் பிரகாச மான, மகிழ்ச்சிமிக்க காற்று,
இதுவரை நிலவிலிருந்து விழாத வகையான
அவ்வளவு நல்ல காற்று
அது அதிர்ஷ்டத்தால் வந்ததா
அல்லது விளையாட்டுப்போக்காக வந்ததா
பழைய கவிஞர்கள் சொல்வதுபோல்?
நான், சந்தேகிப்பவன், எவ்வாறாயினும்
அதைக் கேள்வியில் அழைக்கிறேன்: நான்
ஐரோப்பாவிலிருந்து வருவதால்,
அது எந்தச் சிறிய, கிழட்டுப் பெண்டாட்டியையும்விட
சந்தேகப்படுவதாய் உள்ளது
கடவுள் மேம்படுத்தட்டும் அதை!
ஆமென்.

மதுக் கிண்ணங்கள்போல் வீங்கிய நாசித் துவாரங்களால்
அழகான காற்றில் குடிப்பது,
வருங்காலம் இன்றி, நினைவுகள் இன்றி
இவ்வாறே நான் இங்கு அமர்ந்திருக்கிறேன்,
அன்புமிகுந்த மங்கைகளே
பனை மரங்களுக்கு மரியாதை செய்யுங்கள்

மேலும் எப்படியென்று பார், ஒரு நடனவானைப்போல்,
அது மடங்குகிறது, குனிகிறது, இடுப்புகளில் மிதக்கிறது
– ஒருக்கால் ஒருவன் நீண்டநேரம் கவனித்தால், கோரிக்கை யோடு பின்தொடர்வான்!
ஒரு நடனவான் போல்,
நீண்ட நேரம் நின்றுவிட்ட அபாயகரமாக நீண்ட நேரம்.
எப்போதும் ஒற்றைச் சிறுகாலில் நிற்கிற ஒரு நடனவான் போல்
– எனவே அவள் மறந்துவிட்டாள், போலத் தோன்றுகிறது
அவளது மற்றொரு காலினை?
குறைந்தபட்சம், வீணில்
தொலைந்துபோன
இரட்டை நகையைத் தேடினேன்
– அதாவது மற்றொரு காலினை –
அவளது அன்பு மிகுந்த, மிக அருஞ்சுவையுள்ள
சிறிய படபடக்கிற, தெறிக்கிற, காற்றாடியாகச் சுழல்கிற பாவாடையின்
புனித அருகாமையில்

ஆம், நீங்கள் என்னை நம்புவீர்கள் என்றால்
இனிய மங்கைகளே;
அவள் அதை இழந்துவிட்டாள்!
அந்த மற்ற கால்

அது மறைந்துவிட்டது!
எப்போதைக்குமாகப் போய்விட்டது!
ஓ, அந்த அன்பான அடுத்த காலைப்பற்றி என்ன தலைகுனிவு!
அது இப்போது எங்கு இருக்கக்கூடும் கைவிடப்பட்ட துயரம்?
அந்தத் தனித்த கால்?

ஒருவேளை கோபமான
தங்கநிற ரோமம் கொண்ட
சிங்கப் பேருருவிடம் பயங்கொண்டு?
துண்டுகளாக உடைக்கப்பட்டு
மெல்லப்பட்டும்கூட
இரங்கத்தக்க, அந்தோ! அந்தோ! துண்டுகளாக உடைக்கப் பட்டு! செலா

ஓ, அழாதீர்கள்
மென்மையான இதயங்களே!
அழாதீர்கள்,
பேரிச்சம்பழ இதயங்களே! பால் மார்புகளே!
இதயப் பேழைகளே
ஓ, இனிய மரங்களே!
அழாதீர்கள்
வெளிறிய தூது! ஆண்போல் இரு,
சுலேகா! துணிவு! துணிவு!
– அல்லது ஒருக்கால்
இணையக்கூடிய ஏதோவொன்று, இதயத்தோடு இணையக் கூடியது,
இங்கே அந்த இடத்தில் இருக்கும்
ஒரு திருமுழுக்குப் பெற்ற பழமொழி?
ஒரு தனித்த அறிவூட்டும் உரை?
ஹா! எழு, மேன்மையே!
நற்குண மேன்மையே! ஐரோப்பிய மேன்மையே!
வெடி, மீண்டும் வெடி
நற்குணத்தின் முழக்கமே!
ஹா
மீண்டும் ஒரு முறை கர்ஜி
நீதியோடு கர்ஜி
ஒரு நீதிச் சிங்கம்போலக் கர்ஜி

*பாலைவனத்தின் புதல்விகளுக்கு முன்னால்!*

*நற்குண ஊளையிடுதலுக்காக,*

*அன்புமிகுந்த மங்கைகளே*

*ஐரோப்பிய ஆர்வ முனைப்பினால், ஐரோப்பியப் பசியார்வத்தால்!*

*அனைவரையும்விடச் சிறப்பாக நேசிக்கப்படுகிறீர்கள்*

*மேலும், இங்கே நான் நின்றுகொண்டிருக்கிறேன்,*

*இப்போது ஒரு ஐரோப்பியனாக,*

*என்னால் வேறுமாதிரி செய்ய இயலாது, எனவே எனக்குதவு கடவுளே!*

*ஆமென்!*

*பாலைவனங்கள் வளர்கின்றன:*

*பாலைவனங்களுக்கு இடமளிப்பவர்களுக்கு இன்னல்!*

## *விழித்தெழுதல்*

### 1

நாடோடி மற்றும் நிழலின் பாடலுக்குப்பிறகு, குகை சட்டென்று சப்தத்தாலும், சிரிப்பினாலும் நிரம்பியது: கூடிய விருந்தினர்கள் அனைவரும் ஒன்றாகப் பேசியதால், அவ்வாறான உற்சாகப்படுத்துதலுக்குப் பிறகு கழுதையும்கூட அமைதியாக இருக்கவில்லை. ஜரதுஷ்ட்ரா ஒரு சிறிய ஒத்திசைவின்மையால், அவனது விருந்தினர்கள் மீதான வெறுப்பினால் ஆட்கொள்ளப்பட்டான்: அதேசமயத்தில் அவர்களது கிளர்ச்சியினால் மகிழ்ந்தான். ஏனெனில் அது மீண்டுவருதலின் ஒரு சமிக்ஞையாக அவனுக்குத் தோன்றியது. எனவே அவன் திறந்த வெளிக்குப் பதுங்கிச் சென்று அவனது விலங்குகளிடம் பேசினான்.

'இப்போது அவர்களது துயருறுதல் எங்கே போயிற்று?' என்று கேட்டான், ஏற்கனவே, அவனது சிறிய அருவருப்பிற்குப் பிறகு, அவன் மீண்டும் சுவாசித்துக் கொண்டிருந்தான். 'எனது வீட்டில் அவர்கள் துயர்மிகுந்த கதறலை மறந்துவிட்டார்கள் போலத் தெரிகிறது!'

'மகிழ்ச்சியின்றி இருந்தாலும், கதறவில்லை'. மேலும் ஜரதுஷ்ட்ரா கேட்பதை நிறுத்தியபோது, உயர்மனிதர்களின்

சப்தமான கொண்டாட்டத்தோடு, அப்போது கழுதையின் 'யீ ஏ' கத்தல் விநோதமாகக் கலந்தது.

'அவர்கள் மகிழ்ச்சியாக உள்ளார்கள். மேலும், ஒருக்கால் அவர்களது போஷகரின் செலவில் அவர்கள் என்னிடமிருந்து சிரித்தலைக் கற்றுக்கொண்டிருந்தால், யாருக்குத் தெரியும், இருந்தும் அவர்கள் கற்றுக்கொண்டது என்னுடைய சிரித்தலை அல்ல.

'ஆனால் அதனாலென்ன! அவர்கள் வயதான மனிதர்கள், அவர்கள் தங்கள்வகையில் நலம் பெறுகிறார்கள், எனது காதுகள் மோசமான விஷயங்களால் துன்பப்பட்டன, பயங் கொள்ளவில்லை.

'இந்த நாள் ஒரு வெற்றி: புவியீர்ப்பின் ஆற்றல் எனது பழைய முதன்மையான எதிரி! அது ஏற்கனவே அலைகிறது, அது பறக்கிறது, எவ்வளவு அருமையாக இந்த நாள் முடிவடை கிறது, அது மிக மோசமாகவும், படுத்துதலாகவும் ஆரம்பித்தது!

'மேலும் அது முடிகிறது, சாயங்காலம் ஏற்கனவே வந்து விட்டது: அது கடல்மேல் சவாரி செய்து நம்மிடம் வருகிறது: அந்த அற்புதமான குதிரைவீரன்! அது எப்படி மிதக்கிறது, குதூகலத்தோடு திரும்புகிறது, தனது ஊதாச் சிவப்புச் சேணத்தில்!

'வானம் தெளிவாக உற்றுப் பார்க்கிறது. அதன்மீது, உலகம் ஆழ்ந்து கிடக்கிறது: ஓ, என்னிடம் வந்துள்ள வித்தியாச மான மனிதர்களே, என்னுடன் வாழ்வது ஏற்கனவே தக்கதாக ஆகிவிட்டது.'

ஜரதுஷ்ட்ரா இவ்வாறு பேசினான். பிறகு உயர் மனிதர் களின் கத்தலும், சிரிப்பும் குகையிலிருந்து வெளியே வந்தது, அது மீண்டும் ஆரம்பித்துவிட்டது.

'அவர்கள் கடித்துக்கொண்டிருக்கிறார்கள், எனது தூண்டில் இரையாற்றல் வாய்ந்தது. அவர்கள் முன்னாலும்கூட அவர்களது விரோதியான புவியீர்ப்பின் ஆற்றல் ஊசலாடுகிறது. ஏற்கனவே அவர்கள் தங்களைப் பார்த்துச் சிரிக்கக் கற்றுக்கொள்கிறார்கள், நான் சரியாகக் கேட்கிறேனா?

'எனது மனிதனின் உணவு, எனது சாறு நிரம்பிய வலுவூட்டுகிற உரையாடல், ஆற்றல் வாய்ந்தது: உண்மையில், நான் அவர்களுக்குப் பெரிதாக்கப்பட்ட காய்கறிகளுடன் உணவிடவில்லை! ஆனால் போராளியின் உணவோடு, ஆக்ரமிப் பவனின் உணவோடு: நான் புதிய விருப்பங்களோடு விழித்தெழ வைத்தேன்.

‘அவர்களது புஜங்களிலும், கால்களிலும் புதிய நம்பிக்கை கள் உள்ளன, அவர்களது இதயங்கள் தாங்களாகவே விரிந்து கொள்கின்றன. அவை புதிய வார்த்தைகளைக் கண்டுபிடிக் கின்றன. சீக்கிரமே, அவர்களது உள்ளுயிர் குதியாட்டத்தைச் சுவாசிக்கும்.

‘நிச்சயமாக, அவ்வாறான உணவு குழந்தைகளுக்கானதாக அல்லாமல் இருக்கலாம். வயதான அல்லது இளையதான சிறிய பெண்களின் விருப்பத்திற்கு உகந்ததாக அல்லாமல் அவர்களது வயிறுகள் வேறுமாதிரியாக இணங்க வைக்கப்படும்: நான் அவர்களது ஆசிரியர் அல்ல, மருத்துவரும் அல்ல.

‘இந்த உயர் மனிதர்களின் துயரார்ந்த நிலை அலைவுக் குரியது; மிகவும் நல்லது! அது எனது வெற்றி. அவர்கள் எனது ராஜ்ஜியத்தில் உறுதியாக வளர்கிறார்கள், அனைத்து மடத்தனமான வெட்கமும், அவர்களைவிட்டு விலகுகிறது. அவர்கள் தங்களைச் சுமையிறக்கிக் கொள்கிறார்கள்.

‘அவர்கள் தங்களது இதயங்களின் சுமையை இறக்கிக் கொள்கிறார்கள், நல்லநேரங்கள் மீண்டும் அவர்களிடம் வருகின்றன, அவர்கள் தங்களது இயலமைதியைப் பெறு கிறார்கள் – அவர்கள் நன்றிமிக்கவர்களாக வளர்கிறார்கள்.

‘இதை நான் நல்ல சகுனமாக எடுத்துக்கொள்கிறேன்: அவர்கள் நன்றி மிக்கவர்களாக வளர்வதை, முதலில் அவர்கள் தங்களது பழைய குதூகலங்களுக்குப் பண்டிகைகளைக் கண்டு பிடிப்பார்கள், நினைவிடங்களைக் கட்டுவார்கள்.

‘அவர்கள் தேறிவருபவர்கள்!’ இவ்வாறு ஜரதுஷ்ட்ரா தனது இதயத்திடம் மகிழ்ச்சியோடு பேசி வெளியே கூர்ந்து பார்த்தான்: அவனது விலங்குகள், அவனைச்சுற்றி ஒட்டிக் கொண்டு அவனது மகிழ்ச்சியையும், அமைதியையும் மதித்தன.

## 2

ஆனால் சட்டென்று ஜரதுஷ்ட்ராவினுடைய காது அதிர்ந்தது; சப்தத்தாலும், சிரிப்பாலும் நிரம்பியிருந்த குகை: ஒரேயடியாக மரண அமைதியானது. அவனது மூக்கு, ஒரு இனிய வாசத்தை யும், ஆவியையும் முகர்ந்தது, தேவதாரு மரக் கூம்புகளை எரிப்பது போன்ற வாசம்.

‘என்ன நேர்கிறது? என்ன செய்கிறார்கள் அவர்கள்?’ அவன் தன்னையே கேட்டுக்கொண்டான். எனவே தான் மறைந்

திருந்து தனது விருந்தினர்களைக் கவனிக்கலாமென, நுழை வாயிலுக்கு மெல்ல நகர்ந்தான். ஆனால் அதிசயத்திற்குமேல் அதிசயங்கள்! தனது சொந்தக் கண்களால் அவன் எதைப் பார்க்கிறான்!

அவர்கள் அனைவரும் மீண்டும் சமயப்பற்றுள்ளவர்களாகி விட்டார்கள், அவர்கள் பிராத்தனை செய்துகொண்டிருக்கிறார்கள், அளவிட இயலாத மாதிரி அதிசயித்துப் போனான். இந்த அனைத்து உயர்மனிதர்களும், இரு மன்னர்கள், ஓய்வுபெற்ற போப், கிழட்டுச் சூனியக்காரன், தன்னார்வப் பிச்சைக்காரன், நாடோடி என்கிற நிழல், வயதான தீர்க்கதரிசி, மனசாட்சிக்குக் கட்டுப்பட்ட உள்ளுயிரின் மனிதன், அசிங்கமான மனிதன்: அவர்கள் அனைவரும் குழந்தைகளைப் போலவும், ஐயப்படாத வயதான பெண்களைப் போலவும் மண்டியிட்டுக் கொண்டிருந்தனர். மேலும், கழுதையை வழிபட்டுக்கொண்டிருந்தனர். சரியாக அதேநேரத்தில் அசிங்கமான மனிதன் களகளவென்று ஒலியெழுப்பினான், செருமினான், சொல்ல இயலாத ஏதோவொன்று அவனிடமிருந்து வெளியேவர முயற்சி செய்வதைப் போல்; ஆனால் அவன் பேசும் கட்டத்தை அடைந்தபோது, கவனி அது, வழிபடப்போகிற வாசனையூட்டப்பட்ட கழுதையைப் போற்றுகிற சமயப்பற்று மிகுந்த ஏழு விநோதமான வழிபாட்டுப் பாசுரங்கள். பாசுரம் இவ்வாறு சென்றது:

ஆமென்! நமது கடவுளுக்குப் போற்றுதலும், மரியாதையும், விவேகமும், நன்றிகளும், வலிமையும் உண்டாகட்டும், எப்போதைக்கும் எப்போதைக்குமாக!

கழுதை, கத்தியது 'யீ – அ'.

அவன் நமது பாரத்தைச் சுமக்கிறான், ஒரு அடிமையின் அடிமைத்தனத்தை அவனே தன்மேல் சுமத்திக்கொண்டான், அவன் தனது இதயத்திலிருந்து பொறுமையாக இருக்கிறான். மேலும் ஒருபோதும் 'அப்படியன்று' எனச் சொல்வதில்லை. தனது கடவுளைப் பணியவைக்கிற ஒருவன், அவனைத் தண்டித்துப் பணியவைக்கிறான்.

கழுதை, கத்தியது, 'யீ – அ'.

தான் படைத்த உலகிற்கு எப்போதும் 'யீஅ' என்று சொல்வதைத்தவிர அவன் பேசுவதில்லை, இவ்வாறு அவன் அவனது உலகத்தைப் போற்றுகிறான். அவன் பேசாதது, அது அவனது நுட்பம்; இவ்வாறு அவன் அபூர்வமாகவே தவறாக நினைக்கிறான்.

கழுதை, கத்தியது, 'யீ – அ'

அவன் பகட்டில்லாமல் உலகத்தின் ஊடாகச் செல்கிறான். சாம்பல் நிறமே விருப்பமான நிறம். அதுகொண்டு அவனுடைய நற்குணத்தைச் சுற்றியிழுத்து மூடுகிறான். அவனுக்கு உள்ளுயிர் இருந்தால், அதை அவன் மறைக்கிறான்; ஆனால், அனைவரும் அவனது நீண்ட காதுகளில் நம்பிக்கை வைக்கிறார்கள்.

கழுதை, 'யீ – அ'

நேரான, கோணல்மாணலான வழிகளில் செல்கிறாய்: நாங்கள் மனிதர்கள் நேராக, கோணல்மாணலாகச் சிந்திப்பது பற்றி நீ அக்கறைப்படுவதில்லை. உனது ராஜ்ஜியம் நல்லது மற்றும் தீயதற்கு அப்பாலானது, கள்ளமின்மை என்றால் என்னவென்று அறியாமலிருப்பது, அதுவே உனது கள்ளமின்மை.

கழுதை, கத்தியது, 'யீ – அ'

ஏனெனில் நீ எப்படிப் பிச்சைக்காரர்களையோ, அரசர் களையோ யாரொருத்தரையும் உதைக்காமலிருந்தாய், சிறு குழந்தைகளை உன்னிடம்வர வருத்தினாய். மேலும் மோசமான சிறுவர்கள் கவர்ச்சியூட்டி மருட்டியபோது, நீ வெறுமே 'யீஅ' என்று சொன்னாய்.

கழுதை, கத்தியது, 'யீ – அ'

நீ பெண்கழுதைகளையும், புதிய அத்திப்பழங்களையும் பெரிதும் விரும்புகிறாய், நீ எதை வேண்டுமானாலும் உண் கிறாய், நீ பசியோடிருக்க நேர்ந்தால், ஒரு வண்ண மலருடைய முட்செடிகூட, உனக்குக் குறுமகிழ்வு ஊட்டிவிடுகிறது. அதிலொரு கடவுளின் விவேகம் உள்ளது.

கழுதை, கத்தியது, 'யீ – அ.'

## கழுதைத் திருவிழா

### 1

பாசுரத்தின் இந்தக்கட்டத்தில், ஜரதுஷ்ட்ராவினால் அதற்குமேல் தன்னைக் கட்டுப்படுத்திக்கொள்ள இயலவில்லை: அவன் கழுதையைவிடச் சப்தமாக, 'யீ – அ' என்று கத்தி, 'ஆனால் நீங்கள் என்ன செய்துகொண்டிருக்கிறீர்கள், எனது நண்பர் களே?' என்று கதறினான். வழிபடுகிறவர்களைத் தரையில் இருந்து தூக்கியபடி, 'ஜரதுஷ்ட்ராவைத் தவிர உங்களை வேறு யார் பார்த்திருந்தாலும் உங்களுக்கு இன்னல்தான்.'

'உங்களது புதிய நம்பிக்கையோடு, உங்களை அனைவரும் மோசமான கடவுள் நிந்தனையாளர்கள் அல்லது கிழட்டுப் பெண்களிலேயே மிக மடத்தனமானவர்கள் என்றே முடிவு செய்வார்கள்.

'பழைய போப்பாகிய நீங்கள் எப்படி உங்களைச் சமரசப் படுத்திக்கொண்டு, ஒரு கழுதையை இந்தவகையாகக் கடவுளென்று வழிபட இயலும்?'

போப் பதிலளித்தார்: 'ஓ, ஜரதுஷ்ட்ரா, என்னை மன்னித்து விடு. ஆனால், புனித சமாச்சாரங்களில் உன்னைவிட நான் அதிகமாக வெளிச்சம்பெற்றவன்: அதுவேகூடக் காரணமாக இருக்கும்.

'கடவுளை இந்த வடிவில் வழிபடுவது சிறந்தது, வடிவே இல்லாமல் வழிபடுவதைவிட! எனது மேம்பட்ட நண்பனே; இந்தக் கூற்றை எண்ணிப்பார். நீ இப்படியான கூற்றில் விவேக முள்ளதை விரைவிலேயே காண்பாய்.

"கடவுள் ஒரு உள்ளுயிர்" என்று சொன்னவன், நம்ப இயலாத தற்கு பூமியில் இதுவரை எடுக்கப்படாத ஒரு மிகப் பெரிய அடியெடுப்பும், தாவலும் செய்திருக்கிறான்: அப்படி யான கூற்றைச் சுலபமாகத் திருத்த இயலாது!

'உலகத்தில் வழிபட மீதமிருப்பது ஏதாவது உள்ளதா என்று அறிந்துகொள்ள எனது கிழட்டு இதயம் தாவுகிறது, குதிக்கிறது. ஒரு சமயப் பற்றுள்ள கிழட்டு போப்பின் இதயத்தை அதற்காக மன்னித்துவிடு, ஓ, ஜரதுஷ்ட்ரா!'

நாடோடி என்கிற நிழலைப் பார்த்து ஜரதுஷ்ட்ரா சொன் னான்: 'உன்னை விடுதலையான உள்ளுயிர் என்று நினைத்துக் கொள்கிறாய், அவ்வாறே அழைத்துக் கொள்கிறாய்? நீ இங்கே அப்படியான சாமியார்த்தனமான உருவ வழிபாடுகளைத் தொடர்ந்தாயா?

'உண்மையில், நீ உனது சிற்றூரின் பழுப்புநிற மங்கைகளிடம் நடந்து கொண்டதைவிட, இங்கே மோசமாக நடந்துகொண் டாய், தீய புதிய நம்பிக்கைக்காரனே!'

'அது மோசமானது' என்று பதிலளித்த நாடோடி என்கிற நிழல், 'நீ சரியாகச் சொன்னாய்: ஆனால், நான் என்ன செய்ய இயலும்! பழைய கடவுள் மீண்டும் வாழ்கிறார், ஓ, ஜரதுஷ்ட்ரா, நீ விருப்பப்படுவதைச் சொல்லலாம்' என்றான்.

'அது எல்லாமும் மிக அசிங்கமான மனிதனின் தவறு: இவனே மீண்டும் அவனை விழித்தெழச் செய்தான். மேலும்,

ஒருகாலத்தில் அவனைக் கொன்றதாக இவன் சொன்னாலும், கடவுள்களிடம், மரணம் என்பது எப்போதும் ஒரு எதிர்சார்பு மட்டுமே.'

ஜரதுஷ்ட்ரா சொன்னான்: 'தீய கிழட்டுச் சூனியக்காரனே, என்ன செய்துகொண்டிருந்தாய் நீ? நீ அப்படியான தெய்வீகத் தன்மை உள்ளவற்றில் நம்பிக்கொண்டிருந்தால், இந்த விடுதலைக் காலங்களில் யார் உன்னை நம்புவார்கள்?

'நீ செய்வது ஒரு மடத்தனம்; ஒரு செயல் திறனுள்ள மனிதனான நீயெப்படி அப்படி மடத்தனமானது எதையும் செய்ய இயலும்!'

செயல் திறனுள்ள கிழட்டுச் சூனியக்காரன் பதிலளித்தான்: 'ஓ, ஜரதுஷ்ட்ரா நீ சொல்வது சரி, அது ஒரு மடத்தனம், அதைச் செய்வதற்கும் மிகக் கடினமாக இருந்தது.'

மனசாட்சிக்குக் கட்டுப்பட்ட உள்ளுயிரின் மனிதனிடம் கேட்டான்: 'நீயும்கூட வெறுமனே யோசி, உனது விரல்களை உன் மூக்கின்மீது வை! உனது மனசாட்சிக்கு எதிராக இங்கு எதுவும் இல்லையா? உனது உள்ளுயிர் இந்த வேண்டுதலுக்கும், இந்தப் பக்தர்களின் மூச்சு நாற்றத்திற்கும் தூய்மையானது அல்லவா?'

'அதில் ஏதோ உள்ளது' என்று பதிலளித்த மனசாட்சிக்குக் கட்டுப்பட்ட உள்ளுயிரின் மனிதன், மூக்கின்மீது விரல்களை வைத்துக்கொண்டு சொன்னான்: 'இந்தச் சம்பவத்தில் ஏதோ உள்ளது, அது எனது மனசாட்சிக்கு நல்லது செய்கிறது.

'ஒருக்கால், நான் கடவுளை நம்பாமல் இருக்கலாம்: ஆனால் இந்தவகையில் கடவுள் எனக்குத் தக்க நம்பிக்கையாகத் தோன்றுவது நிச்சயம்.'

'கடவுள் சாசுவதமானது, மிகச் சமயப் பற்றுள்ள மனிதர்களுடைய சாட்சியின்படி: நிறைய நேரமுடைய ஒருவன் அவனது நேரத்தை எடுத்துக் கொள்கிறான், எவ்வளவு மெதுவாகவும், எவ்வளவு முட்டாள்தனமாகவும் இயலுமோ அவ்வளவு நேரத்தை: ஆனால், அப்படியான ஒருவன் வெகுதூரம் சென்றுவிட இயலுமா?

'மேலும், யாரிடம் மிக அதிகமான உள்ளுயிர் உள்ளதோ, அவன் முட்டாள்தனத்திலும், மடமையிலும் கவரப்பட்டுவிடுகிறான். யோசித்துப்பார், ஓ, ஜரதுஷ்ட்ரா!

'உண்மையில் தாராளத்தாலும், விவேகத்தாலும் நீயேகூட ஒரு கழுதையாகக்கூடும்.

'ஒரு நிறைவுடைய தத்துவவாதி மிகக் கோணல்மாணலான பாதைகளில் நடக்க விரும்பமாட்டானா? தோற்றம் அதைச் சொல்லித்தருகிறது, ஓ, ஜரதுஷ்ட்ரா, உனது தோற்றம்!'

ஜரதுஷ்ட்ரா மிக அசிங்கமான மனிதனின் பக்கம் திரும்பினான். அவன் இன்னும் தரையில் கிடந்து, தனது கைகளைக் கழுதையிடம் உயர்த்திக் கொண்டிருந்தான் (ஏனெனில் அவன் அதற்கு, குடிக்க மது அளித்துக்கொண்டிருந்தான்). 'பேசு, பேச இயலாத உயிரினமே, என்ன செய்துகொண்டிருந்தாய் நீ?'

'நீ மாறியதுபோலத் தெரிகிறது, உனது கண்கள் ஒளிர்கின்றன, உனது அசிங்கத்தை உனது மாண்பின் முட்டாக்கு மூடிவிடுகிறது: என்ன செய்துகொண்டிருந்தாய் நீ?

'அவர்கள் சொல்வது உண்மையா, நீ மீண்டும் அவனை விழித்தெழச் செய்துவிட்டாயா? ஏன்? அவன் காரணத்தோடு கொல்லப்பட்டு அழித்தொழிக்கப்படவில்லையா?

'நீயே விழித்தெழுந்ததுபோலக் காணப்படுகிறாய்: நீ என்ன செய்தாய்? நீ ஏன் மீண்டும் உருவாக்கினாய்? நீ ஏன் நிலை மாற்றப்பட்டாய்? பேசு, பேச இயலாத உயிரினமே!'

'ஓ, ஜரதுஷ்ட்ரா' மிக அசிங்கமான மனிதன் பதிலளித்தான்: 'நீ ஒரு வஞ்சகன்.'

'அவன் இன்னும் வாழ்கிறானா, மீண்டும் வாழ்கிறானா அல்லது உண்மையில் இறந்துவிட்டானா, நம் இருவரில் யாருக்கு அது நன்றாகத் தெரியும்! நான் உன்னைக் கேட்கிறேன்.

'ஆனால் ஒரு விஷயம் எனக்குத் தெரியும் – ஒருசமயம் நான் உன்னிடமிருந்தே கற்றேன், ஓ, ஜரதுஷ்ட்ரா, மிக முற்றாகக் கொல்ல விரும்புமொருத்தன் – சிரிக்கிறான்.

"ஒருவன் கொல்வது, கோபத்தாலல்ல, சிரிப்பினால்," அதுதான் நீ ஒருசமயம் சொன்னது. ஓ, ஜரதுஷ்ட்ரா, குழப்பமான மனிதனே, கோபமற்று அழித்தொழிப்பவனே, அபாயகரமான தூயவனே, நீ ஒரு வஞ்சகன்!'

## 2

பிறகு ஜரதுஷ்ட்ரா, அவ்வாறான சுத்தப் போக்கிரித்தனமான பதில்களால் திகைப்படைந்து, தனது குகையின் வாசலுக்குத் திரும்பத்தாவி, அவனது அனைத்து விருந்தினர்களையும் பார்த்து வலுத்த குரலில் கத்தினான்:

'ஓ, கோமாளிகளே, கேலிக் கூத்தர்களே! ஏன் பாசாங்கு செய்கிறீர்கள், எனக்கு முன்பாகப் பொய் வேடமிடுகிறீர்கள்!

'எப்படி உங்கள் ஒவ்வொருவரின் இதயமும் குதூகலத்தாலும், குறும்புத்தனத்தாலும் நடுங்கியது, நீங்கள் கடைசியில் சிறு குழந்தைகள் போலானீர்கள், அதாவது, பக்தியாக ஆனீர்கள்.

'நீங்கள் கடைசியில் குழந்தைகளைப் போல் நடந்து கொண்டதால், அதாவது கைகளைக் கோர்த்துத் தொழுது, "அன்பான கடவுளே" என்று சொன்னதால்.

'இப்போது குழந்தைத்தனத்தின் அனைத்து வகைகளும் குடியேறியுள்ள பிள்ளைப்பள்ளியில் இருந்து, எனது சொந்தக் குகையிலிருந்து வெளியேவந்து உங்களது சூடான குழந்தைத் தனமான கள்ளங்களையும், உங்களது இதயத்தின் ஆரவாரங் களையும் தணித்துக்கொள்ளுங்கள்.

'நிச்சயமாக, நீங்கள் சிறுகுழந்தைகள் போலானால் அன்றி, உங்களால் இந்தச் சொர்க்க சாம்ராஜ்ஜியத்திற்குள் நுழைய இயலாது.' (ஜரதுஷ்ட்ரா தனது கைகளை மேல்நோக்கிச் சுட்டினான்.)

'ஆனால், நாங்கள் நிச்சயமாக சொர்க்க சாம்ராஜ்ஜியத் திற்குள் நுழைய விரும்பவில்லை. நாங்கள் மனிதர்களாகிவிட் டோம், எனவே பூமியின் சாம்ராஜ்ஜியம்தான் எங்களுக்கு வேண்டும்.'

## 3

ஜரதுஷ்ட்ரா மீண்டும் பேச ஆரம்பித்தான்: 'ஓ, எனது புதிய நண்பர்களே, விநோதமான மனிதர்களே, உயர் மனிதர்களே, இப்போது எவ்வளவு அருமையாக என்னைத் திருப்திப்படுத்து கிறீர்கள்.

'நீங்கள் மீண்டும் குதூகலமாகியுள்ளதால்! உண்மையில், நீங்கள் அனைவரும் மலர்ந்துள்ளீர்கள்: உங்களைப்போன்ற மலர்களுக்குப் புதிய திருவிழாக்கள் தேவைப்படுவதாக நான் நினைக்கிறேன்.

'ஒரு சிறிய வீரமிக்க முட்டாள்தனம், கொஞ்சம் தெய்வீகச் சேவை, கழுதைத் திருவிழா, கொஞ்சம் குதூகலம் நிரம்பிய கிழவனான ஜரதுஷ்ட்ரா என்ற மடையன், உங்களது ஆத்மாக் களைப் பிரகாசமாக ஊதிவிட ஒரு ஆரவாரமான காற்று.

'உயர் மனிதர்களே! இந்த இரவையும், இந்தக் கழுதைத் திருவிழாவையும் மறந்துவிடாதீர்கள். நீங்கள் அதை எனது வீட்டில் கண்டுபிடித்தீர்கள், இதை நான் ஒரு நல்ல சகுனமாக எடுத்துக்கொள்கிறேன் – குணமடைபவர்கள் மட்டுமே அப்படி யான விஷயங்களைக் கண்டுபிடிக்கிறார்கள்!

'நீங்கள் இந்தக் கழுதைத் திருவிழாவை மீண்டும் கொண் டாடினால், உங்கள் மீதான நேசத்திற்காக அதைச் செய்யுங்கள், என் மேலுள்ள நேசத்திற்காகவும், என் ஞாபகார்த்தமாகவும்!'

ஜரதுஷ்ட்ரா இவ்வாறு கூறினான்.

## போதையூட்டப்பட்ட பாடல்

### 1

இதற்கிடையே ஒருவர்பின் ஒருவராக வெளியே திறந்தவெளிக்கு, சிந்தனைமிகுந்த குளிர்ந்த இரவிற்குச் சென் றார்கள்; ஆனால் ஜரதுஷ்ட்ரா, அசிங்கமான மனிதனின் கைகளைப்பிடித்து அவனுக்குத் தனது இரவு உலகையும், பெரிய வட்டநிலவையும், தனது குகைக்குப் பக்கத்திலுள்ள வெள்ளி அருவியையும் காட்டுவதற்கு அழைத்துச் சென்றான். கடைசியில் அவர்கள் ஒன்றாக, அமைதியாக நின்றார்கள். வெறும் கிழவர்களின் ஒரு குழு, ஆனால் ஆசுவாசப்படுத்தப் பட்ட, வீரமான இதயங்கள், பூமியில் அவர்களோடு அனைத் தும் அருமையாக உள்ளதாகத் திகைப்படைந்தார்கள்: ஆனால், இரவின் மர்மம் அவர்கள் இதயத்திற்கு மிக அருகில் வந்து கொண்டிருந்தது. ஜரதுஷ்ட்ரா, மீண்டும் தனக்குள் நினைத்துக் கொண்டான்: 'ஓ, இந்த உயர் மனிதர்கள்! எவ்வளவு அருமை யாக, இப்போது என்னை மகிழ்விக்கிறார்கள்.' ஆனால் அதை அவன் சொல்லவில்லை, ஏனெனில் அவன் அவர்களது அமைதியையும், அவர்களது மகிழ்ச்சியையும் மதித்தான்.

பிறகு, அந்த நீண்ட, வியப்பு நிரம்பிய நாளின் மிக ஆச்சரியமான விஷயம் நடந்தது: அசிங்கமான மனிதன் மீண்டும் ஒரு முறை கடைசியாகக் களகளவென்று ஒலி எழுப்பினான், செருமினான். கடைசியில் அவன் பேசும் கட்டத்திற்கு வந்தபோது, ஒரு கேள்வி முழுவதாக சுத்தமாக அவன் வாயிலிருந்து தாவியது, ஒரு நல்ல, ஆழ்ந்த தெளிவான கேள்வி, கேட்டுக்கொண்டிருந்த அனைவரின் இதயத்தையும் அந்தக் கேள்வி தொட்டது.

மிக அசிங்கமான மனிதன் சொன்னான்: 'குழுமியுள்ள எனது நண்பர்களே நீங்கள் என்ன நினைக்கிறீர்கள்? இந்த நாளுக்காக – நான் முதன்முறையாக ஆசுவாசமடைகிறேன், எனது முழு வாழ்வையும் வாழ்ந்ததற்காக.

'மேலும், நான் இந்தஅளவே சாட்சியளிப்பது போதுமான தாக இருக்காது. பூமியில் வாழ்வது தக்கதாக உள்ளது : ஒரு நாள், ஜரதுஷ்ட்ராவுடனான ஒரு திருவிழா, எனக்குப் பூமியை நேசிக்கக் கற்றுத்தந்தது.

"அதுதான் – வாழ்வா?" நான் மரணத்திடம் சொல்வேன். "மிகவும் நல்லது! மீண்டும் ஒரு முறை!"

'எனது நண்பர்களே நீங்கள் என்ன நினைக்கிறீர்கள்? என்னைப் போல் மரணத்திடம்: "அதுதான் – வாழ்வா? ஜரதுஷ்ட்ராவிற்காக, மீண்டும் ஒரு முறை!" என்று சொல்லமாட்டீர்களா?'

இவ்வாறு மிக அசிங்கமான மனிதன் பேசினான்: அது நடுநிசிக்கு வெகுமுந்தியல்ல. பிறகு என்ன நிகழ்ந்திருக்கும் என்று நீங்கள் நினைக்கிறீர்கள்? உயர் மனிதர்கள் அவனது கேள்வியைக் கேட்ட மாத்திரத்திலேயே, அவர்கள் அனைவரும் ஒருவாறாகத் தங்களது நிலைமாறுதலையும், மீட்சியடைதலையும் பற்றி, யார் அவர்களுக்கு இவற்றைத் தந்தது என்று தன்னுணர்வு பெற்றார்கள். பிறகு அவர்கள் ஜரதுஷ்ராவிடம் பாய்ந்தார்கள், ஒவ்வொருத்தரும் தங்கள் பாணியில் நன்றி கூறியபடி, வியந்தபடி, தழுவியபடி, அவனது கைகளை முத்தமிட்டபடி. சிலர் சிரித்தார்கள், சிலர் அழுதார்கள். வயதான தீர்க்கதரிசி மகிழ்ச்சியோடு நடனமாடினான். மேலும் இனிப்பு மதுவால் நிரம்பி இருந்தாலும், சில பார்வையாளர்கள் நம்புவதுபோல், அவன் இனிய வாழ்வினால் இன்னும் சரியாக நிரம்பி அவனது அனைத்துக் களைப்பையும் களைந்தான். கழுதைகூட அந்தச் சமயத்தில் நடனமாடியது என்று சொல்பவர்கள் இருக்கிறார்கள். மிக அசிங்கமான மனிதன் கழுதைக்கு மதுவைத் தந்தது வீணாகவில்லை. இதுவே நடந்ததாக இருக்கலாம் அல்லது வேறுமாதிரியும் இருக்கலாம்: உண்மையில் அந்தச் சாயங்காலத்தில் கழுதை நடனமாடாமல் இருந்திருந்தாலும், ஒரு கழுதை நடனமாடுவதைவிட, மகத்தான விநோத அற்புதங்கள் நிகழ்ந்தன. சுருக்கமாக, ஜரதுஷ்ட்ரா சொல்வது போல்: 'அது ஒரு பொருட்டா?'

## 2

மிக அசிங்கமான மனிதனுடனான இந்தச் சம்பவம் நிகழ்ந்த போது, ஜரதுஷ்ட்ரா, போதையூட்டப்பட்ட ஒருத்தனைப்போல் நின்றிருந்தான், அவனது கண்கள் மங்கின, நாக்கு திக்கியது, அவனது பாதம் தடுமாறியது. ஜரதுஷ்ட்ராவின் ஆத்மாவில் என்ன எண்ணங்கள் கடந்தன என்று யாரால் சொல்ல இயலும். ஆனால் அவனது ஆத்மா பின்னே விழுந்து அவன்

முன்பாகப் பறந்து தொலைவான தூரத்தில், 'உயர்ந்த மலை முகட்டில்' என்று எழுதப்பட்டு,

'இறந்தகாலத்திற்கும், வருங்காலத்திற்கும் இடையில் ஒரு கனத்த மேகத்தைப் போல் அலைந்து திரிந்துகொண்டிருப்பதைப் போலானது. ஆனால் மெதுவாக, உயர் மனிதர்கள் அவன் கைகளைப் பற்றிக்கொண்டிருந்தபோது, அவன் சிறிது தன்நிலைக்கு வந்தான். அவனது கைகள் போற்றுகிற, பதற்ற மான மொய்த் திரளை வலிந்து அடக்கிக்கொண்டிருந்தன; இன்னும் அவன் பேசவில்லை, திடீரென அவன் தலையைத் திருப்பினான், ஏனெனில் அவன் எதையோ கேட்டது போல் இருந்தது: பிறகு அவன் ஒரு விரலை உதடுகள்மீது வைத்துச் சொன்னான்: 'வா!'

திடீரென அவனைச் சுற்றி அனைத்தும் அமைதியாக மர்மமாக ஆனது: ஆழங்களில் இருந்து, ஒரு மணியின் ஒலி மெல்ல அங்கு எழுந்தது, ஜரதுஷ்ட்ரா உயர் மனிதர்கள் செய்ததுபோல் அதைக் கவனித்துக் கேட்டான்; பிறகு இரண்டாவது முறை தனது உதடுகளில் விரலை வைத்து மீண்டும் சொன்னான். 'வா! வா! நடுநிசி வந்துகொண்டிருக்கிறது!' அவனது குரல் மாறியது, ஆனால் இன்னும் தனது இடத்தை விட்டு அவன் நகரவில்லை: பிறகு இன்னும் அமைதியாகவும், மர்மமாகவும் ஆனது. அனைத்தும் கவனித்துக்கேட்டன, கழுதையும், ஜரதுஷ்ட்ராவின் மரியாதைக்குரிய விலங்குகளான கழுகும் சர்ப்பமும்கூட கவனித்துக் கேட்டன. அதுபோலவே ஜரதுஷ்ட்ராவின் குகையும், மகத்தான குளிர்ந்த நிலவும், இரவுமேகூட. ஜரதுஷ்ட்ரா மூன்றாவது முறையாகத் தனது உதடுகளில் விரலை வைத்துச் சொன்னான்:

'வா! வா! வா! நாம் இப்போது நடக்கலாம்! அந்த நேரம் வந்துவிட்டது: நாம் இரவினுள் நடக்கலாம்!'

## 3

உயர் மனிதர்களே, நடுநிசி வந்துகொண்டிருக்கிறது: எனவே நான் உங்களது காதுகளில் ஏதாவது சொல்வேன், அந்தப் பழைய மணி எனது காதுகளில் சொல்வதுபோல்,

ரகசியமாக, பயத்தோடு, கதகதப்போடு நடுநிசி சொல்வது போல், ஒரு மனிதனைவிடக் கூடுதலாக அனுபவப்பட்டது அது:

அது ஏற்கனவே உங்களது தந்தையரின் இதயத்துடிப்பை எண்ணிவிட்டது – ஆ! ஆ! அது எப்படிக் கூச்சப்படுகிறது! கனவுகளில் அது எப்படிச் சிரிக்கிறது! புராதனமான, ஆழஆழமான நடுஇரவு!

மெதுவாக! மெதுவாக! பிறகு பகலில் பேசக்கூடாத அநேக விஷயங்களைக் கேட்க இயலும்: ஆனால் இப்போது, குளிர்ந்த காற்றில், உங்கள் இதயத்தின் அனைத்துச் சந்தடிகளும்கூட, அமைதியாக ஆன பிறகு,

அது பேசுகிறது, இப்போது அது கேட்கப்படுகிறது, அது இப்போது இரவுக்குள் நகர்கிறது, கூடுதல் – விழிப்புடைய ஆத்மாக்களுக்குள்: ஆ! ஆ! அது எப்படிப் பெருமூச்சுவிடுகிறது! கனவுகளில் அது எப்படிச் சிரிக்கிறது!

நீ கேட்கவில்லையா, புராதனமான, ஆழஆழமான நடு இரவு எவ்வளவு ரகசியமாக, பயத்தோடு, கதகதப்பாக உன்னிடம் பேசுகிறது?

ஓ, மனிதனே! உற்றுக் கேள்!

## 4

நான்தான் இன்னல்! எங்கே பறந்தது காலம்? ஆழமான கிணறுகளில் மூழ்கினேனா நான்? உலகம் உறங்கிக்கொண்டிருக்கிறது –

நாய் ஊளையிடுகிறது, நிலவு ஒளிர்கிறது, எனது நடுநிசி இதயம் இப்போது என்ன யோசித்துக்கொண்டிருக்கிறது என்பதை உனக்குச் சொல்வதைவிட, நான் இறந்துபோவேன்,

இப்போது நான் இறந்துவிட்டேன், அது முடிந்துவிட்டது. சிலந்தியே நீ ஏன் என்னைச் சுற்றி உனது வலையைப் பின்னுகிறாய்? உனக்கு ரத்தம் வேண்டுமா? ஏ! ஏ! பனி விழுகிறது, நேரம் வந்துவிட்டது.

– என்னைச் சில்லிட வைக்கும் உறைய வைக்கும் நேரம் வந்துவிட்டது, எது வினவுகிறதோ, மேலும் வினவுகிறதோ, மேலும் மேலும் வினவுகிறதோ, 'அதற்குப் போதுமான அளவு இதயம் யாருக்குள்ளது?'

– யார் உலகத்தின் தலைவனாக இருக்கக்கூடும்? யார் சொல்வார்: 'இவ்வாறு நீங்கள் ஓடுவீர்கள், மகத்தான, சிறிய ஓடைகளே'.

– நேரம் நெருங்குகிறது. ஓ, மனிதா, உயர் மனிதா! உற்றுக் கேள்! இந்தச் சொல்லாடல் நுட்பமான காதுகளுக்கு, உனது காதுகளுக்கு – ஆழ்ந்த நடுநிசியின் குரலில் என்ன உள்ளது.

## 5

நான் வெளியே கொண்டுசெல்லப்பட்டேன், எனது ஆத்மா நடனமாடுகிறது, இன்றைய கடமையே! இன்றைய கடமையே! யார் உலகின் தலைவனாகக்கூடும்?

நிலவு குளிர்ந்துள்ளது, காற்று அமைதியாக விழுகிறது ஏ! ஏ! நீ போதுமான அளவு உயரப் பறந்தாயா? நீ நடன மாடுகிறாய்: ஆனால் கால் ஒரு சிறகல்லவே.

நல்ல நடனக்காரர்களே, இப்போது எல்லாக் குதூகலமும் முடிந்துவிட்டது: மது வண்டலாகிவிட்டது, அனைத்துக் கோப்பையும் எளிதில் உடையக்கூடியதாகி விட்டது, கல்லறை கள் முணுமுணுக்கின்றன.

நீ போதுமான அளவு உயரப் பறக்கவில்லை: இப்போது, 'மாண்டவர்களை மீட்டெடு! இரவு ஏன் இவ்வளவு நீண்டதாக உள்ளது? நிலவு நமக்குப் போதையூட்டவில்லையா?' என்று கல்லறைகள் முணுமுணுக்கின்றன.

உயர் மனிதர்களே, கல்லறைகளை மீட்டெடுங்கள், பிணங் களை எழுப்புங்கள்! அந்தோ, ஏன் இன்னும் பூச்சி உட்குடை கிறது? நேரம் நெருங்குகிறது, அது நெருங்குகிறது.

மணி ஒலிக்கிறது, இதயம் இன்னும் சலிப்புறும்படி இரை கிறது, மரப்பூச்சி, இதயத்தின் பூச்சி, இன்னும் உட்குடைகிறது. அந்தோ! உலகம் ஆழமானது.

## 6

இனிமையான யாழே! இனிமையான யாழே! உனது ஒலி, உனது போதையூட்டப்பட்ட அமங்கலமான ஒலி எனக்கு மகிழ்ச்சியூட்டுகிறது! – எவ்வளவு காலத்திற்கு முன்பிருந்து, எவ்வளவு தொலைதூரத்தில் இருந்து உனது ஒலி என்னிடம் வருகிறது, தொலைதூரத்திலிருந்து, நேசத்தின் குளங்களிலிருந்து!

புராதன மணியே, இனிய யாழே! அனைத்து வலியும் உனது இதயத்தைக் கிழித்தது, ஒரு தகப்பனின் வலி, நமது தகப்பன்களின் வலி, நமது மூதாதையரின் வலி, உனது பேச்சு கனிந்து வளர்ந்துவிட்டது,

தங்கமயமான கூதிர்காலத்தைப் போல், மதியத்தைப் போல் கனிந்துவிட்டது, எனது துறவியின் இதயத்தைப் போல் – இப்போது நீ சொல்கிறாய்: உலகமே கனிந்துவிட்டது, திராட்சைகள் பழுப்பாக வளர்கின்றன.

இப்போது அவை இறக்க விரும்புகின்றன, மகிழ்ச்சியால் இறக்க விரும்புகின்றன, உயர்மனிதர்களே, நீங்கள் அதை முகரவில்லையா? ஒரு வாசம் ரகசியமாகப் பெருகிக்கொண் டிருக்கிறது.

சாசுவதத்தின் ஒரு நறுமண வாசம், ஒரு ரோஜாநிறப் பேரின்பத்தின் வாசம், ஒரு பழுத்த, புராதன மகிழ்ச்சியினுடைய பொன்னிற மதுவின் வாசம்.

போதையூட்டப்பட்ட நடுநிசியின் இறக்கிற மகிழ்ச்சியில் அது பாடுகிறது: உலகம் ஆழமானது: பகலால் புரிந்துகொள்ள இயலாத அளவு ஆழமானது!

## 7

என்னை விடு! என்னை விடு! நான் நீ தொடக்கூடாத அளவுக்கு மிகவும் சுத்தமானவன், என்னைத் தொடாதே! எனது உலகம் இப்போது கச்சிதமாகி விடவில்லையா?

எனது தோல் உனது கைகள் தீண்டக்கூடாத அளவுக்கு மிகவும் தூய்மையானது. என்னை முட்டாளாக, அறிவற்றவனாக, திணறடிப்பவனாக இருக்கவிடு! நடுநிசி பிரகாசமாக இல்லையா?

மிகத் தூய்மையானவன் உலகின் தலைவனாவான். குறைவாகத் தெரியப்படுகிற, வலிமைமிகுந்த நடுநிசி ஆத்மாக்கள், எந்த நாளையும்விடப் பிரகாசமும், ஆழமும் நிரம்பியவர்கள்.

ஓ, பகலே, எனக்காகத் தட்டித் தடவித் தேடுகிறாயா? எனது மகிழ்ச்சிக்காக உணர்கிறாயா? நீ என்னைச் செல்வமான, தனித்தவொரு புதையல் குழியாக, தங்கத்தின் அரங்காக நினைக்கிறாயா.

ஓ, உலகமே, நீ எனக்காக விருப்பப்படுகிறாயா? நீ என்னை லோகாயதமானவனாக நினைக்கிறாயா? நீ என்னை அகநிலையானவனாக நினைக்கிறாயா? நீ என்னைப் புனிதமானவனாக நினைக்கிறாயா? ஆனால், பகலே, உலகமே நீங்கள் குழப்பமானவர்கள்,

மிகத் திறமையான கைகளைக் கொண்டுள்ளீர்கள், ஆழ்ந்த மகிழ்ச்சிக்காகக் கை நீட்டுகிறீர்கள். ஆழ்ந்த மகிழ்ச்சியின்மைக்காக ஏதாவது ஒரு கடவுளுக்காகக் கை நீட்டுங்கள், எனக்காகக் கை நீட்டாதீர்கள்:

விநோதமான பகலே எனது மகிழ்ச்சியின்மையும், எனது மகிழ்ச்சியும் ஆழமானவை. நான் இன்னும் கடவுள் அல்ல, புனிதமான நரகம் அல்ல, அதன் இன்னல் ஆழமானது.

## 8

கடவுளின் இன்னல் ஆழமானது, விநோதமான உலகமே! கடவுளின் இன்னுலுக்காகக் கை நீட்டு, எனக்காக அல்ல! நான் யார்? போதையூட்டப்பட்ட ஒரு இனிய யாழ்,

–ஒரு நடுநிசி யாழ், கரகரத்த ஒலியெழுப்பும் மணி, எவரும் புரிந்து கொள்ளாத, ஆனால், உயர் மனிதர்களிடம், செவிடான மனிதர்களிடம் பேசக்கூடிய மணி! ஏனெனில் நீங்கள் என்னைப் புரிந்துகொள்ளவில்லை!

போய்விட்டது! போய்விட்டது! ஓ, இளமையே! ஓ, நடுப்பகலே! ஓ, மதியமே! இப்போது சாயங்காலமும், நடுநிசியும் வருகின்றன; ஊளையிடுகிறது காற்று:

காற்று ஒரு நாயல்லவா? அது ஏங்கியழுகிறது, அது வேதனையோடு உறுமுகிறது, அது ஊளையிடுகிறது. ஏ! ஏ! அது எப்படிப் பெருமூச்சுவிடுகிறது! நடுநிசி நேரம்! அது எப்படிச் சிரிக்கிறது, அது சுரண்டுகிறது, மூச்சுத் திணறுகிறது.

அது இப்போது எப்படி நிதானத்தோடு பேசுகிறது, இந்தப் போதையூட்டப்பட்ட கவிஞன்! ஒருக்கால், அது தன் குடிகாரத் தனத்தை மிதமிஞ்சிக் குடித்துவிட்டதோ? ஒருக்கால், அது நன்றாக விழிப்படைந்துவிட்டதோ? ஒருக்கால், அது அசை போடுகிறதோ?

அது அதன் இன்னலைக் கனவில் அசை போடுகிறது. புராதனமான, ஆழ்ந்த நடுநிசி நேரம் இன்னும் கூடுதலாக அதன் குதூகலத்தை அசைபோடுகிறது. ஏனெனில் இன்னல் ஆழ்ந்ததாக இருந்தாலும், குதூகலம்: இதயத்தின் கடுந்துயரை விடக் குதூகலம் ஆழமானது.

## 9

முந்திரிக் கொடியே! என்னை ஏன் போற்றுகிறாய்? உன்னை நான் வெட்டுவதாலா! நான் கொடூரமானவன், நீ ரத்தம் ஒழுக்குகிறாய்: எனது போதையூட்டப்பட்ட கொடூரத்தை நீ போற்றுவதற்கு என்ன அர்த்தம்?

‘எது கச்சிதமாக ஆனது, கனிந்த அனைத்தும் – இறக்க விரும்புகிறது!’ இவ்வாறு நீ பேசுகிறாய். முந்திரி அறுக்கும்

கத்தி ஆசிர்வதிக்கப்பட்டதாக இருக்கட்டும்! ஆனால், கனியாதது அனைத்தும் வாழ விரும்புகிறது: அந்தோ!

இன்னல் சொல்கிறது: 'மங்கிப்போ! போய்விடு இன்னலே!' ஆனால் துயருகிற அனைத்தும் வாழ விரும்புகின்றன, அவை கனிந்து, மகிழ்ச்சியாகவும், அன்பாகவும் வளரலாம் என்பதற்காக,

தொலைதூரமான, உயரமான, பிரகாசமான விஷயங்களுக் கான அன்போடு, 'எனக்குச் சந்ததிகள் வேண்டும்' என்கின்றன. துயருறும் அனைத்தும், 'எனக்குக் குழந்தைகள் வேண்டும் எனக்கு நான் வேண்டாம்' என்கின்றன.

குதூகலம், சந்ததிகளையோ அல்லது குழந்தைகளையோ வேண்டுவதில்லை, குதூகலம் தன்னையே வேண்டுகிறது, சாசுவதம் வேண்டுகிறது, மீண்டும் மீண்டும் வர வேண்டுகிறது, அனைத்தையும் சாசுவதமாக அப்படியே வேண்டுகிறது.

இன்னல் சொல்கிறது: 'சிதைவுறு, ரத்தமொழுகு இதயமே! கால்களே நட! சிறகுகளே பற! வலியே! மேல்நோக்கி, மிகவும் நல்லது! இங்கே வா! எனது பழைய இதயமே; இன்னல் சொல்கிறது; மங்கு! போ!

## 10

நீங்கள் என்ன நினைக்கிறீர்கள், உயர் மனிதர்களே! நான் ஒரு தீர்க்கதரிசியா? ஒரு கனவு காண்பவனா? ஒரு குடிகாரனா? கனவுகளுக்கு விளக்கம் அளிக்கும் ஒருவனா? ஒரு நடுநிசி மணியா?

பனியின் ஒரு துளியா? சாசுவதத்தின் ஒரு வாடையா, நறுமணமா? உனக்கு அது கேட்கவில்லையா? நீ அதை முகர வில்லையா? எனது உலகம் இப்போதுதான் கச்சிதமாக ஆனது, நடுப்பகல்தான் நடுநிசியும்.

வலியும்கூடக் குதூகலம்தான், சாபம்கூட ஒரு ஆசிர்வாதம் தான், இரவு ஒரு சூரியனும்கூட – சென்றுவிடு, அல்லது: விவேகமான மனிதன் ஒரு முட்டாளும்கூட என்பதை நீ கற்றுக்கொள்வாய்.

எப்போதாவது ஒரு குதூகலத்திற்கு ஆம் என்று சொன்னீர் களா? ஓ, எனது நண்பர்களே, பிறகு நீங்கள் அனைத்து இன்னலுக்கும்கூட ஆம் என்று சொன்னீர்கள், அனைத்து விஷயங்களும் கட்டப்பட்டு ஒன்றாகப் பிணைக்கப்பட்டுள்ளன, அனைத்து விஷயங்களும் காதலிலுள்ளன.

எப்போதாவது, ஒரு தருணத்தை இருமுறை வேண்டியிருந்தால், 'என்னை மகிழ்வி, மகிழ்ச்சியே, இப்போதே இத்தருணமே!' என்று சொல்லியிருந்தால் பிறகு நீ அனைத்தையும் திரும்பிவர விரும்பியிருந்தாய்!

நீ அனைத்தையும் புதியதாக விரும்பினாய், அனைத்தையும் சாசுவதமாக, அனைத்தும் கட்டப்பட்டு, ஒன்றாகப் பிணைக்கப்பட்டு, அனைத்தும் காதலில், ஓ, அப்படித்தான் நீ உலகை விரும்பினாய்,

எக்காலத்தும் உள்ள மனிதனே, அனைத்துக் காலத்திற்குமாக சாசுவதமாக நேசித்து இன்னலிடம்கூட நீ சொல்கிறாய், 'போ, ஆனால் திரும்ப வா!' ஏனெனில் அனைத்துக் குதூகலமும் வேண்டுகிறது – சாசுவதத்தை!

## 11

அனைத்துக் குதூகலமும், அனைத்து விஷயங்களின் சாசுவதத்தை வேண்டுகிறது, தேன் வேண்டுகிறது, எச்சங்களை வேண்டுகிறது, போதையூட்டப்பட்ட நடுநிசிகளை, கல்லறைகளை வேண்டுகிறது, கல்லறையோரக் கண்ணீர் ஆறுதல்களை, தங்க முலாம் பூசப்பட்ட சூரிய அஸ்தமனங்களை வேண்டுகிறது.

குதூகலம் எதை வேண்டவில்லை! அது தாகமாக, வெதுவெதுப்பாக, பசியாக, அதிக பயத்தோடு, அனைத்து இன்னல்களையும்விட அதிக ரகசியத்தை வேண்டுகிறது, அது தன்னையே வேண்டுகிறது : அது தனக்குள்ளேயே கடிக்கிறது, வளையத்தின் விருப்பம் அதற்குள்ளேயே சமர் செய்கிறது.

அது நேசத்தை வேண்டுகிறது, அது காழ்ப்பை வேண்டுகிறது, அது மட்டுக்கு மிஞ்சியதைக் கொடுக்கிறது, தூக்கிவீசுகிறது, யாரையாவது எடுத்துக்கொள்ளுமாறு இறைஞ்சுகிறது, எடுத்துக்கொள்பவனுக்கு நன்றி சொல்கிறது, அது வெறுக்கப்பட விரும்புகிறது.

இன்னலுக்காகத் தவிக்கும் அளவுக்குக் குதூகலமாக உள்ளது, நரகத்திற்காகவும், காழ்ப்பிற்காகவும் வெட்கக்கேட்டை விரும்புகிறது. உலகத்திற்காக முடமானதை விரும்புகிறது – ஏனெனில் அதற்குத் தெரியும், ஓ, அதற்கு இந்த உலகத்தைத் தெரியும்!

உயர் மனிதர்களே, குதூகலம் உங்களுக்காக ஏங்குகிறது, வசப்படுத்த இயலாததற்காகக் குதூகலம். உனது இன்னலுக்காக,

மோசமாக வடிவமைக்கப்பட்டதற்காக – பேரின்பம்! அனைத்து சாசுவதமான குதூகலமும், மோசமாக வடிவமைக்கப்பட்டவைக் காக ஏங்குகிறது.

ஏனெனில், அனைத்துக் குதூகலமும் தன்னையே வேண்டு கிறது, எனவே அது இதயத்தில் பெருந்துன்பத்தையும் வேண்டு கிறது! ஓ, மகிழ்ச்சியே! ஓ, வலியே! ஓ, சிதறிய – இதயமே! உயர் மனிதர்களே, குதூகலம் சாசுவதத்தை வேண்டுகிறது என்பதைக் கற்றுக்கொள்ளுங்கள்.

குதூகலம் அனைத்து விஷயங்களின் சாசுவதத்தையும் வேண்டுகிறது. ஆழமான, ஆழமான, ஆழமான சாசுவதத்தை வேண்டுகிறது!

## 12

இப்போது எனது பாடலைக் கற்றுக்கொண்டீர்களா? அது எதைச் சொல்கிறது என்று கண்டுபிடித்துவிட்டீர்களா? மிகவும் நல்லது! இங்கே வாருங்கள்! இப்போது எனது பறவைப் பாடலைப் பாடுங்கள்.

நீங்களே அந்தப் பாடலைப் பாடுங்கள், எதன் பெயர் 'மீண்டும் ஒரு முறையோ', எதன் அர்த்தம் 'அனைத்து சாசுவதத் திற்குமோ' – அதைப் பாடுங்கள் உயர்மனிதர்களே, ஜரதுஷ்ட்ரா வின் பறவைப் பாடலைப் பாடுங்கள்!

ஓ மனிதா! கேள்

ஆழ்ந்த நடுநிசியின் குரல் எதைக் கொண்டுள்ளது?

'நான் எனது உறக்கத்தை உறங்கினேன்,

'மற்றும் கனவுகாணலின் கடைசியில் விழித்தெழுந்தேன்:

'உலகம் ஆழமானது,

'பகலால் புரிந்துகொள்ள இயல்வதைவிட ஆழமானது,

'அதன் இன்னல் ஆழமானது.

'குதூகலம் – இதயத்தின் பெருந்துயரைவிட ஆழமானது:

'இன்னல் சொல்கிறது: மறைந்து போ!

'ஆனால், அனைத்துக் குதூகலமும், சாசுவதத்தை வேண்டு கிறது,

ஆழமான, ஆழமான, ஆழமான சாசுவதத்தை வேண்டுகிறது!

# அறிகுறி

இந்த இரவிற்கு அடுத்த காலையில், ஜரதுஷ்ட்ரா தனது படுக்கையில் இருந்து துள்ளியெழுந்தான். தனது அரைத்துணியை வாரிச் சுருட்டிக்கொண்டு, வலிமையாகவும், ஒளிர்வோடும் ஒரு காலைச் சூரியன் கறுத்த மலைகளுக்குப் பின்னிருந்து தோன்றுவதுபோல், தனது குகையிலிருந்து தோன்றினான்.

அவன் சொன்னான், ஏற்கனவே ஒரு முறை அவன் சொன்னதுபோல்: 'மகத்தான நட்சத்திரமே, மகிழ்ச்சியின் மிக ஆழ்ந்த கண்களே, யாருக்காக நீ ஒளிர்கிறாயோ, அவர்கள் இல்லாவிட்டால் உனது அத்தனை மகிழ்ச்சியும் என்னவாக இருக்கும்!'

'அவர்கள் தங்களது அறையிலேயே இருந்துவிட்டால், நீ ஏற்கனவே விழித்தெழுந்து வந்துவிட்டால், தந்துகொண்டும், விநியோகித்துக்கொண்டுமிருந்தால், உனது இறுமாந்த தன்னடக்கம் எவ்வளவு கோபப்படும்!

'மிகவும் நல்லது! நான் விழித்துக்கொண்டிருக்கும்போது: அவர்கள் இன்னும் உறங்கிக்கொண்டிருக்கிறார்கள், இந்த உயர் மனிதர்கள்: அவர்கள் எனது சரியான துணைகளல்ல! அவர்களுக்காக நான் எனது மலைகளில் காத்திருக்கவில்லை.

'நான் எனது பணிக்குச் செல்ல விரும்புகிறேன், எனது நாளுக்கு, ஆனால் எனது காலையினுடைய அடையாளங்கள் என்னவென்று அவர்கள் புரிந்து கொள்வதில்லை, எனது காலடி – அவர்களுக்கான விழித்தெழுப்பும் அழைப்பல்ல.

'அவர்கள் இன்னும் எனது குகையில் உறங்கிக்கொண்டிருக்கிறார்கள், அவர்களது கனவு இன்னும் எனது போதையூட்டப்பட்ட பாடலை அருந்திக்கொண்டிருக்கிறது, இருந்தும் என்னைக் கேட்கும் அந்தக் காது, பணிகிற காது, அவர்களிடம் இல்லாமலுள்ளது!'

ஜரதுஷ்ட்ரா சூரியன் உதித்தபோது, இதைத் தனது இதயத்திடம் சொல்லிக் கொண்டான்; பிறகு தலைக்குமேல் என்னவென்று பார்த்தான், ஏனெனில் தனக்கு மேலாக ஒரு கழுகின் கூரிய கதறலைக் கேட்டான், 'மிகவும் நல்லது!' அவன் கத்தினான், 'அவ்வாறே நான் விரும்புகிறேன், அவ்வாறே நான் தகுதியுடையவன் ஆகிறேன். எனது விலங்குகள் விழித்துள்ளன, ஏனெனில் நான் விழித்துள்ளேன்.

‘எனது கழுகு விழித்துள்ளது, என்னைப்போல் சூரியனுக்கு மரியாதை செலுத்துகிறது. கழுகு அதன் வளைநகத்தைப் புதிய ஒளிக்காக நீட்டுகிறது. நீங்கள் எனது உரிமைப்பட்ட விலங்குகள்: நான் உங்களை நேசிக்கிறேன்.

‘ஆனால் இன்னும் எனது உரிமைப்பட்ட மனிதர்கள் எனக்குக் கிடைக்கவில்லை!’

ஜரதுஷ்ட்ரா இவ்வாறு பேசினான்; பிறகு, அவன் சட்டென்று தான் எண்ணற்ற பறவைகளால் சூழப்பட்டிருப்பதை உணர்ந்தான், பறவைத் தொகுதியும், சிறகடிப்பும் – பல சிறகுகளின் சப்தமும் அவன் தலைக்குமேல் உள்ள நெருக்கடியும், மிக அதிகமானதாக இருந்ததால், அவன் தனது கண்களை மூடிக்கொண்டான். உண்மையில், ஒரு கனத்த மேகம் அவன் மேல் விழுந்ததுபோல் இருந்தது, ஒரு புதிய எதிரியை நோக்கி எய்யப்பட்ட அம்பு மழையாக இருந்தது. இப்போது அது நண்பனின் மேல் வீசப்பட்ட அன்பு மழை.

தனது திகைத்த இதயத்தில் ‘என்ன நேர்ந்துகொண்டிருக்கிறது எனக்கு?’ என்று நினைத்தான் ஜரதுஷ்ட்ரா. அவனது குகையின் வாயிலுக்குப் பக்கத்தில் இருக்கும் பெரிய பாறையின் மீது மெதுவாக இறங்கினான். ஆனால், தனக்குக் கீழுள்ளதைப் பற்றிக்கொண்டிருந்தபோது அவனுக்கு மேலாகவும், கீழாகவும் இளம்பறவைகளை ஓட்டிக் கொண்டிருந்தான், இன்னும் விநோதமாக ஏதோ நடந்தது: ஏனெனில், அப்படிச் செய்யும்போது, ஒரு தடித்த, வெதுவெதுப்பான பிடரிமயிரைப் பற்றியிருந்தான்; அதேசமயத்தில், ஒரு கர்ஜனை அவனுக்கு முன்னால் ஒலித்தது – சிங்கத்தின் நீண்ட மெதுவான கர்ஜனை.

‘அறிகுறி வந்துவிட்டது’ ஜரதுஷ்ட்ரா சொன்னான்: அவனது இதயம் இயல்மாறி இருந்தது. உண்மையில், அவனுக்கு முன்னால் பார்வை தெளிவாக ஆனபோது, அங்கே அவனது கால்களுக்குக் கீழே, வெளிறிய பழுப்பு நிறமான, வலிமைவாய்ந்த ஒரு விலங்கு அன்போடு அதன் தலையை, அவனது மூட்டில் அழுத்திக் கொண்டு அவனைவிட்டு விலகிவிடாதது போல், தனது எஜமானனை மீண்டும் கண்டுவிட்ட ஒரு நாயைப் போல் காட்சியளித்தது, தங்கள் அன்பில் சிங்கத்திற்குச் சற்றும் குறைவில்லாத ஆர்வத்தோடு புறாக்கள்; சிங்கத்தினுடைய மூக்கினருகாக ஒவ்வொருமுறை மிதவலாகச் செல்லும்போதும் சிங்கம் தனது தலையை ஆட்டிக்கொண்டு ஆச்சரியப்பட்டது, சிரித்தது.

இது நடந்துகொண்டிருந்தபோது, ஜரதுஷ்ட்ரா ஒரு விஷயத்தைச் சொன்னான்: ‘எனது குழந்தைகள் அருகிலுள்ளார்கள்,

எனது குழந்தைகள்.' பிறகு, அவன் முற்றிலும் அமைதியானான். அவனது இதயம் தளர்த்தப்பட்டது, அவன் கண்களிலிருந்து அவனது கைகளின்மீது கண்ணீர் விழுந்தது. அவன் இப்போது எதன்மேலும் கவனம் செலுத்தாதவனானான், அசைவற்று உட்கார்ந்து கொண்டிருந்தான், அவன் தனது விலங்குகளைத் தடுத்து நிறுத்தவில்லை. பிறகு புறாக்கள் பின்னும், முன்னுமாகப் பறந்து ஜரதுஷ்ட்ராவின் தோள்மீது அமர்ந்து அவனது வெண் மயிரைக் கோதின, அவை கனிவிலும், களிப்பிலும் களைப் படையவில்லை. வலிய சிங்கம், ஜரதுஷ்ட்ராவின் கைகளின்மீது தொடர்ந்து விழுந்துகொண்டிருந்த கண்ணீரை நக்கிக்கொண் டிருந்தது, அவ்வாறு செய்யும்போது கர்ஜித்துக்கொண்டும், நாணத்தோடு முறுமுறுத்துக்கொண்டுமிருந்தது. இவ்வாறு நடந்துகொண்டன இந்த விலங்குகள்.

இவை அனைத்தும் வெகுநேரமாகவோ அல்லது சிறிது நேரத்திலோ நடந்தன: ஏனெனில், சரியாகச் சொல்வதென்றால், அப்படியான விஷயங்களுக்குப் பூமியில் நேரம் என்று ஒன்று மில்லை. இடைப்பட்டநேரத்தில், ஜரதுஷ்ட்ராவின் குகையி லிருந்த உயர் மனிதர்கள் விழித்தெழுந்து, ஒரு ஊர்வலமாக ஜரதுஷ்ட்ராவிடம் சென்று அவனுக்குத் தங்களது காலை வணக்கத்தைத் தெரிவிக்கலாம் என்று தங்களைத் தயார் செய்து கொண்டார்கள்: ஏனெனில், விழித்தெழுந்தபோது அவன் அவர் களோடு இல்லாததைக் கண்டார்கள். அவர்கள் குகையின் கதவை அடைந்தபோது அவர்களது காலடியோசை அவர் களுக்கு முன்பாகச் சென்றது, சிங்கம் சட்டென்று ஜரதுஷ்ட்ராவை விட்டு விலகித்திரும்பி, மூர்க்கமாகக் கிளம்பி, ஆக்ரோஷமாகக் கர்ஜித்தபடி, குகைவரை தாவியது; உயர்மனிதர்கள், அதன் கர்ஜனையைக் கேட்டதும் ஒரே குரல்போல் அனைவரும் கதறி னார்கள், ஒரே நொடியில் பின்னால் பாய்ந்து மறைந்து விட்டார்கள்.

ஆனால் ஜரதுஷ்ட்ராவுமே மனங்குழம்பி வாயடைத்துப் போனான். தனது இருக்கையிலிருந்து எழுந்தான், கூர்ந்து நோக்கினான், மலைத்துப்போய் நின்றிருந்தான், தனது இதயத்தைக் கேள்வி கேட்டான், நினைத்துப் பார்த்தான், தான் தனியே இருப்பதைப் பார்த்தான். அவன் கடைசியில் மெதுவாகச் சொன்னான், 'நான் கேட்டது என்ன? இப்போது எனக்கு என்ன நேர்ந்தது?'

ஒருவாறாக அவனது நினைவு திரும்பி, நேற்றுக்கும் இன்றுக் கும் இடையில் நடந்தது அனைத்தையும் ஒரே பார்வையில் புரிந்துகொண்டது. 'இங்கே உள்ள இது ஒரு பாறை' என்று சொன்னவன், மீசையைத் தடவிக்கொண்டான், 'இதன்மேல்

தான் நேற்றுக்காலையில் அமர்ந்தேன்; இங்கேதான் தீர்க்கதரிசி என்னிடம் வந்தான், இங்கேதான் இப்போதும் நான் கேட்டுக் கொண்டிருக்கும் கடுந்துன்பத்தின் கதறலை, முதன்முதலில் கேட்டேன்,

'ஓ, உயர் மனிதர்களே, வயதான தீர்க்கதரிசி என்னிடம் நேற்றுக்காலை முன்னறிவித்தது, உங்களது கடுந்துன்பத்தின் கதறல்.

'அவன் என்னைக் கவர்ந்து மயக்கி உங்களது கடுந்துன்பத் திற்குத் தூண்டியிழுக்க முயற்சி செய்தான்: "ஓ, ஜரதுஷ்ட்ரா, உனது இறுதிப் பாவத்திற்காக உன்னைக் கவர்ந்து மயக்கவே நான் வந்தேன்" என்று அவன் என்னிடம் சொன்னான்.

'எனது இறுதியான பாவத்திற்கா?' என்று ஜரதுஷ்ட்ரா கத்தினான், பிறகு கோபத்தோடு சிரித்தவாறு கேட்டான்: 'எது எனது இறுதியான பாவமாக முன்பதிவு செய்யப்பட்டிருக்கிறது?'

மீண்டும் ஒருமுறை ஜரதுஷ்ட்ரா தன்னுள்ளே அமிழ்ந் தான், மகத்தான பாறையின்மேல் மீண்டும் அமர்ந்து தியானித் தான். சட்டென்று, அவன் தாவிப்பாய்ந்தான் –

'தயை காட்டு! உயர் மனிதனுக்குத் தயை காட்டு!' அவன் கதறினான், அவனது முகபாவம் வெட்கத்தில் உருமாறியது. 'மிகவும் நல்லது! அது – அதற்கான நேரம் வந்துவிட்டது!

'எனது துன்பப்படுதல், எனது இரங்குதல் இவற்றைப் பற்றியென்ன! ஆக நான் மகிழ்ச்சியின் பின் விழைகிறேனா? நான் எனது பணியின் பின்தான் விழைகிறேன்!

'மிகவும் நல்லது! சிங்கம் வந்துவிட்டது, எனது குழந்தைகள் அருகிலுள்ளனர், ஜரதுஷ்ட்ரா கனிந்துவிட்டான், எனது நேரம் வந்துவிட்டது!

'இது எனது காலை, எனது நாள் ஆரம்பிக்கிறது: மேலே எழு, இப்போது மேலே எழு, மகத்தான உச்சிவேளையே!'

இவ்வாறு பேசியபடி ஒளிர்ந்துகொண்டு, வலிமையாகக் கறுத்த மலைகளின் பின்னிருந்து மேலெழும்பும் காலைச் சூரியனைப் போல் தனது குகையைவிட்டு வெளியேறினான் ஜரதுஷ்ட்ரா.